I0657401

आधुनिक भारताचा इतिहास
(१८५७-१९५०)

Modern Indian History
(1857-1950)

पुणे विद्यापीठाच्या द्वितीय वर्ष कला शाखेच्या (S. Y. B. A.) २०१४-१५च्या
सुधारित अभ्यासक्रमानुसार लिहिलेले क्रमिक पुस्तक
तसेच महाराष्ट्रातील इतर सर्व विद्यापीठांना उपयुक्त.

आधुनिक भारताचा इतिहास
(१८५७-१९५०)

Modern Indian History
(1857-1950)

डॉ. गणेश राऊत

डॉ. पी. एन. शिंदे

प्रा. ए. जी. थोरात

डायमंड पब्लिकेशन्स

आधुनिक भारताचा इतिहास
डॉ. गणेश राऊत
डॉ. पी. एन. शिंदे
प्रा. ए. जी. थोरात

Adhunik Bharatacha Itihas
Dr. Ganesh Raut
Dr. P. N. Shinde
Prof. A. G. Thorat

प्रथम आवृत्ती : जुलै २०१४

ISBN 978-81-8483-589-2

© डायमंड पब्लिकेशन्स

मुखपृष्ठ
शाम भालेकर

प्रकाशक
डायमंड पब्लिकेशन्स
२६४/३ शनिवार पेठ, ३०२ अनुग्रह अपार्टमेंट
ओंकारेश्वर मंदिराजवळ, पुणे-४११ ०३०
☎ ०२०-२४४५२३८७, २४४६६६४२

info@diamondbookspune.com
www.diamondbookspune.com

प्रमुख वितरक
डायमंड बुक डेपो
६६१ नारायण पेठ, अप्पा बळवंत चौक
पुणे-४११ ०३० ☎ ०२०-२४४८०६७७

या पुस्तकातील कोणत्याही भागाचे पुनर्निर्माण अथवा वापर इलेक्ट्रॉनिक अथवा यांत्रिकी साधनांनी– फोटोकॉपिंग, रेकॉर्डिंग किंवा कोणत्याही प्रकारे माहिती साठवणुकीच्या तंत्रज्ञानातून प्रकाशकाच्या आणि लेखकाच्या लेखी परवानगीशिवाय करता येणार नाही. सर्व हक्क राखून ठेवले आहेत.

मनोगत

विद्यार्थी मित्रहो,

आधुनिक भारताचा इतिहास (१८५७-१९५०) हे पुस्तक विद्यार्थ्यांच्या हाती देताना आम्हाला खूप आनंद होत आहे. पुणे विद्यापीठाने द्वितीय वर्ष (इतिहास) कला शाखेचा अभ्यासक्रम वर्तमानकाळाशी सुसंगत करण्याचा प्रयत्न चालविला आहे. त्यातूनच हा नवा अभ्यासक्रम तयार करण्यात आला. यामुळे आधुनिक भारताच्या इतिहासाचे हे नवे पाठ्यपुस्तक तयार करण्यात आले आहे. नवा अभ्यासक्रम आणि नवे पाठ्यपुस्तक असा दुहेरी योग या निमित्ताने जुळून आला आहे.

आजवर डायमंड पब्लिकेशन्सने मागील अभ्यासक्रमांवर प्रकाशित केलेल्या पुस्तकांना तुमचा चांगला प्रतिसाद मिळाला. याही पुस्तकाला तुमचा असाच प्रतिसाद मिळावा, हीच इच्छा.

आधुनिक भारताचे नव्याने झालेले आकलन आपणासमोर मांडले आहे. त्याच्या गुण-दोषांच्या चर्चेसाठी आमचे दरवाजे कायम उघडे आहेत. अभ्यासक्रमाची चौकट, पृष्ठसंख्येची मर्यादा, विद्यार्थ्यांची सोय या सगळ्याचा विचार करून पुस्तकाचे लेखन केले आहे. संकल्पनांचा अधिकाधिक विस्तार करण्याचा प्रयत्न केला आहे. पाठ्यपुस्तकाच्या बाबतीत अंतिम शब्द असा कधीच नसतो. त्यामुळे याही पुस्तकात अधिकाधिक सुधारणा करण्यास संधी आहे याची मला जाणीव आहे. पुढील आवृत्तीचा योग आल्यास अधिक भर त्यात घालता येईल. यातील पहिली पाच प्रकरणे डॉ. गणेश राऊत यांनी तर उर्वरित प्रकरणे डॉ. पी. एन. शिंदे (सहा, नऊ, दहा) व प्रा. आत्माराम थोरात (सात, आठ, नऊ) यांनी लिहिलेली आहेत.

डायमंड पब्लिकेशन्सचे संस्थापक श्री. दत्तात्रेय पाष्टे यांनी संदर्भ ग्रंथ तातडीने पुरविले. लेखकाचे वैचारिक लाड पुरविणारे प्रकाशक अशीच त्यांची ख्याती आहे. महाविद्यालयाचे ग्रंथालय, विविध संस्था, अभ्यासक यांची मोलाची मदत झाली. सर्वांचा नामोल्लेख येथे करणे शक्य नाही. त्यांच्या ऋणातच राहणे आवडेल!

डॉ. गणेश राऊत
डॉ. पी. एन. शिंदे
प्रा. ए. जी. थोरात

लेखक–परिचय

डॉ. गणेश राऊत

एच. व्ही. देसाई महाविद्यालयात उपप्राचार्य व इतिहास विभागप्रमुख म्हणून गेली १९ वर्षे कार्यरत. महाराष्ट्र राज्य अभ्यासक्रम आराखडा–२०१० इतिहास व नागरिक शास्त्र समितीचे चेअरमन म्हणून कार्यरत. आत्तापर्यंत ३ स्वतंत्र पुस्तके, ५ पुस्तकांचे सहलेखक, १ अनुवाद, ३ ग्रंथांमध्ये लेखन समाविष्ट, १० पुस्तकांचे संपादन, दिवाळी अंक संपादक म्हणून काम केले आहे. भारतीय इतिहास व अनुसंधान परिषद, दिल्ली आणि डायमंड पब्लिकेशन्स, पुणे यांच्या संयुक्त विद्यमाने २००६ मध्ये ११ इतिहास विषयक ग्रंथ प्रकल्पाचे 'प्रकल्प संपादक' म्हणून काम पाहिले. M.C.J. अभ्यासक्रमात तीन विद्यार्थ्यांना रिसर्च गाईड म्हणून मार्गदर्शन. दै. लोकसत्तामध्ये ३ वर्षे नियमित स्तंभलेखन. मराठी प्रकाशक परिषदेचा विक्रमी वाचक पुरस्कार, महाराष्ट्र ग्रंथोत्तेजक संस्थेचा उत्कृष्ट चरित्र लेखन पुरस्कार. पुण्यातील हेरिटेज वॉक, किल्ले गाईड, पोवाडा प्रशिक्षण, मोडी प्रशिक्षण इत्यादी उपक्रमांचे संचालन.

डॉ. पी. एन. शिंदे
एम.ए., पीएच.डी.

कोल्हापूरच्या शिवाजी विद्यापीठातून इतिहास विषयात बी.ए., एम.ए., पीएच.डी., प्राप्त. १९७२ ते २००७ या काळात, बाळासाहेब देसाई कॉलेज, पाटण, जि. सातारा येथे कार्यरत. अनेक व्याख्यानांतून समाज प्रबोधन. अभ्यासक्रमावरील अनेक ग्रंथांचे लेखन, विविध इतिहास परिषदांत सक्रिय सहभाग.

प्रा. ए. जी. थोरात
एम.ए., एम. फिल.

आर्टस् ॲन्ड कॉमर्स कॉलेज, नागठाणे ता. जि. सातारा येथे असोसिएट प्रोफेसर व इतिहास विभाग प्रमुख, चेअरमन - इतिहास अभ्यास मंडळ, शिवाजी विद्यापीठ, कोल्हापूर (२००५-२०१०), सदस्य - मॅनेजिंग कौन्सिल, श्री विवेकानंद शिक्षण संस्था, कोल्हापूर (२००९-२०१२) समन्वयक - सातारा जिल्हा राष्ट्रीय सेवा योजना, शिवाजी विद्यापीठ, कोल्हापूर (२००४-२००६), संचालक - शिवाजी विद्यापीठ, इतिहास परिषद कार्यकारिणी (२००७-२०१०)

ग्रंथलेखन - • लोकनेते बाळासाहेब देसाई जीवन आणि कार्य, शिवाजी विद्यापीठ, कोल्हापूर, जाने. २०१३, • 'आधुनिक भारताचा इतिहास (१८५७-१९२४)', फडके प्रकाशन, कोल्हापूर, • 'आधुनिक भारताचा इतिहास (१९२०-१९७०)' फडके प्रकाशन, कोल्हापूर, • 'भारताचा स्वातंत्र्याचा लढा' भाग-१, फडके प्रकाशन, कोल्हापूर
लेख- दैनिके व मासिकातून विविध विषयावर लेखन, व्याखाने व लेखन - विविध विषयावर १२६ व्याख्याने.
पुरस्कार - राज्यस्तरीय 'जागृती सेवा रत्न पुरस्कार'

अनुक्रम

प्रकरण १

संकल्पना
(Conceptual Study)

१.१ आधुनिकता
१.२ कायद्याचे राज्य
१.३ संपत्तीचे नि:सारण
१.४ राष्ट्रवाद
१.५ होमरूल चळवळ
१.६ सत्याग्रह
१.७ द्विदल राज्यपद्धती
१.८ जमातवाद (सांप्रदायिकता)

आधुनिक भारताचा इतिहास समजून घेण्यासाठी काही संकल्पना समजून घेणे आवश्यक आहे. या प्रकरणात आपण आधुनिकता, कायद्याचे राज्य, संपत्तीचे नि:सारण, राष्ट्रवाद, होमरूल, सत्याग्रह, जमातवाद, द्विदल राज्यपद्धती या संकल्पनांचा आपण विशेषत्वाने अभ्यास करणार आहोत.

१.१ आधुनिकता

गिडन्स यांनी इ. स. १९९० साली प्रथम आधुनिकतेच्या अभ्यासात अभिरुची दर्शविली होती. त्यांनी आधुनिकतेची व्याख्या पुढील शब्दांत केली आहे. 'आधुनिकता म्हणजे सरंजामोत्तर (Post Feudal) कालावधीत युरोप खंडातील संस्था आणि वर्तनपद्धती यांत झालेला बदल होय.' आधुनिकता ही बहुआयामी असते. आधुनिकतेच्या अध्ययनात गिडन्स यांनी जरी अभिरुची दर्शविली असली तरी त्यापूर्वी काही अभिजात समाजशास्त्रज्ञांनी आधुनिकतेवर आपापले विचार प्रकट केले होते, त्याचा आढावा घेऊ.

१) कार्ल मार्क्स : आधुनिकता म्हणजे वस्तुईकरण होय.

२) मॅक्स वेबर : आधुनिकता म्हणजे बुद्धिप्रामाण्यवाद किंवा तार्किकता होय.

३) एमिल द्युरखाईम : आधुनिकता म्हणजे विभेदीकरण किंवा स्तरीकरण होय.

वरील व्याख्यांतील विविधता लक्षात घेता असे लक्षात येईल की, आधुनिकतेचा अर्थ व्यक्तिसापेक्ष व काळसापेक्ष आहे.

विसाव्या शतकातील काही विचारवंतांच्या मताने ''आधुनिकतेचा संबंध हा मध्ययुगाशी व तसेच पुनरुज्जीवन कालावधीशी जोडला जातो व त्यात पारंपरिक समाजाचे रूपांतर आधुनिक समाजात करणे म्हणजे आधुनिकता होय.'' आधुनिकता ही प्रामुख्याने वास्तवेतर विश्‍वास, सत्याचा आणि विज्ञानाचा विजय या साधनांच्या द्वारे ओळखली जाते.

भारतीय समाजशास्त्र डॉ. एस. एल. दोशी यांनी पुढीलप्रमाणे प्रतिपादन केले आहे. आधुनिकता ही एक प्रक्रिया असून त्यात १० घटकांचा समावेश होतो. १) औद्योगिकीकरण व नागरीकरण, २) विकास, ३) लोकशाही, ४) भांडवलवाद, ५) सत्तेची श्रेष्ठता, ६) मुक्त व्यापार, ७) आशावाद, ८) विज्ञान, तंत्रज्ञान, समाज व राजकारण यांच्याशी संबंधित निरंकुश ज्ञानाचा शोध, ९) सर्व ज्ञानाचा पाया केवळ स्वत्व निर्धारित ज्ञान आणि १०) बुद्धिप्रामाण्यवाद.

आधुनिकतेची एकसंध व्याख्या करता येत नाही. प्रत्येक विचारवंताने आपापल्या परीने आधुनिकतेची व्याख्या केली आहे. पाश्‍चिमात्यांच्या आधुनिकतेच्या व्याख्या भारताच्या संदर्भात गैरलागू होतात. डी. पी. मुखर्जी या भारतीय समाजशास्त्रज्ञाने भारतीय आधुनिकतेची एक प्रतिकृती तयार केली होती, ती खालीलप्रमाणे -

आधुनिकतेचा भारतीय संयोग	पाश्‍चिमात्य उदारमतवाद आणि मार्क्सवाद + वेदान्त व भारतीय संस्कृती
(Indian Synthesis of Modernity	Western Liberalism and Marxism + Vedanta and Indian Culture)

डी. पी. मुखर्जी यांच्या वरील प्रतिकृतीचा अर्थ असा की, भारतीय वेदान्ताचे तत्त्वज्ञान व भारतीय संस्कृती वगळून भारतातील आधुनिकतेचे विश्लेषण करणे अयोग्य ठरेल.

आधुनिकतेची काही प्रमुख वैशिष्ट्ये पुढीलप्रमाणे -

१) बहु - आयामित्व, २) १५ व्या शतकापासून उदय, ३) अंतर्गत-बहिर्गत

शक्तींची भूमिका, ४) संस्थांच्या समूहांचा समावेश, ५) जागतिक भांडवलशाही बाजारात वाढ, ६) उपभोक्ता उत्पादन इत्यादी. (संदर्भ - समाजशास्त्र, मानवशास्त्र संज्ञा - सिद्धान्त कोश डॉ. बी. आर. जोशी)

१.२ कायद्याचे राज्य

'कायद्याचे राज्य' या संकल्पनेचा अर्थ राज्यशास्त्र शब्दकोशात पुढीलप्रमाणे दिलेला आहे. 'मर्यादित शासन आणि घटनात्मक शासन या संकल्पनांशी निगडित विचार.' शासनाचे कोणतेही अधिकार अमर्याद नसणे, अधिकारांच्या वापरावर विविध नियम व तत्त्वे यांचे नियंत्रण असणे आणि व्यक्तिगत लहरीवर नव्हे तर निश्चित कायद्यांवर कारभार चालणे म्हणजे कायद्याचे राज्य. राज्यसत्तेचा अन्यायी वापर किंवा जुलमी वापर होऊ नये म्हणून झालेल्या अनेक प्रयत्नांमधून आता प्रस्थापित झालेला विचार म्हणजे शासन हे घटनात्मक असावे आणि नियमांनुसार चालावे.

१.३ संपत्तीचे नि:सारण

हा सिद्धान्त भारतात सर्वप्रथम दादाभाई नौरोजी यांनी मांडला. [जीवनचरित्र-४ सप्टेंबर १८२५ रोजी मुंबईत जन्मलेल्या दादाभाईंचे शिक्षण नेटिव्ह एज्युकेशन सोसायटीच्या शाळेत झाले. महाविद्यालयीन शिक्षण एलफिन्स्टन कॉलेजात झाले. नवशिक्षित पिढीचे ते पहिले प्रतिनिधी असल्याने गणित शिकविणारे पहिले भारतीय प्राध्यापक, इंग्लंडच्या पार्लमेंटमधील पहिले भारतीय सदस्य, वित्त आयोगाचे पहिले भारतीय सदस्य, इंडिया सोसायटी व ईस्ट इंडिया असोसिएशनचे संस्थापक असे अनेक गौरव त्यांच्या नावावर आहेत. १८८५ मध्ये ते कामा अँड कंपनीचे प्रतिनिधी म्हणून इंग्लंडला गेले. त्यांचे अर्थशास्त्रीय विचार आपणास 'Poverty and Un British Rule in India' (दारिद्र्य आणि हिंदुस्थानावर ब्रिटिशांचा अन्यायी अंमल) या ग्रंथात वाचायला मिळतात. त्यांच्या आर्थिक विचारांचा भर भारतीय दारिद्र्य, नि:सारण (Drain Theory) भारतीय राष्ट्रीय उत्पन्न, करविषयक उत्पन्न यांवर आहे.]

नि:सारण सिद्धान्ताची पार्श्वभूमी

भारताचे आर्थिक शोषण होत आहे, हे पटवून देण्यासाठी आकडेवारीची गरज होती. दादाभाईंनी ती आकडेवारी सर्वप्रथम गोळा केली. भारतीय लोकांचे दरडोई उत्पन्न फक्त २० रुपये, तर जगण्याचा खर्च ३४ रुपये अशी परिस्थिती होती. ईस्ट इंडिया कंपनी राज्यकारभाराच्या माध्यमातून प्रचंड उत्पन्न भारतातून गोळा करीत होती. प्रशासनाचा प्रचंड खर्च, सरकारी कर्ज, १८१८ नंतरची भारत व भारताबाहेरील युद्धे, भारतीय रेल्वेवरचा खर्च, अधिकाऱ्यांचे वेतन व भत्ते या मार्गाने इंग्लंड भारताला लुटत होते. भारतीय रेल्वे

गंगा नदीत (आर्थिकदृष्ट्या) स्पंज बुडवून इंग्लंडच्या थेम्स नदीत पिळत होती. भारतीय रेल्वेत होणाऱ्या खर्चातून संचालकांना प्रचंड फायदा मिळत होता. दादाभाई म्हणत होते, 'इंग्रज अधिकाऱ्यांच्या निवृत्ती वेतनाचा विचार करा, नौदल खर्चाचा विचार करा, भारतातील इंग्रज अधिकाऱ्यांच्या पगाराचा पुनर्विचार करा.' अर्थात एका भारतीयाच्या अरण्यरुदनाकडे कोण लक्ष देणार ?

नि:सारण सिद्धान्त (Drain Theory)

१८७१ मध्ये इंग्लंडमध्ये भारताच्या आर्थिक व्यवहारांचा विचार करण्यासाठी 'ईस्ट इंडिया फिनैन्स कमिटी'च्या बैठकीत दादाभाईंनी भारताच्या दारिद्र्याची मीमांसा केली. या मीमांसेसाठी त्यांनी व्यापक आकडेवारीचा आधार घेतला.

आर्थिक नि:सारण किंवा आर्थिक गळतीची सोपी व्याख्या म्हणजे भारताला कोणत्याही स्वरूपाचा आर्थिक लाभ न देता भारताची सारी अर्थव्यवस्था इंग्लंडच्या फायद्यासाठी वापरणे. या वसाहतवादी धोरणास 'आर्थिक नि:सारण' म्हणतात. या धोरणाचा परिणाम म्हणजे ज्या देशाचे शोषण चालू असते तो देश दारिद्र्याच्या अवस्थेकडे, तर शोषण करणारा देश श्रीमंतीकडून अधिक श्रीमंतीकडे वाटचाल करतो.

दादाभाई या संदर्भात लिहितात - 'एकदा हा परदेशांत जाणारा द्रव्याचा ओघ थांबला, जनतेचे हे रक्तशोषण थांबले, म्हणजे हिंदुस्थान आपली नैसर्गिक संपत्ती, आपले श्रम आणि आपले भांडवल यांच्या साहाय्याने इंग्लंडप्रमाणे श्रीमंत होईल.'

सारांश

ब्रिटिश सरकार कर व अन्य मार्गांनी गोळा करीत असलेले उत्पन्न येथे सर्वार्थाने खर्च करीत नाही. त्यामुळे राष्ट्रीय उत्पन्नात वाढ होत नाही. या देशातील संपत्ती परदेशात गेल्याने येथील प्रजेला त्याचा फायदा होतच नाही. भारताला दारिद्र्याच्या उंबरठ्यावर आणून उभे करताना ब्रिटिशांनी १८४९ ते १८९५ या कालावधीत निर्यातीच्या बदल्यात भारतात भांडवल आणले नाही. निर्यातीवरचा नफा इंग्लंडलाच अव्याहत मिळाला. भारत आणि इंग्लंड यामधील प्रशासकीय, व्यापारी, राजनैतिक संबंध ठेवण्याचा खर्च भारतीयांच्या माथी मारण्यात आला. ब्रिटिश कर्मचाऱ्यांना देण्यात येणाऱ्या सोई - सवलती, पेन्शन, पगार, भत्ते हे भारतीय तिजोरीतून 'पौंड' या विदेशी चलनातून देत असत. या व्यतिरिक्त इंग्लंडने केलेल्या युद्धांचा खर्च, व्यापारातील जहाजांचे भाडे, विमा, भारतातील ब्रिटिश प्रशासनाला लागणाऱ्या गोष्टींची इंग्लंडमध्ये चढ्या भावाने खरेदी करायची व भारताने बिले द्यायची. यामुळे तिजोरीवर कृत्रिम ताण पडायचा. रॉबर्ट क्लाईव्ह, वॉरन हेस्टिंग्ज यांनी अधिकृत-अनधिकृत मार्गांनी जी लूट केली त्याची गणतीच नव्हती. ज्या

कामात राष्ट्रीय उत्पन्न मोजण्याची अधिकृत पद्धत वा साधने नव्हती त्या कामात दादाभाईंनी अप्रत्यक्ष स्वरूपाची साधने वापरून भारतीय माणसाचे सरासरी उत्पन्न २० रुपये दरडोई काढले.

भारतात विपरीत परिस्थितीत राहून राजसत्तेला विरोध करून तिच्यावर टीका करणे ज्या काळात सोपे नव्हते त्या काळात दादाभाईंनी हे कार्य केले. ब्रिटिश करपद्धतींवर टीका करणारे आद्य टीकाकार म्हणून त्यांची कामगिरी अजोड आहे.

न्यायमूर्ती महादेव गोविंद रानडे यांनी दादाभाईंच्या आर्थिक गळतीच्या मुख्य सिद्धान्ताशी सहमत परंतु तपशिलासंदर्भात मतभेद नोंदविले. त्यांनी भारतीय दारिद्र्याची ७ कारणे सांगितली. वाढती लोकसंख्या, अपुरे उद्योग, मागास शेती व साधने, भांडवलाची कमतरता, सावकारी कर्जाचा फास, अविकसित खेडी, सामाजिक मागासलेपण या सप्तशृंखलांमुळे आपण मागे पडतो, अशी रानडे यांची मांडणी आहे. न्यायमूर्तींनी भारतीय दारिद्र्य दूर करण्याचे उपायही सुचविले.

संपत्तीच्या नि:सारणसंदर्भात रामकृष्ण विश्वनाथ या महाराष्ट्रीय अर्थतज्ज्ञाची कामगिरी महत्त्वाची आहे. 'हिंदुस्थानची प्राचीन व सांप्रतची स्थिति व पुढे काय त्याचा परिणाम होणार या विषयी विचार' असे लांबलचक शीर्षक असणाऱ्या ग्रंथात रामकृष्ण विश्वनाथ यांनी आपले विचार मांडले आहेत. हा ग्रंथ मुंबईत प्रभाकर छापखान्यात १८४३ मध्ये छापण्यात आला. शेतीवरील जबरदस्त कर, अफू व मिठाच्या मक्तेदारीचा व्यापार, ब्रिटिश हातमागाला उत्तेजन, कापूस व नीळची निर्यात, युद्धे व लढायांचा खर्च, नोकरांचा पगार या गोष्टींचा रामकृष्णांनी निषेध केला आहे. विलायती मालावर बहिष्कार व स्वदेशी माल उत्पन्न करण्याचा मार्ग त्यांनी सुचविला. देशाच्या औद्योगिक विकासासाठी यंत्रयुगाला पर्याय नाही, अशी मांडणी त्यांनी केली. रामकृष्ण यांचा कालखंड लक्षात घेता त्यांचे विचार व ग्रंथलेखनाचे प्रयत्न एकांड्या शिलेदारासारखे ठरले; परंतु महाराष्ट्रातील अर्थविचार पुढे नेण्यास त्यांचे कार्य महत्त्वाचे आहे.

लोकहितवादी ऊर्फ गोपाळ हरी देशमुख यांनी 'लक्ष्मीज्ञान' या ग्रंथात ब्रिटिशांच्या आर्थिक शोषणावर टीका केली. पुण्यातील ज्ञानप्रकाश छापखान्यात हा ग्रंथ १८४९ मध्ये छापण्यात आला. हरि केशवजी (१८५४) यांचा 'देशव्यवहार व्यवस्था' हा ग्रंथ व कृष्णशास्त्री चिपळूणकर (१८५५) यांचा 'अर्थशास्त्रपरिभाषा' ग्रंथ या दृष्टीने महत्त्वाचा आहे.

दरडोई राष्ट्रीय उत्पन्नाची अंदाजपत्रके

अभ्यासक	दरडोई वार्षिक उत्पन्न	वर्ष
१) दादाभाई नौरोजी	२० रुपये	१८६८
२) लॉर्ड कर्झन	३० रुपये	१८९७-९८
३) डब्ल्यू डिग्बी	१८ रुपये	१८९९
४) वाडिया आणि जोशी	४४ रुपये	१९१३
५) सायमन रिपोर्ट	११६ रुपये	१९२१-२२
६) खंबाटा	७४ रुपये	१९२१-२२

या आकडेवारीवरून भारताचे आर्थिक चित्र आणि नि:सारण लक्षात येऊ शकेल.

१.४ राष्ट्रवाद (Nationalism)

सध्या जगभरात सर्वत्र अस्तित्व दाखविणारी आणि सर्वाधिक चर्चिली जाणारी ही संज्ञा आहे. राज्यशास्त्र शब्दकोशात ही संज्ञा पुढीलप्रमाणे आहे.

राष्ट्रामध्ये स्वतंत्र राज्यसंस्था स्थापना व्हावी, राष्ट्राचे संघटन सार्वभौम राज्यसंस्थेत व्हावे असा आग्रह धरणारी राष्ट्रीय स्वत्वाची जाणीव राजकीय कृतीद्वारे व्यक्त करणारी विचारप्रणाली, राष्ट्रवादासाठी समान भाषा, संस्कृती, भूप्रदेश या घटकांचे फक्त अस्तित्व पुरेसे होत नाही तर आपण एक आहोत व इतरांपेक्षा वेगळे आहोत, अशी स्वत्वाची जाणीव स्पष्टपणे व्यक्त व्हावी लागते व त्यासाठी आपले स्वतंत्र सार्वभौम राज्य स्थापन करण्याची आकांक्षा निर्माण व्हावी लागते. नेपोलियनने युरोप पादाक्रांत करणे व मध्य युरोपमधील साम्राज्य लयास जाणे या दोन ऐतिहासिक घटनांची प्रतिक्रिया म्हणून युरोपात राष्ट्रवाद निर्माण झाला. ब्रिटिश साम्राज्याच्या काळात भारतीयांमध्ये स्वत्वाची जाणीव निर्माण झाली व त्यांच्यामध्ये स्वतंत्र, सार्वभौम राज्य स्थापन करण्याची आकांक्षा निर्माण होऊन राष्ट्रवादी विचारप्रणालीने मूळ धरले. भारतात ही विचारप्रणाली मवाळ, जहाल, मुस्लीम व गांधीवाधी स्वरूपात व्यक्त झाली.

एकोणिसाव्या शतकात राष्ट्रवाद ही स्वातंत्र्यवादी विचारसरणी होती; परंतु विसाव्या शतकात राष्ट्रवादाने आक्रमक स्वरूप धारण केले. (उदा. इटलीतील भांडवलप्रधान लष्करी अधिसत्तावाद, नाझी राष्ट्रवाद.)

जहाल राष्ट्रवाद-भारतातील

भारताच्या स्वातंत्र्य चळवळीत आकाराला आलेला राष्ट्रवादी विचारप्रवाह. मवाळ राष्ट्रवादामुळे राजकीय अधिकार मिळणे शक्य नाही म्हणून स्वातंत्र्यप्राप्तीसाठी अन्य मार्ग स्वीकारले पाहिजेत, असा विचार जहाल राष्ट्रवाद्यांनी मांडला. तीव्र राष्ट्राभिमान (आणि

प्रखर धार्मिक, सांस्कृतिक अभिमान), ब्रिटिश सत्तेविरुद्ध लढा देण्याची तयारी, त्यासाठी हिंसेच्या वापरास कमी-अधिक प्रमाणात मान्यता ही जहाल राष्ट्रवादाची ठळक वैशिष्ट्ये. अरविंद घोष हे हिंसेचा प्रत्यक्ष पुरस्कार करणारे जहाल राष्ट्रवादी होते. त्याचप्रमाणे हिंसेचा प्रत्यक्ष पुरस्कार न करणारे पण ब्रिटिश सत्तेविषयी जनतेत असंतोष निर्माण करणारे आणि स्वातंत्र्यलढ्यात सर्व सोईस्कर मार्ग वापरावेत, असे म्हणणारे लोकमान्य टिळक हेही जहाल राष्ट्रवादी मानले जातात. आपल्या समाजात कोणत्याही मोठ्या त्रुटी नाहीत, आपल्या आजच्या अवनतीस परकीय अंमलच जबाबदार आहे, असे सांगून जहाल राष्ट्रवाद्यांनी समाजसुधारणेला विरोध केला. विशेषत: परकीय सत्तेने आपल्या पवित्र धर्मात व समाजव्यवस्थेमध्ये सुधारणेच्या निमित्ताने हस्तक्षेप करू नये, असे त्यांचे म्हणणे होते.

मवाळ राष्ट्रवाद-भारतातील

भारताचा स्वातंत्र्य चळवळींच्या काळातील एक विचारप्रवाह. ब्रिटिश राजवटीकडून शिकण्यासारख्या बऱ्याच गोष्टी आहेत. ब्रिटिश राजवटीमुळे भारताचे काही फायदे झाले आहेत, असे सांगून टप्प्याटप्प्याने भारतीयांना राजकीय अधिकार मिळावेत; त्यासाठी बंड, हिंसा आदी मार्गांचा वापर न करता चर्चा, विचारविनिमय, वाटाघाटी आणि अन्य कायदेशीर (सनदशीर) मार्गच वापरावेत असा मवाळ राष्ट्रवाद्यांचा आग्रह होता. (स्वदेशीचा आग्रह करताना त्यांनी बहिष्काराच्या तत्त्वाच्या वापरास विरोध केला होता. कारण हे तत्त्व त्यांच्या मते त्यांच्या सनदशीर मार्गात बसणारे नव्हते.) मुख्यत: उदारमतवादी विचार आणि ब्रिटिश लोकशाहीचा विकास यांचा प्रभाव मवाळांवर पडला होता. दादाभाई नवरोजी, न्या. रानडे, गोखले, फिरोझशहा मेहता हे मवाळ विचारांचे प्रमुख प्रवक्ते होत. त्यांना 'नेमस्त' असेही म्हटले जाई. राजकीय सुधारणा आणि सामाजिक सुधारणा एकाच वेळी झाल्या पाहिजेत, असा आग्रह धरून मवाळ राष्ट्रवाद्यांनी समाजसुधारकांची भूमिका अंगीकारली व भारतीय समाजातील दोषांवर प्रकाश टाकला.

मुस्लीम राष्ट्रवाद-भारतातील

भारताच्या संदर्भात मुस्लीम राष्ट्रवादाचा विचार दोन पद्धतींनी करता येईल.

१) मोगल सत्तेचा अस्त झाल्यानंतर मुस्लिमांची सत्ता पुन्हा प्रस्थापित करता येईल या आशेने मुस्लिमांनी ब्रिटिशांशी दिलेला लढा.

२) भारतीय राष्ट्रीय काँग्रेसने ब्रिटिश सत्ता उखडून टाकून स्वातंत्र्य मिळविण्यासाठी जी घोषणा केली व त्यासाठी जी चळवळ उभारली त्याला पाठिंबा दिल्यानंतर भारतीय राष्ट्रीय काँग्रेस व तिचे नेतृत्व यासंबंधी वाटणाऱ्या संशयामुळे पाकिस्तानची जी मागणी आली तिच्या संदर्भात.

इंग्रजांच्या राजकीय प्रभावाबरोबरच भारतीयांच्या धर्मांत हस्तक्षेप होण्याची भीती

ही मुस्लीम राष्ट्रवादाच्या उदयाचे एक प्रमुख कारण होते. राष्ट्रवाद उभारण्यास मुसलमानांच्या गौरवशाली इतिहासाचा उपयोग करून घेण्यात आला.

१८५७ च्या बंडाचे जनकत्व ब्रिटिशांनी मोठ्या प्रमाणावर मुसलमानांवर लादले. त्यामुळे मुसलमानांना भीषण राजकीय परिणामांना तोंड द्यावे लागले. शासनाच्या उच्चस्तरीय पदापासून मुसलमानांना दूर ठेवण्याचे प्रयत्न ब्रिटिशांनी केले. या परिस्थितीत मुसलमानांमध्ये शिक्षणाच्या साह्याने सुधारणा घडवून आणून त्यांच्यावरील ब्रिटिशांची वक्रदृष्टी सरळ व्हावी यासाठी सर सय्यद अहमद यांनी अनेक मार्ग शोधनू काढले. वैज्ञानिक दृष्टी इस्लामच्या विरोधात नाही, हे त्यांनी आग्रहाने सांगितले. अलिगढ चळवळीत तयार झालेला मुस्लीम वर्ग पुढे राजकीयदृष्ट्या जागृत झाला.

इस्लाममध्ये सैद्धान्तिक पातळीवर राष्ट्रवादाचा पुरस्कार केला जात नाही. वैश्विक मुस्लीम बंधुत्व (Pan-Islamin) चळवळीचा पुरस्कार इस्लाममध्ये आहे. डॉ. इकबाल यांनी राष्ट्रवादाला इस्लामचा आणि माणुसकीचा शत्रू मानलेले आहे. माणसामाणसात राष्ट्रवाद विभाजन करतो; परंतु पाकिस्तान निर्मितीसाठी त्यांना राष्ट्रवादाचा आधार घ्यावा लागला.

१.५ होमरूल चळवळ

पहिल्या महायुद्धाचे धामधुमीचे वातावरण युरोप आणि भारतात चालू होते. युरोपातील युद्धात इंग्लंडने भारताला सामील केले. इंग्लंडचे सगळे लक्ष महायुद्धात विजय मिळविण्यावर केंद्रित झाले असताना बेझंट यांनी 'होमरूल'ची मागणी पुढे रेटली. पहिल्या महायुद्धातील सहभाग, लोकमान्य टिळकांचे नेतृत्व यामुळे आत्मविस्मृत झालेला भारतीय समाज जागा होत होता. याच काळात 'होमरूल' मागणी झाली. बेझंट यांची मागणी लोकमान्य टिळक यांनी उचलून धरली.

भूमिका - बेझंट यांनी होमरूल लीग स्थापन करताना पुढील शब्दांत आपली भूमिका मांडली होती. 'भारत स्वायत्तता मागतो आहे. तो एक राष्ट्र म्हणून युद्धात केलेल्या कामगिरीची बक्षिसी म्हणून नव्हे.' युद्धकाळात इंग्लंड अडचणीत आलेले होते. या पार्श्वभूमीची किनार त्या विधानाला होती. बेझंट यांच्या मागणीला टिळकांनी पुण्यातून (महाराष्ट्र) विधायक प्रतिसाद दिला आणि २८ एप्रिल १९१६ रोजी पुण्यात इंडियन होमरुल लीगचे कार्य सुरू झाले. टिळकांच्या लीगचे कार्य महाराष्ट्र व मध्य प्रांतात तर बेझंट यांचे कार्यक्षेत्र उर्वरित भारत (सध्याच्या पाकिस्तान, बांग्लादेशसह) असे ठरले. टिळकांना होमरुलसाठी चौदा हजार सभासद मिळाले. पुढे त्यांची संख्या ३० हजार झाली. या संघटनेत त्यांनी कोणतेही अधिकारपद घेतले नाही. लीगच्या प्रचारासाठी वृत्तपत्तीय लेखन आणि देशभर भाषणे टिळकांनी दिली. मद्रासमध्ये चळवळीला चांगला प्रतिसाद मिळाला. थिऑसॉफीकल सोसायटीचे प्रभावक्षेत्र (अधिक माहिती प्रकरण

३ मध्ये) असणाऱ्या भागात होमरूल लीगचे कार्य जोरात सुरू झाले. विद्यार्थी वर्ग या चळवळीत सामील झाला. भारतभर सभा होऊ लागल्या.

होमरूल चळवळ दडपण्यासाठी ब्रिटिश सरकारने ॲनी बेझंट व त्यांचे सहकारी वाडिया आणि अरुंडेल यांना तुरुंगात टाकले. लोकमान्य टिळकांना अटक न करता त्यांच्याकडून दहा-दहा हजार रुपयांचे वैयक्तिक हमीपत्र घेण्यात आले. पुढे मुंबई उच्च न्यायालयाने या सर्वच गोष्टी बेकायदेशीर ठरविल्यामुळे बेझंट व त्यांच्या सहकाऱ्यांची सुटका झाली.

सरकारला होमरूलची भीती वाटायला लागली; कारण ग्रामपंचायती, नगरपालिका, जिल्हा परिषद, प्रांतिक शासन व राष्ट्रीय शासन या सर्व स्तरांवर स्वायत्तता अशी बेझंट यांची मागणी होती. या मागणीची अंतिम परिणती राष्ट्राच्या स्वायत्ततेच्या मागणीत रूपांतरित होणार, हे ब्रिटिशांना माहीत होते. १९१५ च्या काँग्रेसच्या अधिवेशनात बेझंट यांनी होमरूलचा ठराव मांडला. काँग्रेसमधील मवाळ गटाने त्यास विरोध केला. होमरूलमुळे काँग्रेसची शक्ती घटेल असे त्यांचे मत होते. १९१६ च्या लखनौ अधिवेशनानंतर टिळक व बेझंट यांनी भारतभर एकत्रित दौरे केले व होमरूलचा प्रसार केला.

आम्हाला स्वराज्य द्या. मग आम्ही ब्रिटिश साम्राज्याचे एक घटक राष्ट्र म्हणून राहू. इंग्लंडच्या साम्राज्यातील सर्व राष्ट्रे स्वायत्त असावीत, त्या सर्वांची एक विशाल साम्राज्य लोकसभा असावी आणि त्यात भारताला इंग्लंडसह इतर सर्व राष्ट्रांच्या बरोबरीने समानतेच्या तत्त्वावर प्रतिनिधित्व मिळावे, असे ॲनी बेझंट यांनी आपल्या मागणीचे स्वरूप स्पष्ट केले होते. होमरूलच्या वाढत्या प्रभावाची दखल इंग्लंडमध्ये घेण्यात आली. ब्रिटिश मजूर पक्षाने १९१८ मध्ये भारताची होमरूलची मागणी मान्य करण्याचा ठराव संमत केला. याच दरम्यान ॲनी बेझंट १९१७ च्या कोलकाता काँग्रेस अधिवेशनाच्या अध्यक्षा झाल्या. हा काळ बेझंट आणि होमरूल यांच्या सर्वोच्च लोकप्रियतेचा होता. पुढे भारतमंत्री माँटेग्यू यांनी भारताला टप्प्याटप्प्याने स्वराज्य देण्याचा निर्णय घोषित केला, म. गांधी यांचा भारतीय राजकारणात उदय झाला. लोकमान्य टिळक यांचे निर्वाण झाले आणि होमरूल चळवळ थंडावली. मात्र, काँग्रेस मवाळांच्या ताब्यात असताना स्वराज्याचा विचार बेझंट यांनी धगधगता ठेवला, यातच त्यांचे यश आहे. पं. नेहरूंनीसुद्धा त्यांच्या राजकीय कारकिर्दीच्या सुरुवातीला होमरूलमध्ये काम केले होते.

भारतीय संदर्भात 'होमरूल चळवळ' पाहण्यापूर्वी तिच्या मुळापर्यंत जाणे गरजेचे आहे. भारतीय पातळीवर होमरूल चळवळ ॲनी बेझंट आणि लोकमान्य टिळक यांच्या योगदानाची दखल घेतल्याशिवाय पूर्ण होत नाही. या कल्पनेचे मूळ मात्र परदेशी आहे. भारतीय समाजविज्ञान कोशात ख्यातनाम इतिहासकार सदाशिव आठवले यांनी होमरूल

चळवळीचा आढावा घेतला आहे. त्याचा थोडक्यात सारांश पुढीलप्रमाणे -

ब्रिटिश द्वीपसमूहात आयर्लंड हे ग्रेट ब्रिटनमध्ये म्हणजे इंग्लंड, स्कॉटलंड, वेल्स व आयर्लंड यांच्या संयुक्त राष्ट्र-राज्यामध्ये राहावयास तयार नव्हते. आयर्लंडची (विशेषत: उत्तर आयर्लंड) स्वतंत्र राष्ट्राची मागणी 'होमरूल' आंदोलन म्हणून प्रसिद्ध झालेली होती. 'आमच्या देशात आमचे राज्य' असा या चळवळीचा पाया होता. ॲनी बेझंट या मूळच्या आयरिश. त्यांचे आई-वडील आयरिश होते. ॲनी बेझंट भारतात स्थायिक झाल्यावर १९०८ ते १९१३ या काळात त्यांचे संस्थेच्या कामानिमित्ताने इंग्लंडला जाणे व्हायचे. त्यांचा जन्म लंडनमध्ये झाला होता. मातृभूमीला भेट दिली की त्यांना इंग्लंडमध्ये काय चालले आहे याचा चटकन अंदाज यायचा. या भेटींमध्ये त्यांनी आयर्लंडमधील चळवळ प्रत्यक्ष पाहिली, अनुभवली. याच पद्धतीने भारतात आपणास 'स्वराज्याची' चळवळ (होमरूल) सुरू करता येईल, असे त्यांना वाटू लागले. यातूनच त्यांनी भारतात १९१६ मध्ये 'होमरूल लीग'ची स्थापना केली.

१.६ सत्याग्रह

राज्यशास्त्र कोश व समाजविज्ञान कोशाच्या आधारे 'सत्याग्रह' या संज्ञेचा परिचय करून घेऊयात. सत्याग्रह कल्पनेचा उगम दक्षिण आफ्रिकेत झाला आणि भारतात तिचा विकास झाला. महात्मा गांधी यांनी जगाला ही विधायक देणगी दिली.

सत्याची प्रस्थापना करण्यासाठी व्यक्तीने किंवा समूहाने केलेली अहिंसक कृती. या कृतीत आत्मक्लेशाचा समावेश होतो. सत्याग्रह ही म. गांधींच्या तत्त्वज्ञानातील महत्त्वाची संकल्पना मानली जाते. प्रतिपक्षाच्या दृष्टिकोनात, धोरणात किंवा भूमिकेत आपल्याला भावलेल्या सत्याच्या प्रकाशात योग्य ते परिवर्तन घडवून आणणे, हे सत्याग्रहाचे उद्दिष्ट असते; परंतु या सत्याच्या संकल्पनेत अंतिम सत्य व सापेक्ष सत्य असा फरक केला पाहिजे. आपल्याला समजलेले सत्य म्हणजेच अंतिम व पूर्ण सत्य आहे, असे मानण्याचे काहीच कारण नाही. आपल्या भूमिकेमध्ये बदल करण्याची आपली तयारी असली पाहिजे. कोणालाही अंतिम सत्य समजले आहे असा दावा करता येणार नाही; परंतु त्याच्या शोधात आपण राहिले पाहिजे. ते प्राप्त होईपर्यंत आपल्याला समजलेले सत्य पारखून घेतले पाहिजे. एखादे वेळी प्रतिपक्षाच्या भूमिकेमध्ये सत्य असण्याची शक्यता असते.

म्हणूनच सत्याग्रही कृतीचा मार्ग हा नेहमी अहिंसकच असला पाहिजे. किंबहुना, अहिंसेच्या मार्गाशिवाय सत्य प्राप्त होणे अशक्य आहे. सत्य व अहिंसा एकमेकात इतके एकरूप झालेले असतात की सत्य त्यांना वेगळे काढताच येत नाही. सत्य हे साध्य तर अहिंसा हा सत्यप्रस्थापनेचा, सत्यशोधनाचा मार्ग किंवा साधन आहे. जर आपण अहिंसेचा

मार्ग सोडला नाही तरच आपण सत्यापर्यंत पोहोचतो. या अहिंसक कृतीत आत्मक्लेशाचा समावेश होतो. आत्मक्लेशाद्वारे सत्याग्रहीने प्रतिपक्षाचे हृदयपरिवर्तन करायचे असते. आत्मक्लेशामुळे सत्याग्रहीचे जीवनही नैतिकदृष्ट्या उच्च पातळीवर जाते. कोणताही त्याग करण्याची तयारी करून सत्याग्रहीने आपली प्रतिष्ठा राखली पाहिजे. त्याने स्वत:च्या सद्सदविवेकबुद्धीला न पटणारी कोणतीही गोष्ट करू नये.

म. गांधींनी सत्याग्रहाचा वापर सार्वत्रिक होऊ शकेल असे म्हटले होते; परंतु त्याच्या वापरासाठी काही अटी घातल्या होत्या. सत्याग्रह अन्याय्य कारणासाठी करता कामा नये; संपूर्ण अहिंसेचाच मार्ग अनुसरला पाहिजे. अन्याय्य कायद्याचा भंग करीत असताना इतर कायद्यांचे पूर्ण पालन केले पाहिजे व कायद्याचा भंग केल्याने होणारी शिक्षा धीराने भोगली पाहिजे, आत्मक्लेशाची तयारी असल्याशिवाय सत्याग्रह करू नये. सामूहिक सत्याग्रहात सर्वांनी स्वत:हून शिस्त पाळली पाहिजे.

सत्याग्रहामध्ये सामान्यत: पुढील अहिंसक कृतींचा समावेश होतो. १) आत्मशुद्धी शपथ घेणे, प्रार्थना करणे, उपोषण करून सत्याग्रहीने आपला निश्चय व आत्मबळ वाढवून सत्याग्रहाची तयारी करणे. २) असहकार ३) सविनय कायदेभंग ४) रचनात्मक कार्य : सामाजिक एकता, अस्पृश्यतेचे निर्मूलन, प्रौढ शिक्षण, ग्रामसुधार इत्यादी कार्यक्रमांची जोड कायदेभंगाच्या चळवळीला द्यावी.

म. गांधी यांचे अनुयायी आचार्य विनोबा भावे यांनी स्वातंत्र्योत्तर कालखंडात लगेचच सत्याग्रहातील मुख्य गाभ्याचा उपयोग करून भूदान चळवळ सुरू केली. जगभर जमिनीचा प्रश्न कायदा आणि कत्तल यांच्या मार्गाने सोडविण्याचे प्रयत्न सुरू असताना विनोबांनी करुणेच्या माध्यमातून जमिनीचा प्रश्न सोडविण्याचे प्रयत्न केले.

१.७ द्विदल राज्यपद्धती

'द्विदल' हा शब्दप्रयोग मुळातच शास्त्र विषयातला. पाठ्यपुस्तकातून तो 'धान्य' या विषयासंदर्भात येतो. ज्या कडधान्याचे दोन समान भाग होतात त्या धान्यास द्विदल असे म्हणतात. उदा. कडवे वाल. हा शब्द भारतीय राजकारणात विशेषत: प्रशासन पद्धतीत आला. त्याची पार्श्वभूमी पुढीलप्रमाणे :

१९१९ चा कायदा : इ. स. १९१७ मध्ये तत्कालीन भारतमंत्री माँटेग्यू यांनी इंग्लंडमधील पार्लमेंटमध्ये 'ऑगस्ट जाहीरनामा' सादर केला. त्यापूर्वी व्हॉईसरॉय चेम्सफोर्ड (याचे संपूर्ण नाव Chelmsford, Fredericie John Napier Tesiger असे होते.) याने भारतातील प्रमुख नेत्यांशी विचारविनिमय करून भारताला लागू करावयाच्या सुधारणांचा एक अहवाल तयार केला. या अहवालाला प्रमाण मानून ब्रिटिश सरकारने एक सुधारणा अहवाल तयार केला. याला 'माँटफर्ड सुधारणा अहवाल'

म्हणतात. (माँटेग्यू या शब्दातील माँट आणि चेम्सफोर्ड मधील फर्ड शब्द घेऊन माँटफर्ड हा नवा शब्द तयार करण्यात आला.) या अहवालानुसार इ. स. १९१९ चा कायदा संमत करण्यात आला. हा १९१९ चा कायदा राजकीय व शासकीय सुधारणांच्या संदर्भात घटनात्मक विकासाचा प्रमुख टप्पा मानला जातो. या कायद्याने भारतीयांना राज्यकारभारात काही खात्यांचे मंत्री म्हणून नेमण्याची पद्धत सुरू झाली. या कायद्यामुळे केंद्र सरकारने प्रांतांच्या अधिकारांवर असणारे स्वत:चे नियंत्रण थोडे सैल केले. या कायद्यान्वये भारतात प्रथमच प्रांतिक पातळीवर 'द्विदल शासनपद्धती' स्वीकारण्यात आली.

द्विदल शासनपद्धती

द्विदल शासन याचा राज्यकारभारातील शब्दश: अर्थ म्हणजे राज्यकारभाराच्या खात्यांचे दोन अगदी वेगळे व स्वतंत्र गट. काही विषय (खरं म्हणजे महत्त्वाचे) गव्हर्नरने नेमलेल्या मंत्र्यांकडे तर उर्वरित विषय लोकनियुक्त मंत्र्यांकडे. सर्व मंत्र्यांचा प्रमुख मात्र गव्हर्नर. प्रांतिक विषयांचे दोन गट करण्यात आले होत. राखीव खाती व सोपीव खाती. स्थानिक पातळीवरचे विषय म्हणजे सोपीव जे भारतीयांच्या ताब्यात द्यायचे होते. कायदा सुव्यवस्था, जमीन महसूल, पाटबंधारे, दुष्काळनिवारण, उद्योग, अर्थ, वृत्तपत्र नियंत्रण इत्यादी अत्यंत महत्त्वाची खाती-राखीव. त्यांचा कारभार गव्हर्नरने नेमलेल्या मंत्र्यांकडे असणार. (या खात्यांचा संबंध संपूर्ण भारतभरातील ध्येय-धोरणांशी असल्याने त्यात एकवाक्यता आवश्यक असे.) सोपीव खात्यांमध्ये सार्वजनिक आरोग्य, स्थानिक स्वराज्य संस्था, शिक्षण, शेती, जंगल, सहकारी सोसायटी.

कायद्याच्या प्रक्रियेतून या खात्यांकडे पाहिल्यास गव्हर्नरने नेमलेले मंत्री ब्रिटिश पार्लमेंटला जबाबदार, तर लोकनियुक्त मंत्री प्रांतिक कायदेमंडळाला जबाबदार असत. गव्हर्नर नियुक्त मंत्री संख्या चार व मुदत पाच वर्षे असणार. त्यांची नेमणूक गव्हर्नरच्या शिफारशीने इंग्लंडच्या राजाकडून होणार. हे राजानियुक्त मंत्री प्रांतिक कायदेमंडळाचे पदसिद्ध सभासद असणार व ते (गव्हर्नर आणि मंत्री) भारतमंत्री आणि ब्रिटिश पार्लमेंटला जबाबदार असणार.

लोकनियुक्त मंत्री कायदेमंडळातील सभासदांमधून गव्हर्नर निवडत असे. त्यांना 'दिवाण' म्हणत. त्यांना नेमण्याचा वा काढण्याचा अधिकार गव्हर्नरला असे. या मंत्र्यांची संख्या निश्चित नसून गव्हर्नरच्या मनावर होती. कायदेमंडळाने अविश्वासदर्शक ठराव मंजूर केल्यास या मंत्र्यांना राजीनामा देण्याची कायदेशीर तरतूद होती.

प्रत्यक्ष कार्यवाही

ही पद्धती १ एप्रिल १९२१ पासून बंगाल, आसाम, बिहार, संयुक्त प्रांत, पंजाब, मध्य प्रांत, मुंबई व मद्रास या आठ प्रांतांमध्ये (राज्य) राबविण्यात आली. पुढे १९३२ मध्ये वायव्य सरहद्द प्रांतात सुरू झाली. १ एप्रिल १९३७ पर्यंत ही व्यवस्था चालू होती. १९३५ च्या कायद्याने ही पद्धती प्रांतिक पातळीवर रद्द करून केंद्र सरकारात सुरू करण्यात आली.

मूल्यमापन

वरील ९ प्रांतांचा १६ वर्षांचा अभ्यास पुढील काही निष्कर्ष दाखवितो. हा प्रयोग भारतीय पातळीवर फसला. गव्हर्नर नियुक्त मंत्र्यांनी आणि विशेषत: अर्थमंत्र्याने सर्व आर्थिक घडामोडींची सूत्रे स्वत:च्या हातात ठेवल्याने तो वरचढ ठरला. एकमेकांशी जवळचा संबंध असणारी खाती फोडल्यामुळे निर्णयप्रक्रिया गतिमान होऊ शकली नाही. भारतीय मंत्र्यांचे इंग्रज कलेक्टर, सेक्रेटरी ऐकत नसत. त्यांच्या सूचनांकडे दुर्लक्ष करीत. गव्हर्नर सगळ्यांचा प्रमुख असल्याने 'गव्हर्नर बोले सरकार डोले' अशी परिस्थिती होती. मंत्री एकमेकांवर वर्चस्व गाजविण्याचा प्रयत्न करीत असत. गव्हर्नरच्या मर्जीवर मंत्र्यांची कारकीर्द असल्याने मंत्र्यांच्या निष्ठा जनतेऐवजी गव्हर्नरशी होत्या. काँग्रेसने निवडणुकांवर बहिष्कार घातल्यास विरोधी सदस्यांना संधी मिळत असे.

यातच देशभरातील वातावरण असहकार चळवळ, रौलट (काळा) कायदा, जालियनवाला बाग, पहिले महायुद्ध, आर्थिक मंदी यांमुळे हा प्रयोग अयशस्वी होण्यास मदत झाली. काही मर्यादित फायदे झाले. भारतीयांना राज्यकारभाराचा अनुभव मिळाला. काही मंत्र्यांनी प्रतिकूल परिस्थितीत उत्तम कामगिरी करून दाखविली. स्थानिक कारभार, प्राथमिक शिक्षण, गावांच्या विकासास हातभार लागला. प्रत्यक्ष वा अप्रत्यक्ष रितीने भारतीय स्वातंत्र्य चळवळीचा फायदा झाला.

१.८ जमातवाद (सांप्रदायिकता)

'जमातवाद' याला इंग्रजी समानार्थी शब्द आहे ' कम्युनॅलिझम' (Communal-ism) एकच धर्म मानणाऱ्यांचे राजकीय, आर्थिक, सामाजिक व सांस्कृतिक हितसंबंध समान असतात किंवा ते साध्य करणेसाठी प्रयत्न केले जातात त्या विचारास सांप्रदायिकता असे म्हणतात.

सांप्रदायिकता या शब्दाची व्याख्या करताना ए. आर. देसाई म्हणतात, ''धर्म व संस्कृतीला श्रेष्ठ मानून राजकीय हेतू साध्य करण्याच्या विचारास सांप्रदायिकता म्हणतात.''

डॉ. आर. सी. मुजुमदार यांच्या मते, ''सांप्रदायिकता म्हणजे धर्म व राजकारणाचा वापर स्वत:च्या स्वार्थासाठी करणे होय.''

हिंदुस्थानमध्ये गेली तीन ते साडेतीन हजार वर्षे स्थिरावलेली रचना म्हणजे जातिसंस्था होय. यामध्ये मोठ्या प्रमाणात उच्च-नीच, श्रेष्ठ-कनिष्ठ अशी सामाजिक विषमता मोठ्या प्रमाणात होती. भारतात ब्रिटिशांची सत्ता स्थिर झाल्यानंतर १९ व्या शतकात जमातवादाच्या उदयाला सुरुवात झाली. भारतीय जमातवादाच्या प्रयत्नात फक्त हिंदू-मुस्लीम प्रश्न किंवा या दोन धर्मांतील विरोध असे म्हणणे योग्य ठरणार नाही. या प्रश्नाला किंवा संकल्पनेला धार्मिक कमी आणि राजकीय अधिक असा आधार आहे. हिंदू-मुस्लीम यांच्यात फूट पाडून राज्यकारभार करणे यात इंग्रज तरबेज होते. इंग्रज हे मुस्लिमांचे मित्र नव्हते किंवा हिंदूंचे शत्रू नव्हते. त्यांना फक्त हिंदुस्थानात साम्राज्यविस्तार करावयाचा होता. सांप्रदायिकता हा 'फोडा आणि झोडा' या धोरणाचा एकमेव घटक नव्हता. भारतीयांचे ऐक्य होऊ नये यासाठी भारतीय समाजात प्रचलित असणाऱ्या सर्व प्रकारच्या भिन्नतेचा वापर करण्यात आला. प्रदेश विरुद्ध प्रदेश, प्रांत विरुद्ध प्रांत, जात विरुद्ध जात, भाषा विरुद्ध भाषा, सुधारक विरुद्ध कर्मठ, नेमस्त विरुद्ध जहाल, डावे विरुद्ध उजवे असे कलह निर्माण व्हावेत यासाठी पद्धतशीर प्रयत्न करण्यात आले. त्यापैकी जातीय भेद शेवटपर्यंत टिकला आणि ब्रिटिशांना तो सर्वाधिक उपयुक्त ठरला. दरम्यानच्या काळात वसाहतवाद मोठ्या प्रमाणात फोफावला होता. यामध्ये युरोपियन राष्ट्रे आघाडीवर होती. हिंदुस्थानमध्ये सांप्रदायिक भेद हा वसाहतवादाचा प्रमुख आधार बनला. इंग्रजांनी ब्रिटिश साम्राज्यवादाच्या उद्दिष्टाकरिता 'विभाजित करा व राज्य करा' (Divide and Rule) या नीतीचा अवलंब केला.

भारतात ब्रिटिश प्रशासकीय अधिकारी असलेला जॉन स्ट्रॉची म्हणतो की, "भारतातील भिन्न भिन्न तत्त्व व विचारांमध्ये विरोध असणे आमच्या राजकीय हिताच्या दृष्टीने चांगले आहे." १८५७ च्या उठावात बहादूरशहा जफरला भारताचा पुन्हा सम्राट बनविण्याचा प्रयत्न झाल्यामुळे इंग्रजांच्या मनात मुसलमानांबद्दल कटूता निर्माण झाली. पुढे मुस्लिमांच्या वहाबी आंदोलनामुळे ती अधिक तीव्र झाली. त्यामुळे इंग्रजांनी मुस्लिमांविरुद्ध दडपशाहीच्या मार्गाचा अवलंब केला. पुढे भारतातील हिंदू धर्मियांमध्ये जशी राजकीय जागृती होऊन त्यांनी राजकीय अधिकारांची मागणी सुरू केली. तस-तसे इंग्रजांचे हिंदूंबद्दलचे धोरण बदलले. १८८०-८५ च्या सुमारास हे स्पष्ट झाले की, राजकीय, आर्थिक व शैक्षणिकदृष्ट्या मागासलेल्या मुसलमानांपेक्षा हिंदूच ब्रिटिश साम्राज्याकरीता अधिक धोकादायक वाटू लागले. परिणामी, दोन्ही धर्मांबद्दल इंग्रजांनी विशिष्ट धोरण ठरविले. इंग्रजांचे हे धोरणच भारतातील जमातवादाच्या विकासाला पोषक ठरले. त्यामुळे भारतातील जातीयवाद इतका विकोपास गेला की, १९४७ साली अखंड भारताची फाळणी करून पाकिस्तानची निर्मिती केली गेली. थोडक्यात, ब्रिटिशांनी जमातवादास मोठ्या प्रमाणात प्रोत्साहन दिले.

प्रश्न :

प्र. १. प्रत्येकी १०० शब्दांत टिपा लिहा.

१) आधुनिकता म्हणजे काय?

२) 'कायद्याचे राज्य' संकल्पना स्पष्ट करा.

३) दादाभाई नौरोजी यांच्या कार्याची माहिती लिहा.

प्र. २. प्रत्येकी २०० शब्दांत उत्तरे लिहा.

१) राष्ट्रवाद म्हणजे काय ते सांगून त्याचे प्रकार सांगा.

२) होमरूल चळवळीतील लोकमान्य टिळकांचे योगदान लिहा.

३) द्विदल राज्यपद्धतीचे दुष्परिणाम काय झाले?

प्र. ३. प्रत्येकी ५०० शब्दांत उत्तर लिहा.

१) होमरूल चळवळीचा सविस्तर आढावा घ्या.

२) 'म. गांधी यांची सत्याग्रह ही जगाला अनोखी देणगी आहे' विधान स्पष्ट करा.

<table>
<tr><td>प्रकरण
२</td><td># १८५७ चा संघर्ष
(Uprising of 1857)</td></tr>
</table>

२.१ पार्श्वभूमी
२.२ उठावाचे स्वरूप- विविध मतमतांतरे
२.३ उठावाचे परिणाम

या प्रकरणात आपणास १८५७ चे स्वातंत्र्यसमर, त्याची कारणे, वाटचाल व या घटनेचे परिणाम यांचा अभ्यास करायचा आहे. याचबरोबर या घटनेकडे बघण्याचे विविध दृष्टिकोन आणि अपयशाच्या कारणांचा शोध घ्यायचा आहे.

२.१ पार्श्वभूमी

इ. स. १८१८ मध्ये इंग्रजांनी मराठ्यांची सत्ता संपुष्टात आणली. इंग्रजांना ज्यांची भीती होती, जी सत्ता भारतभर पसरली होती अशी शेवटची सत्ता म्हणजे मराठ्यांची सत्ता होय. आपण एके काळचे भारताचे राज्यकर्ते आहोत, ही भावना मराठे विसरणे शक्य नव्हते. ब्रिटिश भारतभर आपले आसन पक्के करीत असताना ईस्ट इंडिया कंपनीला मराठ्यांनी सशस्त्र तडाखे द्यायचे काम चालूच ठेवले होते. १८५७ पूर्वी ईस्ट इंडिया कंपनीला मराठ्यांच्या तलवारीचे पाणी वेळोवेळी चाखायला मिळाले. फरक एवढाच होता की तलवार, भाले यांच्या विरोधात बंदुका, तोफा लढत होत्या. हा सगळा विषम सामना होता. या विषम सामन्यांमधूनच कंपनी सरकारविरोधात जनमत जागृत होते. कंपनीचे वर्चस्व सर्वच भारतीयांनी मनापासून मान्य केलेले नव्हते. ज्यांनी १८५७ पर्यंत विरोध केला, त्यांचा थोडक्यात आढावा घेणे आवश्यक आहे.

महाराष्ट्रातील विरोध

१८१८ ते १८५७ पर्यंतचे महाराष्ट्रातील सशस्त्र उठाव महत्त्वाचे आहेत. १८१८ मध्ये खानदेशवर इंग्रजांचा ताबा आला. सातपुडा, सातमाळा, अजिंठ्याच्या कुशीतील

भिल्लांनी एकत्र येऊन लढा दिला. त्रिंबकजी डेंगळे (दुसरे बाजीराव पेशवे यांचे विश्वासू साथीदार) यांचे पुतणे गोदाजी डेंगळे व महिपा डेंगळे यांनी ८०० भिल्लांसह लढा दिला. या लढ्यात एतद्देशीयांना हार पत्करावी लागली. कॅप्टन ब्रिग्ज, मेजर मेरिन, कॅप्टन रॉबिन्सन, लेफ्टनंट औटरैम यांनी साम, दाम, दंड, भेद या मार्गांनी भिल्लांचा पराभव केला. भिल्ल नेते नादिरसिंह, भिल्ल नाईक, सेवाराम यांनी या सशस्त्र लढ्याचे नेतृत्व केले. माफीनाफे, भिल्लांना जमीन देणे, तगाई, मागील गुन्ह्यांना माफी, सैन्यात भरती करणे या कारणांमुळे भिल्लांचे उठाव मोडून काढणे इंग्रजांस सोपे गेले.

बीड येथील धर्माजी प्रतापराव यांनी कंपनी सरकारविरोधात लढा पुकारला. नवाब मूर्तझा यारजंग व लेफ्टनंट जौन सौदरलंड यांनी धर्माजी प्रतापराव यांचा साफ पराभव केला. १८१९-२० च्या दरम्यान नांदेडमधील हंसाजी नाईक हटकर यांनी सलग २५ दिवस निजाम आणि कंपनी सरकारला विरोध केला. अखेर हटकरांचा पराभव झाला.

राजे उमाजी नाईक

आद्य क्रांतिकारक उमाजी नाईक यांनी कंपनी सरकारविरोधात बंडाचा झेंडा हाती घेतला. स्वत:चे सैन्य उभारले. पुण्याजवळील भांबुर्डे (सध्याचे पुण्याच्या मध्यभागातील शिवाजीनगर) या गावी सरकारी तिजोरी ताब्यात घेतली. जेजुरीच्या पोलीस चौकीवर हल्ला चढविला. बोरघाटात स्वत:चे वर्चस्व प्रस्थापित केले. सरकारने उमाजींना पकडण्यासाठी पाच हजार रुपये इनाम घोषित केले. (या काळात १ रुपयास २५ किलो बाजरी किंवा १३ किलो तांदूळ येत होते.) उमाजींनी सातारा, वाई, भोर, कोल्हापूर येथे कंपनी सरकारविरोधात संघर्ष केला. त्यांना विश्वासघाताने पकडण्यात येऊन फाशी देण्यात आले. १८४० मध्ये साताराचे छत्रपती प्रतापसिंह भोसले यांच्यावर झालेल्या अन्यायाच्या निषेधार्थ कराड, सातारा भागात धारराव पवार, नरसिंह पेटकर यांनी उठाव केला. त्यांनाही अपयश आले. सातारा, नगर, नाशिक येथील कोळ्यांचा संघर्ष इंग्रजांनी लवकर संपुष्टात आणला.

१८२८ ते ३८ या काळात सावंतवाडी येथे भारतीयांनी कंपनी सरकारविरोधात सशस्त्र उठाव केला. १८४४ मध्ये कोल्हापूरच्या गडकऱ्यांनी विरोध केला; परंतु या सगळ्यांना कंपनी सरकारसमोर शरणागती पत्करावी लागली.

भारतीय पातळीवरील विरोध

महाराष्ट्र वगळता उर्वरित भारतात आजच्या गुजरातमधील कच्छ येथील १८२४ चा सशस्त्र संघर्ष, उत्तर प्रदेशातील सहारणपूरमधील गुजरांचा संघर्ष, कर्नाटकातील विजापूर भागातील कित्तूर येथील संघर्ष, दत्तक वारस नामंजूर केल्यामुळे संबलपूरमधील संघर्ष, सुरतमधील मिठाच्या कराविरुद्धचा संघर्ष, संथाल परगण्यातील आदिवासींचा संघर्ष,

मध्या हिंदुस्थानातील छोटा नागपूर भाग, बिहारमधील आदिवासींचा लढा, खारभूमचा राजा गंगनारायण याचा अयशस्वी लढा, खासी आदिवासी, नागा व कुकींचे बलिदान, प्रसंगी इंग्रज अधिकाऱ्यांच्या विरोधातील लष्करी शिपायांचा निष्फळ विरोध यांनी कंपनी सरकारविरुद्धची अप्रीती जागी ठेवली होती.

१८५७ च्या संघर्षाची कारणे : १८५७ चा संघर्ष घडून येण्यास हिंदी सैनिकांमधील असंतोष व राजकीय, सामाजिक, धार्मिक, आर्थिक कारणे आहेत. इतिहासात कोणतीही घटना अकस्मात घडून येत नाही. तिच्यामागे मोठी कारणमीमांसा असू शकते. या दृष्टिकोनानुसारच आपणास १८५७ कडे पाहावे लागेल.

सैनिकांमधील असंतोष

कंपनी सरकारची सत्ता ज्या भारतीय सैनिकांवर अवलंबून होती त्याच सैनिकांना समाधानी ठेवण्यात येथील परकीय सत्तेला पूर्णपणे अपयश आलेले होते. सैनिकांना देण्यात येणारी वागणूक, त्यांच्यावर असणारी बंधने यामुळे सैनिकांत असंतोष वाढत होता. सैनिकांच्या स्वतःच्या ज्या धर्मपालनाच्या परंपरा होत्या त्या रूढ समजुतींना धक्का देण्याचे काम कंपनी सरकारने केले. कपाळावरील गंध लावणे, दाढी राखणे, समुद्रपार लढाईचे आदेश देणे, निवृत्त वा पेन्शनीत निघालेल्या सैनिकांना जमीन महसूल भरण्यास भाग पाडणे, त्यांच्या भत्त्यात कपात करणे, अधिकारी वर्ग सैनिकांना शिवीगाळ करीत असत. हिंदी शिपायांची मानखंडना करण्यात येई. त्यांना बढतीची संधी फक्त सुभेदारपदापर्यंत होती. धर्मांतर केल्यास बढतीची शक्यता लगेच असे, त्यामुळे हिंदी सैनिकांना ही वागणूक खटकत असे. हिंदी शिपायांच्या अतुलनीय पराक्रमावरच तर इंग्रजांना विजय मिळाले होते. १८५७ च्या घटनेच्या अगोदर ब्रिटिश व भारतीय सैनिक यांचे प्रमाण एकास तीन (१:३) पासून ते एकास सहा (१:६) होते. उठाव केल्यास आपण संख्याबळावर जिंकू असे हिंदी शिपायांस वाटत होते.

राजकीय कारणे

गव्हर्नर जनरल लॉर्ड डलहौसीने दत्तक वारस नामंजूर करून भारतीय संस्थानिकांमध्ये असंतोषाचे वातावरण निर्माण केले होते. सातारा, जैतपूर, संबलपूर, उदेपूर, नागपूर, झांशी या संस्थानांशी इंग्रजांची वागणूक 'कायद्यासमोर सारे समान' अशी नव्हती. १८२६ मध्ये दौलतराव शिंदे यांच्या पत्नीने घेतलेला दत्तक, १८३६ मध्ये जनकोजी शिंदे यांच्या पत्नीने घेतलेला दत्तक, १८३४ धार संस्थान, १८४१ किशनगढ संस्थान दत्तक वारस ब्रिटिशांनी मान्य केले. ब्रिटिशांना सोईस्कर असेल असेच त्यांचे धोरण होते. एखाद्या संस्थानाच्या संदर्भात कंपनी सरकारने एक भूमिका घेतली तर दुसऱ्या प्रकरणात ते तीच भूमिका घेतील याची शाश्वती नव्हती. 'इंग्लंडचे ज्यात हित ते सारे योग्य आणि इंग्लंडचे

ज्यात अहित ते सारे अयोग्य' एवढीच शास्त्रकाट्याची कसोटी इंग्रजांनी लावली होती. राज्यकर्ते म्हणून इंग्रजांच्या दृष्टिकोनातून त्यांनी घेतलेला हा निर्णय होता. नागपूरकर भोसल्यांचे राज्य काबीज केल्यावर कंपनी सरकारने भोसले घराण्याला दिलेली वागणूक, सातारा येथील भोसले घराण्याला दिलेली वागणूक इंग्रजांच्या न्याय्य बुद्धीची निदर्शक नव्हती. मराठा सत्तेच्या संस्थापक घराण्याची म्हणजे साताऱ्च्या छत्रपतींशी अनीतीने वागल्यावर पेशव्यांशी इंग्रज कोठे न्याय पद्धतीने वागणार होते. नानासाहेब पेशव्यांकडे कंपनी सरकारने दुर्लक्ष केले.

सिंध, पंजाब, आसाम आणि संस्थाने खालसा केल्यामुळे प्रजेत असंतोष वाढला. एतद्देशीय सैन्य बेकार झाले. शेतीवर या अतिरिक्त सैनिकांचा भार पडला. दरबारावर अवलंबून असणाऱ्या जनतेच्या नशिबी बेकारी आली. दिल्लीच्या बादशाहीचे खच्चीकरण, अयोध्येच्या राजघराण्याला दिलेला त्रास यामुळे प्रजेत असंतोष होता. पहिले अफगाण युद्ध, इराणशी युद्ध, शिखांशी युद्ध या सगळ्याला एक धार्मिक संबंध होता. राजकारणाच्या माध्यमातून कंपनी सरकार धर्मबुडवेपणा करीत आहे, अशी भूमिका येथील लोकांच्या मनात मूळ धरू लागली.

प्रशासकीय कारणे

१८५७ ची घटना घडण्यास राजकीय कारणांच्या बरोबरीने प्रशासकीय कारणे होती. इंग्रजी या राज्यकारभाराच्या भाषेस येथील लोक अनभिज्ञ होते. स्पर्धा परीक्षांच्या वा गुणवत्तेच्या माध्यमातून सरकारी नोकऱ्यांत भरती सुरू झाल्यावर वंशपरंपरागत पद्धतीने भरती बंद झाली. आपण एके काळी राज्यकर्ते होतो हा गंड येथील लोकांच्या मनातून जाणे अवघड होते. जे लोक इंग्रजी भाषा शिकतील त्यांना नोकऱ्यांत प्राधान्य मिळण्याचे धोरण आल्यावर समाजातील एक वर्ग भाषिक दुराभिमानामुळे इंग्रजी भाषा शिकण्याऐवजी तिचा तिरस्कार करू लागला. यातच येथील राज्ये व संस्थाने खालसा झाल्यावर प्रशासनिक चौकटीतील एक मोठा वर्ग बेकार झाला. ज्यांचे हितसंबंध दुखावले गेले ते लोक इंग्रजांच्या विरोधात गेले.

इनाम कमिशन

इंग्रजांचे राज्य म्हणजे कायद्याचे राज्य. आपल्या कायदेशीरपणाचे दर्शन घडविण्यासाठी १८२८च्या सुमारास लॉर्ड विल्यम बेटिंकने 'इनाम कमिशन' नेमले. महाराष्ट्रात हार्ट या अधिकाऱ्याने पेशव्यांचे दफ्तर लावण्याचे कारण देऊन ठराविक मुदतीच्या आत सरंजामदार, जहागीरदार, इनाम जमिनी मिळालेल्यांना स्वत:कडील मालकी हक्क सिद्ध करण्यास सांगितले. प्रत्येक जिल्हाधिकाऱ्याने स्वत:च्या अधिकारक्षेत्रातील इनामदार व जहागीरदार यांची यादी कमिशनरकडे पाठविली. कमिशनरने ३२ हजार इनामांची

चौकशी करून २१ हजार वतने मालकी पुरावा नाही म्हणून जप्त केली. अन्य लोकांचे पुरावे जाळण्यात आले. यामुळे संस्थानिक पदच्युत, प्रजा बेघर, कारागीर बेकार, लष्कर निरुपयोगी झाले. मुंबई इलाख्यातील विशेषत: मराठ्यांच्या राज्यासंदर्भात ही परिस्थिती होती. यावरून भारताची अवस्था लक्षात घेता येईल.

न्यायव्यवस्था

ब्रिटिशांच्या न्यायव्यवस्थेत 'न्यायालयासमोर सारे समान' हे तत्त्व होते. त्याला अपवाद फक्त ब्रिटिशांचा. भारतीयांना पूर्वी गावातच 'पाचामुखी परमेश्वर' असा न्याय मिळायचा. जात पंचायत, गोत पंचायत, राजकीय व्यवस्था यात न्याय मिळायचा. किमानपक्षी फिर्यादी व आरोपी या दोघांनाही समाधान मिळायचे. हा न्याय मोफत असायचा. इंग्रजांची न्यायव्यवस्था धार्मिक होती. वकील हा मध्यस्थ होता. न्याय मिळण्याचा वेळ हा कळीचा मुद्दा होता. न्याय मिळविण्यासाठी लागणारा खर्च, वेळ याची गणतीच नव्हती. इंग्रजांनी भेदनीतीचे धोरण याही क्षेत्रात ठेवले होते.

आर्थिक धोरणे

कोणत्याही सार्वत्रिक असंतोषामागे मोठ्या प्रमाणात आर्थिक कारणे असतात. ईस्ट इंडिया कंपनीचा भारतातील प्रवास तराजू, तलवार, तख्त असा झाला. बंगालमध्ये सत्तेची स्थापना झाल्यावर कंपनीच्या नोकरांनी व्यापाराची सारी तत्त्वे पायदळी तुडवून खासगी व्यापाराच्या माध्यमातून स्वत:ची भरभराट करून घेतली. काही इतिहासकारांच्या मते इ.स. १७७५ ते १७८० या पाच वर्षांतच बंगालमधून अंदाजे ४ लाख पौंड इतकी रक्कम इंग्लंडला गेली. १७६२ मध्ये बंगालचा नबाब कंपनीच्या एजंट्सबद्दल लिहितो-

"शेतकऱ्यांचा माल ते जुलमाने बळकावतात. मूळ किमतीच्या पाव किंमत त्याला देतात. अत्याचार व जुलूम ह्यांचा उपयोग करून पाच रुपये किमतीची वस्तू एक रुपयात बळकावतात." १८६५ मध्ये क्लाइव्हच्या एका पत्रात कंपनीला १२२ लाख रुपये फायदा होईल असा उल्लेख आहे. रजनी पाम दत्त आपल्या 'इंडिया टुडे' या ग्रंथात इंग्रजांच्या शोषणाविषयी लिहितात - 'भारताची लूट हा इंग्लंडच्या भांडवलाचा झरा होता आणि त्याच्याच मुळे इंग्लंडमधील औद्योगिक क्रांतीला चेतना मिळून ती प्रत्यक्षात अवतीर्ण झाली.'

एके काळी भारत कापड निर्यात करीत असे. ब्रिटिशांच्या काळात उलट झाले. भारत सर्वांत मोठा आयातदार देश झाला. इंग्लंडने स्वत:च्या देशात संरक्षक भिंती उभारल्या. ब्रिटिश माल भारतात जकातीविना येऊ लागला. औद्योगिक क्रांतीच्या धडाक्यात भारतीय हाताची कलाकुसर टिकणे अवघड झाले. स्वस्त आणि सफाईदार व टिकाऊ कापडासमोर भारतीय कापडाला टिकणे इंग्रजांनी अशक्य करून सोडले.

चांदीवर आधारित स्वीकारलेल्या चलनाच्या संदर्भातील कंपनीचा निर्णय अंगलट आला. त्यामुळे मंदी वाढली. उद्योगधंदे संपुष्टात येऊन बेकारी वाढली. जीवनावश्यक वस्तू आणि व्यसने करायला लागणाऱ्या गोष्टी यांच्या व्यापारात कंपनीची मक्तेदारी होती. जगण्यासाठी आवश्यक आणि मरण्यासाठी आवश्यक अशा दोन्ही वस्तू (उदा. अन्नधान्य व अफू) संदर्भात ब्रिटिशांची मक्तेदारी होती. कंपनीच्या नोकरांना व्यापारात मक्तेदारी मिळाली. मक्तेदारीच्या जोडीला अनेक अन्याय्य कर लादल्याने सर्वसामान्य जनता, शेतकरी, व्यापारी देशोधडीला लागले.

महसूल धोरण

भारतीय संदर्भाचा, येथील पीकपद्धती व हवामानाचा विचार न करता कंपनीच्या अधिकाऱ्यांनी येथे कायमधारा, रयतवारी, महालवारी या पद्धतींचे प्रयोग इंग्रजांनी येथे केले. यामुळे शेतकरी कंगाल, जमीनदार गलेलठ्ठ तर कंपनी सरकार श्रीमंत होत गेले. पूवी शेतसारा वस्तू रूपात भरता येत होता. आता तो रोख स्वरूपात द्यावा लागे. पीक येवो न येवो पण कर भरावाच लागे. यातच दुष्काळ आला तर शेतकऱ्याची अवस्था बिकट. दुष्काळ, साथीचे रोग यांचा सर्वाधिक फटका माणसे, जनावरे यांना बसायचा. या काळातही ब्रिटिशांचा दृष्टिकोन सहानुभूतीशून्य असायचा. सावकार आणि सरकार यांच्या कचाट्यात शेतकरी सापडला. पूर्वी जमीनविक्री करता येत नसे. कंपनीने जमीन विक्री योग्य वस्तू बनवून टाकली. इंग्रज मळेवाल्यांनी येथे नगदी पिके घेण्यास सुरुवात केली. निळीच्या शेतात काम करणाऱ्या मजुरांची अवस्था भीषण होती. सार्वत्रिक बेकारी, असंतोष, अविश्वास यांनी भारतभर सामान्य जनतेचे जगणे अवघड केले होते.

धार्मिक कारणे

कंपनीची सत्ता आल्याबरोबर जगभर फिरणारे मिशनरी सेवेच्या माध्यमातून भारतात आले. त्यांचे हेतू सरळ होते. शाळा काढणे, शाळांमधून धार्मिक शिक्षण देणे, रुग्णालये चालविणे आणि रुग्णांची सेवा करणे. या गोष्टी त्यांनी सुरू केल्या. येथील समाज जाती-पातींची बंधने कडक पाळणारा असल्याने त्यात धक्का बसणारे निर्णय इंग्रजांनी घेतले. धर्मांतर केलेल्या व्यक्तीस परंपरागत इस्टेट मिळणे. सतीबंदी, बालहत्या प्रतिबंधक कायदा, बालविवाह बंदी, पुनर्विवाह कायदा, रेल्वेत एकमेकांशेजारी बसणे, सैन्यास परदेशात पाठविणे यामुळे लोकांस धर्म बुडण्याची भीती वाटू लागली. १७५७ मध्ये इंग्रजांनी प्लासीची लढाई जिंकली. १८५७ मध्ये त्यांची शंभरी भरणार, असे लोकांना धर्मभोळेपणामुळे वाटत होते. लष्करात सैन्यावर धार्मिक बंधने होतीच. या सगळ्याचा परिपाक ब्रिटिशांविरुद्ध वातावरण तयार होण्यात झाला.

लष्करी कारणे

१७५७ ते १८५७ या काळात ब्रिटिश सत्तेचा कणा म्हणजे भारतीय लष्कर आणि त्यावरील ब्रिटिश अधिकारी. या सैनिकांच्या निष्ठेवरच इंग्लंडचे साम्राज्य पसरले. मात्र, त्यांच्यात चलबिचल सुरू झाल्यावर इंग्रजी सत्तेला हादरा बसला; पण सत्ता संपुष्टात येऊ शकली नाही. भारतीय शिपायांच्या भत्त्यात कपात, त्यांना समुद्र ओलांडण्याची सक्ती, परेडच्या वेळी होणारा अपमान, नोकरीतील बदल्यांसंदर्भात केला जाणारा पक्षपात, कार्यक्षमतेवर होणारा अन्याय, वरिष्ठ पदावर जाण्यास बंदी यांमुळे भारतीय सैनिक दुखावले होते. एखाद्या सैनिकाने धर्मांतर केल्यास मात्र त्याला बढतीची दारे खुली होत असत. आपल्या आजूबाजूला घडत असणाऱ्या अन्यायांची दखल जागरुक सैनिक घेत होते.

आपल्या पराक्रमावरच ब्रिटिश हिंदुस्थान, ब्रह्मदेश, काबूल जिंकू शकले याबद्दल हिंदी शिपायांच्या मनात तीळमात्र शंका नव्हती. 'साम-दाम-दंड-भेद' या चार मार्गांनी ब्रिटिशांनी आपल्यात फूट पाडली आहे, याची जाणीव त्यांना होती. अफगाण, शीख, क्रिमियन युद्धात इंग्रजांना विरोधी पक्षाने कडवा प्रतिकार करून पाणी पाजले होते. याचाच अर्थ ब्रिटिश अजेय आहेत असा नाही, हेही येथील लोकांच्या लक्षात आले होते.

सगळेच ब्रिटिश अधिकारी उत्तम दर्जाचे, कर्तृत्ववान होते असे नाही. वशिला, भ्रष्टाचार, अकार्यक्षमता या दुर्गुणांनी त्यांनाही पोखरले होते. यामुळे जेथे उत्तम अधिकारी तेथे शिस्त तर अन्यत्र बेशिस्त अशी परिस्थिती होती. भारतीय आणि ब्रिटिश सैन्याचे भारतातील प्रमाण हासुद्धा एक कळीचा मुद्दा होता. संख्याबलाच्या जोरावर ब्रिटिशांस आपण पराभूत करू, असा विश्वास भारतीय सैनिकांना वाटू लागला.

तात्कालिक कारण

ज्या कारणाबद्दल इतिहासकारांमध्ये एकमत नाही, ते कारण आपण आता पाहणार आहोत. इंग्रजांनी भारतीय सैनिकांना दिलेल्या एन्फील्ड रायफलीच्या काडतुसांस गाय व डुकराची चरबी लावलेली असे. काडतूस वापरण्यापूर्वी ते दाताने चावावे लागे. भारतीय सैनिकांना आपल्या तोंडाचा स्पर्श अशा काडतुसांना व्हावा, ही कल्पनाच धर्मसंकटात टाकणारी होती. सुरुवातीला ज्या शिपायांनी ही काडतुसे वापरण्यास नकार दिला त्यांचे बंड इंग्रजांनी दमननीतीच्या जोरावर मोडून काढले; परंतु सार्वत्रिक बंडाचा वणवा पेटल्यावर या संदर्भात खुलासे करण्याच्या प्रयत्न झाला पण तोपर्यंत उशीर झाला होता. अर्थात हे कारण म्हणजे उंटाच्या पाठीवरची शेवटची काठी ठरली. स्वा. सावरकरांनी या कारणाचा प्रतिवाद केलेला आहे. या प्रश्नासंदर्भात सावरकरांची भूमिका लक्षणीय आहे. मार्च १८५७ मध्ये बराकपूर छावणीत वीर मंगल पाडे यांनी असंतोषाच्या कोठाराला ठिणगी लावावी तसे वर्तन केले. इंग्रजांनी पांडे यांस फाशी दिले. परंतु, असंतोष आटोक्याच्या

पलीकडे गेला होता. पाठोपाठ लखनौच्या शिपायांनी बंड केले. मीरत येथील घोडदळाच्या कंपन्यांनी उठाव केला. या सगळ्या धामधुमीत गोऱ्यांना ठार मारणे, त्यांच्या कुटुंबीयांस धडा शिकविणे. प्रसंगी कत्तल करणे, घरेदारे जाळणे असे प्रकार उभयपक्षी सुरू झाले. याला आता धरबंद राहिला नाही. शिपाई दिल्लीच्या दिशेने धावत सुटले. वयोवृद्ध मोगल बादशहा बहादूरशहा जफर यास पुन्हा एकदा दिल्लीच्या तख्तावर बसविण्यात आले. त्याला आपल्या सभोवताली नक्की काय चालले आहे, याची कल्पनाच नव्हती.

उठावाची व्याप्ती व घटनाक्रम

असंतोषाच्या वातावरणाचा फैलाव सर्वत्र झाल्यावर अयोध्या व वायव्य प्रांतात उठावाने वेग घेतला. अलिगढ, इटावा, मथुरा, लखनौ, बरेली, आझमगढ, कानपूर, झाशी, अहमदाबाद, फैजाबाद येथे अग्नीच्या वणव्यासारखा असंतोष पसरला. काही ठिकाणी शिपायांनी विनानेतृत्व स्वतःच्या मनास येईल तशा हालचाली सुरू केल्या.

पंजाब

पंजाबमध्ये जालंधर, लुधियाना, मुलतान, सियालकोट येथे शिपायांनी उठावाचे सक्रिय स्वागत केले. त्यांनी प्रत्यक्ष कृती करायला सुरुवात केली.

मध्य प्रांतातील ग्वाल्हेर, इंदूर, महू, सागर येथेही अशाच स्वरूपाच्या घटना घडल्या. राजस्थान, नसिराबाद येथेही उठाव झाला. कोटा संस्थानाच्या राजास कैदेत टाकून सैनिकांनी मन मानेल तशा हालचाली केल्या. सहा महिने या भागात प्रशासनच अस्तित्वात नव्हते.

बंगाल

ढाका, चितगाव, भागलपूर, मदारीगंज, जलपाईगोरी येथे उठावाचे लोण पोहोचले. बिहारमध्ये पाटण्याजवळील दिनापूरच्या शिपायांनी बंड केले व कुंवरसिंह यांच्या मार्गदर्शनाखाली त्यांनी लढा दिला. कुंवरसिंह यांना देवगड, हजारीबाग, सम्बलपूर येथून चांगला प्रतिसाद मिळाला.

महाराष्ट्र

कोल्हापूर येथे उठावाची बातमी पोहोचताच अगोदरच तयारीत असलेल्या रामजी शिरसाट यांनी खजिना लुटला व सैन्य गोळा करण्यास सुरुवात केली. पुढे त्याला अधिक प्रतिसाद म्हणून छत्रपतींचे धाकटे बंधू चिमासाहेब यांनी उठावकर्त्यांचे नेतृत्व करण्यास सुरुवात केली. बेळगाव, धारवाड, नागपूर, कराची येथे तुरळक प्रमाणात प्रतिसाद मिळाला.

सर्वसामान्यांचा प्रतिसाद

उठावाची व्याप्ती वाढताच आणि सुरुवातीला उठावकर्त्यांना मिळत असलेले यश पाहून जमीनदार, तालुकदार सैनिक, सत्ता नसलेले संस्थानिक, सैन्य, शेतकरी ज्यांच्यावर अन्याय झालेला आहे, असे सगळेच लोक एकत्र येऊ लागले. राष्ट्रीय भावनेऐवजी स्थानिक प्रश्न त्यांच्या दृष्टिने महत्त्वाचे असल्याने त्यांनी स्थानिक पातळीवर ब्रिटिशांनी कत्तल, खजिना लूट, कार्यालयाची नासधूस, भारतीय (जमीनदार, महाजन, सावकार, बनिये) शत्रूस धडा शिकवणे इत्यादी उपक्रम स्वयंप्रेरणेने हाती घेतले. सरकारी कागदपत्रे, सावकारांकडील जमीन गहाण ठेवण्यासंदर्भातील कागदपत्रे जाळण्यात आली. बरेलीच्या भागात खान बहादूर खान याने रोहिल्यांचे प्रशासन सुरू करून सत्ता स्वत:च्या ताब्यात घेतली आणि स्वत:ला बादशाहाचा सुभेदार म्हणून घोषित केले. फारूकाबादच्या नबाबाने फारूकाबाद येथील उठावाचे नेतृत्व करण्यास सुरुवात केली. बिजनोर, मोरादाबाद, शाहजहानपूर, बदाऊँ, अलिगढ, मथुरा, आग्रा, बांडा, हमीदपूर, झांशी, संबलपूर, मुलतान, हिस्सार, रोहटक येथे उठाव घडून आले.

उठावाची प्रमुख ठिकाणे

कानपूर - नानासाहेब पेशवे या ठिकाणी उठावाचे नेतृत्व करत होते. सैन्याने खजिना लुटल्यावर दिल्लीकडे कूच करण्याचे ठरले असता पेशव्यांनी विनाकारण सैन्य कानपुरातच थोपविले. १८ दिवस हिंदी सैन्य विरुद्ध इंग्रज लढाई चालली. शेवटी सैन्यास जाऊ द्यायच्या अटीवर इंग्रज बाहेर पडले पण सैन्यांच्या उभयपक्षी गोळीबारात इंग्रज ठार झाले. दीडशे इंग्रजांस कैद करण्यात आली. इंग्रज सेनापती हॅवलॉक कानपुरात दाखल झाला. नानासाहेबांचा इलाज चालेना. कैदी इंग्रजांस ठार मारण्यात आले. नानासाहेब हॅवलॉकच्या भीतीने बिठूरला पळाले. नानासाहेब व तात्या टोपे यांनी कानपूर घेण्याचा अयशस्वी प्रयत्न केला. सर कॉलीन कॅम्पबेल याने ६ डिसेंबर १८५७ रोजी टोपेंचा पराभव केला. कानपूर इंग्रजांनी परत मिळवले.

लखनौ - येथे तात्या टोपे, तालुकादार, हिंदी सैन्य, अवधच्या बेगमचे लष्कर यांचे सुरुवातीला वर्चस्व होते. हॅवलॉक व औट्रॅम यांच्या नेतृत्वाखाली ब्रिटिश सैन्याला जय मिळेना तेव्हा नेपाळनरेश जंग बहादूर, गुरखा पलटणी घेऊन ब्रिटिशांच्या मदतीस धावले. हिंदी सैन्याचे नेतृत्व मौलवी अहमदुल्लाने केले. कॉलीन कॅम्पबेलने आपला शिपाईगिरीचा अनुभव पणास लावून अयोध्या जिंकून लखनौवर वर्चस्व मिळवले. भारतीयांची सरसकट कत्तल करण्यात आली.

बनारस - गव्हर्नर जनरल लॉर्ड कॅनिंग याच्या आदेशावरून मद्रासचा कर्नल नील सुसज्ज लष्कर घेऊन वाराणसी, अहलाबाद घेण्यास आला. येथे सर्वत्र उठावकर्त्यांस

जनतेचा पाठिंबा होता. कर्नल नीलने हिंदी सैन्याच्या गोळीबाराला तोफांनी उत्तर दिले. कत्तली, आगी लावणे, फासावर लटकवणे या प्रकारांनी आपल्या क्रौर्याचे प्रदर्शन नीलने केले. वाराणसीची बातमी कळताच अलाहाबादच्या हिंदी शिपायांनी उठाव केला. युरोपियनांस सूड म्हणून ठार केले तेव्हा नीलने अलाहबादला कूच करून भारतीयांची सरसकट कत्तल केली. अत्याचारांचा कळस गाठण्यात आला.

दिल्ली - १२ मे १८५७ रोजी हिंदी शिपायांचे दिल्लीवर पूर्णपणे वर्चस्व झाले. ११ मे रोजी बहादूरशहास 'शहेनशहा-इ-हिंदुस्थान' बनविण्यात आले. २७ मे १८५७ रोजी दिल्ली परत मिळविण्याच्या उद्देशाने ब्रिटिश सैन्य दिल्लीस आले. जॉन निकोलसन मारला गेला. सर जॉन लॉरेन्स व शीख पलटणीमुळे ब्रिटिशांनी दिल्ली जिंकली. हडसनने बहादूरशहास अटक केले व रंगूनला (ब्रह्मदेश) पाठविले. तेथेच बादशहाचे १८६२ मध्ये निधन झाले. बादशहाचे पुत्र व नातू यास गोळ्या मारून ठार करण्यात आले. नादिरशहाचे क्रौर्य फिके पडेल, असे अत्याचार ब्रिटिशांनी दिल्लीत केले. लुटालूट, अत्याचार याला पारावार राहिला नाही.

अऱ्हा - कुंवरसिंह यांच्या नेतृत्वाखाली अऱ्हा भागात शिपायांनी बंड केले. ब्रिटिशांचा खजिना लुटण्यात आला. सुरुवातीला कुंवरसिंह यांस यश मिळाले; परंतु पुढे अपयश आले. मर्यादित साधनसामुग्रीमुळे कुंवरसिंह यांनी गनिमी काव्याने युद्ध सुरू केले; ते मे १८५८ मध्ये जगदीशपूरजवळ मारले गले.

झांशी - ६ जून १८५७ मध्ये झांशीत हिंदी सैन्याचे ब्रिटिशांच्या विरोधात उठाव केला. तात्या टोपे, नानासाहेब पेशवे यांच्या मदतीने झाशीत राणी लक्ष्मीबाईंच्या नेतृत्वाखाली उठावकर्ते संघटित झाले. सर ह्यू रोज याने २२ मार्च १८५८ रोजी झांशीस वेढा दिला. तात्या टोपे राणीच्या मदतीला धावला; पण रोज याने त्याचा पराभव केला. ब्रिटिशांनी काल्पी जिंकले. १७ जून १८५८ रोजी झांशीच्या राणीस युद्धात वीरमरण आले. शिंदे यांचे सरदार मानसिंह यांनी विश्वासघाताने तात्या टोपे यांस इंग्रजांच्या हवाली केले. त्यांना १८५९ मध्ये फाशी देण्यात आली. याच धामधुमीत दुसऱ्या बाजीरावाची पत्नी, नानासाहेब पेशवे, पुतणे रावसाहेब नेपाळमध्ये गेले व तिकडेच कायम राहिले.

महाराष्ट्र - १८५७ च्या उठावात महाराष्ट्रात साताऱ्यात रंगो बापूजी, कारखानीस यांनी उठाव घडवून आणण्याचा अयशस्वी प्रयत्न केला. कटात भाग घेणाऱ्यास शिक्षा देण्यात आल्या. नरगुंदच्या भावे संस्थानिकांनी १८५८ मध्ये उठाव केला; परंतु बलाढ्य इंग्रजांनी त्यांस फाशी दिले. मुंबईतील कटाची कल्पना इंग्रजांच्या लक्षात येताच कटवाल्यांना तोफेच्या तोंडी देण्यात आले. खानदेशात भीमा नाईक, काजीसिंग नाईक यांनी सात लाखांचा खजिना लुटला. त्यांना पथाजी नाईक, भागोजी नाईक यांनी मदत केली. १८५८ मध्ये अंबापाणी येथे झालेल्या लढाईत भिल्लांचा पराभव झाला व एक पर्व संपले.

उठावातील नेते व त्यांची कामगिरी

बहादूरशहा द्वितीय (१७७५ ते १८६२)

अकबरशहा द्वितीय व लाल बाई यांचे थोरले अपत्य म्हणजे अबू जफर ऊर्फ अबूल मुझफ्फर सिरानउद्दिन मुहम्मद बहादूरशाह हा दिल्लीच्या गादीवरील अखेरचा मुघल बादशहा. उठावकर्त्यांनी दिल्लीत येऊन बादशहास सूत्रे हाती घेण्याची विनंती केली. वय ८२, शारीरिक असमर्थता, सैन्य, खजिना, तोफखाना नाही अशा अवस्थेत परिस्थितीची अपरिहार्यता म्हणून बहादूरशहांनी सूत्रे हाती घेतली. राजपूत मिर्झा लष्करप्रमुख तर दुसरा मुलगा नबाब बख्तला राजाने वझीर नेमले. नानासाहेब पेशव्यांनी बादशहाच्या नावे नाणी पाडली. स्वत: बादशहा उठावाचे नेतृत्व करणे, सैनिकांस स्फूर्ती देणे. लष्करी हालचाली करणे, स्वत: युद्ध करणे यांत असमर्थ होता. अवधला जाण्याचे नाकारून बादशहा दिल्लीत राहिला. ब्रिटिशांनी दिल्ली जिंकल्यावर बादशहा शरण आला. मिर्झा मोगल, मिर्झा ख्वाजा सुलतान या बादशहा पुत्रास व मिर्झा अबू बक्र या नातवास ठार मारण्यात आले. चौकशीचे नाटक करून ब्रिटिशांनी बादशहाला रंगूनला पाठविले. त्यांचे ७ नोव्हेंबर १८६२ रोजी निधन झाले.

नानासाहेब पेशवे

पेशवे बाजीराव द्वितीय यांचे दत्तकपुत्र गोविंद धोंडोपंत ऊर्फ नानासाहेब उठावांचे नेतृत्व करणाऱ्यांपैकी एक होत. त्यांना आठ लाख रुपयांची पेन्शन नाकारण्यात आल्याने ते इंग्रजांविरुद्ध नाराज होते. सती चौरा घाटावर इंग्रजांची जी कत्तल झाली त्याबद्दल इंग्रजांनी नानास दोष दिला. नानांनी दिल्लीकडे कूच न करता कानपुरातच वेळ घालविला. जनरल हेन्री हॅवलॉकने कानपुरात नानांचा पराभव केल्याने त्यास पळून जावे लागले. चंद्रनगरला फ्रेंचाची मदत त्यांना झाली नाही. बेगम हजरत महल व पेशव्यांनी एकत्र येऊन लढण्याचा अयशस्वी प्रयत्न केला. पुढे त्यांना नेपाळला पळून जावे लागले. काठमांडूतील ब्रिटिश रेसिडेंट मेजर रिचर्डसन यांनी पेशव्यास विनाअट शरण येण्याचे आवाहन केले होते. मात्र, ते फेटाळण्यात आले. नेपाळचे प्रमुख जंगबहादूर यांनी पेशव्यांच्या मृत्यूची बातमी १८५९ च्या ऑक्टोबरात रिचर्डसनला दिली.

राणी लक्ष्मीबाई

गंगाधरराव या झांशीच्या संस्थानिकाची पत्नी म्हणजे राणी लक्ष्मीबाई. त्या मोरोपंत तांबे यांच्या कन्या होत. बालपणापासूनच त्यांना घोडेस्वारी, तलवारबाजी यांचे पद्धतशीर शिक्षण देण्यात आले होते. गंगाधरराव निपुत्रिक अवस्थेत मृत्यू पावल्यामुळे राणीवर राज्याची जबाबदारी होती. त्यांनी मृत्यूपूर्वी दामोदरराव यास दत्तक घेतले होते;

परंतु डलहौसीने दत्तक वारस नामंजूर केला. ५ जून १८५७ रोजी झांशीतील शिपायांनी उठाव करून ब्रिटिश अधिकाऱ्यांस ठार मारले. राणीने चाळीस हजारांचे सैन्य उभारले. सशस्त्र संघर्ष सुरू केला. मात्र, राणीला युद्धात १७ जून १८५८ रोजी वीरमरण आले. उठावकर्त्यांपैकी दूरदृष्टी असलेली राणी लक्ष्मीबाई म्हणजे युद्धातील एक शलाका ठरली.

तात्या टोपे

रामचंद्र पांडुरंग टोपे ऊर्फ तात्या टोपे यांनी उठावाच्या कालखंडात सैन्याचे नेतृत्व केले. या उठावात 'गनिमी कावा' पद्धतीने तात्या लढले. नानासाहेब पेशव्यांनी त्यांना सैन्यप्रमुख केले. कानपूर घेण्यात त्यांस अपयश आले. पुढे अधिक तयारीनिशी त्यांनी लेफ्टनंट जन. चार्लस् विंडहॅमचा पराभव करून कानपूर घेतले. कॉलीन कॅम्पबेलने तात्यांचा पराभव केला. तात्या शेवटची लढाई सिकर (जयपूर) भागात १८५९ मध्ये लढले. पुढे ते ग्वाल्हेर संस्थानात सिप्रीच्या जंगलात लपले असता त्यांचे सहकारी राजा मानसिंगने त्यास विश्वासघाताने पकडून दिले. त्यास फाशी देणयात आली. इंग्रजी इतिहासकारांच्या मते उठावकर्त्या एतद्देशीयांमधील सर्वांत सुपीक मेंदू असलेला मनुष्य म्हणजे तात्या. तात्या हसतमुखाने स्वत:च फाशीचा दोर गळ्यात अडकवून मृत्यूला सामोरे गेले.

कुंवरसिंह

बिहारमधील शहाबाद जिल्हातील जगदीशपूरचे बाबू कुंवरसिंह हे उठावकर्त्यातील प्रमुख नेतृत्व होते. त्यांना वडिलोपार्जित प्रचंड जमीनजुमला मिळाला होता; परंतु ब्रिटिशांनी त्यांच्या संदर्भात अन्यायी धोरणे आखली. १८५७ चा उद्रेक झाल्यावर अऱ्हा भागातील सातव्या, आठव्या व चाळिसाव्या देशी पायदळाच्या तुकडीतील उठावकर्त्या सैनिकांचे ते नेते झाले. दोन महिने या भागावर त्यांचेच राज्य होते. कॅप्टन ली ग्रँडचा वेढा त्यांच्या जगदीशपूरभोवती पडला. २३ एप्रिल १८५९ ला युद्धाला तोंड फुटले. कुंवरसिंह यांनी विलक्षण शौर्य गाजविले; परंतु युद्धात त्यांचा पराभव होऊन ९ मे १८५८ रोजी त्यांचा मृत्यू झाला. त्यांच्या लढ्यात त्यांना बंधू अमरसिंह व मित्र निशाणसिंह यांची मदत झाली. कुंवरसिंहच्या मृत्यूनंतर या दोघांना पकडण्यासाठी इंग्रजांनी रोख बक्षीस जाहीर केले होते.

अवधच्या बेगमा

अवध संस्थानचे दिवंगत प्रमुख शुजा उद्दौला यांची पत्नी बहू बेगम व आई निसा बेगम यांच्या संदर्भात 'बेगमा' हे अनेकवचनी आदरार्थी संबोधन वापरतात. या दोघींनी उठावाच्या दरम्यान ४ हजार सैन्य उभारले. तात्या टोपेंच्या व नानासाहेब पेशव्यांच्या

सैन्याला त्या जाऊन मिळाल्या; परंतु अवधच्या सैन्याला अंतिम संघर्षात हार पत्करावी लागली.

मूल्यमापन

उठावकर्ते नेते व्यक्तिश: शूर (अपवाद बहादूरशहा) असले तरी त्यांच्यात सामंजस्य, शहाणपण, दूरदृष्टी यांचा अभाव असल्याचे दिसून आले. युद्धात जय मिळाल्यास भविष्यात आम्ही कोणती राजवट भारतीयांस देणार, याची योजनाच त्यांच्यापाशी नव्हती. एकमेकांना मदत करण्याची वृत्ती नव्हती. राष्ट्रीय हितापेक्षा नजीकचा स्वार्थ महत्त्वाचा ठरला. यामुळे उठावकर्ते अपेक्षित परिणाम घडवून आणू शकले नाहीत.

२.२ उठावाचे स्वरूप- विविध मतमतांतरे

पार्श्वभूमी - आधुनिक भारताच्या इतिहासातील एक न सुटलेला वाद म्हणजे १८५७ ची घटना होय. आजही १८५७ चे स्वातंत्र्यसमर की बंड हा वाद संपलेला नाही. घटना एकच असते पण इतिहासकारांचा त्या घटनेकडे बघण्याचा दृष्टिकोन वेगळा असतो. प्रत्येकाला आपल्या नजरेतून ही घटना वेगळी वाटते. या वादाला वेगळी बाजू म्हणजे भारतीय इतिहासकार, ब्रिटिश इतिहासकार, परदेशी इतिहासकार. भारतीय इतिहासकारांत डाव्या विचारांचे, उजव्या विचारांचे, प्रखर राष्ट्राभिमानी इतिहासकार असा गट आहे. त्यामुळे या प्रश्नासंदर्भात एकमत नाही.

मतमतांतरे - या विषयाची विस्तृत चर्चा 'Modern Indian History by B. L. Grover and S. Grover' यांच्या ग्रंथात आहे. त्याच्या आधारे पुढील मांडणी केलेली आहे. या व्यतिरिक्त स्वा. सावरकर, एस. एन. सेन, बिपिनचंद्र यांचीही वेगळी मते आहेत.

ब्रिटिश इतिहासकारांचा दृष्टिकोन - ब्रिटिश इतिहासकारांचा दृष्टिकोन पुढीलप्रमाणे व्यक्त झाला आहे. के. मॅलेसन, ट्रॅव्हेलियन, लॉरेन्स, होम्ज यांसारख्या इतिहासकारांनी १८५७ च्या घटनेस 'शिपायांचे बंड' अशी संज्ञा दिली. त्यांच्या मते सैन्यापुरतीच ही घटना मर्यादित होती. सर जॉन लॉरेन्स आणि सिली यांच्या मते ते 'शिपायांचे बंड' होते. सर जॉन लॉरेन्स यांच्या मते बंडवाल्यांना एक जरी समर्थ नेता मिळाला असता तरी आपले राज्य नष्ट झाले असते आणि ते कधीच परत मिळवता आले नसते. सर जॉन सिली १८५७ च्या घटनेस 'पूर्णत: देशभक्तीविहीन स्वार्थी सैनिकांचे बंड, ज्यांस कोणतेही नेतृत्व नव्हते व जनतेचे समर्थन नव्हते' असे म्हणतो. सीलीच्या मते १८५७ म्हणजे प्रस्थापित शासनाविरुद्ध सैन्याचे बंड होते. त्यात संस्थानांचा सहभाग असला तरी संस्थाने डलहौसीच्या धोरणामुळे तशी वागण्यास प्रवृत्ती झालेली होती. ब्रिटिशांनी आपले कर्तव्य बजावून बंडाचा बंदोबस्त केला व शांतता- सुव्यवस्था प्रस्थापित केली.

धार्मिक लढाई

एल. ई. आर. रीज यांच्या मते १८५७ ची घटना म्हणजे धर्मांधांचे ख्रिश्चनांविरुद्धचे युद्ध होते. टी. आर. होम्ज यांच्या मते, रानटीपणा आणि सभ्यता यांच्यातील संघर्ष म्हणजे १८५७. जेम्स ओट्रम आणि डब्ल्यू. टेलर यांच्या मते १८५७ म्हणजे हिंदू-मुसलमान कारस्थानाचा परिणाम होय. ओट्रमच्या म्हणण्यानुसार हे एक मुसलमानांचे कारस्थान होते की ज्यात हिंदूंच्या असंतोषाचा फायदा घेण्यात आला.

कार्ल मार्क्स यांचे मत

मार्क्स यांच्या मते उठावकर्त्या सैनिकांचे वागणे कितीही घृणास्पद असले तरी ती इंग्लंडद्वारा भारतावर झालेल्या अत्याचारांची छोटी प्रतिकृती होती. पूर्वेकडे सत्ता स्थापन करताना आणि मागील दहा वर्षांत त्याचा विचार करताना इंग्लंडने भारतावर भरपूर अत्याचार केले. या काळातील आर्थिक धोरणाचे प्रमुख वैशिष्ट्य 'यातना' होते. इतिहासाचा हा कालनुक्रम आहे की, विशिष्ट परिस्थितीत बदल्याची भावना निर्माण होते आणि ती निर्माण करणारे अत्याचारीच असतात.

(संदर्भ-दैनिक ट्रिब्यून १६-९-१८५७)

मार्क्सवादी विचारसरणीचे इतिहासकार

तलमीज खल्दुन यांच्या मते भारतीय शेतकऱ्यांनी परकीय जाचातून व सरंजामातून बंधनातून मुक्त होण्यासाठी केलेला उठाव होता. भारतीय श्रीमंत वर्गाने फितुरीने तो अयशस्वी ठरवला. पी. सी. जोशी या मार्क्सवादी विचारवंताने जुलै १८५७ मध्ये बख्तरखान यांच्या अध्यक्षतेखाली स्थापन झालेल्या लष्करी न्यायालयांच्या संदर्भात असे भाष्य केले की, 'हा प्रकार म्हणजे एक प्रकारचे सैनिक-शेतकरी लोकशाहीचा प्रकार' होता. जोशी १८५७ ला ढोबळमानाने राष्ट्रीय स्वरूपाचे मानतात. मात्र, समान हितामुळे शेतकऱ्यांनी परंपरागत जमीनदारांशी तडजोड केली होती. उठावाच्या अपयशाला त्यांनी स्वाभाविकरीत्या जमीनदार वर्गाला जबाबदार धरले.

ख्यातनाम मार्क्सवादी विचारवंत कै. मोहित सेन यांच्या मते या उठावातील सर्वांत मोठा दोष म्हणजे जमीनदारांच्या नेतृत्वावर लोक अनाठायी अवलंबून होते. ऐक्याचा अभाव, संघटनांचा अभाव, संकुचित वृत्ती, गनिमी कावा पद्धतीतील अपयश, जमनीदारांच्या फितुरीवर प्रतिउपाय नाही ही कारणे सेन यांनी दिली आहेत.१८५७ च्या उठावाचे अपयश असे दाखविते की, मूलत: शेतकरी बंडखोर नव्हता. स्वातंत्र्यासाठी आवश्यक असणारी ऊर्मी तो दाखवू शकत नाही, किंवा भविष्यातील आकर्षक पर्यायी व्यवस्था दर्शवू शकत नाही की, ज्यामुळे पाश्चिमात्य औद्योगिक वसाहतवाद खाली खेचला जाऊ शकेल. असेही निरीक्षण मोहित सेन यांनी नोंदविले आहे.

१८५७ एक स्वातंत्र्यसमर

१८५७ ची घटना म्हणजे बंड किंवा उठाव नसून स्वातंत्र्यसमर होते, अशी विचारसरणी पुढील लेखकांच्या लेखनात आढळते.

स्वातंत्र्यवीर वि. दा. सावरकरांची मांडणी

ब्रिटिशांच्या विरोधी लढ्यातील सशस्त्र क्रांतीचे खंदे नेते म्हणजे सावरकर. त्यांनी १९०९ मध्ये इंग्लंडमध्ये 'The Indian war of Independence' या ग्रंथात सर्वप्रथम राष्ट्रवादी विचारसरणीतून १८५७ ची पुनर्मांडणी केली. '१८५७ चे स्वातंत्र्यसमर' या ग्रंथामधून त्यांच्या दृष्टिकोनातून साकारला आहे. या ग्रंथाचे लेखकाच्या हस्ताक्षरातील मूळ नाव '(१८५७) सत्तावनचे स्वातंत्र्यसमर' असे आहे. यासाठी ४२३ पृष्ठे (चौथी आवृत्ती, मनोरमा प्रकाशन, मुंबई १४, १९९०) सावरकरांनी खर्ची घातलेली आहेत.

ग्रंथ लिहिण्याचा उद्देश

''सशस्त्र क्रांतीचा मार्ग पूर्णपणे अव्यवहार्य, अशक्य नि हास्यास्पद आहे, एवढेच नव्हे तर तो आत्मघातकीही ठरेल असे सांगणाऱ्या लोकांना माझे ठाम उत्तर असे की, इंग्रजांच्या हाताखाली असलेल्या ह्या आपल्या भारतीय सैनिकांच्या हाती जी शस्त्रे आहेत ती आपलीच आहेत. ते सैनिक अशिक्षित असले तरी त्यांच्यातही स्वातंत्र्याची इच्छा असलीच पाहिजे. ती त्यांच्या अंत:करणात असलेली स्वातंत्र्याची ज्योत प्रज्वलित करा. त्या सैन्यात चेतना उत्पन्न करा नि मग पाहा परक्या इंग्रजांवरच तीच शस्त्रे कशी उलटतील ते.''

वाद-प्रतिवाद

१८५७ चे तात्कालिक कारण सांगताना चरबीचे कारण पुढे केले जाते. त्याचा प्रतिवाद करताना सावरकर लिहितात - 'जर ५७ ची उठावणी ही केवळ किंवा मुख्यत: काडतुसाच्या चरबीनेच झाली होती, तर हिंदुस्थानावरील इंग्रजी गव्हर्नर जनरलने ती न वापरण्याचा हुकूम सोडल्याबरोबर ती झटकन शमलीही असती; परंतु शिपायांनी आपल्या हाताने आपली काडतुसे बनवावी अशी सरकारी परवानगी मिळाल्यावरही तिचा उपयोग करून घेण्याच्या ऐवजी किंवा लष्करी नोकरी सोडून सर्वच कटकट मिटविण्याच्या ऐवजी, लष्करी शिपायांनीच नव्हे, तर लष्कराशी ज्यांचा अर्थाअर्थी संबंध नाही अशा लाखो लोकांनी, राजांनी व महाराजांनी आपले प्राण रणांगणात का खर्च केले? लष्करी व बिनलष्करी, राजा व रंक हिंदू व मुसलमान या सर्वांना स्फुरण येण्यास असल्या किरकोळ गोष्टी कारणीभूत होत नसतात, तर त्या गोष्टींच्या मुळाशी असणारे तत्त्व त्यास कारणीभूत होत असते...' १८५७ च्या क्रांतीची प्रधान कारणे असलेली दिव्य तत्त्वे म्हणजे 'स्वधर्म

व स्वराज्य' ही होत.

याच पुस्तकात पृ.२ वर दिल्लीच्या बादशहाने काढलेला जाहीरनामा दिला आहे. बादशहा म्हणतात - ''हिंदवासीयांनो, जर आपण सर्वजण मनात आणू, तर शत्रूंचा क्षणार्धात धुवा उडवून देऊ व आपल्या प्राणप्रिय धर्माला व प्राणप्रिय देशाला पूर्ण भयमुक्त करू!''पुढे सावरकरांनी याच पृष्ठावर अयोध्येचा नबाबाने काढलेला जाहीरनामा दिला आहे.

''हिंदुस्थानातील सर्व हिंदूंनो व मुसलमानांनो, उठा! स्वदेश बांधवहो, परमेश्वराने दिलेल्या देणग्यांत अत्यंत श्रेष्ठ देणगी म्हणजे स्वराज्य (Sovereign) ही होय. ही ईश्वरदत्त देणगी ज्याने आपल्यापासून फसवून, छिनावून नेली आहे त्या जुलमी राक्षसाला ती फार दिवस पचेल काय?... इंग्लिशांनी इतके जुलूम केलेले आहेत की, त्यांच्या पापाचे घडे पूर्वीच तुडुंब भरलेले आहेत!... पुन्हा एकदा मी सर्व हिंदी बंधूंस म्हणतो की, उठा व या परमेश्वरी व दिव्य कर्तव्यासाठी रणांगणात उडी घ्या.''

यावरून आपणास सावरकरांचा या घटनेकडे बघण्याचा दृष्टिकोन लक्षात येतो.

या घटनेस सावरकर 'भारतीय स्वातंत्र्यासाठी योजनाबद्ध संघर्ष' असे म्हणतात. '१८५७ चे स्वातंत्रसमर' या शब्दाचा त्यांनीच व्यापक प्रमाणावर प्रसार केला. सावरकरांच्या मते १८२६-२७ , १८३१-३२, १८४८ व १८५४ मध्ये झालेले उठाव म्हणजे १८५७ मध्ये होणाऱ्या मोठ्या नाटकाची रंगीत तालीम होती.

इंग्लंडमधील बेंजामिन डिझारायली

या राजकीय नेत्याच्या मते १८५७ ची घटना म्हणजे हा उठाव अकस्मात घडून आलेला नसून, त्यामागे योजनाबद्ध व संघटित प्रयत्न होते. अशा प्रकारचे उठाव साध्या काडतूसासारख्या घटनेतून उद्भवू शकत नाहीत.

अशोक मेहता - आपल्या 'The Great Rebellion' या ग्रंथात असे लिहितात की, १८५७ च्या उठावाचे स्वरूप राष्ट्रीय होते. डॉ. सेन यांच्या मते, ''धार्मिक संघर्षाचे रूप घेऊन सुरू झालेला उठाव पुढे स्वातंत्र्यसंग्राम बनला.''

अमेरिकन विद्वान जी. एफ. हचिन्स यांच्या मते '१८५७ च्या घटनेला इंग्रजांनी सैनिक बंड म्हटले; कारण त्यांना राजद्रोहाच्या भावनेवर जास्त भर द्यायचा होता. बंड इंग्रजी सैन्यातील भारतीय सैनिकांपुरतेच मर्यादित होते; परंतु आधुनिक संशोधनाने हे सिद्ध केले आहे की, आरंभ सैनिक बंडापासून झाला असला तरी लवकरच त्याला लोकप्रिय उठावाचे स्वरूप प्राप्त झाले. स्टॅनले वॉलपोर्ट या अमेरिकन इतिहासकाराच्या मते, 'ही घटना लष्करी बंडापेक्षा काही अधिक होती पण प्रथम राष्ट्रीय स्वातंत्र्यसंग्रामापेक्षा बरीच कमी होती.'

वरील सर्व दृष्टिकोनांपेक्षा वेगळा दृष्टिकोन डॉ. आर. सी. मुजुमदार मांडतात. डॉ. आर. सी. मुजुमदार यांच्या मते १८५७ च्या संघर्षात कोणतेही पूर्वनियोजन नव्हते. तसेच त्यामागे कोणतेही कुशल सूत्रसंचालन नव्हते. नानासाहेब पेशव्यांनी संघर्षाची योजना बनविली असणे शक्य नाही. नानासाहेबांचा प्रतिनिधी अजिमुल्लाह इंग्लंडमध्ये दुसऱ्या बाजीरावांची पेन्शन नानासाहेबांस मिळण्याच्या खटपटीसाठी इंग्लंडमध्ये गेला होता. बहादूरशहा स्वत:च १८५७ च्या उठावाने आश्चर्यचकित झाला होता. इच्छा नसताना तो नेता झाला. डॉ. एस. एन. सेन बहादूरशहांच्या संदर्भात पुढील टिप्पणी करतात - ''एकोणिसाव्या शतकाच्या पूर्वार्धात 'भारत' एक भौगोलिक संकल्पना होती. १८५७ मध्ये बंगाली,पंजाबी, हिंदुस्थानी, महाराष्ट्रीयन, मद्रासी ह्यांना या गोष्टीची जाणीव नव्हती की, आपण एका राष्ट्राचे सदस्य आहोत. उठावांचे नेते राष्ट्रीय नव्हते. बहादूरशहा संपूर्ण राष्ट्राचा सम्राट नव्हता. सैनिकांनी त्याला नेता बनण्यास जवळजवळ जबरदस्ती केली. बहुतांश लोक उदासीन व तटस्थ होते.''

डॉ. आर. सी. मुजुमदार यांनी 'Sepoy Mutiny and the Revolt of 1857' या पुस्तकात उठावाचे विश्लेषण केले. या ग्रंथात १८५७ बद्दल ते लिहितात. सत्तावनचा उठाव स्वातंत्र्यसंग्राम नव्हता. त्यांच्या मते बंडाने भिन्न भिन्न ठिकाणी भिन्न रूप धारण केले. यात सैनिकांव्यतिरिक्त सामान्य लोक, जमीनदार, भूमी मजूर, राज्य गेलेले शासक व इतरांचा सहभाग होता. मुजुमदारांच्या मते बंडखोर राजकीय व धार्मिक कारणांबरोबर आर्थिक लाभाच्या आशेने प्रेरित झाले होते. वेतन मिळेपर्यंत सैनिकांनी लढण्यास नकार दिला. ते परखडपणे लिहितात - ''सैनिक देशप्रेमाने भारलेले होते किंवा देश स्वातंत्र्यासाठी इंग्रजांविरुद्ध लढत होते. ह्यावर विश्वास ठेवण्यालायक एकही कृत्य सैनिकांच्या हातून घडले नाही.'' मात्र १८५७ ची घटना म्हणजे भारतातील ब्रिटिश सत्तेला आव्हान देण्याचे प्रतीक ठरली. त्यांच्या मते १८५७ च्या आधी झालेले लष्करी व बिनलष्करी उठाव म्हणजे एकाच साखळीच्या कड्या होत आणि अशा भिन्न असंतोषांनी मिळून १८५७ मध्ये स्फोट झाला व त्याने उग्र रूप धारण केले.

निष्कर्ष :

पाश्चात्त्य इतिहास लेखक स्वातंत्र्यसंग्राम शब्द वापरत नाहीत. त्यांच्याकडून गौरवाची अपेक्षा नाही. बंड हा शब्द स्वाभिमानाला धक्का देणारा आहे. १८५७ ला अपयश आले तरी भारतीय स्वातंत्र्याचा तो पहिला प्रयत्न होता.

२.३ उठावाचे परिणाम

राजकीय परिणाम

१) कंपनीच्या राजवटीची इतिश्री - १८५७ चा व्यापक प्रतिकार आपणास करावा लागेल, याची ब्रिटिशांना अगोदर कल्पनाच नव्हती. कंपनीच्या हालचालींवर पार्लमेंटचे लक्ष होतेच. त्यामुळे पार्लमेंटमध्ये कंपनीऐवजी प्रत्यक्ष राणीचे प्रशासन भारतात सुरू करावे, असा विचारप्रवाह सुरू होता. राणीच्या जाहीरनाम्याने व १८५८ च्या कायद्याने कंपनीच्या कारकिर्दीची इतिश्री झाली. राणीच्या जाहीरनाम्यात राणीने पूर्वीच्या धोरणांच्या चुकीची अप्रत्यक्ष कबुली दिली.

२) लष्करी पिळवणूक वाढली - ब्रिटिशांनी हिंदुस्थान अंतर्गत राज्यविस्ताराचे, संस्थाने खालसा करण्याच्या धोरणाचा शेवट केला व शांतता, सुव्यवस्था, स्वत:च्या साम्राज्याला अनुकूल अशी भौतिक प्रगती (रेल्वे) करायला सुरुवात केली. आशिया व रशियावर प्रभुत्व संपादण्यासाठी भारतीय भूमीचा वापर, अफगाणिस्तान व पर्शियात हस्तक्षेप, हाँगकाँगची चाचपणी, तिबेटवर स्वारी, चीनमध्ये ढवळाढवळ यासाठी भारतीय लष्कर, भारतीय संपत्ती यांचा गैरवापर झाला.

३) भेदनीतीचा अवलंब - 'फोडा व झोडा आणि राज्य करा' हे ब्रिटिशांचे जगभरातील सूत्र. त्यांनी साम, दाम, दंड, भेद या मार्गांनी भारतीय जनता व संस्थानिक यांच्यात फूट पाडली. १८५७ च्या उठावात कित्येक भारतीय पलटणी ब्रिटिशांना एकनिष्ठ राहिल्या, यातच ब्रिटिशांचे कर्तृत्व दिसते. संस्थानिकांना ब्रिटिशांनी आपल्या सत्तेचे हस्तक बनविले.

४) साहचर्य धोरण - १८५७ मुळे खडबडून जागे झालेल्या प्रशासनने लोकांच्या प्रतिक्रिया जाणून घेण्यासाठी भारतीयांशी काही प्रमाणात सहकार्य करण्याचे व भारतीयांचे सहकार्य घेण्याचे ठरविले. त्यानुसार १८६१ मध्ये 'इंडियन कौन्सिल ॲक्ट' तयार करण्यात आला. या कायदेमंडळात तीन बिनसरकारी हिंदी सभासद नेमण्यात येऊन त्यांच्याद्वारे जनमत समजण्यास मदत झाली. या तिघांनी या व्यासपीठाचा उपयोग करून घेऊन भारतीयांमधील राष्ट्रीय भावना वाढीस लावल्या.

प्रशासकीय परिणाम -

१) कंपनीचा कारभार पार्लमेंटकडे - ब्रिटिश पार्लमेंटने कायदा करून कंपनीचा कारभार राणीकडे दिला. राणीचा प्रतिनिधी म्हणून भारतमंत्री कारभार पाहणार. भारतमंत्र्यांच्या मदतीला पंधरा सदस्यांचे भारतमंडळ देऊन कंपनीचा अवतार समाप्त करण्यात आला. कंपनीचे लष्कर, नाविक दल संपुष्टात आले. कंपनीचे 'बोर्ड ऑफ

कंट्रोल' व 'बोर्ड ऑफ डायरेक्टर्स' यांचा कारभार नव्या कायद्याने (१८५८) संपला. अलाहाबाद येथे कॅनिंगने भव्य दरबार भरवून 'राणीच्या जाहीरनाम्या'चे सार्वजनिक वाचन केले. भविष्यातील राज्यकारभाराची दिशा दाखवून दिली.

२) प्रशासनाचे सुशासनात रूपांतर करण्याच्या हालचाली - १८५७ च्या धडकेने 'कंपनी' सरकारची सुरुवातीची अवस्था गोंधळल्यासारखी होती. एवढा असंतोष आपल्याविरुद्ध खदखदत आहे, याची कंपनीला कल्पना नव्हती. यामुळे राणीच्या जाहीरनाम्यात "भारतीयांची भरभराट हेच आमचे सामर्थ्य, त्यांचे समाधान हीच आमची सुरक्षितता आणि त्यांची कृतज्ञता हेच आमचे बहुमोल बक्षीस होय." अशी भूमिका घेण्यात आली.

३) लष्करी पुनर्रचना - १८५७ च्या प्रतिक्रियेने ब्रिटिश शहाणे झाले. १८५८ मध्ये नेमलेल्या पील कमिशनच्या शिफारशीनुसार दोन लक्ष हिंदी सैन्य कमी करण्यात आले. ७७ रेजिमेंट्स बरखास्त, एकोप्याच्या भावनेला तडा जावा म्हणून जातीय व पंथीय तत्त्वावर सैन्य उभारले. शीख, गुरखे, गढवाली, मराठे यांच्या स्वतंत्र पलटणी उभारल्या. तोफखाना, खजिने, दारूगोळा, किल्ले, महत्त्वाची कार्यालये यांचे संरक्षण फक्त ब्रिटिशांच्या ताब्यात देण्यात आले. भारतीयांना अन्यायी वागणूक देण्यासाठी ब्रिटिश शिपायांस जास्त पगार देण्यात येऊ लागले. 'समान काम असमान वेतन' असे तत्त्व लष्करात लागू केले.

४) नोकरशाहीची बांधणी - १८५७ ची पुनरावृत्ती नको म्हणून बलाढ्य नोकरशाहीची निर्मिती करण्यात आली. रेल्वे, तारा, टपाल यंत्रणा यात अधिकाधिक वाढ करण्याचे ठरले. पुढे भारत व इंग्लंड यांच्यात डायरेक्ट टेलिफोन यंत्रणा सुरू झाल्यावर प्रशासन अधिकच भक्कम झाले.

५) सनदी सेवा परीक्षा - भारतात प्रशासन चालविण्यासाठी इंग्रजांनी प्रशासनाची भरभक्कम चौकट निर्माण केली. इंडियन सिव्हिल सर्व्हिस (आयसीएस) सुरू करून त्याद्वारे भारतात नोकरी करू इच्छिणाऱ्यांचा एक वर्ग निर्माण करण्यात आला.

सामाजिक परिणाम

प्रतिगामी धोरणांचा अवलंब - राणीच्या जाहीरनाम्यात सामाजिक व धार्मिक सुधारणांच्या संदर्भात निर्हस्तक्षेपाचे धोरण पत्करण्यात आले होते. १८५७ च्या घटनेस आणि समाजात असंतोष पसरण्यास 'ब्रिटिशांचा सामाजिक व धार्मिक बाबतीतील हस्तक्षेप' कारणीभूत ठरला होता. या धोरणांमुळे सामाजिक सुधारणांना वेळ लागला.

नवनेतृत्वाचा उदय - १८५७ च्या अपयशास नेतृत्वाचे मागासलेपण कारणीभूत

झाले. भारतीय नेतृत्व आणि ब्रिटिशांचे नेतृत्व यातील फरक लोकांच्या लक्षात आला. कंपनी राज्यात ज्यांचे आर्थिक हितसंबंध सुरक्षित राहिले होते त्यांनी या उठावाकडे पाठ फिरविली. श्रीमंत वर्ग, जमीनदार वर्ग हे काठावर बसून होते. जो विजयी होणार त्याचा पक्ष हे लोक घेणार त्यामुळे भारतीयांना या वर्गाबद्दल वाटणारे ममत्व संपले. इंग्रजांचा पाडाव पारंपरिक शस्त्रास्त्रांनी होणार नसून त्यासाठी आधुनिक हत्यारे वापरावी लागतील, या निष्कर्षाप्रत भारतीय लोक आले.

फुटीरतेची बीजे - १८५७ च्या समरात हिंदू-मुसलमानांची अभूतपूर्व एकी दिसून आली. देशप्रेमाने भारावलेले लोक काय करू शकतात, याचीच ती चुणूक होती. त्यामुळे ब्रिटिशांनी ओळखले की भविष्यात राज्य करायचे असेल तर हिंदू-मुस्लीम ऐक्याला सुरुंग लावण्याखेरीज पर्याय नाही. त्यामुळे इंग्रजांनी भेदनीती वापरून त्या दृष्टीने प्रयत्न केले. शेवटच्या मुघल बादशहाची गादी नष्ट करून भविष्यात भारतीयांना प्रेरणास्थान उरणार नाही, याची काळजी ब्रिटिशांनी घेतली. उठावात सामील असणाऱ्या नेत्यांना व नबाबांना फाशी देण्यात आले. भविष्यात कोणीही बंड करू नये म्हणून हिंसक कारवाया, जमीन जप्ती इत्यादी गोष्टी करण्यात आल्या. पर्शियनऐवजी इंग्रजीस प्राधान्य देऊन भारतीय मागास राहतील याची काळजी घेण्यात आली.

१८५७ नंतरच्या लगतच्या कालखंडात हिंदूंना झुकते माप देऊन ब्रिटिशांनी मुस्लिमांवर अन्याय केला, ज्यायोगे दोघांमध्ये गैरसमज निर्माण होतील. अशी कृत्ये ब्रिटिशांनी जाणीवपूर्वक केली. या विषवृक्षाला लवकरच फळे आली व त्याची अंतिम परिणती पाकिस्तानच्या निर्मितीत झाली.

आर्थिक परिणाम - काही लोकांचे आर्थिक हितसंबंध कायम राखण्यात आले. सरंजामदार, संस्थानिक, जमीनदार, तालुकदार कायम आपणास एकनिष्ठ राहावेत म्हणून ब्रिटिशांनी काही धोरणे आखली. उठाव अपयशी झाल्यावर आम्ही आमच्या एकनिष्ठ लोकांची काळजी घेतो, हे दाखविण्यासाठी इंग्रजांनी अयोध्या प्रांतातील दोन तृतीयांश तालुकदारांना पूर्वीच्या जमिनी परत केल्या व त्यांना अधिक बक्षिसी देण्यात आली. जमिनींच्या संदर्भातील हक्क व सवलती देण्यात आल्या. संस्थानिक व जमीनदारांचे वंशपरंपरागत हक्क मान्य करण्यात येऊन या वर्गाला ब्रिटिशांनी १९४७ पर्यंत आपल्या बाजूस वळविले.

शैक्षणिक परिणाम - उठावानंतर विद्यापीठ स्थापनेच्या हालचालीस गती मिळाली. सुरुवातीला तीन विद्यापीठे स्थापण्यात आली. तेथे इंग्रजीतून शिक्षण देण्याची पद्धती सुरू करण्यात आली. या शिक्षणामुळे येथील नवशिक्षित तरुण शिक्षणासाठी परदेशात जाऊ लागले. इंग्रजी भाषेतील ग्रंथांच्या अनुवादास चालना मिळाली. उच्चशिक्षित तरुण

मतपत्रांच्या साहाय्याने जनतेत जागृती करू लागले. या इंग्रजी शिक्षित वर्गाकडूनच नव्या मध्यमवर्गाचा उदय होऊ लागला. राजे, संस्थानिक, जमीनदार यांचे पारंपरिक नेतृत्व मागे पडून त्याची जागा हे नवशिक्षित तरुण घेऊ लागले. यामुळे सारा नूरच बदलून केला. 'इंडियाज स्ट्रगल फॉर इंडिपेंडन्स' या ग्रंथात बिपिनचंद्र लिहितात - ''एखाद्या घटनेचे मोल तिच्या तात्कालिक यशापयशावरून ठरविता येत नाही, हे लक्षात घेतल्यास निव्वळ 'एक ऐतिहासिक शोकांतिका' म्हणून १८५७ च्या उठावाकडे पाहता येणार नाही. हा उठाव अयशस्वी झाला असला तरी नंतर यशस्वी ठरलेल्या स्वातंत्र्य चळवळीस याच उठावातून प्रेरणा मिळाली हे नाकारता येणार नाही. या उठावातून जे साध्य झाले नाही ते पुढे राष्ट्रीय चळवळीने साध्य केले.

प्रश्न :

प्र. १. प्रत्येकी १०० शब्दांत टिपा लिहा.

१) शेवटचा मुघल बादशहा

२) झाशीची राणी लक्ष्मीबाई

३) रणधुरंधर तात्या टोपे

प्र. २. प्रत्येकी २०० शब्दांत उत्तरे लिहा.

१) १८५७ च्या स्वातंत्र्य समरापूर्वीचे महाराष्ट्रातील विविध उठाव लिहा.

२) १८५७ च्या स्वातंत्र्यसमराचे उत्तर भारतात कसे पडसाद उमटले?

३) ब्रिटिश इतिहासकारांचा '१८५७' कडे बघण्याचा दृष्टिकोन लिहा.

प्र. ३. प्रत्येकी ५०० शब्दांत उत्तरे लिहा.

१) १८५७ च्या स्वातंत्र्यसमराच्या व्याप्ती व परिणामांची चर्चा करा.

२) स्वातंत्र्यवीर सावरकरांचा '१८५७' कडे बघण्याचा दृष्टीकोन स्पष्ट करा.

प्रकरण
३

सामाजिक व धार्मिक सुधारणा चळवळी
(Social and Religious Movement)

३.१ पार्श्वभूमी
३.२ राजा राममोहन रॉय आणि ब्राह्मो समाज
३.३ आर्य समाज
३.४ प्रार्थना समाज
३.५ सत्यशोधक समाज
३.६ थिऑसॉफीकल सोसायटी

या प्रकरणात आपण भारतातील सामाजिक व धार्मिक सुधारणा चळवळींचा थोडक्यात आढावा होणार आहोत. या प्रकरणात ब्राह्मो समाज, आर्य समाज, प्रार्थना समाज, सत्यशोधक समाज, थिऑसॉफीकल सोसायटी यांचा आपण थोडक्यात आढावा घेणार आहोत. सामाजिक, धार्मिक सुधारणा चळवळीत वरील संस्थांचे नेमके योगदान काय आहे, हे तपासण्याचा प्रयत्न येथे केलेला आहे. या सगळ्या कार्याला जो संस्थात्मक संदर्भ आहे त्याचे वेगळेपण शोधण्याचा प्रयत्न केलेला आहे.

३.१ पार्श्वभूमी

१९ व्या शतकाच्या सुरुवातीच्या दोन दशकांत ब्रिटिश सत्ता भारतात दृढमूल झाली. कोणत्याच एतद्देशीय सत्तेकडे ब्रिटिशांना हरविण्याचे सामर्थ्य नव्हते. याचा फायदा घेऊन इंग्रजांनी आपली एकछत्री सत्ता भारतावर प्रस्थापित केली. १९ व्या शतकाची सुरुवात हा भारतीय इतिहासात आधुनिक कालखंडाचा प्रारंभबिंदू समजला जातो. 'इंग्रजी कायद्यासमोर सगळे भारतीय समान' या सूत्राची छाप येथील समाजजीवनावर पडली. इंग्रजी भाषेच्या शिक्षणाने येथे एक नवे मन्वंतर घडून आले. देश एकाच भाषेच्या सूत्रात

बांधला जाऊ लागला. राज्यकारभाराची भाषा आणि भाकरीची भाषा एक होऊ लागली. इंग्रजी शिक्षणाने येथे एक नवाच सुशिक्षित वर्ग उदयाला आला. तो भारतीय समाजाकडे नव्या विशेषत: बुद्धिवादी चष्म्यातून पाहू लागला. आपल्या समाजातील रूढी व अंधश्रद्धा यांच्याकडे तो पाहू लागला. यातूनच सामाजिक व धार्मिक सुधारणा चळवळीस आरंभ झाला. सुधारणा किंवा क्रांतीचे विचार सर्वप्रथम एका व्यक्तीच्या डोक्यात येतात आणि ते सर्वत्र पसरतात. भारतातील सामाजिक व धार्मिक सुधारणा चळवळीसुद्धा त्याला अपवाद नाहीत.

व्यक्ती आणि संस्था

प्राचीन आणि मध्ययुगीन भारतात येथील समाजजीवन संस्थाकेंद्रित नव्हते, तर ते सत्ताकेंद्रित होते. राजा, सुभेदार, जहागीरदार, सरदार यांच्या लहरींशी सामान्यांचे जीवन जखडले गेले होते. एखाद्या राज्यकर्त्याचा अपवाद सोडल्यास कमी-अधिक प्रमाणात भारतभर हीच परिस्थिती होती. ही पार्श्वभूमी लक्षात घेतल्यास ब्राह्मो समाज आणि राजाराममोहन रॉय, आर्य समाज आणि दयानंद सरस्वती, प्रार्थना समाज आणि डॉ. आत्माराम तर्खडकर व न्यायमूर्ती म. गो. रानडे, सत्यशोधक समाज व महात्मा ज्योतीराव फुले, थिऑसॉफिकल सोसायटी आणि डॉ. ॲनी बेझंट यांचे साहचर्य लक्षात येईल. अर्थात राजकारणही याला अपवाद नव्हते. उदा. काँग्रेस आणि महात्मा गांधी, मुस्लीम लीग आणि बॅ. जीना. सशस्त्र क्रांतिकारकांचा लढा तर व्यक्तिकेंद्रित असणे अगदी अपरिहार्य होते. उदा. अभिनव भारत आणि बॅ. वि. दा. सावरकर.

संस्थात्मक जीवन

'महाराष्ट्रातील संस्थात्मक जीवन' या प्रा. ग. प्र. प्रधान लिखित लेखात त्यांनी संस्थात्मक जीवनाचे महत्त्व पुढील शब्दांत वर्णिले आहे.

'अमूर्त कल्पना समाजजीवनांत साकार व्हावयाची असल्यास तिला आधारभूत अशी संस्था निर्माण करावी लागते. हे करताना कठोर वास्तवतेचा विचार करावा लागतो. मग मुळच्या कल्पनांना, तत्त्वज्ञानाला मुरड पडते. कित्येकदा तर मूळ आधारभूत कल्पना लुप्त होऊन तिला साधनरूप झालेल्या संस्थेसच महत्त्व येऊन बसते. धर्मकल्पनेची जागा कर्मकांड घेते. काही माणसे यामुळे अस्वस्थ होतात व या संस्था मोडण्याची भाषा बोलू लागतात आणि पुन्हा विचारमंथन सुरू होते; पण समाजजीवनाचा धागा अतूट राहतो. तो संस्थांमुळेच हे मान्य केले पाहिजे. कोणताही समाज विचारात घेतला तरी स्थैर्य व परिवर्तन ही दोनही तत्त्वे वेगवेगळ्या कालखंडात प्रभावी झालेली दिसून येतात आणि समाजपरिवर्तन हे विचार व व्यक्ती यांच्यामुळे होत असले तरी समाजाला या दोनही कल्पनांचे वाहन बनविण्याची शक्ती संस्थांमध्येच असते.'

ब्रिटिशांच्या आगमनापूर्वी मध्ययुगीन महाराष्ट्रात दोनच संस्था अत्यंत महत्त्वाच्या होत्या, जातिसंस्था व ग्रामसंस्था. 'कायदा गतीचा पाळा' हा नियम न पाळल्याने या दोन्ही संस्था गतीच्या काळाशी विसंगत होत गेल्या. महाराष्ट्रात संस्थात्मक जीवनाचा उदय होण्यास कोणते कारण सर्वाधिक महत्त्वाचे ठरले, हे सांगताना प्रा. प्रधान लिहितात - "ब्रिटिशांनी हिंदुस्थान का जिंकला याचा जेव्हा आपल्याकडील लोकधुरीण विचार करू लागले त्या वेळी केवळ शस्त्रबळावर ब्रिटिशांनी आपला पराभव केला. या मीमांसेचा उथळपणा त्यांना समजून आला. ब्रिटिशांचे संघटनचातुर्य विरुद्ध भारतीय समाजातील विघटन, ब्रिटिशांची भौतिक निष्ठा विरुद्ध आमची होणारी ऐहिक जीवनाची उपेक्षा, ब्रिटिशांची भौतिक निष्ठा विरुद्ध आमच्या समाजाच्या मनावरील अंधश्रद्धेचा पगडा या विषम सामन्यात आमचा पराभव झाला नसता तर नवल! अशा रीतीने नव्या युगास आवश्यक असणाऱ्या सुधारणांची जी सर्वांगीण जाणीव आमच्या लोकधुरीणांत झाली त्यातूनच महाराष्ट्राचे नवे संस्थात्मक जीवन निर्माण झाले."

या पार्श्वभूमीवर आपणास भारतातील संस्थात्मक जीवनाचे मर्म समजावून घेणे आवश्यक आहे. पाश्चात्त्य पद्धतीप्रमाणेच आपणास व्यक्ती स्वातंत्र्याची जपवणूक, व्यक्तीच्या प्रगतीची ग्वाही आणि संस्थात्मक मार्गाद्वारे सामाजिक पुनर्रचनेचा ध्यास या कालखंडात धरावा लागला.

३.२ राजा राममोहन रॉय आणि ब्राह्मो समाज

आधुनिक भारताचे निर्माते म्हणून रॉय यांना ओळखले जाते. १९ व्या शतकातील सामाजिक, धार्मिक, शैक्षणिक सुधारणा यांमध्ये त्यांनी पुढाकार घेतला. सर्व धर्मांचा तौलनिक अभ्यास केला. या अभ्यासातूनच त्यांनी धार्मिक समानता आणि बंधुभाव, ऐक्य यांचा पुरस्कार केला.

१७७२ मध्ये बंगाल प्रांतातील बरद्वान जिल्ह्यातील राधानगर गावातील एका सधन आणि सनातनी घराण्यात त्यांचा जन्म झाला. वडिलांकडून त्यांनी कर्मठ व परंपरागत विचारांचा वारसा घेतला नाही. भाषांच्या अभ्यासाची गोडी लागल्यावर उर्दू, फारसी, इंग्लिश, फ्रेंच, संस्कृत या भाषांचा त्यांनी कसून अभ्यास केला. सूफींचा त्यांच्या विचारांवर प्रभाव पडला. अशा मोकळ्या मनाच्या तरुणाचे घरात रमणे अवघडच होते. गृहत्याग केल्यावर बंगाल प्रांतातील रंगपूर येथे एका इंग्रज गृहस्थाच्या घरी राहत असताना त्यांनी हिंदू, इस्लाम, ख्रिश्चन धर्मांचा कसून अभ्यास केला. याच काळात ते एक दशक ईस्ट इंडिया कंपनीच्या नोकरीत होते.

नोकरी सोडून १८१५ मध्ये ते कोलकाता येथे आले. येथे त्यांनी आत्मीय सभेची स्थापना केली. याच काळात वेदांचा सखोल अभ्यास करून ते एकेश्वरवादाचा पुरस्कार

करू लागले. संस्कृतच्या गोडीतून १८२५ मध्ये त्यांनी वेदांत कॉलेजची स्थापन केली. पश्चिमी देशांकडील विज्ञान आणि पूर्वेकडील देशांचे अध्यात्म एकत्र आले पाहिजे, असे त्यांना उत्कटतेने वाटू लागले. याच्याच जोडीला मातृभूमीच्या पायातील साखळदंड (जातिभेद, धर्मभेद, अंधश्रद्धा, रूढी, कर्मकांड) त्यांना जाचू लागले. मातृभूमीच्या विकासातील अडचणी दूर करण्यासाठी त्यांनी स्वत:चे जीवन अर्पण करण्याचे ठरविले.

याच विचारातून त्यांनी 'ब्राह्मो समाजा'ची स्थापन केली. ग्रंथप्रामाण्याऐवजी व्यक्तिगत विवेकबुद्धीला त्यांनी प्राधान्य दिले. मूर्तिपूजा, कर्मकांड यांस ब्राह्मो समाजात जागा ठेवली नाही. मानवी आयुष्याला शुद्ध नैतिक वर्तणुकीचा पाया आवश्यक असल्याचे त्यांनी प्रतिपादिले. स्त्री-पुरुष समानता, जातिभेद निर्मूलन आणि अंधश्रद्धांना विरोध या तिन्ही गोष्टींस त्यांनी प्राधान्य दिले. त्या काळाचा विचार करता हे किती अवघड होते, याची कल्पनाच फक्त करता येते.

स्वकीयांच्या विरोधाला तोंड देऊन त्यांनी स्त्रीसुधारणांचा कार्यक्रम हाती घेतला. बालविवाह आणि सती पद्धतीला त्यांनी विरोध केला. 'सती' जाण्यासारख्या क्रूर व अमानुष पद्धतीस कायद्याने बंदी घालण्याची त्यांनी मागणी केली. लॉर्ड बेंटिकने धाडस दाखवून १८२९ मध्ये सती प्रथा कायद्याने बंद पाडली. भारतात स्त्रियांना असणाऱ्या दुय्यम दर्जाविरोधात जागृती करणे, बहुपत्नीत्व पद्धतीला विरोध करणे, स्त्रियांना कोणत्याही प्रकारचे आर्थिक स्वातंत्र्य नसणे याच्या विरोधात भारतात सर्वप्रथम रॉय यांनीच कार्य केले. त्यामुळे ते स्त्रीमुक्ती चळवळीचे व स्त्री शिक्षणाचे आद्य प्रवर्तक मानले जातात.

आज ज्या समान नागरी कायद्याची सर्वत्र चर्चा चालू आहे. त्याच आशयाचे विचार रॉय यांनी मांडले होते. सर्व भारतीयांना एकच समान सामाजिक कायदा लागू करावा असे त्यांचे मत होते. स्त्री मुक्ती आणि सामाजिक-धार्मिक सुधारणा यांसाठी शिक्षणाला पर्याय नाही, असे त्यांचे मत होते. त्यासाठी दोनशे वर्षांपूर्वीच त्यांनी इंग्रजी भाषेचा पुरस्कार करून, इंग्लिश माध्यमाचा आग्रह धरून गणित आणि विज्ञान विषय अभ्यासक्रमात सक्तीने आणण्याची गरज व्यक्त केली. यातच त्यांचे द्रष्टेपण दडले आहे. १८१६ मध्ये आपल्या या विचारांच्या प्रसारार्थ त्यांनी एक शाळा सुरू केली. बंगाली भाषेचे पहिले व्याकरण इंग्लिशमध्ये रॉय यांनी लिहून प्रसिद्ध केले.

वृत्तपत्रांच्या संदर्भात राय यांचे कार्य महत्त्वाचे आहे. १८२० मध्ये त्यांनी 'मिरात उल् अखबार' हे फारसी वृत्तपत्र काढले. १८२६ मध्ये 'संवादकौमुदी' हे बंगाली पत्र सुरू केले. फारसी, हिंदी, बंगाली, इंग्लिश या भाषांमधून ४७ पुस्तके लिहिली. स्वमतप्रसारार्थ एवढी दीर्घ लेखणी चालविणारा त्या काळात दुसरा कोणी झाला नाही. खरं म्हणजे त्यांना 'लेखनकामाचे पितामह' हीच पदवी शोभते.

राजकीय क्षेत्रात त्यांनी व्यक्तीच्या जीवित, वित्त व स्वातंत्र्याच्या हक्कांचा पुरस्कार

केला. सामाजिक सुधारणा व मानवी कल्याणाच्या आड कोणी येता कामा नये, याचा त्यांनी पुरस्कार केला. इंग्रज जे काही करीत आहेत त्याची परिणती भारताच्या स्वातंत्र्यात होईल, असे त्यांचे मत काळाने खरे ठरविले. १८३० मध्ये रॉय दिल्लीच्या मुघल बादशहाचे वकील म्हणून इंग्लंडला गेले. तेथे त्यांना 'राजा' हा किताब मिळाला. १८३३ मध्ये त्यांचा मृत्यू परदेशात झाला.

ब्राह्मो समाज

आधुनिक भारताचा इतिहास ब्राह्मो समाजाच्या उल्लेखाशिवाय अपुरा आहे. भारतीय प्रबोधनाची प्रेरणा देणारा आणि प्रबोधन पुढे नेणारा समाज म्हणजे ब्राह्मो समाज, परमेश्वराच्या उपासनेसाठी आणि विशेषत: ही उपासना आधुनिक पद्धतीने कशी करावी याची शिकवण देण्याकरिता राजा राममोहन रॉय यांनी २० ऑगस्ट १८२८ या दिवशी या समाजाची स्थापना केली.

या स्थापनेच्या कामी रॉय यांना त्यांच्या तीन मित्रांची मोलाची मदत झाली. महाराजा द्वारकानाथ टागोर, कालिनाथ रॉय, मथुरानाथ मलिक या तिघांच्या सहकार्याने कोलकाता येथे ब्राह्म उर्फ ब्राह्मो समाजाची स्थापना झाली. या समाजाच्या विचारसरणीकडे लोक आकर्षित होऊ लागले. उपासनेसाठी स्वतंत्र उपासना मंदिर उभारण्यात आले. २३ जानेवारी १८३० रोजी उपासना मंदिराचे उद्‌घाटन झाले. मंदिराची उद्दिष्ट पुढीलप्रमाणे होते - 'या उपासना मंदिरात सर्व विश्वाचा नियंता व रक्षणकर्ता अशा एकाच शाश्वत, निर्विकार व अतर्क्य अशा परमेश्वराचीच उपासना केली जाईल. कोणत्याही समाजात एखाद्या विविक्षित नावाने प्रचलित असलेल्या देवाची येथे उपासना होणार नाही तसेच येथे कोणतीही मूर्ती, चित्र अगर पुतळा अथवा असेच कोणतेही प्रतीक ठेवण्यात येणार नाही. पूजेच्या निमित्ताने किंवा आहारासाठी येथे कोणत्याही जिवाची हत्या होणार नाही किंवा इतर खाद्यपेयादी व्यवहार होणार नाहीत. तसेच कोणाही पंथाच्या वा व्यक्तीच्या उपासना पद्धतीसंबंधी किंवा मूर्तीसंबंधी टीका किंवा निंदा व्यक्त होईल असे भाषण केले जाणार नाही. ज्याच्या योगाने नीती, भूतदया, पावित्र्य, परोपकार इ. सद्‌गुणांचा विकास होईल आणि सर्व धर्मांचे व पंथांचे लोकांत सलोखा वाढेल, असाच उपदेश व संवाद येथे करता येईल.'

समाजाच्या स्थापनेचा उद्देश

सार्वत्रिक एक धर्म निर्माण करणे हेच समाजाचे उद्दिष्ट. समाजात मैत्री, समता, बंधुता निर्माण करणे, सगळा मानवसमाज एक असून सर्वांचे एकच विश्वकुटुंब ही भावना निर्माण करणे, जगातील सर्व धर्मांचे एकच सार म्हणजे एकेश्वर भक्ती निर्माण करणे. अखिल विश्व हेच परमेशाचे मंदिर आहे. हृदय हेच परमेश्वराच्या अनुभवाचे द्वार, विवेकबुद्धी हीच देववाणी, कर्तव्यबुद्धी हे ईश्वरी शासन, सत्य हेच अविनाशी शास्त्र,

विश्वव्यापी प्रेम हाच निरपवाद नियम, जीवन हीच प्रगमनशील यात्रा आणि मानवजात हीच विश्वाची शोभा, अशा प्रकारची समृद्ध धर्मनिष्ठा निर्माण करून सर्व धर्मांचे संगमस्थान असे धर्मपीठ व्हावे यास्तव ब्राह्मो समाजाची स्थापन करण्यात आली.

रॉय यांची भूमिका

जगातील सर्व धर्मग्रंथ व धर्म हे मानवनिर्मित आहेत. परमेश्वर निराकार आहे, मानवी मनात स्वार्थबुद्धी असते तो दोष आहे. मूर्तिपूजेचा त्याग केला पाहिजे व सामूहिक उपासनेला प्राधान्य दिले पाहिजे. यासाठी प्रत्येक आठवड्याच्या शेवटी संध्याकाळी एकत्र जमून सामूहिक प्रार्थना, प्रवचन, ध्यान, भक्तिपर संगीत या गोष्टींना रॉय यांनी महत्त्व दिले. रॉय यांचे हे विचार काळाच्या पुढेच होते. त्यामुळे त्यांना विरोध झाला. रॉय सर्वांच्या विरोधाला धीरोदात्तपणे तोंड देत होते. त्यांनी अनेक धर्मांचा तुलनात्मक अभ्यास केला होता. स्वत:चे ज्ञान इतरांना देण्यासाठी ते कायम सज्ज असत. ख्रिस्ती मिशनऱ्यांना बंगालीत बायबलच्या नव्या कराराचे भाषांतर कसे करावे याचे मार्गदर्शन त्यांनी केले. पुढे रॉय यांनी स्वत:च छापखाना काढून एकेश्वरमतवादाच्या प्रचारासाठी पुस्तके लिहून छापली. 'संवाद कौमुदी' मतपत्र सुरू केले.

उपासना - मागे उल्लेख केलेल्या साप्ताहिक उपासनेचे चार भाग होते. यातील सर्वांत महत्त्वाचा भाग म्हणजे वैदिक मंत्राचे पठण हा होता. त्यानंतर उपनिषदांतील वेचक भागांचे वाचन करणे आणि त्याचा बंगालीत अनुवाद करणे, पुढे याच भागावर प्रवचन आणि शेवटी सामुदायिक संगीत भजन. याला अनुयायांनी उत्तम प्रतिसाद दिला.

राजा राममोहन रॉय यांचा मृत्यू झाल्यानंतर १८४१ मध्ये देवेंद्रनाथ टागोर यांनी समाजाची धुरा सांभाळली. ब्राह्मो समाजाचे प्रचारक शिकवून तयार करण्याकरिता टागोर यांनी तत्त्वबोधिनी पाठशालेची स्थापन केली. पुढे हे प्रचारक पंजाबपासून पूर्व बंगालपर्यंत पसरले. याच काळात अंत:प्रेरणा आणि निसर्गाचे अवलोकन यावर भर देण्यात आला. टागोरांनी धर्माध्ययनाचे अनौपचारिक शिक्षण घेण्यासाठी 'ब्राह्मविद्यालय' नावाचे अनौपचारिक शिक्षण केंद्र सुरू केले. १८५७ मध्ये केशवचंद्र सेन ब्राह्मो समाजात आले आणि समाजाच्या कार्याला आलेली मरगळ दूर झाली. १८६० मध्ये त्यांनी सामाजिक सुधारणा कार्यासाठी 'संगत सभा' स्थापन केली. स्वार्थत्यागामुळे आणि दुष्काळ निवारण्याच्या कार्यात या सभेने प्रभावी कामगिरी केली. 'इंडियन मिरर' हे मतपत्र आणि कोलकाता कॉलेज सुरू करण्यात या मंडळींनी पुढाकार घेतला. सेन यांचे चारित्र्य, विद्वता आणि निष्ठा यांचा प्रभाव समाजावर पडला. सेन यांनी आपल्या पत्नीला ब्राह्मो समाजात प्रवेश देऊन स्त्रियांना समाजात प्रथमच प्रवेश दिला. हे कृत्य त्या काळात अत्यंत बंडखोरीचे गणले गेले. विधवाविवाह आणि आंतरजातीय विवाहाचा पुरस्कार करून सेन यांनी या

विषयासंदर्भात भारत यात्रा सुरू केली. या सामाजिक सुधारणांना ब्राह्मो समाजातील जुन्या मंडळींनी विरोध सुरू केला. या सगळ्याला कंटाळून सेन यांनी ब्राह्मो समाजाचा त्याग केला. 'धर्मतत्त्व' नावाचे नियतकालिकाही त्यांनी याच काळात सुरू केले. ११ नोव्हेंबर १८६६ रोजी सेन यांनी 'भारतवर्षीय ब्राह्मो समाज' या संस्थेची स्थापना केली. सामाजिक व बौद्धिक स्वातंत्र्याचा पुरस्कार करून सेन या समाजाचे चिटणीस झाले. यामुळे मूळ ब्राह्मो समाज हा 'आदि ब्राह्मो समाज' व केशवचंद्र सेन यांचा समाज 'भारतवर्षीय ब्राह्मो समाज' म्हणून ओळखला जाऊ लागला. १८६९ मध्ये सेन इंग्लंडला गेले. महाराणी व्हिक्टोरियाची भेट घेऊन आल्यावर भारतात त्यांनी 'द इंडियन रिफॉर्म असोसिएशन' संस्थेच्या माध्यमातून समाजसेवेची कामे सुरू केली.

सामाजिक कार्य

सेन यांनी मुलींकरिता माध्यमिक पाठशाळा, प्रौढ स्त्रियांच्या शिक्षणाची सोय (व्हिक्टोरिया इन्स्टिट्यूशन), मुलांसाठी उद्योग प्रशाला आणि सुलभ समाचार हे बंगाली साप्ताहिक सुरू केले. आंतरजातीय विवाह आणि विधवा विवाह या दोन सुधारणांना कायदेशीर पाठिंबा मिळावा म्हणून १८७२ मध्ये 'ब्राह्म मॅरेज ॲक्ट' ब्रिटिश शासनातर्फे सेन यांनी संमत करून घेतला. पुढे सेन यांचे नेतृत्व मानण्यास नकार देऊन त्यांचे काही अनुयायी बाहेर पडले. सेन यांनी स्वत:च्या मुलीचा वयाच्या १२ व्या वर्षी बालविवाह घडवून आणल्याने कर्ते अनुयायी नाराज झाले. त्यांनी 'भारतवर्षीय ब्राह्मो समाजातून' बाहेर पडून स्वत:चा 'साधारण ब्राह्मो समाज' स्थापला. पंडित शिवनाथ शास्त्री यांनी या समाजाचे नेतृत्व केले. त्यांनी सर्वसंमतीने निर्णय व स्त्रीशिक्षणावर भर दिला. १८ वर्षांपेक्षा अधिक वय, दैनंदिन उपासना, जात आणि मूर्तीपूजेचा त्याग या अटी पाळणारास 'साधारण ब्राह्मो समाजात' प्रवेश होता. या समाजाने बंगाल, आसाममध्ये शेकडो शाळा काढून शिक्षण सर्वांसाठी खुले केले. महर्षी विठ्ठल रामजी शिंदे यांना याच समाजाने धर्मशिक्षण घेण्यासाठी इंग्लंडला पाठविले.

मूल्यमापन

स्त्रीशिक्षण, स्त्रीस्वातंत्र्य, मिश्रविवाह यास समाजाने पाठिंबा दिला. तत्त्वकौमुदी, इंडियन मेसेंजर, संजीवनी, वामबोधिनी, मुकुल, मॉडर्न रिव्ह्यू, प्रवासी, सुप्रभात, सेवक, महिला, सोपान या नियतकालिकांच्या माध्यमातून समाजाने लोकशिक्षणाचे कार्य केले. तर्कतीर्थ लक्ष्मणशास्त्री जोशी यांच्या मते, 'या देशात प्रथम ब्राह्मो समाजाने नियतकालिकांचे महत्त्व स्थापित केले. ब्राह्मो समाजाचे मूळ प्रणेते राममोहन रॉय हे वृत्तपत्रस्वातंत्र्याचे पहिले पुरस्कर्ते होत. कृष्णकुमार मित्र, पं. सीतानाथ तत्त्वभूषण, नगेंद्रनाथ चतर्जी, धीरेंद्रनाथ चौधरी, हेमचंद्र सरकार यांच्यासारख्या शेकडो ब्राह्म विद्वानांनी

चरित्रात्मक, ऐतिहासिक, धार्मिक आणि तात्त्विक वाङ्मय प्रसिद्ध केले. त्याच्या योगाने बंगाली साहित्य संपन्न झाले. रवींद्रनाथ टागोर हे ब्राह्मो समाजाचे प्रतिभावंत कवी विश्वविख्यात झाले.'

तर्कतीर्थ लक्ष्मणशास्त्री जोशी यांच्या शब्दांत ब्राह्मो समाजाचे महत्त्व वा योगदान पुढीलप्रमाणे आहे - "जगातील सर्व धर्मांचा समन्वय करून व त्यातील सारभूत असे एकेश्वर उपासनेचे तत्त्व स्वीकारून सर्व मानवी समाजांचे जगातील सर्व राष्ट्रांमध्ये मानवी बंधुतेच्या तत्त्वावर सामंजस्य घडवून आणणे व तद्नुसार सामाजिक संस्थांमध्ये सुधारणा करणे अशा ध्येयवादाने प्रेरित झालेले ब्राह्मो सामाजाचे हे आंदोलन एकोणिसाव्या शतकात बंगाल व पूर्व भारतामध्ये फार मोठे समाजप्रबोधनाचे कार्य करीत राहिले. आधुनिक भारताच्या आधुनिक विचारसरणीचे मूळ उगमस्थान ब्राह्मो समाजाच्या आंदोलनात सापडते. मानवी समाजाचे थोर भवितव्य सिद्ध व्हावयाचे तर ही ब्राह्मो समाजाची वैचारिक प्रेरणाच यशस्वी व्हायला पाहिजे. ब्राह्मो समाजाच्या आंदोलनाला विसाव्या शतकात उतरती कळा लागली आहे. हिंदू धर्मापेक्षा ब्राह्म धर्म हा निराळा विश्वधर्म आहे, अशा तऱ्हेची भावना तत्कालीन अनेक ब्राह्मो समाजी व रूढीवादी हिंदूंमध्ये प्रसृत झाली होती. परंतु, ब्राह्म धर्म हा हिंदू धर्मावरच तुलनात्मक धर्मशास्त्राच्या द्वारे संस्कार केलेला असा विश्वबंधुत्ववादी धर्म असल्यामुळे जगातील धार्मिक संघर्ष नष्ट करण्याची स्फूर्ती त्याच्या मुळाशी होती, हेही नितांत मूलभूत रहस्य लक्षात ठेवले पाहिजे."

३.३ आर्य समाज

या समाजाची स्थापना स्वामी दयानंद सरस्वती यांनी (मूलशंकर करसनजी तिवारी) १८७५ रोजी मुंबईस केली. स्वामी दयानंद हे काठेवाडातील टंकारा नामक खेडेगावी १८२४ मध्ये जन्मले. बालपणी त्यांनी संस्कृतचा दांडगा अभ्यास केला होता. कुशाग्र बुद्धिमत्ता आणि वक्तृत्व यांच्या जोरावर ते पुढे आले. विशीतच त्यांनी संन्यास घेतला आणि हिमालयात वेद आणि योग यांचा अभ्यास केला. मथुरेचे विरजानंद यांच्याकडून त्यांनी अनुग्रह घेतला. सत्य आणि वैदिक ज्ञानाच्या पुन:स्थापनेसाठी त्यांनी आयुष्य वाहून घेतले. यासाठी आर्य समाज स्थापला.

या पंथाची मुख्य दहा तत्त्वे

१) सर्व सत्यविद्या व जे पदार्थ सत्यविद्येने जाणले जातात, त्या सर्वांचे मूळ परमेश्वर होय.

२) ईश्वर सच्चिदानंद स्वरूप, निराकार, सर्वशक्तिमान, न्यायकारी, दयाळू, आजन्म, अनंत, निर्विकार, अनादी, अनुपम, सर्वव्यापक, पवित्र सृष्टीकर्ता आहे व त्याची उपासना करणे योग्य आहे.

३) वेद सत्यविद्येचे शास्त्र आहे. वेद शिकणे, शिकविणे, ऐकणे आणि ऐकविणे हा प्रत्येक आर्याचा परम धर्म आहे.

४) सत्याचे ग्रहण व असत्याचा त्याग करण्यास सर्वदा तत्पर असावे.

५) सर्व कामे धर्मानुसार अर्थात सत्याचा विचार करून वर्तन केले पाहिजे.

६) जगावर उपकार करणे हा समाजाचा मुख्य उद्देश आहे. शारीरिक व सामाजिक उन्नती हीही त्याची उद्दिष्टे होत.

७) सर्वांबरोबर प्रीतीपूर्वक व धर्मानुसार योग्य वर्तन केले पाहिजे.

८) अविद्येचा नाश व विद्येची वृद्धी केली पाहिजे.

९) प्रत्येकाने आपल्याच उन्नतीमध्ये संतुष्ट न राहता सर्वांच्या उन्नतीमध्ये स्वत:ची उन्नती समजावी.

१०) हितकारी नियम पाळण्यात सर्वांना स्वातंत्र्य हवे.

भारताला पुन्हा वैदिक मार्गांवर नेणे व सर्व जगाला वैदिक धर्म शिकविणे. ही आर्य समाजाने आपली परमश्रेष्ठ कर्तव्ये ठरविली व वेदांच्या उद्धाराचे व प्रचाराचे कार्य हिरिरीने चालू केले. समाजाच्या आज्ञेप्रमाणे प्रत्येकाने पंचमहायज्ञ रोज केले पाहिजेत. ब्रह्मयज्ञ, देवयज्ञ, पितृयज्ञ, अतिथियज्ञ व बलियज्ञ हे पंचमहायज्ञ होत.

स्वामी दयानंदानी स्वमतप्रसाराकरिता 'सत्यार्थप्रकाश' ग्रंथ लिहिला. वेदांचे ज्ञान लोकांपर्यंत पोहोचविण्यासाठी वेदभाष्य ग्रंथ लिहिला. आर्य समाजात हा ग्रंथ प्रमाण मानला जातो. आर्य समाज जन्मसिद्ध जातिभेद मानीत नाही, परंतु गुणकर्मांनी बनलेले चातुर्वर्ण्य मानतो. उदा. तप, विद्या, शांती हे गुण असलेला ब्राह्मण, वीरवृत्ती व नेतृत्व असलेला क्षत्रिय, धनसंग्रह चतुर, वैश्य व शरीरश्रमावर भर देणारा शूद्र.

मूळ वेदांत मूर्तिपूजा, अवतारवाद, व्रते, तीर्थे, पौराणिक अनुष्ठाने इत्यादींचा पुरस्कार नाही. त्यामुळे आर्य समाजी प्रवर्तकांनी या सर्व गोष्टी त्याज्य ठरविल्या, श्राद्धे बंद केली व पुरोहितांनाही रजा दिली; राम-कृष्ण हे ईश्वरी अवतार नसून श्रेष्ठ मानव होते. असे ते लोकांना समजावून सांगू लागले.

जातिभेद व अस्पृश्यता आर्य समाज मानीत नाही. वेदाध्ययनाचा अधिकार तो सर्वांना मानतो. स्त्रियांना व शूद्रांना वेदाध्ययनाचा अधिकार आहे. हे सरस्वती यांनी सिद्ध केले. स्त्रीशिक्षणास प्रोत्साहन तर जातिभेदांवर टीका केली. स्वमत प्रचारार्थ भारत भ्रमण केले.

सुरुवातीस समाजाच्या प्रवर्तकांनी आपली ही तत्त्वे लोकांच्या गळी उतरवण्याचा आटोकाट प्रयत्न केला. विरोधी मतांचे खंडन केले. त्यांनी विधायक कार्ये हाती घेतली. उत्तर भारतात प्रमुख ठिकाणी त्यांनी गुरुकुले, महाविद्यालये, हरद्वारजवळील कांगडी येथील गुरुकुल विश्वविद्यालय, माध्यमिक शाळा, विधवाश्रम, अनाथालये, वगैरे संस्था

स्थापन केल्या आणि सामाजिक व शैक्षणिक क्षेत्रांतही परिवर्तन घडवून आणण्याचा प्रयत्न केला. अनाथ गरीब लोकांच्या शिक्षणासाठी उदेपूर येथे परोपकारिणी सभा सुरू केली.

त्यांच्या मतानुसार मोक्ष मिळविणे, हे प्रत्येक व्यक्तीचे ध्येय असले पाहिजे व ते प्रत्येकाने स्वप्रयत्नाने साध्य केले पाहिजे. त्यांचा पुनर्जन्मावर विश्वास आहे. हिंदूंचे सोळा संस्कार त्यांना मान्य असून त्यांचे वेदकालीन साधे स्वरूप तेवढेच त्यांनी स्वीकारले आहे.

स्वामी दयानंदांच्या निधनानंतर १८८३ मध्ये आर्य समाजामध्ये फूट पडून त्याच्या दोन भिन्न भिन्न शाखा झाल्या. एका शाखेने मांसाहार व आधुनिकता, पाश्चात्त्य उच्च शिक्षणाचा पुरस्कार केला तर दुसऱ्या शाखेने मांसाहार व पाश्चात्त्य उच्च शिक्षण निषिद्ध मानले. म्हणून महाविद्यालय पक्ष व पूराणमतवादी पक्ष अशी त्यांना दोन नावे पडली.

आर्य समाजाच्या स्थानिक, प्रांतिक व अखिल भारतीय स्वरूपाच्या एकूण तीन सभा आहेत. आर्य समाजी धार्मिक उपासना आठवड्यातून एकदा दर रविवारी सकाळी करतात. उपासनेच्या प्रारंभी व्यासपीठाजवळील अग्नीत समंत्रक आहुती देऊन मग उपासनेस प्रारंभ होतो. ही उपासना तीन-चार तास चालते. समाजाची दीक्षा व मागासलेल्या जातींना शिक्षण देऊन त्यांचा उद्धार करणे, ही आर्य समाजाची सर्वांत मोठी कार्ये मानली जातात. हैदराबाद संस्थानात आर्य समाजावर निजाम सरकारने बंदी घातली.

त्या बंदीविरुद्ध आर्य समाजी अनुयायांनी सत्याग्रहाचे शस्त्र उपसले. त्या वेळी बारा हजार आर्य समाजी लोकांनी बंदिवास पत्करला.

आर्य समाजाची स्थापना मुंबईस झाली, तरी त्याचा प्रसार महाराष्ट्रात फारसा झाला नाही. समाजाचे कार्यक्षेत्र मुख्यत: उत्तर प्रदेश हेच ठरले.

प्रार्थना समाज व ब्राह्मोसमाज यांच्यापेक्षा जनमनावर आर्य समाजाचा पगडा विशेष आहे. केवळ वेदप्रामाण्यच मानल्याने तसेच त्याच्या सामाजिक, धार्मिक पुरोगामी मतांमुळे आर्यसमाजाला सनातन हिंदू धर्मियांचा कसून विरोध झाला. त्या विरोधास न जुमानता समाजाच्या कार्यकर्त्यांनी धडाडीने प्रचार करून वेदप्रणीत धर्माच्या पुनरुत्थानाचे महान कार्य केले. प्रौढ विवाह, पुनर्विवाह, जातिनाश, अस्पृश्योद्धार गुणकर्मविभाग, वर्णरचना इ. आर्यसमाजी तत्त्वे अखिल हिंदूंना अधिकाधिक मान्य झाली.

उदयपूरचे महाराज, लाला मूलराज, लाला रामशरणदास रईस, मोहनलालजी विष्णुलालजी, लाला जगन्नाथ, गोपाळ हरी देशमुख (लोकहितवादी), पंडित श्यामजी कृष्णवर्मा इ. आर्य समाजाचे पदाधिकारी होते. ब्रह्मीभूत स्वामी श्रद्धानंद हे आर्य समाजाचे थोर हुतात्मे झाले. महाराष्ट्रात आर्य समाजाच्या तत्त्वांचा प्रचार करून त्याची स्थापना करण्याचे कार्य लोकहितवादी व न्यायमूर्ती महादेव रानडे यांनी केले.

आजमितीस आर्य समाज हा स्वतंत्र पंथ म्हणून उत्तर भारतात प्रचलित असला,

तरी तो हिंदू धर्माहून वेगळा मानला जात नाही. आर्य समाजाने एकोणिसाव्या शतकाच्या अखेरीस धार्मिक, सामाजिक व शैक्षणिक क्षेत्रांत मोठी कामगिरी केली असल्याचे भारताच्या अर्वाचीन पुनरुत्थानाच्या कार्यात आर्य समाजाचा वाटा मोठा आहे.

३.४ प्रार्थना समाज

महाराष्ट्रात संस्थात्मक कार्याची सुरुवात १८३२ मध्ये 'दर्पण' या वृत्तपत्राद्वारे बाळशास्त्री जांभेकर यांनी केली. १८४० मध्ये लोकशिक्षक बाळशास्त्री जांभेकर यांचेच 'दिग्दर्शन' मासिक आले. १८४८ मध्ये दादोबा पांडुरंग, दादाभाई नौरोजी व अन्य कार्यकर्त्यांनी मुंबईत 'ज्ञानप्रसारक सभा' सुरू केली. त्यानंतर १८४९ मध्ये 'परमहंस मंडळी' ही गुप्त संस्था दादोबा पांडुरंग तर्खडकर यांनी स्थापली. कामकाज गुप्त स्वरूपात चालले तरी समाजाच्या भल्यासाठी चार लोक एकत्र येऊन विचार करण्यास प्रवृत्त झाले हे महत्त्वाचे. ज्ञानप्रसारक सभांच्या द्वारे डॉ. भाऊ दाजी लाड, रावसाहेब विश्वनाथ नारायण मंडलिक यांनी सामाजिक जागृती व ज्ञानप्रसाराचे कार्य करण्यास सुरुवात केली. परमहंस सभेने जातिभेद व मूर्तिपूजेला विरोध केला. डॉ. राम बाळकृष्ण जयकर हे सभेचे अध्यक्ष झाल्यावर कार्याला अधिक वेग आला. सर्व धर्मातील चांगली तत्त्वे स्वीकारण्यावर या सभेचा भर होता. डॉ. आत्माराम पांडुरंग तर्खडकर, बाबा पद्मनजी, लक्ष्मणशास्त्री हळबे, भिकोबा चव्हाण, भाऊ महाजन यांचा सक्रिय सहभाग यात होता. १८६० पर्यंत सभेचे काम चालले होते. या सभेच्या सदस्यांनीच प्रार्थना समाजाची स्थापना करण्यास पुढाकार घेतला.

प्रार्थना समाजाची स्थापना होण्यामागे तत्कालीन काळाचा रेटा होता. धर्म ही एकच गोष्ट फक्त एतद्देशीय हिंदूंमध्ये समान होती. त्यामुळे आपल्यात सुधारणा घडवून आणावयाच्या असतील तर आपणास धर्मक्षेत्रात काम करावे लागेल याचा समाजसुधारकांना अंदाज आला होता. धार्मिक पातळीवरून केलेले आवाहन लोक दुर्लक्षित नाहीत. त्यामुळे धर्मात सुधारणा केल्याशिवाय तरणोपाय नाही, असे समाजसुधारकांना वाटत होते. धर्मसुधारणा कार्याचा श्रीगणेशा परमहंस सभेने केला खरा, पण या सभेला स्वत:चा अवतार खूप लवकर समाप्त करावा लागला. अर्थात, असे असले तरी सभासदांच्या मनात पेटलेली ज्योत मात्र तेवतच होती. त्यामुळे ही ज्योत विझण्याच्या आतच नवीन कार्याला सुरुवात करणे आवश्यक होते. याचा सांगोपांग विचार करून येथील समाजसुधारकांनी 'प्रार्थना समाजाच्या' द्वारे कार्याला सुरुवात केली. प्रार्थना समाजाची स्थापना होण्याअगोदर मुंबईत ब्राह्मो समाजाचे कट्टर सुधारक नेते केशवचंद्र सेन आले होते. केशवचंद्र सेन हे बंडखोर समाजसुधारक नेते होते; कारण राजा राममोहन रॉय यांच्या काळापासून ब्राह्म समाजात केवळ ब्राह्मणांनीच प्रार्थना सांगितली पाहिजे,

असा अलिखित नियम होता. प्रार्थना सांगणे ही खास बाह्मणांचीच मक्तेदारी. त्या मक्तेदारीला सेन यांनी उघड आव्हान दिले. त्यांनी ब्राह्मणेतरांना प्रार्थना सांगण्याचा अधिकार दिला व धर्माला ब्राह्मणी वर्चस्वापासून मुक्त केले. या पार्श्वभूमीवर केशवचंद्र सेन यांची व्याख्याने मुंबईत झाली. डॉ. आत्माराम पांडुरंग तर्खडकर, दादोबा पांडुरंग तर्खडकर, वामन आबाजी मोडक, न्या. ना. ग. चंदावरकर, न्या. म. गो. रानडे, डॉ. रा. गो. भांडारकर या समाजसुधारकांनी प्रार्थना समाज स्थापनेत सहभाग घेतला. या मंडळींना असे जाणवले की, ऐहिक कल्याणावर दृष्टी ठेवून समाजसुधारणेची कार्ये हाती घेण्यापेक्षा मनुष्याचे या जन्मी मुख्य जे परमार्थ साधन त्याकडे विशेष दृष्टी ठेवली पाहिजे. हा विचार झाल्यावर फाल्गुन वद्य ११ (पापमोचनी एकादशी) शके १७८८, रविवार ३१ मार्च १८६७ रोजी प्रार्थना समाज अस्तित्वात आला.

प्रार्थना समाजाची विचारसरणी

प्रार्थना समाजाची विचारसरणी पुढीलप्रमाणे होय. ईश्वर एकच आहे. (एकेश्वरवाद) तोच सर्वांचा निर्माता आहे. ईश्वर उपासनेचे मार्ग म्हणजे सत्य, सदाचार व भक्ती या मार्गांचा अवलंबन केल्यास परमेश्वर प्रसन्न होतो. स्वत:च्या आत्मिक उन्नतीसाठी प्रत्येकाने प्रार्थना करायची आहे. अन्य कोणत्याही फलाची अपेक्षा सभासदाने ठेवू नये. मूर्तिपूजा त्याज्य ठरविण्यात आलेली असून तिचा कोणत्याही स्वरूपात स्वीकार अशक्य आहे. परमेश्वरी अवतार संकल्पनाच चुकीची आहे; कारण परमेश्वर एकच आहे. सर्वांनी आपसात बंधुभाव जागरूक ठेवून परमेश्वरी उपासनेत आयुष्य वेचावे.

मध्ययुगात भक्तिमार्गाच्या नावाखाली मूर्तिपूजा या प्रकारचे जे विकृतीकरण झाले ते म्हणजे पंच 'म' करांचा प्रभाव, विषमता या साऱ्याच गोष्टी प्रार्थना समाजाला टाळायच्या असल्यामुळे त्यांनी मूर्तिपूजेला विरोध केला. त्यांच्या साप्ताहिक उपासनेचे पुढील भाग आहेत.

१) उद्‌बोधन - उपासकाने जमलेल्या सर्व मंडळींची वृत्ती उपासनोन्मुख करून इतरांच्या मनातील अन्य विचार काढून ते परमेश्वर केंद्रित करणे.

२) स्तवन - सर्वशक्तिमान व एक अशा ईश्वराच्या सर्व गुणांचे स्तवन करायचे व त्यांच्या गुणांचे गायन करायचे.

३) कृतज्ञता दर्शन - दयाळू परमेश्वराविषयी कृतज्ञता व्यक्त करणे.

४) प्रार्थना - स्वत:च्या आत्मिक उन्नतीसाठी प्रार्थना करणे.

५) निरूपण - उपासकाने वा मुख्य वक्त्याने उपदेशात्मक प्रवचन देणे.

६) प्रार्थना व आरती - मूर्तीपूजा त्याज्य मानल्यामुळे कुटुंबातील विविध संस्कार व विधी मूर्तिपूजेशिवाय करायला सुरुवात झाली. समाजाच्या शाखा उघडल्या गेल्या.

संस्थापकांनी व नंतरच्या काळातील कार्यकर्त्यांनी वि. रा. शिंदे व सुखटणकर यांनी जातिभेद निर्मूलन, विधवा विवाह, बालविवाह बंदी, स्त्री शिक्षणप्रसार, पडदा पद्धत यांच्या संदर्भात जोरदार कार्य केले. सामाजिक सुधारणा चळवळ अधिक गतिमान करण्यासाठी अनाथ स्त्रिया व मुले यांच्या संदर्भात विशेषत्वाने काम केले. यासाठी १८७२ मध्ये 'बाँम्बे थिईस्टिक असोसिएशन' संस्था स्थापली व त्याद्वारे आर्य महिला समाज पुणे, राममोहन आश्रम पुणे, अनाथ बालकाश्रम, पंढरपूर येथे अनाथाश्रम काढले. कामगारांना शिक्षण देण्यासाठी रात्रशाळा सुरू करण्यात आल्या. सामाजिक प्रसारार्थ सुबोधपत्रिका सुरू करण्यात आली.

सुबोधपत्रिका – प्रार्थना समाजाची स्थापना झाल्यावर सहा वर्षांनी समाजाने स्वत:चे मुखपत्र म्हणून ४ मे १८७३ रोजी सुबोधपत्रिका सुरू केले. मराठी व इंग्रजी, काही काळ गुजराथी भाषेत हे पत्र प्रसिद्ध होई. या पत्राचे ब्रीदवाक्य 'सत्यमेव जयते' होते. किंमत १ पैसा ठेवण्यात आली. मामा परमानंदांनी काही काळ त्याचे संपादन केले. सुबोधपत्रिकेच्या प्रतिष्ठित लेखकांत डॉ. रा. गो. भांडारकर, न्या. तेलंग, न्या. रानडे यांचा समावेश असला व प्रतिष्ठा असली तरी पत्रिकेचा खप प्रचंड असल्याचे दिसत नाही. अर्थात मतपत्राला असणारी मर्यादा या पत्राला ओलांडणे शक्य नव्हते. जयशंकर भट्ट, सदानंद पालेकर, ना. वा. घुमरे, स. पा. कळेकर, मामा परमानंद, द्वारकानाथ गोविंद वैद्य यांनी सुबोधपत्रिका वाढविली. वैद्य यांनी न्या. रानडे व डॉ. भांडारकर यांच्या प्रवचनांचे संग्रह तयार केले.

प्रार्थना समाजाच्या साप्ताहिक सभा असत. चर्चा, विचारविमर्श, सामूहिक प्रार्थनेत सहभागी या गोष्टी सदस्य करीत. समाजाचे कार्य करीत असता डॉ. भांडारकरांनी विधवा पुनर्विवाह, प्रौढविवाह या सुधारणांस शास्त्राधार काढून दिला.

एवढे असूनही प्रार्थना समाजास अपेक्षित पाठिंबा न मिळाल्याचे कारण म्हणजे त्यांच्यावर असणारा ख्रिस्ती धर्माचा पगडा, मूर्तिपूजेला विरोध, नेतृत्वाच्या वागण्यातील विसंगती, बोलायचे एक व करायचे भलतेच यामुळे स्वत:वर वेळ येताच अनेक समाजसुधारक अपयशी ठरले. बोलघेवड्या सुधारकांच्या कार्याला पडणाऱ्या मर्यादा प्रार्थना समाजाला पडल्या.

३.५ सत्यशोधक समाज

शिक्षणपद्धती आणि लेखन या दोन्ही क्षेत्रांत महत्त्वाचे काम चालू असतानाच जोतिराव फुले यांना असे वाटत होते की, उच्चवर्णीयांच्या गुलामगिरीतून सर्वसामान्य माणसाला मुक्त करण्याची आवश्यकता आहे. परमेश्वर आणि मानव यांच्यात मध्यस्थ नको. शिक्षण कोणाचीही राखीव मिरासदारी नाही. अशा तत्कालीन कालखंडात जहाल विचारांनी त्यांनी सामाजिक परिवर्तन घडवून आणायला सुरुवात केलेली होती. ते कर्ते

सुधारक असल्याने त्यांच्या कार्याचा प्रभाव सर्वदूर जाणवू लागला होता.

संघर्ष केल्याशिवाय कनिष्ठ वर्गातील कोणालाच कोणतेच हक्क मिळणार नाही यांची फुले यांना पूर्ण जाणीव होती. उच्च वर्गाकडून सवलती, अधिकार, हक्क, सत्ता हवी असेल तर रचनात्मक संघर्ष करण्यास पर्याय नाही, या भूमिकेवरून म. फुले यांनी संस्थात्मक प्रयत्न करण्याचे ठरविले. फुले यांनी आपल्या विचारसरणीचा प्रसार करण्यासाठी २४ सप्टेंबर १८७३ रोजी बैठक बोलावली. संपूर्ण महाराष्ट्रातून ६० प्रतिनिधी या सभेला आले. या सर्वांसमोर फुले यांनी स्वत:चा विचार मांडला. अत्यंत तळमळीने भाषण करून संस्थेच्या स्थापण्याची पार्श्वभूमी कार्यकर्त्यांसमोर विशद केली. विचारविमर्श होऊन त्याच दिवशी 'सत्यशोधक समाज' या संस्थेची स्थापना करण्यात आली. महाराष्ट्रात सर्वसामान्यांसाठी आणि त्यांच्यापर्यंत पोहोचलेली ही पहिलीच चळवळ होय. सर्वानुमते जोतीराव फुले यांची अध्यक्ष व कोषाध्यक्ष, तर श्री. नारायणराव गोविंदराव कडलक यांची कार्यवाह म्हणून निवड झाली.

समाजाची कार्यपद्धती व ध्येय धोरण

सत्यशोधक समाजाचे ध्येय धोरण म्हणजे शूद्र आणि अतिशूद्र यांची ब्राह्मण पुरोहिंताकडून होणारी पिळवणूक बंद करणे, त्यांना त्यांच्या मानवी हक्कांची व अधिकारांची शिकवणूक देणे आणि ब्राह्मणी शास्त्रांच्या मानसिक आणि धार्मिक गुलामगिरीतून मुक्त करणे.

कार्यपद्धती

समाजाचे सदस्यत्व घेताना प्रत्येकाला खंडोबा या दैवतापुढील बेलपत्र उचलून इंग्रजी सत्तेशी निष्ठेने वागेन अशी शपथ घ्यावी लागे. असे धनजंय कीर यांनी नमूद केले आहे. १९११ मध्ये समाजाच्या ठरावात तीन तत्त्वे आणली.

१) सर्व माणसे एकाच देवाची लेकरे आहेत व देव त्यांचा आई-बाप आहे.

२) आईला भेटण्यास अगर बापाला प्रसन्न करण्यास ज्याप्रमाणे मध्यस्थाची जरुरी नसते त्याप्रमाणे देवाची प्रार्थना करण्यास पुरोहित किंवा गुरू यांची आवश्यकता नाही.

३) वरील तत्त्वे कबूल असल्यास कोणासही सभासद होता येते.

प्रतिज्ञा

प्रत्येक सभासदाला पुढील प्रतिज्ञा घेणे आवश्यक असे.

'सर्व मानवप्राणी एकाच देवाची लेकरे आहेत. सबब ती माझी भावंडे आहेत, अशा बुद्धीने मी त्यांच्याशी वागेन. परमेश्वराची पूजा, भक्ती अगर ध्यान - धारणा

करते वेळी अगर धार्मिक विधीचेवेळी मी मध्यस्थाची गरज ठेवणार नाही, दुसऱ्यांनाही तसेच वागण्याबद्दल मी उपदेश करीन. मी माझ्या मुलामुलींना सुशिक्षित करीन. मी नेहमीच राजनिष्ठेने वागेन. परमेश्वरास व सत्यरूपी परमेश्वरास साथ ठेवून मी ही प्रतिज्ञा करीत आहे. या प्रतिज्ञेप्रमाणे वागण्यास मला सामर्थ्य येईल, अशा प्रकारे आयुष्यक्रम गुदरण्यास योग्य प्रकारे मदत तो मला करो.'

समाजाचे सभासदत्व सर्व जातींतील लोकांना खुले होते. सुरुवातीला दर आठवड्याला समाजाच्या बैठका होत. या बैठकांत जातिभेद, मूर्तिपूजा यांना विरोध तर परमेश्वराचे जनकत्व व मनुष्यांचे बंधुत्व यांवर भर देत. दारूबंदी, सक्तीचे शिक्षण, स्वदेशी वस्तू वापरण्यास उत्तेजन, पुरोहितशाहीला विरोध, अल्पखर्ची लग्ने, ज्योतिष, भूत संबंध यांच्यापासून लोकांस भीतीमुक्त करणे यावर चर्चा व विचारविनिमय चाले. एकेश्वरवादाचा प्रसार सांघिक सभांमधून चाले.

सुरुवातीच्या काळात समाजाच्या सभासदांस प्रचंड विरोधाला तोंड द्यावे लागले. सरकारी नोकरीत असणाऱ्या सदस्यांना वरिष्ठांचा छळ, बदल्या, चुकीच्या समजुती, मानसिक छळ यांना तोंड द्यावे लागले.

या कालखंडाचे एक निरीक्षण कीरांनी पुढील शब्दात वर्णिले आहे. 'राममोहन रॉय' यांनी ब्रह्मत्व घेतले; प्रार्थना समाजाने प्रार्थना व जोतीरावांनी सत्य घेऊन आपल्या कार्याला सुरुवात केली, यानंतर दोन वर्षांनी दयानंद सरस्वती यांनी आर्यतत्त्वाचा पुरस्कार करून आपल्या कार्यास प्रारंभ केला. सुरुवातीच्या तिघांनीसुद्धा मूर्तिपूजा ताज्य ठरविली. सत्यशोधक समाजाचा केंद्रबिंदू समाज शेतकरी वर्ग होता. त्याच्याच भाषेत संवाद साधण्यासाठी समाजाचे लोक सभा शेतावर, मळणीच्या ठिकाणी घेत. सत्यशोधक प्रचारकांचा वेश म्हणजे घोंगडी, पागोटे, धोतर व हातात डफ. शेतकऱ्याला नाडणाऱ्या सावकारी कृष्णकृत्यांवर ते प्रकाश टाकीत. प्रचारकही शेतकरीच असल्यामुळे 'या हृदयीचे त्या हृदयी समजत' असे. ब्राह्म समाज व प्रार्थना समाज जी गोष्ट करू शकला नाही ती गोष्ट सत्यशोधक समाजाने हाती घेतली. 'कनिष्ठ वर्गाचा उद्धार' करणे हेच समाजाचे ईप्सित होते. आधुनिक भारतात सामाजिक पुनर्घटनेसाठी चळवळ सुरू करणारी पहिली संस्था म्हणजे सत्यशोधक समाज होय. त्यांनी सामाजिक गुलामगिरीला विरोध केला व सामाजिक न्याय व पुनर्रचनेची मागणी केली. ख्रिस्ती धर्म प्रसाराला आळा घालण्याचे कामसुद्धा समाजाने केले.

२५ डिसेंबर १८७३ रोजी समाजाच्या माध्यमातून पहिलाच ब्राह्मण पुरोहिताशिवाय हिंदू विवाह घडवून आणला. हे लग्न पानसुपारीच्या खर्चातच आटोपले. म. फुले रचित शपथा घेऊन वधू-वरांनी लग्न केले. ७ मे १८७४ रोजी ग्यानोबा ससाणेचा विवाह स्वत:च्या घरात याच पद्धतीने लावला. १० विद्यार्थ्यांना शिक्षणासाठी समाजाने

स्कॉलरशिप दिल्या.

समाजाच्या कार्याला लोकांनी पाठिंबा द्यायला सुरुवात केली. मुंबईतील व्यंकू काळेवार आणि माया कराडी लिंगू या श्रीमंत ठेकेदारांनी समाजाला शिक्षणासाठी मदत करायला सुरुवात केली. व्यंकू बाळोजी काळेवार यांनी सत्यशोधक समाजास त्या काळातील बाराशे रुपयांचा छापखाना विकत घेऊन दिला. याच काळात फुले यांना कर्तबगार सहकारी सामाजिक कार्यासाठी मिळाले. यात सर्वश्री पोलिसांनी राजन्ना लिंगू, व्यंकय्या अय्यावारू, रामशेठ उरवणे, डॉ. विश्राम रामजी घोले, रामचंद्रराव धामणस्कर, डॉ. संतुजी लाड, भारतातील कामगार चळवळीचे आद्य जनक नारायण मेघाजी लोखंडे, सदाशिव गोवंडे, तुकाराम तात्या पडवळ असे कितीतरी सहकारी त्यांना मिळाले.

सत्यशोधक समाजाच्या दुसऱ्या वार्षिक अधिवेशनात फुले यांनी डॉ. विश्राम रामजी घोले यांना अध्यक्ष केले व कोषाध्यक्षपद रामशेट उरवणे यांना दिले. याच सुमारास सध्याच्या गुजरातमधील अहमदाबाद येथे नदीला पूर येऊन झालेल्या नुकसानीमुळे लोकांच्या मदतीसाठी काही निधी पाठवण्यात आला. समाजाच्या प्रसारासाठी उत्तम कार्यकर्ते तयार करण्यासाठी त्यांना वक्तृत्वाचे पद्धतशीर शिक्षण देण्यात येऊ लागले. 'गुलामगिरी' व 'ब्राह्मणांचे कसब' या दोन ग्रंथांच्या प्रती समाजाच्यावतीने हिंदी संस्थानिक व समाजातील प्रतिष्ठित लोकांना देण्यात आल्या. समाजाच्या वतीने घेण्यात आलेल्या निबंध स्पर्धेचा विषय 'हिंदी शेतकीची सुधारणा कशी करता येईल?' हा होता. कनिष्ठ वर्गातील मुळे गारुड्यांचे खेळ बघत, तमाशे पाहत भटकू नयेत, म्हणून अशा मुलांवर देखरेख करण्यासाठी एका शिपायाची नेमणूक सत्यशोधक समाजाने केली. अशा मुलांना शाळेत नेण्याची जबाबदारी त्या शिपायावर होती. समाजाच्या विनंतीवरून स्थापत्यशास्त्र महाविद्यालयात गरीब ब्राह्मणेतर विद्यार्थ्यांस नि:शुल्क शिक्षणाची व्यवस्था करण्यात आली. १८७६ मध्ये 'मूर्तिपूजा उपयुक्त आहे किंवा कसे?', जातिभेद आवश्यक आहे किंवा कसे?' या दोन विषयांवर वक्तृत्व स्पर्धा घेण्यात आली. समाजाच्या वतीने हडपसर येथे शाळा काढण्यात आली. कनिष्ठ वर्गातील पाच टक्के विद्यार्थ्यास नि:शुल्क शिक्षण देण्यासंदर्भात आज्ञापत्र काढणाऱ्या चेटफिल्ड साहेबांच्या व समाजाच्या कार्याला प्रसिद्धी देणाऱ्या वर्तमानपत्रांचे खास आभार यावेळी मानण्यात आले. समाजाची सभासद संख्या ३१६ पर्यंत वाढली. समाजाच्या कार्यालयासाठी महिना दहा रुपये भाड्याची जागा रामचंद्र मनसाराम घावरे नाईक यांनी दिली. १८७७ च्या दुष्काळात 'बालाश्रम' उघडून लोकांना मदत केली. या चळवळींचे सर्वांत महत्त्वाचे योगदान म्हणजे सर्वांना सामाजिक समतेच्या तत्त्वाचे महत्त्व लक्षात आणून देणे हे होय.

महात्मा जोतीराव गोविंदराव फुले

गोविंदराव व चिमणाबाई फुले यांचे द्वितीय अपत्य म्हणजे जोतीराव. ११ एप्रिल १८२७ रोजी त्यांचा जन्म झाला. त्यांच्या थोरल्या भावाचे नाव राजाराम. जोतीरावांच्या आईचे निधन जोतीरावांच्या लहानपणीच झाल्याने त्यांचा सांभाळ एका दाईने केला. पंतोजीच्या शाळेत मराठी शिक्षण घेण्यात सुरुवात झाल्यावर त्यांच्या अभ्यासाला गती आली. याच दरम्यान झगडे पाटील यांची कन्या सावित्री यांच्याशी जोतीरावांचा विवाह झाला. माध्यमिक मिशनरी शाळेत त्यांनी इंग्रजी शाळेत शिक्षण घेतले. शारीरिक कसरती आणि व्यायामाच्या आवडीमुळे लहुजी बुवांकडे जायला सुरुवात केली. याच काळात त्यांच्या क्रांतिकारक विचारांची जडणघडण झाली व त्यांच्यातील बंडखोर समाजक्रांतिकारक जागा होऊ लागला. त्यांच्या आयुष्याला क्रांतिकारक वळण देणारा ग्रंथ टॉमस पेनकृत 'राईट्स ऑफ मॅन' वाचनात आला आणि त्यांचे आयुष्य बदलले.

तत्कालीन सामाजिक परिस्थितीचे दुष्परिणाम किंवा चटके त्यांना लवकर बसले. त्यांच्या मित्राच्या लग्नात तथाकथित उच्चवर्णियांनी त्यांचा अपमान केला. हे असे का ? हा प्रश्न त्यांना पडला आणि वैयक्तिक अपमानावर उत्तर शोधण्याचे त्यांनी ठरविले. साऱ्या समस्यांचे मूळ अज्ञानात आहे हे लक्षात येऊन ज्यांना शिक्षणाचा हक्क नाकारण्यात आलेला होता, त्यांच्यासाठी शाळा विशेषत: शूद्रातिशूद्रांसाठी शाळा त्यांनी सुरू केली. या कामासाठी घरातूनच विरोध झाला. 'की घेतले व्रत न हे आम्ही अंधतेने' यावर विश्वास ठेवून समाजाच्या भल्यासाठी राहते घर सोडले पण काम सोडले नाही. मुलींच्या शाळांची संख्या वाढवायला सुरुवात केली. भारतातील पहिली स्त्री शिक्षिका सावित्रीबाई फुले यांना तयार केले व दोघांनी कार्य पुढे नेले. स्वत:च्या विचारांचा प्रसार करण्यासाठी 'तृतीय रत्न' नाटकाचे लेखन त्यांनी केले. नवरा-बायको एकत्र जेवायला बसतात व दोघे मिळून रात्र शाळेला जायचा निर्णय घेतात हे त्या काळात बंडखोर वाटणारे विचार नाटकातून मांडले. रात्रशाळेची स्थापना करून कष्टकरी वर्गाच्या शिक्षणाला प्रोत्साहन दिले. याच दरम्यान त्यांच्यावर मारेकरी घालण्यात आले, पण तेच त्यांचे संरक्षक बनले. बालहत्या प्रतिबंधगृहाची स्थापन करून मुलांचे जीव वाचविले व विधवा पुनर्विवाहास मदत केली. कर्ते सुधारक असल्यामुळे अस्पृश्यांच्या पिण्याच्या पाण्याच्या प्रश्न सोडविण्यासाठी घरचा हौद खुला केला. छत्रपती शिवाजीराजे भोसले यांचा 'पोवाडा', 'ब्राह्मणांचे कसब', 'गुलामगिरी' ही अक्षर कामगिरी त्यांनी मराठी साहित्यात बजावली. सत्यशोधक समाजाची स्थापना करून येथील सामाजिक क्रांतीचे चक्र जोरदार फिरवले.

पुण्यात दयानंद सरस्वतींची मिरवणूक यशस्वीपणे पार पाडली. पुणे नगरपालिकेचे सदस्यत्व स्वीकारल्यावर पुणेकरांच्या जिव्हाळ्याचे प्रश्न सोडविण्यास प्राधान्य दिले. दारूचे

दुकान उघडण्यास परवानगी देऊ नये यासाठी विशेष प्रयत्न केले. धाडसी पत्रकार टिळक-आगरकरांचा सत्कार केला. 'शेतकऱ्याचा आसूड', 'सत्सार' कृ. १, क्र. २ 'इशारा', सत्यशोधक समाजोक्त मंगलाष्टक, सर्व पूजा विधी या साहित्याची निर्मिती त्यांनी केली. या कार्याबद्दल त्यांना भारतात तोपर्यंत कोणालाच उत्स्फूर्तपणे न मिळालेली 'महात्मा' पदवीही देण्यात आली. 'सार्वजनिक सत्यधर्म' पुस्तकाचे लेखन केले, मात्र ते मृत्यूनंतर प्रकाशित झाले. २८ नोव्हेंबर १८९० रोजी ते इहलोक सोडून गेले.

३.६ थिऑसॉफीकल सोसायटी

थिऑसॉफीकल सोसायटीचे भारतातील कार्य अभ्यासण्यापूर्वी या सोसायटीचा इतिहास लक्षात घेणे आवश्यक आहे. या सोसायटीच्या तत्त्वज्ञानाचा मागोवा घेणे आवश्यक आहे, मराठी विश्वकोश ७ मध्ये 'थिऑसॉफी' संदर्भात जी माहिती दिली आहे. त्याचा थोडक्यात सारांश पुढीलप्रमाणे - 'थिऑस' व 'सोफिया' या दोन ग्रीक शब्दांपासून थिऑसॉफी शब्द तयार झाला आहे. त्याचा अर्थ ईश्वरविषयक ज्ञान असा होतो. थिऑसॉफीनुसार धर्माची 'बाह्य व आंतरिक' अशी दोन रूपे आहेत. बाह्य रूप कर्मकांडावर आधारित तर आंतरिक रूप ईश्वराच्या ज्ञानावर आधारित आहे. ईश्वरविषयक ज्ञान कोणत्याही धर्माच्या द्वारा किंवा धार्मिक संघटने बाहेरही केवळ वैयक्तिक प्रयत्नांच्या सहाय्याने प्राप्त होऊ शकते असे थिऑसॉफी सांगते. माणूस ईश्वराचाच आविष्कार असल्याने स्वत:चे ज्ञान, आत्मज्ञान म्हणजेच ईश्वराचे ज्ञान, ईश्वर हा सर्वव्यापी असून पुन्हा त्या पलीकडेही आहे. सर्व भूतमात्र हे ईश्वराचेच आविष्कार असल्याने त्यात स्वाभाविकपणे बंधुभाव असतो.

ईश्वराचे ज्ञान करून घेणे आणि आपण व आपल्या भोवतीचे विश्व एकच आहे, असा साक्षात्कार होणे हा थिऑसॉफीचा गाभा आहे. ज्यांना ईश्वराचे ज्ञान झाले आहे. किंवा जे ते मिळविण्याचा प्रयत्न करतात. त्यांना 'थिऑसॉफीस्ट' म्हणतात. जीव, जगत व ईश्वर यांच्या सत्याविषयीचा शोध म्हणजेच थिऑसॉफी. हिंदू, मुस्लीम, पारशी, ज्यू, चिनी, सुफी यांच्या तत्त्वज्ञानातील ईश्वरविषयक योग्य तेवढाच भाग निवडून त्याची सुसंगत मांडणी करून थिऑसॉफीकल सोसायटीने या ज्ञानाचे पुनरुज्जीवन करण्याचा प्रयत्न केला. याचाच अर्थ असा की, थिऑसॉफीतील तत्त्वे मुळात विविध ठिकाणी अस्तित्वात होतीच. त्याची कालानुरूप मांडणी थिऑसॉफीकल सोसायटीने केली. हिमालयातील अदृश्य धर्माचार्यांशी संबंध प्रस्थापित करणे, हा गूढवादी विचार या सोसायटीने मांडला. सर्व धर्म हे दैवी ज्ञानापासून निर्माण झाले असून त्यांच्या संस्थापकांना दैवी प्रेरणा लाभलेली होती. त्या सर्वांचे ज्ञान एकाच प्रकारचे असल्याने आपणास विविध धर्मांमध्ये साम्यस्थळे आढळून येतात. ती साम्यस्थळे शोधून थिऑसॉफीची आधुनिक रचना करण्यात आली.

तत्त्वज्ञान

थिऑसॉफीची महत्त्वाची तत्त्वे पुढीलप्रमाणे -

ईश्वर एकमेव आहे. ईश्वराचा आविष्कार इच्छा, ज्ञान व मन या तीन तत्त्वांतून होतो. थिऑसॉफी पुनर्जन्म व आत्म्याचे अमरत्व यांवर भर देते. जीवांमध्ये कसलेच भेद नसून त्यांची श्रेणी एकच आहे. जग हे पृथ्वी, आप, तेज, वायू, आकाश, जीव व ईश्वर या सात द्रव्यांपासून बनलेले आहे. कर्मसिद्धांताप्रमाणे चांगल्या कर्माची फळे चांगली तर वाईट कर्माची वाईट फळे मिळतात. सत्कर्म आणि सत्‌विचार महत्त्वाचे आहेत. यातूनच हिंदूंचा अवतारवाद सुद्धा थिऑसॉफीने स्वीकारला. या विचारांवर आधारित थिऑसॉफीकल सोसायटीची स्थापना १७ नोव्हेंबर १८७५ रोजी न्यूयॉर्क येथे करण्यात आली. संस्थापक एच. पी. ब्लाव्हॅट्स्की आणि हेन्री स्टील ऑलकॉट या दोघांनी सोसायटीची स्थापना केली. हेलेना पेट्रोव्हना ब्लाव्हॅट्स्की (Helena Petrovna Blavatsky) या मॅडम ब्लाव्हॅट्स्की म्हणूनही ओळखल्या जात. त्यांचा जन्म रशियात झाला. पूर्वेकडील देश आणि विशेषत: तिबेटमध्ये त्यांनी खूप प्रवास केला होता. १८७३ मध्ये त्या अमेरिकेत गेल्या. हेन्री स्टील ऑलकॉट (Henry Steel Olcott) यांचा जन्म अमेरिकेतील न्यूजर्सी येथे झाला. ते वकील होते. (सिलोन) येथे त्यांनी प्रवास करून ब्लाव्हॅट्स्की यांच्या बरोबरीने सोसायटीची स्थापना केली. भारतात त्यांनी शिक्षणाचा हक्क नाकारण्यात आलेल्यांसाठी शाळा काढल्या. १८८२ मध्ये संस्थेचे कायमस्वरूपी कार्यालय अडयार येथे स्थापन करण्यात आले. पुढे ५५ देशांत थिऑसॉफीच्या शाखा निघाल्या.

'सत्यान्नस्ति परो धर्म:' (सत्यापरता नाही धर्म) असे सोसायटीचे ब्रीदवाक्य असून सत्याचा शोध घेण्याची इच्छा असणाऱ्या कोणालाही या संस्थेचे सदस्यत्व घेता येते. स्वत:चे व्यक्तिगत मतस्वातंत्र्य राखूनही हे सदस्यत्व घेता येते.

सोसायटीचे उद्देश व ध्येय

जात, धर्म, लिंग, वर्ण यांसारखे भेद बाजूला ठेवून मानवजातीच्या बंधुत्वाचे एक केंद्रस्थान तयार करणे; धर्म, तत्त्वज्ञान व भौतिकशास्त्रे यांच्या तौलनिक अध्ययनास प्रोत्साहन देणे आणि अज्ञात सृष्टिनियम व मनुष्याच्या अंतरंगातील शक्ती यांचे संशोधन करणे. सेवा, सहिष्णुता आत्मविश्वास व समभाव या गुणांनी युक्त असा मानव समाज निर्माण करण्याचे सोसायटीचे ध्येय आहे.

ॲनी बेझंट - ऑलकॉट यांच्या मृत्यूनंतर ॲनी बेझंट सोसायटीच्या अध्यक्ष झाल्या. बेझंट यांच्यानंतर अरुंडेल आणि सी. जिनराजदास अध्यक्ष झाले. बेझंट यांच्या कारकिर्दीत थिऑसॉफीला भारतीय समाजजीवनात जे महत्त्वाचे स्थान प्राप्त झाले ते अपूर्व होते.

बेझंट यांचा जन्म १ ऑक्टोबर १८४७ रोजी लंडन (इंग्लंड) मध्ये झाला. २० सप्टेंबर १९३३ रोजी त्यांचे निधन अडयार (भारत) येथे झाले. भारतीय समाजजीवन, राजकारण, धार्मिक व शैक्षणिक क्षेत्रांत त्यांनी स्वत:चा ठसा उमटविला. त्यांची आई एमिली व वडील विल्यम पेजवुड दोघेही आयरिश होत. आई धार्मिक, कष्टाळू व स्वाभिमानी तर वडील विद्वान, तत्त्वज्ञानी व विविध भाषांवर प्रभुत्व असणारे होते. वयाच्या पाचव्या वर्षीच ॲनी बेझंट यांना पितृसुखास पारखे व्हावे लागते. जर्मन, फ्रेंच भाषा व संगीत क्षेत्रात त्यांना विलक्षण गती होती. पुढे रेव्हरंड फ्रँक बेझंट यांच्याशी त्यांचा विवाह झाला. दिग्बी व मेबेल अशी दोन अपत्ये त्यांना झाली. 'नॅशनल रिफॉर्मर' या पत्राच्या वाचनाने प्रभावित होऊन त्या 'नॅशनल सेक्युलर सोसायटी' मध्ये दाखल झाल्या. याचे प्रमुख चार्ल्स ब्रॅडलॉ होते. पुढे त्या याच पत्राच्या सहसंपादक झाल्या. त्या काळात इंग्लंडमध्ये (१८७४) त्यांनी आपल्या मतपत्रातून नास्तिकता, संततिनियमन, स्त्रियांना मतदानाचा अधिकार याचा प्रसार केला. याबद्दल त्यांना अत्यंत विरोधाला तोंड द्यावे लागले. १८८५ मध्ये त्या 'फेबियन सोसायटी'च्या सभासद झाल्या. १८८८ मध्ये त्यांनी काड्यापेट्यांच्या कारखान्यात काम करणाऱ्या ७०० मुलींचा संप घडवून आणला. लंडनमधील पहिली ट्रेड युनियन स्थापन करण्यास त्या कारणीभूत ठरल्या. मॅडम ब्लाव्हॅट्स्की यांच्या 'द सीक्रेट डॉक्ट्रीन' ग्रंथाच्या प्रभावाने त्या १८८९ मध्ये आस्तिक झाल्या. मॅडमचे शिष्यत्व त्यांनी पत्करले. १८९३ च्या अमेरिकेतील शिकागो येथील सर्वधर्मपरिषदेत त्यांनी प्रभावी भाषण केले. याच परिषदेमुळे स्वामी विवेकानंद जगाला परिचित झाले.

१८९३ मध्ये त्या भारतात कायमच्या आल्या. भारतभर प्रवास करून त्यांनी रामायण, महाभारत, उपनिषदे यांवर व्याख्याने दिली. भगवद्गीतेचे इंग्रजीत भाषांतर केले. माय पाथ टू अथेइझम, रॅडिकॅलिझम अँड सोशिॲलिझम, द एन्शंट विज्डम, एज्युकेशन ॲज नॅशनल ड्युटी, स्टडी इन कॉन्शसनेस, हिंदू आयडियल्स, हिंटस् ऑन द स्टडी ऑफ भगवद्गीता, फोर ग्रेट रिलीजन्स, इंट्रोडक्शन टू योग, द रिलीजन प्रॉब्लेम्स इन इंडिया, युनिव्हर्सल टेक्स्ट बुक ऑफ रिलीजन अँड मौरल्स, सोशल प्रॉब्लेम्स, द फ्यूचर ऑफ इंडियन पॉलिटक, वर्ल्ड प्रॉब्लेम्स ऑफ टुडे, हिस्टरी ऑफ द फ्रेंच रेव्होल्यूशन या ग्रंथांचे लेखन त्यांनी केले.

बेझंट यांनी बनारस येथे सेंट्रल हिंदू कॉलेज काढले. सरकारी अनुदान न घेता चालविले. याच्याच आधारावर पुढे बनारस हिंदू विश्वविद्यालयाची स्थापना झाली. याच विश्वविद्यालयाने बेझंट यांस 'डी. लिट्' पदवी दिली. इंडियन बॉईज स्काऊट्स असोसिएशन, मदनपल्ली येथे नॅशनल कॉलेज, अड्यार येथे नॅशनल युनिव्हर्सिटी, शाळा, वसतिगृहे त्यांनी स्थापली. सहभोजन, बालविवाह प्रतिबंध, स्त्री-सुधारणा या क्षेत्रातही त्यांनी काम केले. यासाठी विमेन्स इंडियन असोसिएशन सुरू केले. हेरल्ड ऑफ द स्टार

हे मतपत्र सुरू केले. आपल्या राजकीय विचारांच्या प्रसारासाठी त्यांनी मद्रास येथून 'कॉमनवील' आणि 'न्यू इंडिया' ही मतपत्रे सुरू केली. होमरूल लीगच्या संदर्भात त्यांना लोकमान्य टिळकांचे सहकार्य लाभले. पहिले महायुद्ध हे ब्रिटिशांना अडचणीचे तर भारतीयांसाठी सुसंधीचे आहे असे त्यांचे मत होते. १९१७ मध्ये कोलकाता काँग्रेस अधिवेशनात त्या अध्यक्ष झाल्या. जहाल व मवाळ यांना एकत्र आणण्याचा त्यांनी प्रयत्न केला. महात्मा गांधी यांचा भारतीय राजकारणात उदय झाल्यावर 'असहकारिता आणि सामुदायिक सत्याग्रह' या विषयावर बेझंट यांचे मतभेद झाले. काळाची पावले ओळखू न शकल्यामुळे त्या राजकारणात झपाट्याने मागे पडल्या. असे असूनही एका परदेशी स्त्रीने एकाच वेळी भारतासाठी इतक्या विविध क्षेत्रांत कार्यरत राहणे हा आदर्श महत्त्वाचा आहे.

प्रश्न :

प्र. १. प्रत्येकी १०० शब्दांत टिपा लिहा.

   १) केशवचंद्र सेन यांचे कार्य

   २) स्वामी दयानंद सरस्वती यांचे योगदान

   ३) म. फुले यांचे सहकारी व त्यांचे योगदान

प्र. २. प्रत्येकी २०० शब्दांत उत्तरे लिहा.

   १) ब्रिटिशपूर्व भारतातील सामाजिक व धार्मिक वातावरण कसे होते याचा आढावा घ्या.

   २) ब्राह्मो समाजासंदर्भातील तर्कतीर्थ लक्ष्मणशास्त्री जोशी यांच्या मताचे स्पष्टीकरण द्या.

   ३) प्रार्थना समाजाच्या स्थापनेपूर्व घटनांचा आढावा घ्या.

प्र. ३. प्रत्येकी ५०० शब्दांत उत्तरे लिहा.

   १) महात्मा फुले यांचे भारतातील सामाजिक चळवळींच्या संदर्भातील योगदान लिहा.

   २) थिऑसॉफीची विचारपरंपरा व भारतातील कार्य सविस्तर लिहा.

प्रकरण ४

भारतीय राष्ट्रवाद उदय व विकास

(Indian Nationalsim)

४.१ काँग्रेस उदयाची पार्श्वभूमी
४.२ भारतीय राष्ट्रीय सभेची स्थापना
४.३ मवाळ कालखंड (१८८५ - १९०५)
४.४ अभिनव भारत

या प्रकरणात आपणास भारतीय राष्ट्रवादाचा उदय व विकास अभ्यासायचा आहे. 'काँग्रेसची स्थापना' ही घटना आधुनिक भारताच्या इतिहासातील महत्त्वपूर्ण घटना आहे. काँग्रेसची स्थापना आणि वाटचाल या प्रवासात काँग्रेसमध्ये जहाल आणि मवाळ विचारसरणी उदयाला कशी आली, याचा अभ्यास आपण या प्रकरणात करणार आहोत. याच्याच जोडीला सशस्त्र क्रांतिकार्यावर विश्वास असणारा जो गट महाराष्ट्र, बंगाल, पंजाब, उत्तर भारत व परदेश येथे उदयाला आला. त्याचा अभ्यास आपणास करायचा आहे. यात व्यक्तिगत आणि संस्थात्मक अशा दुहेरी कार्यावर भर द्यायचा आहे. अभिनव भारत, गदर, अनुशीलन समिती, युगांतर, हिंदुस्थान सोशॅलिस्ट रिपब्लिकन आर्मीच्या कामाचे योगदान अभ्यासायचे आहे. आपण भारतातील पहिल्या देशव्यापी संघटनेच्या कार्याचा आढावा घेणार आहोत. काँग्रेसचा! काँग्रेस या शब्दाचा अर्थच मुळी एकत्र येणे असा आहे; परंतु काँग्रेसच्या अगोदरही काही महत्त्वाच्या संस्था ज्यांना आपण काँग्रेसच्या पूर्वसुरी म्हणू शकतो, अशांचा आपण थोडक्यात आढावा घेणार आहोत. यात लँड लॉर्ड सोसायटी किंवा लँड ओनर्स असोसिएशन (स्थापना १८३८), ब्रिटिश इंडिया असोसिएशन १८५१), इंडियन असोसिएशन (१८७६), मद्रास महाजन सभा (१८७८) यांचा समावेश आहे.

४.१ काँग्रेस उदयाची पार्श्वभूमी

१) लँड होल्डर्स असोसिएशन (१८३७)

द्वारकानाथ टागोर यांनी १८३७ मध्ये 'लँडहोल्डर्स' असोसिएशन नावाची संस्था स्थापली. जमीनदारांचे प्रतिनिधित्व करणे आणि त्यांचे हितसंबंध सांभाळणे हेच संस्थेचे प्रमुख कार्य होते. याला कारणीभूत ईस्ट इंडिया कंपनीची धोरणे होती. कंपनीच्या राजवटीत जुन्या जमीनदारांची आर्थिक अवस्था अधिकच हलाखीची झाली. म्हणून बिहार व बंगाल, ओरिसामधील जमीनदारांच्या हितसंबंधांचे संरक्षण करण्यासाठी ही संघटना स्थापण्यात आली. सरकारदरबारी आपापल्या अडचणी मांडणे व त्यांचे निराकरण करवून घेणे हा मध्यम मार्ग या संस्थेने स्वीकारला. सुरुवातीच्या काळात विशेषत: कंपनीच्या हिताला जोपर्यंत बाधा येत नव्हती तोपर्यंत ब्रिटिशांनी संस्थेला कोरडी सहानुभूती दाखविली.

२) ब्रिटिश इंडियन असोसिएशन (१८५१)

लँड होल्डर्स सोसायटी व बंगाल ब्रिटिश इंडिया सोसायटी यातील काही सदस्य एकत्र आले आणि त्यांनी २९ ऑक्टोबर १८५१ रोजी या असोसिएशनची स्थापना केली. राधाकांत देव हे देवेंद्रनाथ टागोर यांच्या नेतृत्वाखाली असोसिएशनचे काम करू लागले. टागोर हे संस्थेचे पहिले चिटणीस होत. या संघटनेचा मूळ उद्देश म्हणजे प्रशासनात सुधारणा व गतिमानता आणण्यासाठी प्रयत्न करणे. भारत व इंग्लंड यांचे हित ज्यात सामावले आहे, अशा विषयांवर चर्चा करणे, एकत्र येणे या हेतूंनी सभासदांनी कार्य सुरू केले. याच्या शाखा मद्रास, मुंबई, पुणे, अवध येथे निघाल्या. या असोसिएशनमध्ये समाजातील उच्चभ्रू वर्ग, जमीनदार यांचे प्राबल्य होते. अर्ज-विनंत्या करणे, इंग्लंडच्या पार्लमेंटमध्ये प्रलंबित असणाऱ्या विषयांचा पाठपुरावा करणे, त्यासाठी लंडनमध्ये असोसिएशनने पगारी प्रतिनिधी नेमले होते. असोसिएशनचे सदस्यत्व सर्वांसाठी खुले असले तरी प्रवेश फी जबरदस्त असल्याने असोसिएशनच्या सदस्यांत सामान्य माणसाला प्रतिनिधित्व नव्हते. हिंदू पेट्रियटचे हरिश्चंद्र मुखर्जी सदस्य होते. असोसिएशनने इल्बर्ट बिल, भाषिक वृत्तपत्र कायद्यांना विरोध केल्यामुळे एकही इंग्रज सभासद झाला नाही. असोसिएशनच्या कोलकाता शाखेला बंगालमधील जमीनदारांनी उदार आश्रय दिला. (सरकारने या कोलकाता शाखेतील सदस्यांना 'राजा' व 'रायबहादूर' पदव्या दिल्या.) १८६२ ते ८२ या दरम्यान ३५ सदस्यांस बंगाल लेजिस्लेटिव्ह काउन्सिलवर नेमले.

कार्य : १८५३ च्या चार्टर ॲक्टमध्ये सुधारणा करा. अधिकाधिक भारतीयांस प्रशासन, न्याय या खात्यांमध्ये भेदभाव न करता सामावून घेण्याची मागणी असोसिएशनने केली. उच्चपदस्थांचे पगार कमी करा, दंडाधिकारी व न्यायधिकारी अशा दोन जागा निर्माण करा. मिठावरील कर, अबकारी कर, स्टॅम्प ड्यूटी, धार्मिक संस्थांना अनुदाने रद्द

करा या मागण्या असोसिएशनने केल्या. कायद्यासमोर सर्व समान या तत्त्वाची अंमलबजावणी करा, ICS परीक्षा भारतात घ्या अशा मागणी करून संस्थेने कायद्यांचे भाषांतर बंगालीत केले. अर्थात असे असले तरी सदस्य ब्रिटिश शासनाशी एकनिष्ठ होते. काँग्रेसच्या स्थापनेला असोसिएशनने पाठिंबा दिला; परंतु काँग्रेसमध्ये विलीन होण्यास नकार दिला. त्यामुळे असोसिएशनचे कार्य बंगालपुरते मर्यादित राहिले. असहकार चळवळीस विरोध, सविनय कायदेभंगास विरोध, जातीय निवाड्याचे स्वागत, सायमन कमिशनचे स्वागत या गोष्टींमुळे असोसिएशन भारतीय राजकारणातून हद्दपार होण्यास मदत झाली. लोकांचा सार्वजनिक कामात सहभाग वाढविणे हे सगळ्यात महत्त्वाचे कार्य असोसिएशनने केले. व्यापक विचार करणारी, सर्व भारतीयांच्या हिताचा विचार करणारी ही संस्था होती.

३) ईस्ट इंडिया असोसिएशन (१८६६)

दादाभाई नौरोजी व व्योमेशचंद्र बॅनर्जी यांनी इंग्लंडमध्ये ही संस्था स्थापली. हिंदुस्थानपुढील अडचणी इंग्रजांना कळविणे व त्यावर चर्चा घडवून आणणे, लोकमताचा दबाब सरकारवर आणणे व भारताच्या परिस्थितीत सुधारणा घडवून आणणे या हेतूंनी सदर संस्था कार्यरत होती. लंडन हे प्रमुख केंद्र असले तरी भारतभर शाखा उघडण्याचा संस्थापकांचा विचार होता. भारताबद्दल आस्था असणाऱ्या कोणालाही यात प्रवेश होता. यामुळे विल्यम वेडरबर्न या संस्थेचे सभासद होते. संस्थेच्या नियमित बैठकांमधून भारतापुढील समस्या व त्यावरील उपायांची चर्चा केली जाई. राजकीय सुधारणांची मागणी करून त्यासाठी प्रत्यक्ष कार्य करायला असोसिएशनने सुरुवात केली.

लंडन शाखा - लंडन येथे मुख्य शाखा असल्याने या शाखेचे कार्य इतरांपेक्षा महत्त्वाचे ठरले. भारत मित्र चार्लस् ब्रॅडलॉ, विल्यम डिग्बी, विल्यम वेडरबर्न, हेन्री फॉसेट यांनी संस्थेच्या माध्यमातून ब्रिटिश लोकमत जागृत करण्याचा यशस्वी प्रयत्न केला होता. पार्लमेंटच्या निवडणुकीसाठी त्यांना संस्थेने आर्थिक मदत दिली. काँग्रेसच्या स्थापनेनंतर संस्थेचे अवतारकार्य समाप्त झाले.

४) सार्वजनिक सभा (१८७०)

आधुनिक भारताच्या संस्थात्मक इतिहासात 'सार्वजनिक सभे' ला महत्त्वाचे स्थान आहे. या संस्थेचे संस्थापक सार्वजनिक काका ऊर्फ गणेश वासुदेव जोशी होत. सार्वजनिक सभा स्थापन होण्यास पुण्यातील पर्वती संस्थानच्या पंचकमिटीचा गैरकारभार कारणीभूत ठरला. पर्वती संस्थानला १८४२ पासून सरकारी अनुदान मिळत होते. त्याच्या वाटपावरून संस्थानच्या कारभारी मंडळात वाद निर्माण झाले. या प्रश्नाला वाचा फोडण्यासाठी व

व्यक्तिगत प्रश्नांपेक्षा सार्वजनिक संस्था स्थापन केल्यास प्रश्न सुटू शकतील, या उद्देशाने २ एप्रिल १८७० रोजी पुण्यात 'सार्वजनिक सभा' स्थापन करण्यात आली. श्रीमंत श्रीनिवासराव पंतप्रतिनिधी अध्यक्ष, तर गणेश वासुदेव जोशी चिटणीस झाले. दक्षिण महाराष्ट्राच्या कार्यक्षेत्रातील प्रजेची गाऱ्हाणी मांडणे हेच संस्थेचे उद्दिष्ट होते.

कार्य - पर्वती संस्थानच्या प्रश्नामुळे सुरू झालेले कार्य प्रत्यक्षात विस्तारतच गेले. पुणे शहरासंदर्भात म्युनिसिपालटीकडे अर्ज करणे, अधिकाऱ्यांच्या भेटी घेऊन प्रश्न धसास लावणे, सरकारनियुक्त सभासदांच्या जोडीला लोकनियुक्त प्रतिनिधींची मागणी करणे, पुण्यातील दारूगुत्ते कमी करा, कायद्यांचे मसुदे मराठीतून उपलब्ध करून द्या, मुंबई हायकोर्टात मराठी न्यायाधीशांची नेमणूक करा, रेल्वे प्रवाशांच्या मागण्यांकडे लक्ष द्या अशा मागण्या सभेने केल्या. मिठाच्या जाचक कराविरुद्ध सभेने जनमत संघटित करण्याचा प्रयत्न केला. १८७३ मध्ये फ्रॅन्सिस पॅलेंग्टन या अधिकाऱ्याने महसुलात वाढ करण्याची सूचना केली असता अशी वाढ अन्यायकारक ठरेल, असा इशारा सभेने दिला.

१८७४ च्या पावसाळ्यात गिरणा, पांजरा नद्यांना पूर आल्यावर खानदेश, नाशिक भागांतील पूरग्रस्तांचे संसार सावरण्यासाठी सभेने तीन हजारांची मदत पाठविली. १८७५ मध्ये मॉरिशस बेटावरील हिंदी बांधवांवर तेथील सरकारने अन्याय करताच हिंदी बांधवांसाठी मॉरिशसला वर्गणी पाठविण्यात आली. संस्थेच्या कार्याला लोकांचा वाढता प्रतिसाद मिळू लागल्याबरोबरच संस्थेच्या शाखा सातारा, वाई, कराड, धारवाड, भिवंडी, नगर, नाशिक, सोलापूर येथे निघाल्या. संस्थेचे सभासदत्व स्वीकारण्यासाठी प्रतिज्ञापत्रक व शपथ आवश्यक असे.

दख्खन दंगे - १८७५ च्या दरम्यान पुणे, सातारा, अहमदनगर, सोलापूर या जिल्ह्यांत शेतकऱ्यांनी अन्यायी सावकारांविरुद्ध बंडे केली. शेतकऱ्यांच्या अज्ञानाचा व निरक्षरतेचा फायदा घेऊन सावकार खोटी कागदपत्रे करून शेतकऱ्यांस गहाणखत व कर्जरोख्यांमध्ये फसवित असत. पुणे जिल्ह्यातील सुपे भागात शेतकऱ्यांनी या सावकारांच्या विरोधात बंडे केली. सावकारांची दुकाने लुटणे, कर्ज व गहाणवटीची कागदपत्रे जाळणे, सावकारांची नाके कापणे या पद्धतीचे पडसाद नगर, सातारा, नाशिक, खानदेश भागात उमटले. याला दख्खन दंगे (डेक्कन रायट्स) म्हणतात. सभेने या दंग्यांची पाहणी करून सरकारला निवेदन दिले. उपाय म्हणून शेतकऱ्यांना कर्ज देण्याची व्यवस्था करा, शिक्षण द्या या शिफारशी केल्या. सभेच्या कार्याला यश देऊन सरकारने डेक्कन ॲग्री कल्चरिस्ट रिलिफ ॲक्ट (दक्षिणेतील शेतकऱ्यांचा कायदा) तयार केला.

पाहणी अहवाल - १८७६ च्या दुष्काळात पाणी, धान्य वैरण यांचे दुर्भिक्ष्य निर्माण झाले असता रयत गांजून गेली. काकांच्या नेतृत्वाखाली विविध ठिकाणी सभेचे प्रतिनिधी गेले. त्यांनी दुष्काळाची पाहणी करून सरकारला निवेदन दिले. बंगाल, मद्रास

येथून आर्थिक मदत मिळवून शेतकऱ्यांस १७ हजार रुपयांपर्यंत मदत वाटण्यात आली. या प्रश्नावर देशी-विदेशी वृत्तपत्रांतून लेख लिहून आणले. सरकार दरबारी फॅमिन कमिटी नेमण्याचा आग्रह धरला असता सभेच्या प्रयत्नांना यश येऊन केर्ड यांच्या अध्यक्षतेखाली दुष्काळ समिती नेमण्यात आली. या समितीसमोर सभेने पुढील मागण्या केल्या- सरकारने दुष्काळग्रस्तांसाठी कामे काढावीत, स्वस्त धान्य पुरवठा, दौंड-मनमाड रेल्वेला गती द्या, खडकवासला धरणाचा विस्तार करा, पशुधन वाचवा. त्वरित न्याय देण्यासाठी अल्प खर्चाचे लवाद कोर्ट स्थापन करावे. सरकारने या मागण्यांस सकारात्मक प्रतिसाद दिला.

१८७७ मध्ये लॉर्ड लिटनने इंग्लंडच्या राणीला 'भारताची सम्राज्ञी' किताब देण्यासाठी दिल्ली येथे दरबार भरवला असता सभेने राणीला मानपत्र सादर करून हिंदी लोकांना राजकीय हक्क देण्याची मागणी केली.

१८७८ पासून सभेच्या वतीने कार्याचा प्रसार करण्यासाठी 'द क्वार्टली जर्नल ऑफ द पूना सार्वजनिक सभा' हे इंग्रजी त्रैमासिक सुरू करण्यात आले. त्याचे संपादक सीताराम हरी चिपळूणकर होते. लॉर्ड लिटनच्या मुद्रणस्वातंत्र्यावर घाला घालणाऱ्या कायद्याच्या विरोधात रावबहादूर सदाशिव गोवंडे व काकांनी कोलकाता आणि मुंबई येथे सर्वप्रथम पत्रकार परिषदा भरवून मतप्रदर्शन केले. १८७९ च्या सुमारास पुण्यातील विश्रामबाग वाड्याला आग लागून नुकसान झाले असता सभेने वाड्याच्या पुनर्बांधणीच्या कार्यात मदत केली. क्रांतिकारक वासुदेव बळवंत फडके यांचे वकीलपत्र काकांनी घेतले.

स्वदेशी संदर्भातील कार्य - स्वदेशीचा विचार पटल्यावर काकांनी आमरण खादीचा वापर केला. स्वदेशीच्या प्रचार पुस्तिका, मेणबत्ती, काडेपेटी, छत्र्या, देशी हातमाग, स्वदेशी, दुकाने यांना उत्तेजन देण्यासाठी देशी व्यापारोत्तेजक संस्था काढली. शेतकऱ्यांत जागृती होण्यासाठी 'फेमिन कोड' चे भाषांतर मराठीत करवून घेतले. १८९६ मध्ये साराबंदीची चळवळ सुरू करण्याचा प्रयत्न केला. २५ जुलै १८८० रोजी सार्वजनिक काकांचे निधन झाल्याने महाराष्ट्राच्या संस्थात्मक जीवनातील एक अध्याय संपला.

काकांच्या मृत्यूनंतर टिळकांनी 'सार्वजनिक सभा' आपल्या ताब्यात घेतली. १८९६ मध्ये दुष्काळग्रस्त भागात शेतकऱ्यांसाठी खंडबंदीची चळवळ करण्यात येऊ लागली. सभेच्या कार्यकर्त्यांवर सरकारने खटले भरले. १८९७ मध्ये सरकारने 'सार्वजनिक प्रश्नांवर अर्ज विनंत्या करणारी संस्था' हे स्वरूप टिळकांच्या काळात न राहिल्याने सभेची मान्यता काढून घेतली.

मूल्यमापन : कनिष्ठ वर्गाच्या प्रश्नांकडे सभेने कायम दुर्लक्ष केल्याने महात्मा फुले यांनी सभेला 'सार्वजनिक भटसभा' म्हटले. कृष्णराव भालेकरांनी पर्याय म्हणून 'दीनबंधू सार्वजनिक सभा' काढली. सार्वजनिक काकांनी गांधीजींच्या कार्यापूर्वीच मीठ, खादी व स्वदेशी या विषयांसंदर्भात काम केले होते, हे विशेष होय. सार्वजनिक काकांच्या स्मारकाला

म. फुले यांनी उदार अंत:करणाने मदत केली. भारतीय राष्ट्रीय सभा ऊर्फ काँग्रेसची स्थापना ही भारताच्या इतिहासातील महत्त्वाची घटना आहे. काँग्रेसची स्थापना ही आकस्मिकपणे घडलेली घटना नसून त्यामागे अनेक घटनांची कारणपरंपरा आहे, त्याचा मागोवा आपण येथे घेणार आहोत.

ब्रिटिशांविरुद्ध अप्रीती - ब्रिटिशपूर्व कालखंडातील आक्रमक येथील समाजात मिसळून गेले. ब्रिटिशांनी मात्र धर्म, रंग, सत्ता, भाषा, जीवनपद्धती या सर्वच बाबतीत स्वत:ची स्वतंत्र ओळख जपली. येथील समाजाचे शोषण करून इंग्लंड राष्ट्र संपन्न होत होते. हा फरक लक्षात आल्यावर एतद्देशीयांस सत्ताधाऱ्यांबद्दल द्वेष वाटणे स्वाभाविक होते. इंग्रजांविरुद्ध सशस्त्र संघर्ष करणाऱ्यांचे अस्तित्व संपवून टाकण्यात आल्याने आजवरपेक्षा नवीन मार्ग आपण आखला पाहिजे, असे भारतीयांना वाटू लागले. या विचाराची अंतिम परिणती 'काँग्रेस'च्या स्थापनेत झाली.

शासनाची दमन नीती - इंग्रजांच्या भारतीयांस 'समान कायदा' या धोरणाने जसा फायदा झाला तसे त्याचे अप्रत्यक्ष परिणाम घडून आले. सर्व भारतीय एकाच सत्तेच्या दमनचक्राखाली भरडून निघाल्याने त्यांची सुख-दु:खे समान होती. त्यांना स्वातंत्र्याची समान आकांक्षा निर्माण झाली. आपण सारे भारतीय एक आहोत, ही भावना वाढीस लागल्याने भारतीय लोक एकत्र येऊ लागले.

नवशिक्षित वर्गाचा उदय - इंग्रजी भाषेचा वापर येथे वाढल्यामुळे आणि शिक्षण देणे ही सरकारची जबाबदारी झाल्यामुळे बहुभाषिक भारतास इंग्रजी भाषेमुळे पर्याय सापडला. प्रांतोप्रांतीचे नेते एकमेकांशी इंग्रजीत संवाद साधू लागले. इंग्रजी वृत्तपत्रांमुळे अन्य प्रांतांच्या समस्या समजण्यास मदत होऊ लागली. पाश्चात्त्य शिक्षणामुळे मिल, बँथम, बर्क, रुसो, व्हॉल्टेअर यांच्या विचारांची येथील जनतेला ओळख होऊ लागली. लोकशाहीसारख्या संकल्पना वाचनात येऊ लागल्या. स्वातंत्र्य, समता, बंधुता, उदारमतवाद, मानवतावाद, राष्ट्रवाद या संकल्पना येथील लोकांस कळू लागल्या. महाविद्यालये, विद्यापीठे नवविचारांची वाहक बनली. अनुवादित साहित्यामुळे हे विचार भारतीय भाषांपर्यंत जाऊन पोहोचले. अमेरिकेचा लढा, फ्रेंचांचा लढा, राजाविरहित राज्य, इटलीचे एकीकरण, आयर्लंडची चळवळ या गोष्टी भारतीयांच्या अभ्यासात येऊ लागल्या. येथील वातावरण पालटण्यास सुरुवात झाली. इंग्रजी भाषा म्हणजे वाघिणीचे दूध. हे दूध पिणारा गुर्र गुर्र (वाघाचे ओरडणे) केल्याशिवाय कसा राहील ? इंग्रजी भाषेच्या अभ्यासाने जागतिक ज्ञानाची कवाडे भारतीयांसाठी खुली झाली. ज्ञानकक्षा रुंदावल्या. उच्च शिक्षणासाठी येथील तरुण परदेशात जाऊ लागले. इंग्लंडमध्ये शिकायला गेलेल्या तरुणांनी तेथील विचार इकडे आणले. लोकशाहीमुळे इंग्लंडचे सामर्थ्य पाहून आमच्या

देशात लोकशाही का नको, असे विचार इकडे बळावू लागले. १८५८ च्या जाहीरनाम्यात राणीने दिलेली आश्वासने पूर्ण होत नाहीत, हेही येथील लोकांच्या लक्षात येऊ लागले होते. आयर्लंडमधील लोक आंदोलनामार्गे प्रश्न सोडवित असतील तर आपणही तसेच करायला हवे, याची जाणीव झाली.

५) इंडियन असोसिएशन (१८७६)

सुरेंद्रनाथ बॅनजी व आनंदमोहन बोस यांच्या संयुक्त प्रयत्नांनी जुलै १८७६ मध्ये कोलकाता येथे इंडियन असोसिएशनची स्थापना झाली. जून १८७६ मध्ये कोलकाता येथे स्थापन झालेल्या 'इंडियन लीग'च्या स्थापनेमुळे इंडियन असोसिएशनच्या स्थापनेला चालना मिळाली. लीगचे उद्दिष्ट 'राजकीय, बौद्धिक व राष्ट्रीय एकता याचा लोकांमध्ये प्रचार करणे' हे होते. यात दबलेल्या प्रजेचा आवाज सत्ताधाऱ्यांपर्यंत पोहोचवण्याची यंत्रणा नव्हती, म्हणून असोसिएशनने लोकमत जागृतीचा व लोकमत घडविण्याचा उद्देश नजरेसमोर ठेवला.

इल्बर्ट बिलाला विरोध व बॅनर्जी यांच्या विरोधातील सरकारच्या हालचाली यामुळे असोसिएशनला व्यापक पातळीवर प्रसिद्धी मिळाली. यामुळे बॅनर्जी यांनी देशभर दौरे सुरू करून 'मुलकी स्पर्धा परीक्षे'चा प्रश्न उपस्थित केला. गावोगावच्या संस्थांना ते लोकचळवळीत परिवर्तित करण्याची भाषा बोलू लागले. याच उद्देशाने डिसेंबर १८८३ मध्ये त्यांनी कोलकाता येथे देशपातळीवरील पहिली सभा बोलावली. पुढे काँग्रेसच्या स्थापनेमुळे असोसिएशनला प्रांतिक स्वरूप आले. या असोसिएशनच्या सदस्यांनी सुरुवातीला आपले अस्तित्व स्वतंत्र ठेवले असले तरी काँग्रेसच्या कार्यात पूर्णपणे भाग घेणे, अधिवेशनांना उपस्थित रहाणे ही कामे करायला सुरुवात केली.

कार्य - कोलकाता म्युनिसिपल ॲक्टला विरोध, वंगभंग विरोधी आंदोलन हे असोसिएशनच्या इतिहासातील कसोटीचे क्षण होते. माँटेग्यू चेम्सफर्ड सुधारणांचे स्वागत, १९१९ च्या कायद्याने विधिमंडळात प्रतिनिधित्व करण्यात असोसिएशनने पुढाकार घेतला. असहकार चळवळीच्या मुद्द्यावर असोसिएशनमध्ये मतभेद झाले. वसाहतीच्या दर्जाच्या स्वराज्याचे स्वागत, सविनय कायदेभंग चळवळीला विरोध यामुळे असोसिएशनची लोकप्रियता संपुष्टात आली. असोसिएशन स्वत:चे ऐतिहासिक स्थान गमावून बसले; परंतु राष्ट्रीय पातळीवर जागृतीचा पहिला प्रयत्न व राष्ट्रीय पातळीवरील कार्य यामुळे असोसिएशनचे कार्य महत्त्वाचे मानले गेले.

६) मद्रास महाजन सभा (१८७८)

दक्षिण भारतातील मद्रास येथे राजकीय स्वरूपाचे संस्थात्मक कार्य करणारी महत्त्वाची संस्था म्हणजे मद्रास महाजन सभा होय. त्या अगोदर 'मद्रास नेटिव्ह असेंब्ली' संस्था

होती. एम. सुब्बाराव पंतलु, जी सुब्रह्मण्यम अय्यर, रंगय्या नायडू, एम. वीरराघवाचारी या 'हिंदू' वृत्तपत्राच्या संस्थापकांनी 'मद्रास महाजन सभे'ची स्थापना केली. जानेवारी १८८५ मध्ये मद्रास महाजन सभेने व्यापक परिषद आयोजित करून विधी मंडळांना व्यापक रूप देऊन त्यात भारतीयांचा समावेश करण्याची मागणी केली. कार्यकारी व न्याय शाखेचे अधिकार वेगळे करण्याची मागणी करणारे ठरावसुद्धा संमत करण्यात आले.

या सगळ्या संस्थाच्या पार्श्वभूमीवर या सर्वच संस्थांना सामावून घेणारी एकच मध्यवर्ती संस्था उदयास आली तिचे नाव काँग्रेस!

४.२ भारतीय राष्ट्रीय सभेची स्थापना

समान भाषेमुळे एका व्यासपीठावर येण्याचा मार्ग भारतीयांस मिळाला. पाश्चात्त्य शिक्षणाने मानवी जीवनाकडे बघण्याच्या दृष्टिकोनात फरक पडला. भारतीय समाजजीवनात स्त्रियांचे स्थान, जातीसंबंधीच्या कल्पना, अंधश्रद्धा, चाली-रिती याकडे बघण्याच्या दृष्टिकोनात फरक पडू लागला. आपली परिस्थिती बदलायची असेल तर आपण एकत्र येऊन चळवळ केली पाहिजे, असे सुशिक्षित तरुणांना वाटू लागले.

नवघटकांचा उदय – ब्रिटिशपूर्व कालखंडात लष्करी व कृषी केंद्रित जीवनपद्धती होती. त्यात आता बदल होऊन नवा जमीनदार वर्ग, शेतकरी, व्यापारी, सावकार, असे विविध वर्ग पुढे आले. शेतीशी प्रत्यक्ष संबंध नसणारा शेतकरी वर्गसुद्धा अस्तित्वात आला. स्थानिक उद्योगधंद्यांचा ऱ्हास घडवून आणण्यात आला. हा वर्ग सुरुवातीला ब्रिटिशांच्या बाजूचा व नंतर सत्तेविषयी भ्रमनिरास होताच विरोधक झाला. याच वर्गाने लोकजागृती व जनमत घडविण्यात पुढाकार घेतला.

जागृती

इंग्रजांच्या आगमनानंतर येथे अभूतपूर्व वैचारिक मंथन सुरू झाले. ज्या ब्रिटिशांनी भारतीय संस्कृतीचा अभ्यास करून त्यातील चांगला भाग लोकांस दाखवला, त्याच बिटिशांनी येथील वैगुण्यांवर टीका करण्यास सुरुवात केली. सती पद्धती, बालविवाह, केशवपन, हुंडा, धर्म बहिष्कृती यांचा पुनर्विचार होण्यास सुरुवात झाल्यामुळे येथे धार्मिक व सामाजिक क्षेत्रांत प्रबोधन घडून येण्यास मदत झाली.

इंग्रजांचे अहंगंडाचे धोरण

ब्रिटिश राज्यकर्ते येथील प्रजेला कमी दर्जाचे लेखत. रुडियार्ड किपलिंगच्या शब्दांत 'गोऱ्या लोकांवरील वंशश्रेष्ठत्वाचे ओझे' महत्त्वाचे होते. रंग, भाषा, सत्ता यांच्या संदर्भात आम्ही वसाहतीतील लोकांपेक्षाच नव्हे तर जगात आम्ही श्रेष्ठ आहोत, असा ब्रिटिशांचा दावा होता. याच्या विरोधात येथील लोकांमध्ये प्रतिक्रिया उमटू लागली. आमचा प्राचीन

काळ अत्यंत गौरवास्पद होता. त्यामुळे आम्हीही कमी नाही अशी भूमिका येथील लोक घेऊ लागले. गोरे न्यायाधीश गोऱ्या लोकांना शिक्षा करताना पक्षपातीपणा करीत असत. काळे-गोरे असा भेद न्याय देताना करीत असत. इल्बर्ट बिलाला झालेला विरोध ब्रिटिशांच्या पक्षपातीपणाचा पुरावाच होय. ब्रिटिशांनी आयसीएस परीक्षा फक्त इंग्लंडमध्ये घ्यायला लावून भारतीयांवर अन्याय करण्याचा प्रयत्न केला.

आयसीएस पास झालेल्या सुरेंद्रनाथ बॅनर्जींवर अन्याय झाल्याने त्यांनी चळवळीचे हत्यार उपसले.

आर्थिक दुरवस्था - वरील सगळ्या घटकांपेक्षा काँग्रेस स्थापनेला सर्वांत महत्त्वाचा घटक कारणीभूत ठरला तो म्हणजे आर्थिक दुरवस्था. एके काळी आर्थिकदृष्ट्या संपन्न असणारा हा देश आताच का गरीब झाला ? एके काळी जागतिक व्यापारात महत्त्वाचा वाटा असणाऱ्या या देशाचा निर्यात व्यापार का थंडावला? दारिद्र्य, उपासमार, गरिबी, बेरोजगारी कशामुळे आली? याचा विचार लोक करू लागले असता त्यांच्या लक्षात आले की, यास इंग्रजांची कुटिल आर्थिक नीती जबाबदार आहे. ब्रिटिशपूर्व कालखंडात शेतसाऱ्यापोटी जमीनविक्री करणे दुर्मीळ होते. पीक येवो न येवो शेतसारा भरावाच लागणार, दुष्काळ पडला तरी त्यात सूट मिळणार नाही. यामुळे विविध महसुली पद्धती शेतकऱ्याला नाडण्यासाठीच आहेत असे लोकांच्या लक्षात येऊ लागले. भारतीय हस्तोद्योग, निर्यात यांचा अस्त घडवून येथील शेतीचे व्यापारीकरण कसे करता येईल यावर भर देण्यात येऊ लागला. यामुळे ख्यातनाम विचारवंत कार्ल मार्क्स यांनी ब्रिटिशांच्या वसाहतवादाची चिकित्सा करून शोषणातच विनाशाची बीजे आहेत, असे सांगितले. भाऊ महाजन, रामकृष्ण विश्वनाथ, लोकहितवादी यांनी ब्रिटिश आर्थिक शोषण करीत आहेत, याची मांडणी करायला सुरुवात केली. याच्या पुढचा टप्पा डॉ. आत्माराम पांडुरंग यांच्या लेखनात व दादाभाईंच्या आर्थिक नि:सारणाच्या सिद्धान्तात गाठला गेला. तोच कित्ता पुढे न्या. रानडे, सार्वजनिक काका, रमेशचंद्र दत्त यांनी गिरवला. ब्रिटिशांचे हित आणि भारताचे हित परस्परविरोधी गोष्टी असल्याने परकीय छताखाली भारतीयांची उन्नती होऊच शकत नाही, असा विचार पुढे आला. आर्थिक शोषणाच्या विरोधात काहीच न केल्यास या देशाचा ऱ्हास अटळ आहे, हे लक्षात आल्याने बुद्धिवादी वर्ग एकत्र येऊ लागला.

मुद्रित माध्यमांचे कार्य - त्या काळात अन्यायाला सामूहिक वाचा फोडण्याचे एकमेव माध्यम म्हणजे वृत्तपत्रे होती. ती जनमत घडवण्याचे कार्य करीत होती. ब्रिटिशांनी दिलेले मुद्रण स्वातंत्र्य अंतिमत: त्यांनाच घातक ठरले. जागल्याचे कार्य करण्यास या पत्रांनी सुरुवात केली. देशाच्या सर्वच भागांत हळूहळू वृत्तपत्र निघू लागल्याने कानाकोपऱ्यातील अन्याय छापून येऊ लागले. इंग्रजी पत्रांचे सारांश मराठीत येऊ लागल्याने असेतूहिमाचल बातम्या लोकांस कळू लागल्या. हिंदू पेट्रियट, अमृतबझार पत्रिका, द. हिंदू,

केसरी यांनी प्रभावी भूमिका बजावली. स्वातंत्र्याचा संदेश द्यायला वृत्तपत्रांनी सुरुवात केली. काँग्रेसच्या स्थापनेत पुढाकार घेणारी मंडळी वृत्तपत्रांशी संबंधित होती. याचे रहस्य हेच आहे. याच काळातील साहित्याने विशेषत: निबंधमाला या विष्णूशास्त्री चिपळूणकरांच्या साहित्यकृतीने भूतकाळ जागा केला. डफच्या इतिहासावर कीर्तने यांनी टीका केली. 'नीलदर्पण' नाटक व अन्य साहित्याच्या माध्यमातूनसुद्धा इंग्रजी राज्य हटवले पाहिजे, असे संदेश जाऊ लागले.

दळणवळणाची साधने - ब्रिटिशांनी लष्कराच्या सोईसाठी देशभर लोहमार्गाचे जाळे विणण्यास सुरुवात केली. याचा अप्रत्यक्ष फायदा भारतीयांस झाला. भारतीय लोक प्रांतोप्रांती जाऊ लागले. टपाल व तारायंत्राच्या माध्यमातून एकमेकांशी संपर्क सुरू झाले. एखाद्या प्रांतावर संकट आल्यास दुसरे मदतीला जाऊ लागले. यामुळे परिवर्तनाच्या प्रक्रियेला वेग आला.

तात्कालिक परिस्थिती - १८७५ ते १८८५ हा कालखंड काँग्रेसच्या स्थापनेसाठीचा 'मशागती'चा कालखंड ठरला. लॉर्ड लिटनच्या चार वर्षांच्या काळात दुष्काळात लक्षावधी लोक मृत्यू पावूनसुद्धा त्याने दाखविलेली अनास्था, मदतकार्याऐवजी दिल्ली दरबार भरवण्यावर केलेला खर्च, अफगाण युद्धावरचा खर्च, आयसीएस परीक्षेतील उमेदवारांचे वय २१ वरून १९ वर आणण्याच्या निर्णयामुळे भारतीयांवर होणारा अन्याय, कापडावरील आयातकराच्या संदर्भातील अन्यायी धोरण यामुळे सुरेंद्रनाथ बॅनर्जी यांनी देशभर दौरा केला असता त्यांना व्यापक प्रतिसाद मिळाला. लिटननंतर लॉर्ड रिपन यांनी वृत्तपत्रांवरील निर्बंध हटविले. स्थानिक स्वराज्य संस्था बळकट करण्यावर भर दिला. आय. सी. एस. परीक्षेत वयोमर्यादा वाढविण्याचा प्रयत्न केला. न्यायक्षेत्रातील अन्याय इल्बर्ट बिलद्वारे दूर करण्याचा प्रयत्न केला. यातून सुरेंद्रनाथ बॅनजी यांनी नॅशनल कॉन्फरस (राष्ट्रीय परिषद) स्थापण्याचा निर्णय घेतला. नॅशनल कॉन्फरन्सचे आयोजन ही राष्ट्रीय सभेच्या स्थापनेची पहिली पायरी आहे, असे उद्‌गार आनंदमोहन बोस यांनी काढले. याच दरम्यान ए. ओ. ह्यूम यांच्या मनातही राष्ट्रव्यापी संस्था काढण्याचे विचार घोळतच होते. १ मार्च १८८३ रोजी कोलकाता विद्यापीठाच्या पदवीधरांस उद्देशून ह्यूम यांनी लिहिलेल्या पत्रात 'तरुणांनी देशसेवेसाठी पुढे यावे' असे आवाहन केले. या पत्राला चांगला प्रतिसाद मिळाला. यातूनच १८८४ मध्ये 'नॅशनल युनियन' संघटनेची स्थापना करण्यात आली. देशोन्नती हाच प्रमुख उद्देश या संस्थेचा होता. ह्यूम यांनी त्यांच्या देशबांधवांशी आणि वरिष्ठ अधिकाऱ्यांशी चर्चा केली. पुण्यात पहिले अधिवेशन घेण्याचे ठरले असता कॉलऱ्याची साथ आल्याने पहिले अधिवेशन मुंबई येथे २८ डिसेंबर १८८५ रोजी सर गोकुळदास तेजपाल संस्कृत कॉलेजच्या सभागृहात भरविण्यात आले. अधिवेशन सुरू होण्यापूर्वी जे निवेदन पाठविण्यात आले त्यात राष्ट्रीय प्रगतीच्या कार्यात कळकळीने

भाग घेणाऱ्यांना परस्पर परिचयाची संधी लाभावी आणि भविष्यात हाती घ्यावयाच्या कार्याची निश्चिती सर्वसंमतीने करावी असा उद्देश नमूद करण्यात आला होता. पहिल्या अधिवेशनास देशभरातून ७२ प्रतिनिधी उपस्थिती राहिले. व्योमेशचंद्र बॅनर्जी अध्यक्ष, ह्यूम हे पहिल्या अधिवेशनाचे सचिव होते. सदर अधिवेशन तीन दिवस चालले.

काँग्रेस व सुरक्षा झडप सिद्धान्त

काँग्रेसची स्थापना करण्यामागे ह्यूम यांची काय भूमिका होती, यावर इतिहासकारांचे एकमत नाही. मध्यमवर्गीय सुशिक्षितांमध्ये असलेल्या ब्रिटिशांविरोधातील असंतोषाला उठावाचे रूप पुन्हा येऊ नये, हा असंतोष सुखरूपपणे बाहेर पडावा, ब्रिटिशांना धोका निर्माण होऊ नये म्हणून ह्यूम यांनी काँग्रेसची स्थापना केली. या विचारसरणीला 'सुरक्षा झडप सिद्धान्त' म्हणतात. या संदर्भात सी. एफ. ॲण्ड्र्यूज व मुखर्जी यांनी आपल्या 'राईज ॲण्ड ग्रोथ ऑफ काँग्रेस इन इंडिया' या ग्रंथात उदयोन्मुख महत्त्वाकांक्षी असंतुष्ट मध्यमवर्गीय सुशिक्षितांनी शेतकऱ्यांच्या बंडाचे नेतृत्व स्वीकारून राष्ट्रीय उठावाला प्रोत्साहन देऊ नये म्हणून त्यांच्या असंतोषाला राष्ट्रीय स्तरावर वाचा फोडण्यास एक व्यासपीठ निर्माण करणे ह्यूम यांना आवश्यक वाटले, असे विधान करून 'सेफ्टी व्हॉल्व्ह' (Safety valve) या सिद्धान्ताला बळकटी दिली आहे. लाला लजपतराय यांनी 'यंग इंडिया' लेखात भारतीयांच्या स्वातंत्र्याच्या आकांक्षेने प्रेरित होऊन काँग्रेसची स्थापना करण्यात आली नाही, तर काँग्रेस संस्थापकांचा प्राथमिक उद्देश ब्रिटिश साम्राज्याला उपस्थित झालेला धोका नाहीसा करण्याचा होता, असे मत मांडले आहे. 'आधुनिक भारताचा इतिहास' या डॉ. सुमन वैद्य व डॉ. शांता कोठेकर लिखित ग्रंथात डॉ. एन. एल. चटर्जी यांच्या लेखाचा संदर्भ आहे. सुरेंद्रनाथांसारख्या जहाल विचारांच्या ब्रिटिशविरोधी नेत्याने प्रस्थापित केलेल्या राष्ट्रीय परिषदेला मुळातच खच्ची करून ब्रिटिश राजसत्तेला एकनिष्ठ असलेल्या भारतीयांची राष्ट्रीय संघटना स्थापन करणे हा ह्यूम यांचा आंतरिक हेतू होता. एरवी नॅशनल कॉन्फरन्सची बैठक डिसेंबर १८८५ मध्ये भरणार हे ठाऊक असताना त्याच वेळी वेगळी राष्ट्रीय सभा भरविण्याची काय आवश्यकता होती, याचा विचार कोणत्याही अभ्यासकाच्या मनात उपस्थित होण्याजोगा आहे.

'सेफ्टी व्हॉल्व्ह' या संकल्पनेला विरोध करणारे काही इतिहासकार आहेत. 'इंडियाज स्ट्रगल फॉर इंडिपेंडन्स' या ग्रंथात बिपिनचंद्र यांनी हा आक्षेप साधार खोडला आहे. नामदार गोखले यांनी 'देशातील त्या काळची विद्यमान परिस्थिती लक्षात घेता कोणत्याही भारतीय व्यक्तीच्या पुढाकाराने कायम स्वरूपाची राष्ट्रीय संघटना स्थापन होणे अशक्य होते. कारण असा प्रयत्न साम्राज्यवादी ब्रिटिश नोकरशाहीने मुळातच चिरडून टाकला असता,'' असे विधान केले आहे. यावरून ह्यूम यांच्या प्रयत्नांमागील प्रामाणिक कळकळ

लक्षात येऊ शकते. याच्याबरोबर काँग्रेसच्या स्थापनेनंतरच्या ४-५ वर्षांत काँग्रेस फक्त चर्चेचा काथ्याकूट करीत आहे, हे लक्षात येताच सामान्य जनतेत राजकीय जागृती करण्याची मोहीम काँग्रेसने हाती घ्यावी, अशी सूचना ह्यूम यांनी केली. या सूचनेला भारतीय नेत्यांनी सक्रिय पाठिंबा उशिरा दिला. यामुळे भारताची प्रगती सरकारच्या साहाय्यानेच सनदशीरपणे होणे अधिक श्रेयस्कर ठरेल, अशा भूमिकेतूनच ह्यूम काँग्रेसच्या स्थापनेस प्रवृत्त झाले असावेत.

४.३ मवाळ कालखंड (१८८५ - १९०५)

काँग्रेसच्या स्थापनेपासून ते लोकमान्य टिळकांच्या उदयापर्यंतचा कालखंड सर्वसाधारणपणे मवाळ कालखंड म्हणून ओळखला जातो. मुंबईत २६ डिसेंबर १८८५ च्या काँग्रेसच्या पहिल्या अधिवेशनाचे अध्यक्ष म्हणून व्योमेशचंद्र बॅनर्जी व सचिव ॲलन ह्यूम होते. तीन दिवसांच्या या अधिवेशनास ७२ प्रतिनिधी उपस्थित होते. ठरावात भारतीय प्रशासनाची चौकशी करावी, इंडिया काउन्सिल बरखास्त करावे, लोकनियुक्त प्रतिनिधी संख्या विधिमंडळात वाढवा, लष्करी खर्चात कपात करा, भारतीयांस लष्करी शिक्षण द्या, आयसीएस परीक्षा भारतात घ्या, मिठावरील कर रद्द करा या मागण्यांचा समावेश होता. दरवर्षी अधिवेशन घेण्याचे ठरले. सर्व ठराव अर्ज स्वरूपात ब्रिटिशांकडे पाठविण्याचे ठरले.

अधिवेशने : या अधिवेशनाचा सर्वांत मोठा विधायक परिणाम म्हणजे भारतीयांच्या असंतोषाला वाचा फोडण्यास परिणामकारक व्यासपीठ मिळाले. १८८६ चे दुसरे अधिवेशन कोलकाता येथे भरले. येथे सुरेंद्रनाथ बॅनर्जींची 'नॅशनल कॉन्फरन्स' काँग्रेसमध्ये विलीन झाली. प्रांतिक संघटनांनी आपले प्रतिनिधी या अधिवेशनास पाठविले होते. सर्वसामान्यांचे प्रश्न ठामपणे मांडण्यात आले. तिसरे अधिवेशन मद्रास (१८८७) येथे बुद्रुद्दिन तय्यबजींच्या अध्यक्षतेखाली भरले. या अधिवेशनाची स्वागत समिती सर्वधर्मीय होती. अध्यक्षांनी सर्वधर्मीयांना काँग्रेसमध्ये सामील होण्याचे पर्यायाने समान उद्दिष्टांसाठी राष्ट्रीय प्रवाहात सामील होण्याचे आवाहन केले.

अलाहाबाद (१८८८) येथे भरलेल्या चौथ्या अधिवेशनाचे अध्यक्ष ब्रिटिश व्यापारी जॉर्ज यूल होते. काँग्रेस सरकारी धोरणांवर टीका करू लागल्यामुळे काँग्रेसला अधिवेशनासाठी जागा मिळू देण्यात सरकारने अडचणी आणल्या. ह्यूम यांनी व्यापक लोकजागृतीचे कार्य सुरू केल्यामुळे काँग्रेसकडे बघण्याचा ब्रिटिशांचा दृष्टिकोन बदलला होता. यामुळे १८८८ च्या नोव्हेंबरमध्ये (अधिवेशच्या अगोदर एक महिना) गव्हर्नर जनरल डफरीन याने शासकीय सेवेतील व्यक्तींनी काँग्रेस अधिवेशनात सहभागी होऊ नये असा इशारा दिला. इंग्लंडमध्ये काँग्रेसच्या कार्याची खरीखुरी माहिती पोहोचावी म्हणून

ह्यूम यांच्या सूचनेवरून लंडन शहरात जुलै १८८९ पासून काँग्रेसची कायमस्वरूपी शाखा वेडरबर्न यांच्या अध्यक्षतेखाली सुरू करण्यात आली.

काँग्रेसचे पाचवे अधिवेशन (१८८९) मध्ये मुंबईत वेडरबर्न यांच्या अध्यक्षतेखाली भरले. ब्रिटिश पार्लमेंटचे सदस्य चार्लस ब्रॅडलॉ अधिवेशनात हजर होते. त्यांनी कायदे मंडळाच्या सुधारणासंदर्भातील भारतीय मागण्यांचा ठराव तयार करून पुढे तो ब्रिटिश पार्लमेंटमध्ये विचारार्थ मांडला. याच अधिवेशनात काँग्रेसचे एक शिष्टमंडळ इंग्लंडला पाठविण्याचे ठरले. सहावे अधिवेशन कोलकाता (१८९०), सातवे नागपूर (१८९१), आठवे लाहोरला (१८९२) भरले. या कालखंडात काँग्रेसला लोकमताचा व्यापक पाठिंबा मिळू लागला. सरकार मात्र काँग्रेसकडे दुर्लक्ष करत होते; म्हणून काँग्रेसने लोकजागृती चळवळ हाती घ्यावी, असे पत्रक ह्यूम यांनी काढले. भारतात व इंग्लंडमध्ये याच्या विरुद्ध प्रतिक्रिया उमटल्यावर बाळ गंगाधर टिळक यांनी 'केसरी'तून त्यांचे समर्थन केले. ह्यूम यांना विरोध करणाऱ्या भित्र्या भारतीयांवर टिळकांनी जोरदार टीका केली.

मवाळांचे योगदान

काँग्रेसचे सुरुवातीच्या कालखंडातील कार्य म्हणजे चर्चा करणे, ठराव मांडणे व सरकारदप्तरी दाखल करणे; नंतर पुढील वर्षी मागील वर्षीच्या ठरावांचे काय झाले हे ते पहात नसत. अगदी सुरुवातीला काँग्रेसवर सुशिक्षित व मध्यम वर्गाचा पगडा जास्त असल्याने ठराव त्यांच्याशी निगडित असत. यामुळे म. फुले यांनी काँग्रेसवर आक्षेप घेतला. 'जोपर्यंत काँग्रेसचे नेते महार, मांग आणि शेतकरी यांच्या हिताची कळकळ बाळगत नाहीत तोपर्यंत राष्ट्रीय सभा ही खऱ्या अर्थाने राष्ट्रीय होऊ शकत नाही. एकमय होऊ शकत नाही.

ब्रिटिशांचा उदारमतवाद, लोकशाही, कायद्यासमोर सारे समान, न्यायप्रियता यावर मवाळांचा विश्वास. यामुळेच ते भूतकाळातील राजवटीपेक्षा ब्रिटिशांप्रती निष्ठा प्रदर्शित करीत होते. संस्थापकांपैकी कित्येकजण उच्च विद्याविभूषित होते. राणीच्या जाहीरनाम्यावर त्यांचा विश्वास होता. सुरुवातीच्या कालखंडात त्यांच्या खूपच कमी व मूलभूत स्वरूपाच्या मागण्या होत्या. शांततामय व सनदशीर मार्गानेच आपल्या मागण्या पूर्ण करून घ्याव्या लागतील याची त्यांना पूर्ण खात्री होती. १८५७ चे लष्करी अपयश काँग्रेसचे नेते विसरले नव्हते. ठराव मांडणे, चर्चा करणे, अर्ज विनंती करणे, लंडनमधील राज्यकर्त्यांच्या कानावर आपण सदैव गाऱ्हाणी घातल्यास आपले शोषण कमी होईल, असे काँग्रेस नेत्यांना वाटत होते. लंडनमध्ये सभा घेणे, पत्रके लावणे, भारतीयांच्या समस्यांचा अभ्यास (अर्थशास्त्रीय) आकडेवारीसह करून तो मांडणे, काँग्रेसचे शिष्टमंडळ इंग्लंडला पाठविणे, पार्लमेंटमध्ये भारताचे प्रतिनिधीत्व करणे इत्यादी उपाय मवाळ आचरणात आणीत होते. हे सगळे

बुद्धिजीवी होते. 'राष्ट्र' हीच गोष्ट त्यांना एकत्र आणणारी होती. यामुळे काँग्रेसला सुरुवातीपासूनच राष्ट्रीय मान्यता मिळाली.

मुस्लीम आणि काँग्रेस - मुंबईतील पहिल्या अधिवेशनास दोन, १८८६ च्या अधिवेशनास ३३, मद्रास अधिवेशनास ८१ मुसलमान सदस्य उपस्थित होते. ब्रिटिशांनी काँग्रेसला लगाम घालण्यासाठी सर सय्यद अहमदखान यांच्या महत्त्वाकांक्षांना फुलविले. त्यांना मुस्लीम संघटनेची वेगळी चूल मांडण्यास भरीस घातले. मुस्लिमांचे हित केवळ ब्रिटिशांशी एकनिष्ठ राहण्यातच आहे, असा प्रचार खान यांनी केला. हिंदू-मुस्लीम यांच्यात दरी निर्माण करण्याचा ब्रिटिशांचा प्रयत्न अपेक्षेबाहेर यशस्वी ठरला. सुरुवातीच्या काळातील काँग्रेस नेत्यांच्या लक्षात हा धोका आला नाही. या पार्श्वभूमीवर मवाळ नेत्यांचे आपण कार्य पाहणार आहोत.

१) दादाभाई नौरोजी ऊर्फ आधुनिक भारताचे पितामह - (१८२५-१९१७) भारताला राष्ट्रीयदृष्ट्या जागृत करण्यात दादाभाईंचा वाटा सगळ्यात महत्त्वाचा होता. भारतीय राष्ट्रवादाला आर्थिक समीक्षेची जोड देऊन त्यांनी बिनतोड युक्तिवाद केले. १८५० पासून सहप्राध्यापक, प्राध्यापक, ज्ञानप्रसारक सभेचे कार्यकर्ते, रास्त गोफ्तारचे जनक, बॉम्बे असोसिएशनच्या संस्थापकांपैकी एक अशा भूमिकांमधून त्यांनी देशाची सेवा केली. कामा कंपनीचे प्रतिनिधी म्हणून इंग्लंडला गेल्यावर त्यांनी तेथील आर्थिक परिस्थितीचा अभ्यास केला व भारतीयांस उद्योगधंदे काढण्यास प्रवृत्त केले. यातूनच जमशेटजी टाटा यांनी प्रेरणा घेऊन पोलाद उद्योगाचा पाया घातला. भारतात परतल्यावर बडोद्याचे दिवाण म्हणून काम केल्यावर ते मुंबईस परतले. १८७१ चे इंग्लंडमधील वित्तसमितीसमोरील त्यांचे भाषण, १८८० चे फॅमिन कमिशनला सादर केलेले निवेदन, १८९५ सालची वेल्बी कमिशनपुढील त्यांची साक्ष गाजली. याच पुस्तकात पहिल्या प्रकरणात त्यांच्या द्रव्यापहरणाचा ऊर्फ आर्थिक नि:सारणाचा स्वतंत्र उल्लेख केलेला आहे. इंग्लंडच्या आर्थिक कटू कारवायांवर त्यांनी प्रकाश टाकला. १९०६ मध्ये त्यांच्यातील मवाळ कार्यकर्ता जहाल विचारसरणीकडे झुकू लागला. वंगभंगावर टीका करून त्यांनी स्वदेशी व बहिष्कार, राष्ट्रीय शिक्षण व स्वराज्य या चतु:सूत्रीवर भर दिला. काँग्रेसच्या १९०६ च्या कोलकाता अधिवेशनात 'चळवळ करा, चळवळ करा, अखंड चळवळ करा,' असा मंत्र त्यांनी दिला. स्थापनेपासून मृत्यूपर्यंत त्यांचा संबंध काँग्रेसशी कायम होता. इंग्लंडच्या पार्लमेंटमध्ये निवडून गेल्यावर त्यांनी सदैव भारत हिताचीच काळजी घेतली.

२) न्यायमूर्ती महादेव गोविंद रानडे (१८४२-१९०१) - १८५७ नंतर थंडगार गोळा होऊन पडलेल्या महाराष्ट्राला स्वकर्तृत्वाने चैतन्य प्राप्त करून देणारे पहिले नेतृत्व म्हणजे न्या. रानडे. त्यांचे व्यक्तिमत्त्व, कर्तृत्व सर्वस्पर्शी होते.

इंदूप्रकाशमधील लेखन, प्रार्थनासमाजाचे कार्य, सार्वजनिक सभेचे कार्य, सामाजिक व औद्योगिक परिषद या कार्यात त्यांनी सरकारी नोकरीत असताना सुद्धा पुढाकार घेतला. महाराष्ट्रातील शेतकऱ्यांच्या दुरवस्थेला सरकारी महसुली धोरणे जबाबदार आहेत असा निष्कर्ष त्यांनी लोकांसमोर व सरकारसमोर मांडला. आर्थिक पाहणी व आकडेवारीच्या माध्यमातून दुष्काळाचे विश्लेषण करणारे ते पहिले महाराष्ट्रीय तज्ज्ञ होत. सार्वजनिक सभेच्या माध्यमातून स्वदेशी व आर्थिक वास्तवासंबंधात त्यांनी जनतेचे कायम प्रबोधन केले. भारतीय उद्योगांच्या भल्यासाठी संरक्षक जकातींची मागणी त्यांनी केली. दादाभाईंच्या आर्थिक नि:सारणाच्या सिद्धान्ताशी त्यांचे काही बाबतीत मतभेद होते. परकीय गुंतवणुकीचे त्यांनी मर्यादित प्रमाणात स्वागत केले. काँग्रेसच्या अधिवेशनांना जोडून सामाजिक परिषद घेण्याची कल्पना मांडून त्यांनी प्रत्यक्षात आणली.

३) फिरोजशहा मेहता (१८४५-१९१५) - ह्यूम यांच्या प्रारंभिक सहकाऱ्यांमध्ये फिरोजशहांचा विशेष समावेश होतो. ब्रिटिशांच्या उदारमतवादावर प्रचंड विश्वास आणि जन आंदोलनाला विरोध यांमुळे त्यांचे व्यक्तिमत्त्व वादग्रस्त होते. काँग्रेसमधील जहाल गटाला त्यांनी कायमच विरोध केला तो अगदी मृत्यूपर्यंत. १९०७ च्या सुरत अधिवेशनात फूट पडणार हे स्पष्ट दिसत असून सुद्धा त्यांनी काँग्रेस सांधण्याचे प्रयत्न केले नाहीत. १८९०च्या काँग्रेसच्या अधिवेशनाचे ते अध्यक्ष होते. प्रातिनिधिक शासन यंत्रणेचा पुरस्कार करून मुंबई नगरपालिका व मुंबई विद्यापीठाच्या मर्यादित स्वायत्ततेसाठी ते कायम दक्ष होते. रणांगणात उतरून लढणाऱ्या सैनिकाची भूमिका बजावण्यापेक्षा राजधानीत बसून युद्धाच्या योजना आखणे हेच त्यांच्या स्वभावात बसणारे होते.

नामदार गोपाळ कृष्ण गोखले (१८६६ - १९१५)

काँग्रेसचे नेतृत्व करणाऱ्या नेत्यांमध्ये गोपाळ कृष्ण गोखले यांचा समावेश होता. विद्वता, वक्तृत्व, कळकळ, देशभक्ती या गुणांचा समुच्चय त्यांच्यात झाला होता. शिक्षक म्हणून कारकिर्दीची सुरुवात करून आपल्या अंगच्या गुणांमुळे आंतरराष्ट्रीय पातळीवर चमकलेल्या दुर्मीळ नेत्यांपैकी एक म्हणजे गोखले होते. 'आधुनिक भारत' ग्रंथाचे कर्ते आचार्य जावडेकर यांच्या मते, "लोकांच्या वतीने राजदरबारी राज्यकर्त्यांना विरोध करूनही सरकारमान्यता कायम ठेवण्याचा मान त्यांनीच प्रथम मिळवला. १८९७ पासून पुढील वीस वर्षांचा आधुनिक भारताचा इतिहास म्हणजे ना. गोखले आणि लो. टिळक या दोन महाराष्ट्रीय पुढाऱ्यांच्या नेतृत्वाखाली कार्य करणाऱ्या दोन अखिल भारतीय राजकीय पक्षांचा इतिहास होय."

गोपाळ कृष्ण गोखले यांचा जन्म ९ मे १८६६ रोजी रत्नागिरी जिल्ह्यातील चिपळूण तालुक्यात झाला. बालपण कागल येथे गेल्यावर १८८४ मध्ये ते गणित विषय घेऊन बी. ए. झाले. सरकारी नोकरी न करण्याचा निश्चय असल्याने न्यू इंग्लिश स्कूलमध्ये शिक्षक, फर्ग्युसन महाविद्यालयाचे प्राचार्य म्हणून त्यांनी काम पाहिले. न्या. रानडे हे त्यांचे सामाजिक राजकीय गुरू होत. 'द क्वार्टर्ली जर्नल ऑफ पूना सार्वजनिक सभा' या त्रैमासिकाचे व आगरकरांच्या 'सुधारक'चे काही काळ ते संपादनाचे काम पाहत होते. १९०५ च्या काँग्रेसच्या बनारस येथे भरलेल्या अधिवेशनाचे ते अध्यक्ष होते. काँग्रेसचे प्रतिनिधी म्हणून ते इंग्लंडला गेले होते. कायदे मंडळाचे सदस्य म्हणून त्यांची कामगिरी अविस्मरणीय ठरली. अर्थसंकल्पावरील त्यांची भाषणे अविस्मरणीय झाली. १९०६ मध्ये गोखले यांचे भाषण ऐकल्यावर 'असे भाषण इंग्लंडच्या पार्लमेंटमध्येही क्वचित ऐकावयास मिळते.' असा अभिप्राय व्हॉइसरॉय लॉर्ड मिंटो यांनी दिला होता. १९११ मध्ये मध्यवर्ती कायदेमंडळात त्यांनी 'मोफत प्राथमिक शिक्षणाचे विधेयक' मांडले. अस्पृश्यता निवारण, स्त्री स्वातंत्र्याचे ते कट्टर पुरस्कर्ते होते.

म. गांधी व गोखले – म. गांधी गोखले यांना आपला राजकीय गुरू मानत असत. गांधी यांच्या निमंत्रणावरून गोखले दक्षिण आफ्रिकेला गेले. तेथे सत्याग्रही चळवळीसाठी त्यांनी निधी उभारला. आफ्रिकेतील वर्णद्वेषाची धार कमी करण्याचा त्यांनी प्रयत्न केला. रॉयल कमिशनचे सदस्य म्हणून त्यांनी बहुमोल कार्य केले. त्यांचे इंग्रजी भाषेवर असाधारण प्रभुत्व असल्याने त्यांची भाषणे ऐकण्यास इंग्लंडमध्ये लोक गर्दी करत असत.

भारत सेवक समाज – प्रागतिक राजकारणात क्रांतिकारकांच्या वीरवृत्तीला फारसा अवकाश नसला तरी सतत लोकसेवाव्रत आणि आजन्म स्वार्थत्यागी जीवन यांची आवश्यकता आहे. यासाठी मिशनरी वृत्तीने समाजसेवा करणाऱ्या, सार्वजनिक जीवन हाच धर्म मानणाऱ्या त्यागी देशभक्तांची मालिका निर्माण करण्यासाठी गोखले यांनी १९०५ मध्ये 'भारत सेवक समाज'ची (सर्व्हंट्स ऑफ इंडिया सोसायटी) स्थापना केली. धर्म, जात, पंथ विसरून भारताच्या सेवेसाठी संघटितपणे कार्य करणाऱ्या कार्यकर्त्यांच्या प्रयत्नांतून राष्ट्र उभे राहावे, अशी त्यांची इच्छा होती. हिंदू-मुस्लीम ऐक्य, हिंदू धर्मातील जातीयता संपविणे व उच्च चरित्र्याची निर्मिती करणे हेच त्यांचे 'समाजा'च्या स्थापनेमागील उद्देश होते. प्राथमिक शिक्षण सक्तीचे व मोफत करा, शेतसारा कमी करा, तांत्रिक शिक्षण संस्थाद्वारा भारतीयांस उद्योग स्थापण्यास मदत करा अशा विधायक सूचना त्यांनी वेळोवेळी सरकारला केल्या.

जहाल कालखंड – काँग्रेसच्या कारकिर्दीत १८९३ ते १९०७ हा कालखंड

जहालमतवादांच्या उदयाचा आणि १९२० पर्यंत विस्ताराचा कालखंड आहे. जहाल म्हणजे भारताच्या विकासासाठी स्वावलंबी लोकजागृतीचा व स्वत:वर विश्वास ठेवणारा आणि प्रसंगी त्यासाठी कष्ट सोसणारा राष्ट्रवादी गट म्हणजे जहाल, तर ब्रिटिशांच्या साहाय्याने भारतीयांची प्रगती करू इच्छिणारा गट म्हणजे मवाळ.

सुशिक्षितांचा वर्ग अधिकाधिक प्रमाणात काँग्रेसच्या कार्यात भाग घेऊ लागल्यामुळे त्यांना अर्ज विनंत्यांचा मार्ग पसंत पडणे अशक्य होते. काँग्रेसच्या कार्याबद्दल सरकार अनास्था दाखवित असताना काँग्रेस मात्र इंग्लंडच्या राणीच्या अभिनंदनाचे ठराव करीत होते. तेच ठराव, शुष्कचर्चा, मागण्यांचे अर्ज यात फरक पडत नव्हता. साम्राज्यवादी वसाहतींचे शोषण करणारे राज्यकर्ते आपल्या वसाहतीतील लोकांच्या मागण्या कशा पूर्ण करणार ? चर्चेपेक्षा कृतीवर भर देण्याची सुशिक्षितांकडून मागणी होऊ लागली. देशसेवा ही फावल्या वेळात करायची गोष्ट नाही. अर्ज विनंत्यांनी सरकार ऐकत नसेल तर सरकारवर टीका करायला हरकत नाही, असे वातावरण काँग्रेसमधील तरुण वर्गात निर्माण झाले. १८९२ च्या कौन्सिल ॲक्टच्या तरतुदींनी भारतीयांच्या तोंडाला पाने पुसली. त्यामुळे भारतीयांच्या असंतोषात अधिकच भर पडली. लाल - बाल - पाल (अनुक्रमे लाला लजपतराय - बाळ गंगाधर टिळक - बिपिनचंद्र पाल) यांनी जहाल विचार निर्भीडपणे मांडायला सुरुवात केली.

जहाल राष्ट्रवादाच्या उदयाची कारणे - काँग्रेसचे एकंदरीत कार्य पाहून ह्यूम यांनी लोकजागृतीचा मार्ग सुचविला. त्याला ब्रिटिशनिष्ठांनी, ज्येष्ठ नेत्यांनी विरोध केला. काँग्रेसला मूठभरांच्या ताब्यातून सोडवून लोक चळवळीचे स्वरूप दिल्याशिवाय भारतीयांस न्याय मिळणार नाही, असे काँग्रेसमधील तरुण वर्गाला वाटत होते. यातच ब्रिटिशांचा भारताकडे बघण्याचा दृष्टिकोन हा फक्त स्वहिताचा होता. 'शोषण करण्यासाठी उपयुक्त वसाहत' एवढेच भारताचे मर्यादित स्थान त्यांच्या लेखी होते. १८९२ च्या कौन्सिल ॲक्टने मवाळ नेत्यांचा अपेक्षाभंग झाला. य सगळ्यांपेक्षा परिणामकारक घटक म्हणजे दादाभाई नौरोजी यांनी आर्थिक नि:सारणाचा सिद्धान्त मांडून जहाल नेत्यांना वैचारिक पृष्ठभूमीच तयार करून दिली. सरकार भल्यासाठी काही करणार नसेल तर चतु:सूत्रीला (स्वराज्य, स्वदेशी, बहिष्कार, राष्ट्रीय शिक्षण) पर्याय नाही अशी मनोभूमिका जहाल नेत्यांची तयार झाली. दुष्काळ, पूर, रोग या आपत्तीत लक्षावधी लोक मृत्युमुखी पडत असताना जनकल्याणाच्या गोष्टी करणारे सरकार काहीच हालचाल करायला तयार नव्हते. पीक येवो न येवो, सरकारला फक्त महसुलात रस होता. शासकीय नोकऱ्या, उद्योगक्षेत्र यात वर्णद्वेषाचे धोरण होतेच. त्यामुळे सुशिक्षितांची कुंठितावस्था वाढतच चालली होती.

भाषा फायदे - इंग्रजी भाषेमुळे आणि दळणवळणाच्या साधनांमधील सुधारणांमुळे जग अधिक जवळ आले. जगभर चालणाऱ्या घडामोडी इंग्रजी वृत्तपत्रांमुळे व परदेशातून

येणाऱ्या पत्रांमुळे येथील सुशिक्षितांस समजू लागल्या. देशभरातील लोक आपल्या अनुभवांची देवाण - घेवाण करीत होते. त्यामुळे देशभरातील वातावरणाचा अंदाज येऊ लागला. रेल्वे, तारायंत्रे, परदेशगमन यामुळे जग जवळ आले. परकीय वाङ्मय अनुवादित व्हायला लागले. परराष्ट्रांचे इतिहास, एकीकरण चळवळी अभ्यासल्या जाऊ लागल्या. इंग्रजांपेक्षा मॅझिनी, गॅरिबाल्डी, काव्हूर, बिस्मार्क हे जवळचे वाटू लागले.

जगभरातील ऐतिहासिक घडामोडी विषेशत: बॉक्सर उठाव, इजिप्तमधील घटना, तुर्कस्थानचे आधुनिकीकरण, ब्रिटनमधील सिनफिएन चळवळ, जपान-रशियाची क्रांती यामुळे ब्रिटिश हे जगात अजिंक्य आहेत हा गैरसमज दूर होण्यास मदत झाली. या घडामोडीस महत्त्वाचा हातभार लावला तो लॉर्ड कर्झनने. कर्झनची दमननीती, उच्च शिक्षणास विरोध, भारतीयांस दुय्यम लेखण्याची वृत्ती, काँग्रेसबद्दल अप्रीती, वंगभंगाचे धोरण यामुळे राष्ट्रीयत्वाला अधिकच उधाण आले.

उपाययोजना

ब्रिटिशांचे शोषण थांबविण्यास स्वराज्याला पर्याय नाही, या निष्कर्षाप्रत जहालवादी आले. काँग्रेसला लोकचळवळीचे व्यापक स्वरूप दिल्याशिवाय आपण ब्रिटिशांना पुरे पडणार नाही, याचे भान चळवळीतल्या सगळ्यांनाच होते. शस्त्रास्त्रांच्या साहाय्याने ब्रिटिश हटू शकत नाहीत तर ते फक्त त्यांनीच दाखवून दिलेल्या मार्गाने हटू शकतात, याची जाणीव या नेत्यांना होती. लोकांना एकत्र करा, त्यांच्यात जाणीव निर्माण करा, त्यांची चळवळ उभारा यासाठी विविध सण, उत्सव, घटना, इतिहास यांचा आधार हे नेते या देशाच्या भूतकाळात शोधू लागले. यामुळे राष्ट्रीय भावना चेतवणाऱ्या भारतीय अभ्यासक्रमाला पर्याय नाही, सरकारी अनुदानापेक्षा स्वत:च्या संस्था स्वत:च चालविणे, व्यापारी साम्राज्याचा पाया खचवायचा असेल तर स्वदेशी उद्योगधंद्यास पर्याय नाही व परदेशी मालावर बहिष्कार टाकला पाहिजे या विचारांप्रत नेते आले. पार्लमेंट देऊ करीत असलेले अधिकार भारतीयांपर्यंत पोहोचतात की नाही हे पाहणे, त्यावर वृत्तपत्रांद्वारा देखरेख करणे सुरू झाले. ब्रिटिशांच्या कायद्याच्या चौकटीत राहून कायद्याचा अर्थ लावणे व ताणणे या गोष्टी नेते कायद्याची चौकट न मोडता करू लागले. 'स्वदेशासाठी जो मृत्यू पत्करतो.' तो खऱ्या अर्थाने जगतो आणि 'जो स्वत:साठी जगतो त्याचे जीवन देशासाठी तृणवत आहे.' या विचारसरणीवर जहालांचा विश्वास होता.

भारतीय असंतोषाचे जनक - लोकमान्य टिळक

२३ जुलै १८५६ रोजी रत्नागिरी येथे बाळ गंगाधर टिळक यांचा जन्म झाला. बी. ए., एल एल. बी. झाल्यावर त्यांनी देशसेवा करण्याच्या उद्देशाने समविचारी सहकाऱ्यांसह (चिपळूणकर, आगरकर, नामजोशी) न्यू इंग्लिश स्कूलची स्थापना केली.

मराठा, केसरी, वृत्तपत्रे काढली. पुढे डेक्कन एज्युकेशन सोसायटीची स्थापना करून 'फर्ग्यूसन महाविद्यालय' सुरू केले. ब्रिटिशांविरुद्ध लोकसंग्रह करण्याच्या उद्देशाने त्यांनी शिवजयंती व गणेशोत्सव सुरू केले. कोल्हपूरच्या बर्वे प्रकरणात त्यांना व आगरकरांना १०१ दिवस डोंगरीच्या तुरुंगात जावे लागले. १९०८ मध्ये टिळकांवर राजद्रोहाचा आरोप ठेवून त्यांना सहा वर्षे मंडालेच्या तुरुंगात काढावी लागली. येथे त्यांनी 'गीतारहस्य' लिहिले. १९१६ मध्ये टिळकांनी 'होमरूल लीग' ची चळवळ सुरू केली. चिरोल खटल्याच्या निमित्ताने ते इंग्लंडला गेले. परत आल्यावर १ ऑगस्ट १९२० रोजी त्यांचे निधन झाले.

टिळकांचे योगदान - जहाल राष्ट्रवादाला व्यापक अधिष्ठान मिळवून देण्याचे कार्य टिळकांनी केले. १८९५ मध्ये पुण्यातील सार्वजनिक सभा ताब्यात घेऊन टिळकांनी अर्ज विनंत्यांच्या राजकारणापेक्षा प्रत्यक्ष कार्य करण्यास सुरुवात केली. दुष्काळाच्या कालखंडात सभेच्या कार्यकर्त्यास गावागावात पाठवून 'फॅमिन रिलिफ कोड'चे भाषांतर सांगायला लावले. दुष्काळग्रस्त भागात सरकारी मदत पोहोचविण्यासाठी जनमताचे दडपण सरकारवर आणले. शिवजयंती व गणेशोत्सवाच्या माध्यमातून त्यांनी महाराष्ट्रभर व्यायामशाळांच्या स्थापनेस चालना दिली. स्वसंरक्षणार्थ शस्त्रसिद्धतेला त्यांनी प्राधान्य दिले. केसरीच्या माध्यमातून लढाऊ राष्ट्रवादाचा त्यांनी कायद्याच्या चौकटीत प्रचार केला. 'केसरी' या नावातच वेगळेपणा होते. 'केसरी'तून टिळकांचे लेख सरकारवर आग ओकू लागले. १८०३ च्या हिंदू-मुसलमान दंग्यातील सरकारचे पक्षपाती धोरण त्यांनी उघड केले. दुष्काळ निर्मूलन, दंगे थोपविणे, बेकारी निर्मूलन ही सरकारची जबाबदारी असल्याचे त्यांनी ठणकावून सांगितले. स्वदेशी व बहिष्काराचा पुरस्कार करून त्यांनी भारतीय तरुणांस उद्योग व्यापार करण्याचे आवाहन केले.

रँड प्रकरणी सर्व वृत्तपत्रे मूग गिळून बसली असता चापेकर बंधूंच्या कृत्यांचे नैतिक समर्थन करण्याचे धाडस फक्त टिळकांनी केले. याच वेळी राजद्रोहाच्या आरोपाखाली अठरा महिन्यांची शिक्षा झाली असता टिळकांनी माफी मागण्याऐवजी शिक्षा भोगली. काँग्रेसने मात्र या अटकेविषयी साधा निषेधसुद्धा नोंदविला नाही. कर्झनच्या बंगालच्या फाळणी योजनेला त्यांनी चतु:सूत्रीच्या माध्यमातून विरोध केला. वंगभंगविरोधी चळवळीमुळे काँग्रेसच्या कार्यात जमीनदार, व्यापारी, विद्यार्थी सामील झाले. बंगालच्या पाठीशी महाराष्ट्राची पूर्ण ताकद टिळकांमुळे उभी राहिली. १९०७ मध्ये जहाल-मवाळ वादामुळे काँग्रेस दुभंगली. अलाहाबाद येथे १९०८ च्या एप्रिलमध्ये खास अधिवेशन भरवून काँग्रेसची घटना तयार करण्यात आली. १९१६ च्या लखनौ अधिवेशनात टिळक गटाला काँग्रेसमध्ये सामील करून घेऊन काँग्रेस मजबूत करण्यात आली. याच अधिवेशनात काँग्रेस व लीगने मान्य केलेली योजना लखनौ करार म्हणून सर्वत्र मान्यता पावली.

टिळक मंडालेच्या तुरुगांतून सश्रम कारावासातून परत आलेले असल्यामुळे त्यांची

लोकप्रियता वाढलेली होती. पहिल्या महायुद्धाच्या कालखंडात काँग्रेस निष्क्रिय झाल्यामुळे लोकमान्य टिळकांनी मुंबईत 'होमरूल लिग' संस्था सुरू केली. याचे अध्यक्ष जोसेफ बॅप्टिस्ट व सचिव न. चिं. केळकर होते. माँटेग्यू चेम्सफर्ड योजना जाहीर झाल्यावर ब्रिटिशांच्या शब्दावर विसंबून राहण्याच्या वृत्तीचा टिळकांनी निषेध केला. माँटेग्यू यांनी बिनशर्त सहकार्याचे आश्वासन द्यायला टिळकांना नकार दिला. मवाळांनी माँटेग्यू चेम्सफर्ड सुधारणांना पाठिंबा देण्यासाठी 'इंडियन नॅशनल लिबरल फेडरेशन' ही संस्था काढून पाठिंबा दिला. यामुळे मुंबईतील काँग्रेसच्या खास अधिवेशनात प्रांतांमध्ये जबाबदार शासनपद्धतीची मागणी करण्यात आली. भारतासाठी वसाहतीचे स्वराज्य मागण्यात आले; परंतु इंग्रजांनी भारतीयांच्या तोंडाला पाने पुसली. याच काळात मोहनदास करमचंद गांधी यांचा भारतीय राजकारणात उदय होत होता. १ ऑगस्ट १९२० रोजी टिळकांचे मुंबईत निधन झाले.

मूल्यमापन - देश पारतंत्र्यात खितपत पडलेला असताना राजकीय सुधारणांना अग्रक्रम द्यावा, असे त्यांचे मत होते. स्वातंत्र्य मिळाल्यावर आम्ही आमचे घर ठीक करू, अशी त्यांची भूमिका होती. प्लेगची साथ पुण्याला आली असता टिळक प्लेगनिवारणार्थ लोकांच्या मदतीला धावले. अंगचोरपणा करणे हे त्यांच्या कार्यातच नव्हते. त्यांना बंदिवासाची शिक्षा झाली तेव्हा मुंबईच्या गिरणी कामगारांनी उत्स्फूर्त हरताळ पाळला, हे तत्कालीन भारतातले अभूतपूर्व दृश्य होते. तोपर्यंत हे भाग्य कोणाच्याही वाट्याला आले नव्हते. लेखनामुळे त्यांना विद्वन्मान्यता मिळाली आणि देशासाठी झिजल्यामुळे लोकमान्यता मिळाली. यामुळेच व्हॅलेंटाईन चिरोल यांनी त्यांस 'भारतीय असंतोषाचे जनक' म्हटले, तर महात्मा गांधी यांना टिळक उत्तुंग हिमालयासारखे वाटले.

आता आपण सशस्त्र क्रांतिकार्याच्या प्रवाहाकडे वळूयात.

४.४ अभिनव भारत

१९०४ मध्ये स्वातंत्र्यवीर विनायक दामोदर सावरकर यांनी स्थापन केलेली संस्था म्हणजे अभिनव भारत. 'ब्रिटिश पारतंत्र्यापासून भारताची संपूर्ण मुक्तता हे साध्य व सशस्त्र क्रांती हेच साधन' हे ब्रीदवाक्य संस्थेची महती सांगण्यास समर्थ आहे. चापेकरांच्या हौतात्म्यातून प्रेरणा घेऊन सावरकरांनी १८९९ मध्ये समवयस्क मित्रांच्या सहकार्याने 'राष्ट्रभक्तसमूह' ही गुप्त संस्था तर 'मित्रमेळा' ही (१९००) उघड-उघड राष्ट्रकार्य करणारी संस्था स्थापली. शिवजयंती, सण-उत्सव, गणेशोत्सव, राष्ट्रभक्तीपर गीते या माध्यमांमधून राष्ट्रजागृतीचे कार्य सुरू झाले. मिरवणुका, सभा, संमेलने, मेळे, व्याख्याने अशा विविध कार्यक्रमांमधून स्वराज्य, स्वदेशी, बहिष्कार, राष्ट्रीय शिक्षण या चतु:सूत्रीचा प्रसार सुरू झाला.

याच काळात सावरकरांच्या वाचनात आधुनिक इटलीचा जनक मॅझिनी, गॅरिबाल्डी यांची चरित्रे आली. मॅझिनीच्या चरित्राने त्या काळात सर्वांनाच प्रभावित केले होते. 'यंग इटली' संस्थेच्या धर्तीवर १९०४ मध्ये मित्रमेळा संस्थेचे 'अभिनव भारत' संस्थेत रूपांतर करण्यात आले. देशातील अन्य क्रांतिकारक संघटनांशी देवाणघेवाण सुरू झाली. सावरकर उच्च शिक्षणासाठी इंग्लंडला जाताच या महाराष्ट्रातील संघटनेला आंतरराष्ट्रीय व्यासपीठ मिळाले. श्यामजी कृष्ण वर्मा यांच्या 'भारत भवन' ला चळवळीच्या मुख्यालयाचे रूप आले. सशस्त्र क्रांतीचा सेतू जगभर उभारण्यात येऊन भारतीय तरुणांना या कामात प्रावीण्य मिळवून देण्याचे काम वेगात सुरू झाले.१९०७ मध्ये सावरकरांच्या प्रेरणेने साताऱ्यात 'अभिनव भारत' ची शाखा सुरू झाली. औंध व कोल्हापूर येथे तरुणांना क्रांतिकार्याच्या आरोपावरून पकडण्यात आले.

१९०९ मध्ये सावरकरांचे बंधू बाबाराव सावरकर यांना लघुअभिनव भारत मेळ्यांची पद्यावली छापण्याच्या आरोपावरून काळ्या पाण्यावर पाठविण्यात आले. इंग्लंडमध्ये कर्झन वायलीवर गोळ्या झाडण्यात आल्या. त्या झाडल्या मदनलाल धिंग्रा यांनी तर नाशिकला कलेक्टर जॅक्सनवर क्रांतिकारक अनंत कान्हेरे यांनी गोळ्या झाडल्या. या दोघांनाही मिळालेली पिस्तुले व कटाचे व्यापक स्वरूप पाहून सरकारने विनायकराव सावरकरांबद्दल मनात आकस ठेवून त्यांना अटक केली. कारण बॉम्ब तयार करण्याची माहिती व पिस्तुले त्यांनी भारतात गुप्तपणे पाठवायला सुरुवात केली होती. सावरकर कैदेत असेपर्यंत अभिनव भारतचे कार्य मंदावले. या सगळ्या कालखंडात सावरकरांना पं. श्यामजी कृष्ण वर्मा, भिकाइ कामा, लाला हरदयाळ, भाई परमानंद, मदनलाल धिंग्रा, ग्यानचंद्र वर्मा, सेनापती बापट, हुतात्मा कान्हेरे यांची मदत झाली. नाशिक कटाच्या खटल्यातील ३८ लोकांपैकी २७ लोकांना शिक्षा झाल्या.

सावरकरांचा खटला

सरकारविरुद्ध युद्धाचा प्रयत्न, कट रचणे त्यासाठी हत्यारे व दारूगोळा जमा करणे इत्यादी आरोप सावरकरांविरुद्ध करण्यात आले. त्यांच्या जोडीला ३५ सहआरोपी होते. सावरकरांनी आपला खटला हेगच्या आंतरराष्ट्रीय न्यायालयात चालविण्याची मागणी केली. तिकडे खटला दाखल होऊन निकाल येण्याअगोदरच सावरकरांना जन्मठेप अर्थात काळ्यापाण्याची शिक्षा झाली. दुसऱ्या खटल्यात ५० वर्षे काळ्या- पाण्याची शिक्षा तर अन्य २६ जणांना किमान सहा महिने ते १५ वर्षे शिक्षा व आठ जण निर्दोष सुटले. नारायण दामोदर सावरकर यांना सहा महिने सक्तमजुरीची शिक्षा ठोठावण्यात आली.

नाशिक कटाची पार्श्वभूमी (१९०९)

कर्झन वायलीनंतर नाशिकचा कलेक्टर जॅक्सन याच्या हत्येचा कट आखण्यात आला होता. गणेश दामोदर सावरकरांना शिक्षा, सावरकरांनी 'अभिनव भारत मंडळ' कडे पाठविलेली पिस्तुले या पार्श्वभूमीवर जॅक्सनने नाशिक भागात क्रांतिकारी चळवळीला चाप लावण्याचा प्रयत्न केला. त्यामुळे क्रांतिकारकांनी जॅक्सनला मारण्याचे ठरविले. मदनलाल धिंग्रा यांना फाशी दिल्यावर त्यांच्या आत्म्याला समाधान लाभावे म्हणून आणि ' फाशीचा बदला' घेण्यासाठी जॅक्सनला मारणे क्रमप्राप्त होते. त्यामुळे २१ डिसेंबर, १९०९ रोजी जॅक्सन बेसावध अवस्थेत नाशिकच्या किर्लोस्कर नाट्यगृहात आल्यावर अनंत कान्हेरे यांनी संधी साधली. त्यांचे साथीदार कृष्णाजी गोपाळ कर्वे व विनायक नारायण देशपांडे यांनी जॅक्सनच्या सन्मानार्थ 'शारदा' नाटकाचा प्रयोग होणार होता त्याचवेळी हल्ला करण्याचा निश्चय केला. जॅक्सनवर एकूण सात गोळ्या झाडण्यात आल्या. त्यातील पहिल्याच गोळीला तो बळी पडला. कान्हेरे यांना पकडल्यावर ते म्हणाले 'माझे कर्तव्य होते ते मी पार पाडले आहे. मी निसटून जाऊ इच्छित नाही.' कान्हेरे यांना १९/४/१९१० रोजी ठाणे येथील तुरुंगात फाशी देण्यात आले. वरील तिघा क्रांतिकारकांना फाशी तर अन्य सहभागी शंकर रामचंद्र सोमण व वामन नारायण जोशी यांना जन्मठेप झाली. यातूनच नाशिक कटाचा खटला उदयाला आला व त्यात सावरकरांना गुंतविण्यात आले.

सेनापती पांडुरंग महादेव बापट (१२/११/१८८० ते २८/११/१९६७)

सेनापती बापट यांचा जन्म १२ नोव्हेंबर १८८० रोजी नगर जिल्ह्यात पारनेर गांवी झाला. प्राथमिक व माध्यमिक शिक्षण नगरला पूर्ण करून मॅट्रिकच्या परीक्षेत संस्कृतमध्ये ते सर्वप्रथम आले. त्यांना जगन्नाथ शंकरशेठ शिष्यवृत्ती मिळाली. डेक्कन कॉलेजातून १९०२ मध्ये बी.ए. झाले. मुंबई विद्यापीठाच्या 'मंगलदास नथुभाई टेक्निकल स्कॉलरशिप' अन्वये ते इंग्लंडमधील एडिंबरो येथील हेरिएट वॅट इंजिनियरिंग कॉलेजात मेकॅनिकल इंजिनिअरिंगचे शिक्षण घेण्यासाठी गेले. इंग्लंडमध्ये श्यामजी कृष्ण वर्मा यांची भेट झाली आणि क्रांतिकारक विचारांकडे ते ओढले गेले. त्यांना कॉलेज जीवनात घेतलेली प्रतिज्ञा पुन्हा स्मरली.

''मी पांडुरंग महादेव बापट - भवानी आईची- या नंग्या समशेरीची शपथ घेऊन अशी प्रतिज्ञा करतो की, माझ्या परतंत्र मातृभूमीला स्वतंत्र करण्यासाठी मी आजपासून यावज्जीव कायावाचामनाने झटेन आणि तिची हाक येताच तिच्या सेवेसाठी धावून येईन. या कामी मला देहाचा होम करावा लागला तरी मी फिरून याच भरतखंडात जन्म घेईन व अपुरे राहिलेले काम करून दाखवीन. ही माझी प्रतिज्ञा पुरी करण्यास श्रीहरी मला जरूर

ती बुद्धी, युक्ती आणि शक्ती देवो- वंदे मातरम्.''

याच दरम्यान इंग्लंडमध्ये भारतातील इंग्रजी राजवटीचे सत्य स्वरूप उघडे करून दाखविणारे भाषण केल्याबद्दल त्यांची शिष्यवृत्ती बंद करण्यात आली व ते इंडिया हाऊसमध्ये राहायला आले. येथेच बॅ. सावरकर, मदनलाल धिंग्रा, मिर्झा अब्बास यांचा सहवास त्यांना लाभला. त्यांच्या प्रभावाने बॉम्ब विद्या शिकण्यासाठी ते पॅरिसला गेले. त्यांच्या अगोदरच हेमचंद्रदास व मिर्झा अब्बास पॅरिसला पोहोचले होते. तेथे त्यांना रशियन भाषेत बॉम्ब तयार करण्याची कागदपत्रे मिळाली. बापट यांनी ॲना खोला या महिलेच्या सहकार्याने त्याचे भाषांतर करून भारतात क्रांतिकारकांकडे व लो. टिळकांकडे एक प्रत पाठविली. बॉम्ब विद्या शिकून ते भारतात १९०८ मध्ये परतले. माणिकतोल खटल्यातील माफीचा साक्षीदार नरेंद्र गोस्वामी याने इंग्रजांना बॉम्बस्फोट कटाचे खरे सूत्रधार बापट असल्याचे सांगितले व मग बापटांना अज्ञातवासात राहावे लागले.

१९०८ ते १९१३ हा काळ त्यांनी अज्ञातवासात काढला. पुरुषोत्तम वैद्य या नावाने मॅट्रिकची परीक्षा दिली. उर्वरित काळात विष्णु विनायक मुळे हे नाव वापरले. आबासाहेब महाराज या त्यांच्या मित्राने विश्वासघात केल्याने त्यांना पकडण्यात आले. पुराव्याअभावी त्यांची मुक्तता झाली तरी पारनेर येथे त्यांना नजरकैदेत ठेवण्यात आले. पुढे ते पुण्याला आले. चित्रमय जगत, मराठा, ज्ञानकोश येथे नोकरी केली. आयुष्यभर एक पाय तुरुंगात व एक पाय समाजात अशीच त्यांची अवस्था होती.

विष्णू गणेश पिंगळे (१८८८-१९१५)

प्रमुख महाराष्ट्रीय क्रांतिकारकांपैकी एक म्हणजे विष्णू गणेश पिंगळे होत. पुणे जिल्ह्यात जन्मलेल्या पिंगळे यांनी समर्थ विद्यालयात शिक्षण घेतले. मेकॅनिकल इंजिनियर होण्यासाठी ते १९११ रोजी अमेरिकेत गेले. तेथे त्यांनी बिनतारी तारायंत्राचा अभ्यास सुरू केला. बाबा गुरुमुखसिंग यांच्या नेतृत्वाखालील हिंदी लोकांच्या चळवळीत ते सामील झाले. लाला हरदयाळ यांच्या संपर्कात आल्यावर ते सशस्त्र क्रांतीचे प्रचारक बनले. भारतीय सैन्यात ब्रिटिश विरोधी उठाव करण्यासाठी ते मीरत येथे गुप्तपणे आले. दुर्दैवाने ब्रिटिशांनी त्यांना मार्च १९१५ रोजी पकडले. हिंदी सैनिकांच्या छावणीत त्यांना अटक करण्यात आले तेव्हा त्यांच्याजवळ दारूगोळा व ज्वालाग्रही द्रव्ये सापडली. रौलेट रिपोर्टनुसार लाहोर कटात त्यांचा सहभाग होता व अमेरिकेतून हजारो लोक भारतात बंड घडवून आणण्यासाठी ते आणणार होते. लाहोर कटाचा खटला चालविण्यात येऊन भाई परमानंद यांना काळ्या पाण्याची शिक्षा तर पिंगळे यांना लाहोरच्या तुरुंगात फाशी देण्यात आले.

गदर चळवळ - मराठी विश्वकोश खंड ४ मध्ये गदर (गधर) या पंजाबी शब्दाचा अर्थ बंड किंवा विद्रोह असा दिला आहे. अमेरिकेत १९१३ मध्ये काही भारतीयांनी विशेषत: लाला हरदयाळ, डॉ. पांडुरंग सदाशिव खानखोजे यांनी 'गदर' संघटनेची स्थापना केली. या गटात सर्व भारतीयांचा समावेश करून मेक्सिको, जपान, चीन, फिलिपाइन्स, मलाया सिंगापूर, थायलंड, पूर्व व दक्षिण आफ्रिका, इंडोचायना या देशांत गदरने काम सुरू केले. गदर पक्षाची जाहिरात पुढीलप्रमाणे होती. बंडाचा वणवा पेटवण्यासाठी शूर शिपाई हवेत. पगार-मृत्यू, किंमत-हौतात्म्य, निवृत्ती वेतन-स्वातंत्र्य, रणांगण-भारत. भारताला स्वातंत्र्य मिळवून देण्यासाठी तन-मन-धन अर्पण करण्यास सदस्य तयार झाले.

पं. काशीराम व भाई परमानंद यांचेही योगदान गदर संदर्भात महत्त्वाचे आहे. श्री. खानखोजे (१८८४ - १९६७) यांचा जन्म महाराष्ट्रातील वर्धा जिल्ह्यात झाला. भारतीय स्वातंत्र्याचा विचार कायम डोक्यात असल्याने त्यांनी विवाह करण्याचे टाळून लोकमान्य टिळकांच्या सल्ल्याने परदेशात प्रयाण केले. अमेरिकेत त्यांनी एम. एस्सी, (शेतकी) केले. अमेरिकेत 'इंडियन इंडिपेंडन्स पार्टी' या संस्थेची स्थापना केली. गदर आणि हिंदुस्थान असोसिएशन ऑफ अमेरिका या संस्थेची स्थापना त्यांनी अमेरिकेत केली.

जपानमध्ये स्फोटक द्रव्यांचे प्रशिक्षण घेतलेल्या खानखोजे यांनी अमेरिकेत राहून भारतात सशस्त्र क्रांती घडवून आणण्याचा प्रयत्न करताच त्यांना सुरेंद्र मोहन, खगेंद्रचंद्र, तारकानाथ दास हे क्रांतिकारक येऊन मिळाले. क्रांतिकारकांच्या 'एल गदर'चा पहिला अंक इंग्रजी, हिंदी, बंगाली, मराठी, उर्दू, गुरुमुखी अशा भाषांत प्रसिद्ध झाला. हिंदी फौजेत देशभक्ती व ब्रिटिशांविरोधात अप्रीती निर्माण करण्याचे प्रयत्न जोरात सुरू झाले. प्रचारक व प्रहारक असे दोन विभाग संघटनेत होते. प्रहारक विभाग रेल्वे स्थानक, तारायंत्रे, पोलीस ठाणी, लष्करी केंद्रे यांवर गुप्तरीत्या छापे घालण्याची योजना करी. २१ फेब्रुवारी १९१५ ही भारतात सार्वत्रिक बंड घडवून आणण्याची तारीख ठरली होती. सरकारने साम - दाम - दंड - भेद मार्गांचा वापर करून योजना उधळली. फिरोजपूर खजिना लूट प्रकरणात सातजण फाशी गेले. लाहोर कटात २४ जणांना फाशी देण्यात आले.

अनुशीलन समिती

विसाव्या शतकाच्या प्रारंभीच पी. मित्र यांच्या नेतृत्वाखाली बंगालमध्ये कोलकात्यास स्थापन झालेली पहिली क्रांतिकारी राजकीय संस्था. संस्थेचा काही भाग उघड चाले, तर काही पूर्णपणे गुप्त. युवकांना शिक्षण देण्यासाठी या संस्थेतर्फे मंडळे स्थापण्यात येत व त्यांत शारीरिक कवायत, हत्यारे वापरणे, घोड्यावर बसणे, पोहणे,

मुष्टियुद्ध इ. प्रकार शिकविले जात. गुप्त कार्यक्रमात निवडक लोकच घेतले जात. जे प्राणार्पणाची शपथ घेत त्यांना क्रांतिकारक चळवळीचे प्रशिक्षणही देण्यात येत असे.

वंगभंगाविरुद्ध झालेल्या प्रचंड चळवळीमुळे (१९०५) अनुशीलन समितीच्या कार्यास जोरदार प्रोत्साहन मिळाले. याच सुमारास अरविंद घोष, त्यांचे धाकटे बंधु बारिंद्रकुमार घोष व इतर अनेक देशाभिमानी लोक समितीच्या कार्यात सामील झाले. अध्यक्ष पी. मित्र त्यांच्या प्रयत्नाने बंगालमध्ये समितीच्या अनेक शाखा स्थापन झाल्या. त्यांतील प्रमुख शाखा डाक्का येथे पुलिनदास यांच्या नेतृत्वाखाली स्थापण्यात आली. पुढे समितीत कार्यपद्धतीसंबंधी मतभेद होऊ लागले. बारिंद्रकुमार घोष व त्यांचे तरुण सहकारी यांना बाँब तयार करणे हे समितीचे आद्य कर्तव्य असावे असे वाटे. समितीचे अध्यक्ष पी. मित्र यांचे मत तात्कालिक हिंसक क्रांतीच्या विरुद्ध होते. या मतभेदांमुळे अनुशीलन समितीतच अरविंद घोषांच्या अध्यक्षतेखाली युगांतर समिती हा स्वतंत्र गट तयार करण्यात आला.

पुढे समितीत तात्त्विक मतभेद वाढू लागले आणि त्यांतून तीन गट निर्माण झाले. डाक्का येथील पुलीनदास यांचा, कोलकात्यात पी. मित्र यांचा व रासबिहारी बोस यांचा असे तीन गट कार्य करू लागले; तथापि, एकमेकांशी संपर्क मात्र ठेवला जात असे. आर्थिक व इतर स्वरूपाची मदतही एकमेकांस देण्यात येई. समितीच्या शाखा सर्व बंगालभर होत्याच. त्याशिवाय आसाम, बिहार, पंजाब, संयुक्त प्रांत, मध्य प्रांत व दक्षिणेत पुण्यापर्यंतही त्या पसरलेल्या होत्या.

अनुशीलन समितीच्या अंतर्गत व्यवस्थेसंबंधी फारशी माहिती उपलब्ध नाही. मात्र, डाक्का येथील शाखेची माहिती मिळते व त्यावरून बरीच कल्पना येऊ शकते. या समितीच्या संपूर्ण बंगालमध्ये शाखा प्रस्थापित करण्यात आल्या होत्या. त्यातून रशियातील क्रांतिकार्याच्या धर्तीवर शिक्षण देण्यात येई. कार्यासाठी शस्त्रास्त्रे जमा केली जात व त्यांचा वापर परक्या अंमलदारांवर व आपल्यातील फितूर अधिकाऱ्यांवर करावयाचा असे. द्रव्यासाठी आवश्यक तेव्हा लूटमार करणे, हाही त्यांच्या कार्यक्रमाचा भाग असे.

भारतीय स्वातंत्र्य चळवळीच्या इतिहासात या समितीचे कार्य फारसे परिणामकारक झाले नसले, तरी तिच्या उद्दिष्टांची व मार्गांची दखल घेणे अगत्याचे आहे.

युगांतर

भारताच्या स्वातंत्र्य चळवळीत युगांतर समितीचे कार्य महत्त्वाचे आहे. ख्यातनाम क्रांतिकारक अरविंद घोष यांचे धाकटे बंधू बारिन्द्रकुमार घोष यांनी आपले सारे आयुष्य देशसेवेसाठी वाहून घेतले होते. बंगाल, बिहार, ओरिसा, मद्रास या प्रांतांमधून त्यांनी स्वातंत्र्याचा प्रचार केला. 'युगांतर' वृत्तपत्र सुरू करून धार्मिक राष्ट्रवादाचा प्रसार त्यांनी

केला. स्वामी विवेकानंद यांचे बंधू भूपेंद्रनाथ दत्त यांचा या वृत्तपत्रात सक्रिय सहभाग होता. घोष व दत्त यांना पुढे अविनाश भट्टाचार्य, अश्विनीकुमार दत्त असे सहकारी मिळाले. या सगळ्यांच्या विचारविनिमयातून 'युगांतर' ही क्रांतिकारकांची समिती अस्तित्वात आली.

पॅरिसमधून स्फोटक द्रव्यांचे शिक्षण घेतलेले हेमचंद्र दास समितीला येऊन मिळाले. त्यातून कोलकात्ता येथे बॉम्ब बनविण्याचा कारखाना सुरू झाला. शत्रूला धडा शिकविणे सुरू झाले. सरकारी कामकाजाला अडथळा आणण्याची कामे सुरू झाली. अलीपूर गुप्तकट खटल्यात 'युगांतर'चे प्रमुख बारिन्द्रकुमार घोष व सहकाऱ्यांना हद्दपारीची शिक्षा झाली. पुढे समितीचे काम थंडावले.

पूर्व बंगालचे लेफ्टनंट गव्हर्नर फुल्लर यांना रेल्वेत मारण्याचा अयशस्वी प्रयत्न खुदीराम बोस व प्रफुल्ल चाकीचे वीरमरण, अलिपूर गुप्त खटल्यातील फितूर नरेंद्र गोसावीला ठार मारणे, खुदीराम बोस यांना पकडणारा अधिकारी नंदलाल बॅनर्जीला ठार करणे, ब्रिटिशांना फितूर असणाऱ्यांना ठार करणे यात युगांतर समितीचा सक्रिय सहभाग होता. या गटासमोर रशियातील क्रांतिकारकांचा आदर्श होता.

हिंदुस्थान सोशॅलिस्ट रिपब्लिकन असोसिएशन

समाजवादी विचारांवर निष्ठा असणाऱ्या तरुण क्रांतिकारकांची एक बैठक १९२८ मध्ये दिल्लीच्या फिरोजशहा कोटला मैदानावर झाली. भगतसिंग, राजगुरू, चंद्रशेखर आझाद, सुखदेव, शिववर्मा, विजयकुमार, फणीन्द्रनाथ घोष, कुंदनलाल हे क्रांतिकारक बैठकीत होते. या सर्वांनी आपल्या कार्याचा विस्तार भारतभर करण्यासाठी 'हिंदुस्थान रिपब्लिकन असोसिएशन' नाव बदलून त्यात सोशॅलिस्ट शब्द नव्याने घातला. याचे मराठीकरण म्हणजे 'हिंदुस्थान समाजवादी प्रजातांत्रिक सेना' होय. समाजवाद व कामगार वर्गाचे राज्य या गटाला मान्य होते.

फणीन्द्रनाथ घोष यांच्याकडे बिहारची जबाबदारी, सुखदेव व भगतसिंग यांच्याकडे पंजाब, विजयकुमार व शिववर्मा यांच्याकडे उत्तर प्रदेश, तर चंद्रशेखर आझाद यांच्याकडे संपूर्ण नेतृत्व सोपविण्यात आले. लाहोर, सहारनपूर, कोलकाता, आग्रा येथे बॉम्ब बनविण्याचे कारखाने सुरू करण्यात आले. लाला लजपतराय यांच्यावर लाठीमार करणाऱ्या अधिकाऱ्यांचा सूड घेण्याचे ठरले. यात आझाद, राजगुरू, भगतसिंग व जयगोपाळ यांनी सहभाग घेतला. भारताला ब्रिटिशांच्या अन्यायी राजवटीतून मुक्त करण्यासाठी 'मरू किंवा मारू' असा पुकार करण्यात आला. शेतकरी, कामगार यांचे शोषण थांबवून सामाजिक, आर्थिक न्याय देणारी यंत्रणा भगतसिंग यांना उभारायची होती. सामाजिक न्याय व समतेला भगतसिंग यांच्या विचारात प्राधान्य होते.

शस्त्रास्त्र गोळा करून कार्यक्रमांची अंमलबजावणी करण्याचा विभाग चंद्रशेखर आझाद यांच्याकडे देऊन त्यासाठी 'हिंदुस्तान सोशॅलिस्ट रिपब्लिकन आर्मी' तयार करण्यात आली. नागरी हक्कांची पायमल्ली करणारी दोन विधेयके मध्यवर्ती विधी मंडळात ८ एप्रिल १९२९ रोजी मांडण्यात येणार होती. त्याला विरोध करणे, क्रांतिकारकांच्या संघटना व त्यांच्या उद्दिष्टांविषयी सद्भावना निर्माण करण्यासाठी भगतसिंग व बटुकेश्वर दत्त यांनी मध्यवर्ती विधीमंडळात बाँब टाकले. या दोघांनी तेथेच उभे राहून 'इन्कलाब झिंदाबाद'च्या घोषणा दिल्या. कोणालाही ठार मारणे हा त्यांचा हेतू नव्हता, तर बहिरे असणाऱ्या ब्रिटिश सरकारला ऐकवायचे होते. सरकारने क्रांतिकारकांच्या केंद्रावर धाडी घातल्या. 'लाहोर कट' नावाचा खटला चालवून राजद्रोहाच्या आरोपाखाली १६ जणांवर खटला भरला. तुरुंगातील अमानुष वागणुकीविरुद्ध क्रांतिकारक यतीन्द्रनाथ दास यांनी आमरण उपोषण केले. ७ ऑक्टोबर १९३० ला खटल्याचा निकाल लागून २३ मार्च १९३१ रोजी भगतसिंग, राजगुरू, सुखदेव यांस फाशी देण्यात आले.

चंद्रशेखर आझाद

(२३ जुलै १९०६ - २७ फेब्रुवारी १९३१) भारतीय स्वातंत्र्य चळवळीतील एक क्रांतिकारक. आडनाव तिवारी. मध्य प्रदेशातील भावरा गावी जन्म. बनारस येथे विद्यार्थिदशेत असतानाच ड्यूक ऑफ विंडसरच्या भेटीवर बहिष्कार घालण्याच्या उद्देशाने त्यांनी पाठशाळेत निरोधन केले. त्याबद्दल झालेल्या फटक्यांच्या शिक्षेमुळे ते दहशतवादी बनले.

काशी राष्ट्रीय विद्यापीठात शिकत असतानाही त्यांचे सर्व लक्ष क्रांतिकारी चळवळीकडे होते. १९२५ च्या काकोरी कटात त्यांनी भाग घेतला. कटातील प्रमुख व्यक्तींना पकडण्यात येताच चंद्रशेखर फरार झाले. सशस्त्र क्रांती करण्याच्या उद्देशाने त्यांनी 'हिंदुस्थान रिपब्लिक असोसिएशन' या जुन्या संस्थेचे 'हिंदुस्थान सोशॅलिस्ट रिपब्लिक असोसिएशन'मध्ये रूपांतर केले व या संघटनेचे सेनापतिपद स्वीकारले. या संस्थेचा लाहोर कट उघडकीस आल्यामुळे ती संस्था विसर्जित झाली. तरीसुद्धा चंद्रशेखर आझाद सशस्त्र क्रांतीपासून परावृत्त झाले नाहीत. दिल्लीतील पेढीवरील व पंजाब बँकेवरील दरोडे, साँडर्स या पोलीस अधिकाऱ्यावरील हल्ला, कानपूरला चालविलेला गुप्त बाँबचा कारखाना इ. प्रकरणांत चंद्रशेखरांचा पुढाकार होता. ब्रिटिश सरकारने त्यांना पकडण्यासाठी दहा हजार रुपयांचे बक्षीसही लावले होते.

धिप्पाड देहयष्टीचा व निग्रही वृत्तीचा हा क्रांतिकारक अलाहाबाद येथे ॲल्फ्रेड पार्कमध्ये पोलिसांशी झालेल्या चकमकीत ठार झाला. त्यांच्या मृत्यूने भारतातील भूमिगत संघटनेची मोठी हानी झाली.

प्रश्न :

प्र. १. प्रत्येकी १०० शब्दांत टिपा लिहा.

१) भारतीय राष्ट्रवाद

२) जहालांचे कार्य

३) मवाळांचे योगदान

प्र. २. प्रत्येकी २०० शब्दांत उत्तरे लिहा.

१) काँग्रेसपूर्व संघटनांचा थोडक्यात आढावा घ्या.

२) अभिनव भारत या संघटनेचे कार्य स्पष्ट करा.

३) अनुशीलन समितीचे सशस्त्र क्रांतिकारी चळवळीतील योगदान लिहा.

प्र. ३. प्रत्येकी ५०० शब्दांत उत्तरे लिहा.

१) काँग्रेसच्या १८८५ ते १९२० या कालखंडाचा टीकात्मक आढावा घ्या.

२) सशस्त्र क्रांतिकारी चळवळीचे गुण-दोष सांगा.

| प्रकरण
५ | # ब्रिटिशांचे प्रशासकीय धोरण
(Administrative Policy of the British) |

५.१ शिक्षण

५.२ वृत्तपत्रविषयक धोरण

५.३ दुष्काळ

५.४ स्थानिक स्वराज्य संस्था

५.५ ब्रिटिश अर्थव्यवस्था व महसूल पद्धती

या प्रकरणात आपणास ब्रिटिशांच्या प्रशासकीय धोरणाचा आढावा घ्यायचा आहे. या धोरणांमध्ये शिक्षणक्षेत्र, वृत्तपत्रविषयक धोरण, दुष्काळासंबंधीचे धोरण, स्थानिक स्वराज्य संस्था, जमीन महसूल धोरण यांचा समावेश आहे. सर्वसामान्यांच्या जीवनाशी निगडित असणाऱ्या या धोरणांबाबत ब्रिटिशांची कृती व त्याचे परिणाम या प्रकरणात आपण अभ्यासणार आहोत.

५.१ शिक्षण

आजच्या काळात शिक्षणाचे महत्त्व किती आहे, हे विद्यार्थ्यांना नव्याने सांगण्याची गरज नाही. आपणास त्याची पार्श्वभूमी माहीत असणे आवश्यक आहे. प्राचीन ते मध्ययुगीन कालखंडात कोणाचेही राज्य असले तरी प्रचलित शिक्षणव्यवस्थेत फारसे बदल होत नसत; कारण शिक्षण ही आपली जबाबदारी आहे, असे राजसत्तेला कधी वाटलेच नाही. शिक्षणाचा अभ्यासक्रम ठरवावा, शिक्षणव्यवस्थेचे नियमन करावे ही कल्पना राज्यकर्त्यांच्या मनातसुद्धा आली नाही. मध्ययुगीन राज्यव्यवस्थेचे स्वरूप लष्करी असल्यामुळे संरक्षणसिद्धता व आक्रमण हेच त्यांचे अभ्यासक्रम होते. त्यामुळे शिक्षणाकडे लक्ष द्यायला कोणालाच वेळ नव्हता. यामुळे धार्मिक, सामाजिक, आर्थिक, शैक्षणिक,

जातीय परंपरा मागील पानावरून पुढे अशाच चालू राहिल्या.

मध्ययुगीन महाराष्ट्रात पाठशाळा होत्या. वेदाध्ययनाचे अधिकार ठराविक वर्गाला असल्याने अन्य कोणी ते शिकू शकत नसे. पेशव्यांच्या काळात नाशिक, पैठण, सांगली, मिरज, भोर, फलटण, त्र्यंबकेश्वर, सातारा, वाई येथे पाठशाळा होत्या. पेशवे रमण्यात सर्वसाधारणपणे १-२ लाख रुपये खर्चत असत. या रमण्याला काशीपासून ते रामेश्वरपर्यंतचे विद्वान जमत असत. पेशव्यांच्या पदरी असलेले निष्णात पंडित आलेल्या विद्वानांची परीक्षा घेत असत. प्रत्येकाची परीक्षा घेऊन, त्याची श्रेणी ठरून त्याप्रमाणे त्याला दक्षिणा (रमणा) मिळत असे. काहींना वर्षासने मिळत असत. काही भाग्यवंतांना पुण्यात प्रत्यक्ष न येतासुद्धा वर्षासने मिळत असत. पुण्यातल्या या परीक्षेत भारतभर कीर्ती मिळत असल्यामुळे मोठमोठे विद्वान पंडित ही परीक्षा टाळत नसत. या सर्वच शिक्षणात वेदप्रामाण्य आणि घोकंपट्टी यावर प्रचंड भर दिलेला असे. त्या शिक्षणाचा आणि व्यवहाराचा फारसा संबंध नसे.

धंदेशिक्षण जातिनिष्ठ व आनुवंशिक स्वरूपाचे होते. घरातच किंवा वडीलधाऱ्यांबरोबरच शिक्षण चालत असे. 'काम करा व लगेच शिका' असे चुकत चुकत शिक्षण चाले. हे सारेच शिक्षण घरगुती पद्धतीने चाले. ज्यांना ही संधी नसे ते अन्यत्र उमेदवारी करीत असत. अत्यंत कसबी कारागिराच्या हाताखाली विद्यार्थ्यांचे शिक्षण चाले. मात्र, या कालखंडात कोणीही हे शिकण्याचे किंवा शिकविण्याचे अनुभव अक्षरबद्ध करून ठेवले नाहीत. त्यामुळे कसबी कलाकाराचे ज्ञान त्याच्याबरोबरच संपत असे. याचा एक वाईट परिणाम असा झाला की, मूळ ज्ञान तसेच राहिले. त्यात सुधारणा, प्रगती अवघड झाली. शिक्षण ही राज्यकर्त्यांची जबाबदारी नसल्यामुळे पेशवेसुद्धा त्याला अपवाद नव्हते. शास्त्री-पंडितांना सामान्य जनतेच्या शिक्षणाशी देणे-घेणे नव्हते. मराठ्यांच्या काळातील पंतोजी शाळा या मुळातच मर्यादित कुवतीच्या होत्या. स्त्रीशिक्षण हा विचार नजरेच्या टप्प्यापलीकडचा होता. पुरुषांच्याच शिक्षणाची सोय नाही तर स्त्रियांकडे कोण लक्ष देणार? अशी परिस्थिती होती. स्त्रियांना घरगुती शिक्षण देत असत. क्षत्रिय कुलातील स्त्रियांना घोडेस्वारी, तलवारीचे हात व आत्मसंरक्षण यांचे शिक्षण देत; पण ते अपवादात्मक असे.

या कालखंडाचे आणखी एक वैशिष्ट्य म्हणजे सैनिकी शिक्षणाचा अभाव. सर्व राज्ययंत्रणा लष्करी स्वरूपाची असूनसुद्धा सैनिकांना लष्करी शिक्षण पद्धतशीर देण्याची व्यवस्था अस्तित्वात नव्हती. पायदळातील पदाती, घोडेस्वार, तोफखाना विभागातील लोक यांच्या शिक्षणाची सोय करावी, असे एकाही अधिकाऱ्याला वा राज्यप्रमुखाला वाटले नाही. एखाद्या लढाईत विजय मिळाल्यास तेथे कोणते डावपेच वापरले, याचेही अनुभवलेखन कोणी केले नाही. महादजी शिंदे यांचा अपवाद वगळता मराठेशाहीत

पद्धतशीर सैनिकी शिक्षणाचा अभाव होता. त्याचा वाईट परिणाम म्हणजे नेता पडला की, सारे सैन्य 'पळा, पळा कोण पुढे पळतो?' असा व्हायचा. पानिपतच्या लढाईत पराभव व्हायचे ते एक कारण होतेच.

कालानुरूप शिक्षणाचा अभाव, विज्ञान-तंत्रज्ञानाकडे केलेले दुर्लक्ष, तोफांच्या ओतकामात आलेले अपयश, पारंपरिक युद्धपद्धती, शिस्तबद्ध लष्करी शिक्षणाचा अभाव हे सार्वत्रिक अवगुण मराठ्यांची सत्ता संपुष्टात येण्यास कारणीभूत ठरले.

संधिकालीन शिक्षण

मराठी सत्तेचा अस्त आणि इंग्रजी सुव्यवस्थित शिक्षणपद्धतीचा उदय या मधल्या कालखंडात पुढील प्रकारची शिक्षणपद्धती येथे अस्तित्वात होती.

विद्यार्थ्यांस मोडी लिपी, बाळबोध लेखन-वाचन, पुरेशी आकडेमोड शिकवणे या गोष्टी पंतोजी ऊर्फ एकशिक्षकी शाळेत चालत असत. देऊळ, चावडी अशा ठिकाणी विद्यार्थी घरून आसन (छोटी चटई वा गोणपाटाचा तुकडा) घेऊन येत. पंतोजी वर्गातील मोठ्या विद्यार्थ्यांच्या मदतीने शिकवीत असत. छापील पुस्तके वापरात यायची होती. त्यामुळे शिक्षणाचा सारा भर धूळपाटी, हस्तलिखित साधने यावर असे. पंतोजींना दक्षिणा किंवा शिधा मिळत असे. मुलींना शिक्षण देण्याची कोणतीही औपचारिक यंत्रणा अस्तित्वात नव्हती. शारीरिक शिक्षा, 'छडी लागे छम् छम्' या तत्त्वज्ञानावर विश्वास ठेवून पंतोजींचे कार्य चाले. घोकंपट्टी, तोंडी अभ्यास यावरच भर असे. प्रौढ लोक कथाकीर्तने, पुराणे श्रवण, प्रवचने यातून शिकत असत.

या पार्श्वभूमीवर ख्रिस्ती मिशनऱ्यांनी भारतात शिक्षणाचा प्रसार करण्याचे ठरविले. १८१३ च्या कायद्याने हिंदुस्थानात जाऊन धार्मिक व शैक्षणिक कार्य करू इच्छिणाऱ्या किंवा तेथेच वास्तव्य करू इच्छिणाऱ्यांना आवश्यक त्या सोई-सवलती दिल्या जातील असे जाहीर करण्यात आले. त्यानंतर १८१५ च्या चार्टर्ड ॲक्टने व जॉन स्टुअर्ट मिल यांच्या एज्युकेशनल डिस्पॅचमुळे शिक्षण ही सरकारची जबाबदारी मानली गेली. १८१५ ते ३९ हा कालखंड त्यामुळेच ख्रिश्चन मिशनऱ्यांच्या शिक्षणप्रसाराच्या कार्याचा प्रारंभिक कालखंड होय. ईस्ट इंडिया कंपनीने स्वखर्चाने प्राथमिक शाळा स्थापण्यास सुरुवात केली. याचा अप्रत्यक्ष फायदा त्यांना धर्मप्रसारासाठी होणार होताच. कंपनीच्या प्रभावक्षेत्रात अशा संस्था सुरू करण्यासाठी मुंबई इलाख्यात १८१५ मध्ये 'Society for Promoting Education of the poor within the Government of Bombay' (मुंबई सरकारच्या ताब्यातील प्रदेशांत राहणाऱ्या गरीब लोकांत शिक्षणाचा प्रसार करण्याकरिता संस्था) या नावाची संस्था स्थापण्यात आली. या संस्थेचे नाव बदलत जाऊन अखेर 'बाँबे नेटिव्ह एज्युकेशन सोसायटी' झाले. एल्फिन्स्टनचा विशेष पाठिंबा या संस्थेला मिळाला. पुढे

तोच अध्यक्षही झाला. १८२४ मध्ये स्थापण्यात आलेल्या प्रमुख इंग्रजी शाळेला त्याचे नाव देण्यात आले. त्याचेच रूपांतर एलफिन्स्टन कॉलेजात झाले. या सोसायटीने ठाणे व पनवेल येथे इंग्रजी शाळा, इंजिनिअरिंग व वैद्यकीय शिक्षणाच्या सोई केल्या. महाराष्ट्रात अनेक ठिकाणी प्राथमिक शाळा सुरू करण्यात आल्या.

१८४० साली मुंबईत 'बोर्ड ऑफ एज्युकेशन'ची स्थापना करण्यात आली. बाँबे नेटिव्ह एज्युकेशन सोसायटीचे ३, तर सरकारनियुक्त ३ असे एकूण ६ सभासद नेमण्यात आले. सरकारी अधिकारी बोर्डाचा चिटणीस म्हणून नेमण्यात आला. मुंबई इलाख्यात १५ वर्षे या बोर्डाने प्रभावीपणे कार्य केले. शाळांची स्थापना, रचना, मान्यता, अभ्यासक्रम, फी माफी वा सवलत, शाळा तपासनीस, देशी भाषांना उत्तेजन, क्रमिक पुस्तके मराठी व गुजरातीतून तयार करणे या गोष्टी बोर्डाने केल्या. शिक्षणाचा असा सुविहित प्रयत्न प्रथमच चालला होता. या बोर्डावर जगन्नाथ शंकरशेठ व कॅप्टन कँडी यांनी प्रभावी कामगिरी केली. पुणे, मुंबई, रत्नागिरी, पनवेल, ठाणे, अहमदाबाद येथे इंग्रजी शाळा सुरू करण्यात आल्या. भारतभर असे प्रयत्न सुरू झाले. अशा रीतीने ब्रिटिश प्रशासनाने शिक्षणक्षेत्राला प्रचंड गतिमान करून सोडले. या धोरणाचा पुढचा टप्पा गाठला गेला तो १८५४ च्या सर चार्लस् वुड यांच्या खलित्याने.

१८५४ चा चार्लस् वुड यांचा खलिता

या खलित्याला भारतीय शिक्षणाच्या इतिहासात 'मॅग्नाचार्टा'चे स्थान आहे. शिक्षणव्यवस्थे संदर्भात निर्माण झालेले अनेक प्रश्न सोडविण्यासाठी ही समिती नेमण्यात आली होती. या समितीच्या अहवालाप्रमाणे 'बोर्ड ऑफ कंट्रोल'चे अध्यक्ष चार्लस् वुड यांनी योजना तयार केली. यात भारतीय शिक्षणव्यवस्थेचे उद्देश पुढीलप्रमाणे सांगण्यात आले.

१) पाश्चात्त्य संस्कृतीचा प्रसार करणे.
२) प्रशासकीय कामासाठी प्रशिक्षित वर्ग तयार करणे.
३) भारतीयांना शिक्षण देणे.

या खलित्यानुसार १८५५ मधे मुंबई शिक्षण खात्याची स्थापना करण्यात आली. 'बोर्ड ऑफ एज्युकेशन'चे विसर्जन करण्यात आले. स्वतंत्र शिक्षण खाते अस्तित्वात आले. १८५७ मधे कोलकाता, मद्रास व मुंबई विद्यापीठाची स्थापना करण्यात आली. विद्यापीठ आणि शिक्षण खात्याच्या रचनेमुळे प्राथमिक, माध्यमिक, उच्च शिक्षण यांची एक व्यवस्था अस्तित्वात आली. अभ्यासक्रम, क्रमिक पुस्तके, शिक्षणपद्धती, परीक्षापद्धती, शाळांना सरकारी मदत देण्याची व्यवस्था (ग्रँट-इन-एड्) अस्तित्वात आली. विद्यापीठाचे सुरुवातीचे स्वरूप परीक्षा घेणारी यंत्रणा असे असले तरी लवकरच विद्यापीठांनी

कात टाकली. याच्याच जोडीला इंग्रजी हेच शिक्षणाचे माध्यम यावर शिक्कामोर्तब करण्यात आले.

शिक्षकांच्या प्रशिक्षणासाठी स्वतंत्र यंत्रणा, सरकारी शिक्षण संस्थांची संख्या वाढविणे, प्राथमिक व माध्यमिक शाळांचा विस्तार, व्यावसायिक शिक्षणाच्या शाळा, स्त्रीशिक्षणांस चालना देण्यात आली. शिष्यवृत्ती धोरणाद्वारे हुशार विद्यार्थ्यांना अधिक मदत, इंग्रजी माध्यमाला उच्च शिक्षणात प्राधान्य मात्र माध्यमिक शिक्षणात देशी भाषा व इंग्रजी भाषा यांचा वापर, सर्व प्रांतांत शिक्षण संचालक, शाळा तपासणी अधिकारी नेमण्यात आले आणि शिक्षणाने महाराष्ट्राचा चेहरामोहरा बदलायला सुरुवात केली.

हंटर आयोग

हिंदुस्थानमधील शिक्षणविषयक प्रश्नांची चौकशी करून त्यात सुधारणा सुचविण्यासाठी लॉर्ड रिपन यांनी २१ सदस्यांचे कमिशन नेमले. त्याचे प्रमुख सर विल्यम विल्सन हंटर हे होते. ग्लासगो अकादमी व पॅरिस येथे शिक्षण घेतलेल्या हंटर यांनी भारतातील आपल्या कारकिर्दीचा श्रीगणेशा बंगालमध्ये केला. बंगालसंबंधीचे लेखन, आकडेवारीचे २० खंड, १२८ स्थानिक गॅझेटियर्स प्रसिद्ध केल्यावर इंपिरियल गॅझेटियर ऑफ इंडियाचे २५ खंड त्यांनी प्रकाशित केले. हिंदुस्थानचा द्विखंडी इतिहास, लॉर्ड डलहौसी व मेयो यांची चरित्रे, हिंदुस्थानच्या सांख्यिकी विभागाचे महासंचालक, शिक्षण आयोगाचे अध्यक्ष, वित्त आयोगाचे सदस्य, कोलकाता विद्यापीठाचे कुलगुरुपद त्यांनी भूषविले. अशी अत्यंत अभ्यासपूर्ण कारकीर्द असणाऱ्या हंटर यांनी शिक्षणक्षेत्रात प्रभावी कामगिरी बजावली. या कमिशनवरील २१ सदस्यांपैकी ८ सदस्य भारतीय तर, उर्वरित सदस्य अभारतीय होते.

हंटर कमिशनने शिक्षणविषयक प्रश्नांचा सांगोपाग अभ्यास करून पुढील सूचना केल्या. उच्च शिक्षणाचे व्यवस्थापन व अनुदान देणे बंद करावे त्याऐवजी आवश्यक तेव्हा खास अनुदान द्यावे. नैतिक शिक्षणाकडे लक्ष पुरवून मूलभूत धर्मकृत्यांवर आधारित क्रमिक पुस्तके करावीत. शिक्षण घेणाऱ्यांसाठी त्यांची कर्तव्ये समजावून सांगणारी व्याख्यानमाला सुरू करावी. शिक्षण शुल्क, सवलती, शिष्यवृत्ती यांचे खास नियम करावेत. उच्च माध्यमिक शिक्षणाचे महाविद्यालयात जाऊ इच्छिणारे व व्यावसायिक शिक्षणाकडे जाऊ इच्छिणारे असे दोन भाग करावेत. वेतनेतर अनुदानासाठी तपासनीस नेमावेत. औद्योगिक व व्यापारी शिक्षणाची तरतूद करावी. शिक्षणप्रसारासाठी खासगी व्यवस्थापन व पुढाकारास सरकारने उत्तेजन द्यावे अशा शिफारशी केल्या.

लॉर्ड विल्यम कव्हेंडिश बेंटिंक याच्या कारकिर्दीत कंपनी सरकारने शिक्षणासंदर्भातील उदासीन भूमिका सोडली. इंग्रजी भाषेतून इंग्लंडमधील शिक्षणपद्धती भारतात रुजविण्यास

प्राधान्य देण्यात आले. डलहौसीच्या काळात चार्लस् वूडचा खलिता आला. वूडच्या खलित्याला आवश्यक असणारी शासकीय यंत्रणा डलहौसीने उभारली. प्रत्येक इलाख्यात शिक्षण खाते, विद्यापीठ ही परीक्षा घेणारी यंत्रणा व त्यांना संलग्न महाविद्यालये अशी यंत्रणा होती. या महाविद्यालयांच्या तळाशी इंग्रजी व देशी भाषिक शिक्षण देणाऱ्या शाळा अशी यंत्रणा उभारण्यात आली. सरकारी अनुदान, सरसंचालकांच्या नेतृत्वाखाली शिक्षण विभागाचे तपासणीस अशी यंत्रणा डलहौसीच्या काळात उभारण्यात आली.

१८ वे शतक

१८ व्या शतकातील मिशनऱ्यांचे शैक्षणिक क्षेत्रातील कार्य महत्त्वाचे आहे. इंग्रजी सत्ता बंगालमध्ये १७५७ च्या प्लासीच्या लढाईनंतर दृढमूल झाल्याने शैक्षणिक सुधारणा सर्वप्रथम कलकत्ता येथे झाल्या. कलकत्ता ही त्यांची प्रयोगशाळा होती. कोलकात्या-जवळील श्रीरामपूर येथील मिशनरींचे कार्य महत्त्वाचे आहे. यात विल्यम कॅरे, फेलिक्स कॅरे, विल्यम वॉर्ड, जॉन मार्शमन यांनी भारतीय भाषांचा अभ्यास केला. छापखाने काढले. कागदाचा कारखाना काढला. बायबलचे बंगाली अनुवाद, भारताचा इतिहास, भूगोल, खगोलशास्त्र, विज्ञान या विषयांची पुस्तके-कोश तयार केले. शाळा सुरू केल्या. १७८१ मध्ये गव्हर्नर हेल्टिंग्जने कोलकाता मदरसा, तर १७९१ मध्ये बनारसमध्ये जोनाथन डंकन संस्कृत महाविद्यालय स्थापले. याचा उपयोग इंग्रज न्यायाधीशांना कोर्टाच्या कामात होणार होता. १७८४ मध्ये सर विल्यम जोन्स यांनी एशियाटिक सोसायटीची स्थापना करून प्राचीन भारतीय साहित्याचा खजिना इंग्लंड आणि भारतासाठी खुला केला. १८१३ च्या कायद्याने भारतात ख्रिश्चन धर्माचा प्रसार करण्यास मिशनरी वर्गाला परवानगी देण्यात आली. वर्षाला १ लाख ५० हजार रुपये शिक्षणप्रसारावर खर्च करण्याचे ठरले. १८४९ मध्ये बेटयून याने ईश्वरचंद्र विद्यासागर यांच्या मदतीने कोलकात्यात हिंदू बालिका विद्यालयाची स्थापना केली.

१८२३ मध्ये 'कोलकाता स्कूल बुक सोसायटी' व 'कोलकाता स्कूल सोसायटी' यांस अनुदान देण्यात आले. १८२४ मध्ये कोलकाता संस्कृत कॉलेज व १८२५ मध्ये दिल्लीत संस्कृत कॉलेज स्थापण्यात आले.

मेकॉलेचे कार्य

मेकॉले त्याच्या विचार व आचारांमुळे भारताच्या शिक्षणक्षेत्रात अजरामर झाला आहे. १८३४ मध्ये तो गव्हर्नर जनरलच्या समितीवर विधी सदस्य, 'कमिटी ऑफ पब्लिक इन्स्ट्रक्शन'चा अध्यक्ष झाला. इंग्रजी शिक्षण घेतलेले लोक रक्त व वर्णाने भारतीय पण मनाने ब्रिटिश तयार करणे, भारतातील पारंपरिक शिक्षणपद्धती टाकाऊ आहे. शेकडो भारतीय ग्रंथांपेक्षा एक इंग्रजी पुस्तक महत्त्वाचे आहे, अशी मेकॉलेची अहंगडयुक्त मते

होती. पाश्चात्त्य संस्कृती आत्मसात केलेला समाज निर्माण करण्यासाठी इंग्रजी भाषेतील शिक्षणाला पर्याय नाही, असेच मेकॉलेचे मत होते.

१८४२ मध्ये कमिटी ऑफ पब्लिक इन्स्ट्रक्शनची जागा 'काउन्सिल ऑफ एज्युकेशन'ने घेतली. १८४४ मध्य लॉर्ड हार्डिजने इंग्रजी शिक्षण घेतलेल्या भारतीयांची कंपनीच्या नोकरीत भरती केली जाईल, अशी घोषणा केली. त्याचा परिणाम इंग्रजी शिक्षणाचे प्रस्थ वाढण्यात झाला. येथे आपण भारतातील काही प्रमुख उदाहरणांचा थोडक्यात आढावा घेऊयात.

मुंबई इलाखा - पुण्यात १८२१ मध्ये संस्कृत कॉलेज निघाले. १८२२ मध्ये 'बॉम्बे नेटिव्ह स्कूल व बुक सोसायटी'ने (नंतरची बॉम्बे नेटिव्ह एज्युकेशन सोसायटी) भारतीय भाषांतून पाठ्यपुस्तके तयार करणे, शिक्षक प्रशिक्षण व्यवस्था करणे, इंग्रजीतून शिक्षण देणाऱ्या शाळा स्थापणे ही कामे केली. मुंबईत एलफिन्स्टन इन्स्टिट्यूट (एलफिन्स्टन कॉलेज) सुरू झाले. इंजिनियरिंग, मेडिकल, सायन्स कॉलेजेस सुरू झाली. (१८२४-१८२७) च्या सुमारास मुंबईत मिशनऱ्यांनी मुलींसाठी शाळा सुरू केली.

मद्रास - मद्रास ख्रिश्चन कॉलेज व जिल्हा आणि तालुकास्तरावर शाळा स्थापन झाल्या. गव्हर्नर थॉमस मन्रोने या कामी पुढाकार घेताला.

उत्तर भारत - अलाहाबाद येथे कॉलेज, आग्रा येथे सेंट जॉन स्कूलची स्थापना झाली व शिक्षणप्रसाराला गती मिळाली.

इंग्रजांच्या आगमनानंतर घडून आलेले बदल

१८५४ ते १९०२ या काळात प्राथमिक शिक्षणाचा वेग संथ होता. अर्थात ते सक्तीचे नव्हते. पुढे प्राथमिक शाळांसाठी इमारती बांधण्यास सुरुवात झाली. सर्व जाती-धर्माची मुले व मुली शिकू लागले. छापील पाठ्यपुस्तके आली. ठराविक अभ्यासक्रम आला. शिकण्याच्या आणि शिकविण्याच्या नव्या पद्धती आल्या. १९०२ ते २१ या कालखंडात प्राथमिक शिक्षणासाठी अधिक निधी सरकार देऊ लागले. महाराजा सयाजीराव गायकवाड यांनी बडोदा संस्थानात सक्तीचे प्राथमिक शिक्षण सुरू केले. मवाळ नेते गोपाळ कृष्ण गोखले यांनी प्राथमिक शिक्षण सक्तीचा 'बडोदा पॅटर्न' देशभर राबवावा, अशी मागणी केली. मुंबई राज्य सरकारने 'बॉंबे प्रायमरी एज्युकेशन ॲक्ट' १९१८ मध्ये मंजूर केला. १९२१-३७ या काळात ब्रिटिशांकित भारतात सर्वत्र प्राथमिक शिक्षण सक्तीचे होऊ लागले. यातूनच प्राथमिक शिक्षणाची जबाबदारी स्थानिक स्वराज्य संस्थांकडे सोपविण्यात आली. यामुळे शाळांची संख्या व विद्यार्थी संख्या दोन्ही वाढू लागल्या. १९३७-४७ च्या कालखंडात काँग्रेस सरकारे प्रांतात आरूढ झाली असता त्यांनी महात्मा गांधी यांच्या मूलोद्योग (बेसिक) शिक्षणाचा पुरस्कार केला.

१८५४ मध्ये सर चार्लस् वूड यांचा अहवाल प्रसिद्ध झाला. १८५५-५६ मध्ये विविध प्रांतांत शिक्षण संचालनालये सुरू झाली. शिक्षणासाठी अनुदानपद्धती सुरू झाली. माध्यमिक शाळा उघडल्या गेल्या. १८८२ च्या शिक्षण आयोगाने या पद्धती उचलून धरल्या. त्या अगोदरच १८५७ मध्ये स्थापन झालेल्या मुंबई, मद्रास, कोलकाता येथे स्थापन झालेल्या विद्यापीठांनी मॅट्रिक्युलेशन परीक्षा घेण्यास सुरुवात केली. १८६० च्या कायद्याने विद्यापीठांना पदवी-पदविका देण्याची परवानगी देण्यात आली. १९०२ मध्ये भारतीय विद्यापीठ आयोग येऊन १९०४ मध्ये भारतीय विद्यापीठ अधिनियम पास झाला. १९१३ पर्यंत विद्यापीठ संख्या १२ झाली. १९२५ मध्ये इंटर युनिव्हर्सिटी बोर्ड स्थापण्यात आले. शिक्षणाच्या जोडीने व्यावसायिक शिक्षण देण्याचा प्रयत्न झाला; परंतु तो फार यशस्वी होऊ शकला नाही. माध्यमिक शिक्षणाचे माध्यम इंग्रजी होते. १९२७-३७ या भागात माध्यमिक स्तरावर भारतीय भाषांचे शिक्षण सुरू झाले. १९१७-४७ या काळात मातृभाषा हे शिक्षणाचे माध्यम झाले.

१९१७ मध्ये नेमलेल्या कोलकाता विद्यापीठ आयोगाने विद्यापीठ शिक्षणसंदर्भात शिफारशी केल्या. शासनाने विद्यापीठांचे अनुदान वाढविले. त्याचा फायदा विद्यार्थीसंख्या वाढण्यात झाला. १९३७-४७ या काळात ४ आणखी नवी विद्यापीठे व कित्येक महाविद्यालये स्थापण्यात आली. कृषी, तांत्रिक, वैद्यकीय, स्थापत्य क्षेत्रात विद्यार्थी संख्या वाढली.

१९०४ मध्ये देशात १२३ औद्योगिक शाळा होत्या. त्यानंतर काही वर्षे इंग्लंडला जाणाऱ्या भारतीयांना तांत्रिक शिक्षणासाठी १५० पौंडांची वार्षिक शिष्यवृत्ती देण्यात येई. धनबाद, कानपूर, मुंबई येथे विशिष्ट शिक्षण देणाऱ्या संस्था उघडल्या. ऑल इंडिया कौन्सिल फॉर टेक्निकल एज्युकेशनची स्थापना झाली. १९२१ पासून भारतात प्रौढ शिक्षणाची सुरुवात झाली.

माध्यम – कंपनी सरकारने भारतात सुरुवातीला प्राथमिक व माध्यमिक शाळांतून इंग्रजी आणि देशी भाषा अशा दोहोंचा माध्यम म्हणून उपयोग करण्यात सुरुवात केली. इंग्रजी विषय आवश्यक असला तरी माध्यम म्हणून त्याची सक्ती नव्हती. १८५४ च्या वूडच्या अहवालात दोन्ही भाषांना समानतेचे माध्यम म्हणून वाढू देण्याची शिफारस होती. १८५७ मध्ये स्थापण्यात आलेल्या मुंबई, मद्रास, कोलकाता विद्यापीठात इंग्रजी माध्यम होते. १८८२ मध्ये 'इंडियन एज्युकेशन कमिशन'च्या रिपोर्टमध्ये प्राथमिक शिक्षण देशी भाषा किंवा इंग्रजी आणि माध्यमिक व उच्च शिक्षण सर्वत्र इंग्रजीतून द्यावे असे धोरण आले. महाराष्ट्रात मेजर कँडी, कर्नल जर्व्हिस, हॉवर्ड हे ब्रिटिश अधिकारी मराठी माध्यमास अनुकूल होते. प्रारंभीचे वैद्यकीय विद्यालय मराठीतच होते. १८९८ ते १९३७ या काळात ज्या राष्ट्रीय शिक्षण संस्था निघाल्या त्यांचे माध्यम स्थानिक होते. १९१६

मध्ये महर्षी कर्वे यांनी स्थापन केलेल्या विद्यापीठात देशी भाषांचा माध्यम म्हणून उपयोग झाला.

स्त्री शिक्षण

इंग्रजी सत्ता भारतात आपले बस्तान बसवित असताना ईस्ट इंडिया कंपनीने स्त्री शिक्षणाचा फारसा गांभीर्याने विचार केला नाही. स्त्री शिक्षणाकडे लक्ष दिल्यास आपणास सामाजिक असंतोषास तोंड द्यावे लागेल, अशी काळजी कंपनीस होती. भारतातील आधुनिक स्त्री शिक्षणाची सुरुवात ख्रिश्चन मिशनऱ्यांनी केली. महाराष्ट्रात या संदर्भात महात्मा फुले व क्रांतिज्योती सावित्रीबाई फुले, महर्षी कर्वे यांचे कार्य महत्त्वाचे आहे.

इ. स. १८३० मध्ये कोलकात्यात डेव्हिड हेअर यांनी स्वखर्चाने मुलींची शाळा सुरू केली. असेच कार्य जे. ई. डी. बेथ्यून यांनीही कोलकाता येथे केले. हे पाहून राजा राममोहन रॉय व ईश्वरचंद्र विद्यासागर यांना प्रेरणा मिळाली. भारतातील स्त्री शिक्षणासंदर्भात लॉर्ड डलहौसीने घेतलेली भूमिका कौतुकास्पद आहे. त्याने १८५० मध्ये ब्रिटिश सरकार भारतात मुलींसाठी शाळा उघडण्याच्या कामात प्रोत्साहन देईल, असे जाहीर केले. याचेच प्रतिबिंब १८५४ च्या वूडच्या खलित्यात उमटले. स्त्री शिक्षणामुळे समाजाची सांस्कृतिक आणि नैतिक पातळी उंचावेल, त्यामुळे स्त्री शिक्षण महत्त्वाचे मानावे असे त्यात नमूद करण्यात आले होते. हळूहळू प्रगती दिसून येऊ लागली. १८९१ मध्ये दर हजारी मुलांमागे सहा मुली शाळेत जात होत्या. शाळा बाह्य मुलींची संख्या प्रचंड होती.

१८८२-८३ मधील इंडियन एज्युकेशन कमिशनने स्त्री शिक्षणासाठी स्थानिक, नगरपालिकांचे आणि प्रांतिक सरकारांचे निधी उपलब्ध असावेत असे सुचविले होते. ज्या खासगी संस्था मुलींसाठी स्वतंत्र शाळा काढतील त्यांना सढळ हाताने अनुदान देण्याची शिफारस करून अधिकाधिक स्त्रिया शिक्षण क्षेत्रात याव्यात म्हणून सुविधा निर्माण करण्यावर भर देण्यात आला. मुलींसाठी स्त्री जीवनास उपयुक्त असा वेगळा अभ्यासक्रम असावा, असेही त्यांनी सुचविले. लॉर्ड कर्झनने स्त्री शिक्षणास पाठिंबा दिला. शिक्षिका व स्त्री निरीक्षक यांच्या संख्येत त्याने वाढ केली. १९१९ नंतर भारत मंत्र्यांकडे शिक्षण खाते सोपविण्यात आले. दुसऱ्या महायुद्धानंतर सार्जंट कमिटीने स्त्री शिक्षणाचा वेगळा विचार करण्याची जरुरी नाही. जी गोष्ट मुलांचे आणि पुरुषांचे शिक्षणाच्या बाबतीत करावयाची तीच मुली आणि स्त्री या संदर्भात करण्याचे सुचविले. मुला-मुलींना समान प्रकारचे शिक्षण देण्याची भूमिका मांडली.

५.२ वृत्तपत्रविषयक धोरण

आजकाल आपण ज्याला वृत्तपत्र (News Paper) असे म्हणतो, ते वृत्तपत्र ही आपणास इंग्रजी राजवटीची देणगी आहे. यामुळे भारतीय वृत्तपत्रसृष्टीची सुरुवात इंग्रजी

पत्रांनी झाली. २९ जानेवारी १७८० रोजी. बेंगॉल गॅझेट ऊर्फ कलकत्ता जनरल ॲडव्हर्टायझर ऊर्फ हिकीज गॅझेट हे पहिले पत्र भारतात सुरू झाले. याचे ब्रीदवाक्य 'A weekly political and commercial paper open to all parties, but influenced by none.'

नोव्हेंबर १७८० मध्ये 'इंडिया गॅझेट' पत्र निघाले. त्या पठाने तत्कालीन गव्हर्नर 'वॉरन हेस्टिंग्ज' आणि मुख्य न्यायाधीश सर एलिजा इम्पे यांच्यावर टीका केली. सरकारने धाक, दडपशाही वापरून अब्रुनुकसानीच्या खटल्याच्या निमित्ताने पत्र बंद पाडले. स्वभाषिक आणि स्वधर्म बांधवाला इंग्रजांनी सोडले नाही तर भारतीय पत्रकारांना ते कोठून माफ करणार? पुढे मद्रास व मुंबई येथे वृत्तपत्र (खरे म्हणजे मतपत्रे!) निघाली. १७८० ते १८३५ या काळात सरकारचे धोरण वृत्तपत्रांना फारसे अनुकूल नव्हते. या काळात सरकारी धोरण अधिकृतपणे तयार झालेले नसल्याने कधी कधी दोन प्रकरणांत वेगवेगळ्या भूमिका घेतल्या जात असत. प्रोत्साहन आणि विरोध अशा दोन मार्गांनी धोरण चालू होते. याच काळात भारतीयांनी इंग्रजी भाषा आत्मसात करून आपले मनोगत प्रकट करण्याचे साधन म्हणून वृत्तपत्रांकडे पाहिले, तर मिशनरी त्याकडे धर्मप्रसाराच्या दृष्टीने व शिक्षणप्रसाराच्या दृष्टीने पाहत होते.

१७९८ मध्ये लॉर्ड वेलस्ली गव्हर्नर म्हणून भारतात आल्यावर त्याने सर्वप्रथम वृत्तपत्रांना नियम घालून दिले. प्रसिद्धीपूर्व तपासणी सक्तीची केली. वृत्तपत्रात मुद्रकाचे, संपादकांचे व मालकांचे नाव प्रसिद्ध करणे, त्यांचा पत्ता सरकारी सचिवांना कळविणे, रविवारी पत्र बंद ठेवणे. इंग्रज संपादकाला युरोपात परत पाठविणे, सैन्य हालचाली, लष्कर, अधिकाऱ्यांची वागणूक या संदर्भात काहीही मजकूर न छापणे इत्यादी कडक नियम करण्यात आले. १८१८ मध्ये यातील काही नियम शिथिल करण्यात आले. सरकारी सत्तेला धोका पोहोचविणे व समाजहितविरोधी प्रश्नांची चर्चा करणे यास १८१८ मध्ये प्रतिबंध करण्यात आला.

लॉर्ड हेस्टिंग्ज, लॉर्ड बेंटिक, चार्लस् मेटकाफ, माऊन्ट स्टुअर्ट एल्फफिन्स्टन, सर टॉमस मन्रो हे वृत्तपत्राला स्वातंत्र्य देण्याच्या पक्षाचे; तर लॉर्ड ॲम्हर्स्ट विरोधी होता. लॉर्ड ॲम्हर्स्ट गव्हर्नर जनरल म्हणून हिंदुस्थानात येण्यात सात महिने अवकाश असताना मुख्य सचिव ॲडॅम हंगामी गव्हर्नर जनरल सारखा होता. त्याने संधीचा पुरेपूर फायदा घेऊन ४ एप्रिल १८२३ रोजी वृत्तपत्रांच्या मुस्कटदाबीचा वटहुकूम काढला. त्याअगोदरचे लॉर्ड हेस्टिंग्जचे प्रसिद्धीपूर्व तपासणीचे सेन्सॉरशिप उठविण्याचे धोरण बदलण्यात आले. त्याच्या या धोरणाला 'कलकत्ता जर्नल' चे संपादक जेम्स सिल्क बकिंगहॅम व राजा राममोहन रॉय यांनी विरोध केला. बकिंगहॅमने कंपनी सरकारच्या जुलमी कायदे व धोरणे याविरुद्ध टीकेचे हत्यार उपसले हाते. ॲडॅमने सरकारी बळाचा वापर करून बकिंगहॅमला

मायदेशी परत पाठविले. त्यामुळे सर्व जबाबदारी एकट्या रॉय यांच्यावर आली. त्यांनी वृत्तपत्र स्वातंत्र्याचा पुरस्कार केला. सुप्रीम कोर्टात त्यांनी निर्बंधांविरुद्ध अर्ज केला; पण तो फेटाळला गेला. या विरोधात त्यांनी थेट इंग्लंडच्या राजापर्यंत अर्ज केला. रॉय यांच्या मागणीचा आशय थोडक्यात पुढीलप्रमाणे होता - 'हिंदी लोकांच्या उन्नतीला देशी वृत्तपत्रांचा फार उपयोग होत आहे; परंतु परवाना घेण्याचा निर्बंध घातल्याने देशी वृत्तपत्रांवर आपत्तीच ओढवली आहे. महत्त्वाची बाब म्हणजे ज्ञानप्रसाराला आळा बसेल, सरकारी कारभारातील दोष दाखविले जाणार नाहीत, जनतेला आपली गाऱ्हाणी मांडणे अशक्य होईल.'

अॅडमने वृत्तपत्रे छापण्यासाठी, चालविण्यासाठी परवाना घेण्याची सक्ती केली होती. कारण सरकारविषयी असंतोष पसरविण्यास देशी वृत्तपत्रांचा निश्चितचं पुढे उपयोग केला जाईल, असा संशय ब्रिटिश सरकारला होता. जो पुढे खरा ठरला. नव्याने सत्ता काबीज केलेल्या सरकारला आपल्या सत्तेला धोका नको होता. १९२७ मध्ये मुंबई सरकारने छापखाना सुरू करणे, पुस्तकांचा व पत्रांचा प्रसार करणे यावर नियंत्रण ठेवणारे नियम केले. त्या अगोदर लॉर्ड ॲम्हर्स्टने कंपनीच्या नोकरांना वृत्तपत्रांशी संबंध ठेवण्यास बंदी केली. चार्लस् मेटकाफच्या काळात हिंदुस्थानभर एकच कायदा लागू करण्याचा विचार सुरू झाला. लोकांना अज्ञानात ठेवण्यातच अधिक धोका आहे. ज्ञानाच्या प्रसारामुळे आमच्या साम्राज्याची बळकटी अधिक वाढेल, असेही मेटकाफचे मत होते.

१८३५ चा कायदा

या पार्श्वभूमीवर लॉर्ड मेकॉलेचा कायदा अस्तित्वात आला. या कायद्यानुसार नियतकालिक प्रसिद्ध करावयाचे झाल्यास मॅजिस्ट्रेटपुढे मुद्रक व प्रकाशक यांना डिक्लेरेशन करणे आवश्यक करण्यात आले. मुद्रणस्थळ वा प्रकाशन स्थळाचा स्पष्ट उल्लेख, प्रकाशन स्थळात बदल झाल्यास पुन्हा डिक्लेरेशन, मुद्रक व प्रकाशक बदलल्यास नवीन डिक्लरेशन, नियमभंगाबद्दल ५००० रु. दंड व दोन वर्षे कैद, नियतकालिकावर मुद्रक व प्रकाशकाचे नाव छापण्याची सक्ती करण्यात आली, परवाना घेतल्याशिवाय छापखाना वा वृत्तपत्र सुरू करण्यास मनाई करण्यात आली. हा कायदा १८५७ पर्यंत टिकला. यातच या कायद्याचे यश आहे. १८५७ च्या स्वातंत्र्य समराला या कायद्याची मदत झाली. मेटकाफनंतर लॉर्ड ऑकलंड, लॉर्ड एलबरो, लॉर्ड हार्डिज व लॉर्ड डलहौसी यांनी या कायद्यात बदल केला नाही.

१८५७ चा कायदा

१८५७ चे स्वातंत्र्य समर अयशस्वी ठरताच लॉर्ड कॅनिंग याने छापखान्याचे नियंत्रण; वर्तमानपत्र व पुस्तकप्रसारावर निर्बंध घालणारा मुस्कटदाबीचा कायदा (Gagging Act)

पास केला. तो १३ जून १८५७ पासून अंमलात आला. या कायद्यात १८३५ च्या तरतुदी अधिक पत्र व पुस्तक प्रकाशनाच्या प्रसाराला बंदी घालण्याचा अधिकार स्वत:कडे घेतला. हा कायदा वर्षभर टिकला. १८६७ मध्ये देशी भाषांतील वृत्तपत्रातील मजकुराची नोंद ठेवण्यासाठी एका अधिकाऱ्याची नेमणूक झाली. १८७७ मध्ये वृत्तपत्र अधिकारी नेमण्यात आला. पुढे सरकार वृत्तपत्रांना जाहिराती देऊन ते खरेदी करण्याचा प्रयत्न करू लागले. त्या अगोदर ओरिएन्टल ट्रान्सलेटरचे ऑफिस अस्तित्वात आले होते. १८६७ मध्ये मुंबईतील देशी वृत्तपत्रांच्या प्रती नियमितपणे गव्हर्नर जनरलच्या माहितीसाठी पुरविण्याचा आदेश होता. यातूनच 'दि प्रेस अॅण्ड रजिस्ट्रेशन ऑफ बुक्स अॅक्ट (१८६७)' झाला. या कायद्याचे पूर्ण नाव - (An Act for the regulation of printing presses and News papers, for the preservation of copies printed in British India and for the registration at such books) (या कायद्यात १८९०, १९१४, १९५२ व १९५३, १९५६ मध्ये दुरुस्त्या करण्यात आल्या.) या कायद्याने सरकारने 'रिपोर्टर ऑन नेटिव्ह प्रेस' हा अधिकारी नेमण्यास सुरुवात केली. मुंबई इलाख्यात कृष्णशास्त्री चिपळूणकर हे पहिले अधिकरी झाले; या अधिकाऱ्याचे अहवाल गुप्त असत.

या कायद्याने सरकारकडे छापल्या जाणाऱ्या प्रत्येक पुस्तकाच्या ३ प्रती येऊ लागल्या.

१८७० ची दुरुस्ती

१८७० मध्ये 'भारतीय दंडसंहिता' यात दुरुस्ती करून १२४ अ कलमान्वये शब्द (भाषण), लेखन वा चिन्हे अशा कोणत्याही साधनाने सरकारविषयी अप्रीती निर्माण करणाऱ्यास जन्मठेप व दंडाच्या शिक्षेची तरतूद करण्यात आली. या कलमाचा सामना लोकमान्य टिळकांना करावा लागला.

सरकारविषयी अप्रीती निर्माण करणाऱ्या देशी पत्रांना उत्तर देण्यासाठी सरकारी पत्र सुरू करावे, अशी सूचना मुंबई इलाख्यात झाली; परंतु १८६०, १८६४ व १८६९ मध्ये त्या फेटाळण्यात आल्या.

१८७८ चा कायदा

देशी भाषेतील वृत्तपत्रांची गळचेपी करणारा कायदा १४ मार्च १८७८ रोजी झाला. या कायद्याचे अधिकृत नाव 'पौर्वात्य भाषांतील प्रकाशनांवर अधिक चांगले नियंत्रण ठेवण्यासाठी कायदा', (An Act for the Better control of publications in oriental Languages) असे याचे नाव होते.

लॉर्ड लिटन यांनी हा कायदा आणला. राजद्रोहात्मक लिखाणाला प्रतिबंध करणे हा या कायद्याचा मुख्य उद्देश होता. सरकारविरुद्ध असंतोष निर्माण करणे, वेगवेगळ्या

जाती-धर्मात द्वेष पसरविणे, सरकारी नोकरांस भीती दाखवणे या गोष्टी गुन्ह्या अंतर्गत दाखल करण्यात आल्या. मॅजिस्ट्रेट, कमिशनरचे अधिकार वाढविण्यात आले. वृत्तपत्रांकडे जामीन मागणे, तो जप्त करणे हे अधिकार सरकारला मिळाले; तर या विरोधात कोर्टात धाव घेण्याचा वृत्तपत्रांचा अधिकार डावलण्यात आला. मजकूर छापण्यापूर्वी तो सरकारी अधिकाऱ्याकडून तपासून घ्यावा लागे. या कायद्याचा विरोध करण्यासाठीच मद्रासमधील प्रख्यात 'हिंदू' पत्र निघाले. पुढे या कायद्यावर इंग्लिश व देशी भाषांतील पत्रांनी सडकून टीका केली. ७ डिसेंबर १८८१ रोजी हा दडपशाही करणारा कायदा रद्द झाला. ५ जून १८९१ रोजी हिंदुस्थान सरकारच्या परराष्ट्र खात्याने एक अधिसूचना (नोटिफिकेशन) काढून. संस्थानी मुलखातील वृत्तपत्रांवर निर्बंध घातले. पोलिटिकल एजंटच्या परवानगीशिवाय वृत्तपत्र काढणे, संपादणे यास बंदी घालण्यात आली. लिटनची कारकीर्द आंदोलन आणि दडपशाहीने गाजली. त्यानंतर लॉर्ड मिन्टो यांची कारकीर्द एक पाऊल पुढे गेली. ४ डिसेंबर १९०३ रोजी त्यांनी इंडियन ऑफिशियल सिक्रेट्स ॲक्टमध्ये दुरुस्ती करून 'सरकारी कार्यालयात जाऊन माहिती मिळविण्याचा प्रयत्न करणारास गुन्हेगार ठरविणारा' कायदा केला. या कायद्याचा अतिरेक म्हणजे माहिती मिळविण्यासाठी परवानगी न घेता सरकारी कार्यालयात नुसते पाऊल टाकणे हा गुन्हा झाला. या कायद्यात पुढे सिलेक्ट कमिटीने बदल केले.

१९०८ चा कायदा

'न्यूजपेपर्स (इन्साइटमेंट टु ऑफेन्सेस) ॲक्ट १९०८' म्हणजेच 'वृत्तपत्रातून खून व अन्य गुन्ह्यांना उत्तेजन देण्यास प्रतिबंध करणारा कायदा' असे त्याचे नाव होते. वृत्तपत्रातला मजकूर बंडाळीला प्रोत्साहन देणारा आहे असे वाटले की, त्याबाबत खटला भरण्याचा अधिकार अधिकाऱ्यांना देण्यात आला होता. छापखाने जप्तीचा अधिकार सरकारला मिळाला.

१९१० कायदा

गृहमंत्री हर्बर्ट रिस्ले यांनी ४ फेब्रुवारी १९१० रोजी मुद्रणनिर्बंधाचे विधेयक आणले. हा कायदा 'An Act to provide for the better control of the press.' या कायद्याने सरकारी नियंत्रण वाढले. दंड ५०० ते १००० पर्यंत वाढला. छापखाना जप्त करून मालमत्ता सरकारजमा करण्यात येऊ लागली. हा कायदा १९२२ पर्यंत टिकला. याच काळात सरकारने काही वृत्तपत्रांना सरकारी मदत देऊन, त्यांच्या प्रती स्वत: विकत घेऊन खेडोपाडी वाटल्या, 'केसरी'ने त्यांना निमसरकारी वृत्तपत्रे म्हटले. हा प्रयोग फार काळ चालला नाही.

सुधारणा

वृत्तपत्रांच्या संदर्भात कडक कायदे करताना ज्या अल्प-स्वल्प सुधारणा सरकारने केल्या. त्याची थोडक्यात नोंद घेऊ. १८५४ मध्ये इंडियन पोस्टल ॲक्ट अस्तित्वात आला. टपाल तिकिटे सुरू झाली. टपाल व्यवस्था सुरू झाली. १८५४ मध्ये कोलकाता-मुंबई दरम्यान तारयंत्र सुविधा सुरू झाली. २७ एप्रिल १८५४ रोजी पुणे ते मुंबई पहिली तार पाठविण्यात आली. याची बातमी १ मे १८५४ रोजी पुण्यातील 'ज्ञानप्रकाश'मध्ये छापण्यात आली. अर्थात तारेचा संदेश अडविण्याचा किंवा पाहण्याचा अधिकार सरकारला होता. १९१० मध्ये असोसिएट प्रेस ऑफ इंडियाची स्थापना करण्यात आली. १९२७ मध्ये फ्री प्रेस ऑफ इंडिया, तर १९३३ मध्ये युनायटेड प्रेस ऑफ इंडियाची स्थापना झाली.

१९३० चा कायदा

वृत्तपत्रांचे अधिक चांगले नियंत्रण करता यावे म्हणून 'To provide for the better Control of the press' द इंडियन प्रेस ऑर्डिनन्स १९३० हा वटहुकूम जाहीर करण्यात आला. वृत्तपत्र प्रकाशित होऊ द्यायचे किंवा नाही हे सरकार ठरविणार होते. कोणतेही लिखाण सरकारविरोधी आहे की नाही, हे सरकार ठरविणार. यातूनच पुढे 'द इंडियन प्रेस (इमर्जन्सी पॉवर्स) ॲक्ट १९३१' हा कायदा संमत झाला. या कायद्यान्वये सरकारी थोर हिंदी पुढाऱ्यांची चित्रे छापण्यास बंदी घालू लागले. पुढे दि ऑफिशियल सिक्रेट्स ॲक्टमध्ये दुरुस्ती करून मजकूर प्रसिद्धीपूर्व तपासणीचा अधिकार आपल्या हाती घेतला. प्रसंगी संपादकांना हद्दपार वा फाशीची शिक्षा देण्याचीही तरतूद करण्यात आला. प्रेस (इमर्जन्सी) कायद्यात सुधारणा करून शत्रूला गुप्त माहिती देणे किंवा देशाला बाधक माहिती प्रसिद्ध करण्यावर बंदी घालण्यात आली. १९४२ मध्ये 'भारत संरक्षण नियमातील' अधिसूचनेद्वारे काँग्रेसच्या सर्व बातम्या दडपून टाकण्याची सोय करण्यात आली. १९४७ पंधरा ऑगस्टला देश स्वतंत्र झाला आणि वृत्तपत्रांमध्ये स्वातंत्र्याचे वारे वाहू लागले.

पत्रकारांचे तुरुंगवास

१८९७ - 'केसरी'चे (पुणे) कर्ते लोकमान्य टिळक यांना १८ महिन्यांची शिक्षा देण्यात आली. १८९९ - 'गुराखी'चे (मुंबई) कर्ते संपादक श्री. ल. ना. जोशी यांस ६ महिने शिक्षा देण्यात आली. १९०६ - 'भाला' (पुणे)- भालाकार भोपटकर यांना ६ महिने कैद व १००० रुपये दंड करण्यात आला. १९०७ - हरिकिशोर (यवतमाळ) संपादक गीर यांस २ वर्षे सक्तमजुरी व १००० रुपये दंड करण्यात आला. १९०८ - काळ (पुणे) काळकर्ते परांजपे यांस १९ महिन्यांच्या सक्तमजुरीची शिक्षा ठोठावण्यात आली. बिहारीचे (मुंबई) संपादक रा. ना. मंडलिक यांस २ वर्षे सक्तमजुरी, 'अरुणोदय'चे

(ठाणे) संपादक फडके यांस १४ महिने सक्तमजुरी, 'प्रतोद'चे (सातारा) संपादकांस व 'केसरी'चे (पुणे) संपादक लोकमान्य टिळक यांस ६ वर्षे काळ्या पाण्याची शिक्षा व 'हरिकिशोर'चे (यवतमाळ) संपादक न. वि. भावे यांस ५ वर्षे सक्तमजुरीची शिक्षा ठोठावण्यात आली. १९०९ - 'देशसेवक'चे (नागपूर) संपादक अ. ब. कोल्हटकर यांस अडीच वर्षे सक्तमजुरी दिली. 'विश्ववृत्त'चे (कोल्हापूर) कर्ते प्रो. विजापूरकर, प्रो. वा. म. जोशी व जोशीराव यांस ३ वर्षे सक्तमजुरी, ३ वर्षे साधी कैद ठोठावण्यात आली. 'देशसेवक' (नागपूर) कर्ते संपादक गाडगीळ यांस १००० रु. दंड करण्यात आला.

५.३ दुष्काळ

ब्रिटिशांचे दुष्काळविषयक धोरण समजून घेण्यासाठी आपणास दुष्काळाची व्याख्या आणि व्याप्ती समजून घेणे आवश्यक आहे.

व्याख्या - अन्नधान्याची तीव्र टंचाई, पिण्याच्या पाण्याची टंचाई, खाद्यपदार्थांची अनुपस्थिती (खरं म्हणजे भयंकर चणचण) व उपासमाराची परिस्थिती देशाच्या मोठ्या भागात दीर्घ कालावधीसाठी जाणवते, तेव्हा ती परिस्थिती दुष्काळी परिस्थिती होय.

दुष्काळाच्या प्रमुख कारणांमध्ये पावसाचा अभाव, युद्ध, मंदी, अस्मानी महागाई, महामंदी, मानवी नियोजनातील त्रुटी यांचा समावेश होतो. लोकसंख्या बेसुमार वाढ व शेतीतील नियोजनशून्यता यामुळे दुष्काळाची तीव्रता वाढते. दुष्काळाचा विचार करताना 'टंचाई'चा विचार अपरिहार्य असतो. समाज विज्ञानकोशाच्या भाग ३ मध्ये 'टंचाई'ची व्याख्या पुढीलप्रमाणे दिलेली आहे.

टंचाई - प्रतिकूल हवामान व पावसाचे प्रमाण खूप कमी होणे आणि त्यातून अन्नधान्याचे उत्पादन घटणे याला 'टंचाई' म्हणतात. अनेक वेळा टंचाईची परिस्थिती निर्माण झाल्यास त्याचे रूपांतर दुष्काळात होते. जगभर महापूर, वादळ, भूकंप, गारपीट, थंडीची तीव्र लाट, टोळधाड अशा कारणांमुळे दुष्काळ पडतो. भारतात पावसाचा अभाव हे दुष्काळाचे प्रमुख कारण आहे. अन्न, पाणी, चारा या तिन्हींची तीव्र व दीर्घकाळ टंचाई असल्यास त्याला महादुष्काळ म्हणतात. महादुष्काळात शहरे नामशेष झाल्याची उदाहरणे आहेत.

भारतात प्राचीन काळातील दुष्काळांचे पहिले उल्लेख ऋग्वेद, अथर्ववेदात आहेत. सम्राट चंद्रगुप्त मौर्यांच्या काळात दुष्काळ पडल्याचे उल्लेख आहेत. याचे परिणाम मृत्युदर वाढणे. गुन्हेगारी वाढणे, साथीचे रोग फैलावणे असे होतात. १९४३ च्या बंगालच्या दुष्काळात जवळपास वीस लोख लाक मरण पावले. याचा परिणाम मोठ्या प्रमाणावर स्थलांतर होण्यास झाला होता. मध्यकाळात इ. स. १२९१ ते १५८३ पर्यंत १२ दुष्काळ

पडले. सम्राट अकबर ते ईस्ट इंडिया कंपनीची राजवट या काळात भारतात विविध ठिकाणी एकूण ११ दुष्काळ पडले.

'हिस्टरी अँड इकॉनॉमिक्स ऑफ फॅमिन्स इन इंडिया' या ग्रंथाचे लेखकांचे मते भारतात दुष्काळ दर पाच वर्षांनी एकदा, तर महादुष्काळ वीस वर्षांनी पडतो असे नमूद केले आहे. ब्रिटिश काळात भारतातील दुष्काळांची व्याप्ती वाढली. येथील उद्योगधंदे नष्ट झाले. राज्ये खालसा झाली. शेतकरी देशोधडीला लागले. यामुळे बाजारात धान्य आहे पण खरेदी करायला पैसा नाही, अशी विचित्र परिस्थिती निर्माण झाली. विकत घेता आले तरी पोटभर खायला मिळेल याची शाश्वती नव्हती. लोकांना धान्य उपलब्ध करून देण्याऐवजी धान्य बाजारातून गायब होऊ लागले. साठेबाजी, नफेबाजी, सट्टेबाजी बोकाळली. कृत्रिम अन्नधान्य टंचाई निर्माण झाली. नैसर्गिक दुष्काळापेक्षा हे दुष्काळ तीव्र होते.

भारतातील दुष्काळांची प्रमुख कारणे -

भारतातील शेती प्रामुख्याने पावसावर अवलंबून असते. दक्षिणेत अवर्षण तर उत्तर भारतात अतिवृष्टी व पूर, शेतीवर अवलंबून राहणाऱ्या लोकसंख्येतील वाढ, कायमधारा, रयतवारी, महालवारी या शेतसारा वसुली पद्धती, भारतीय लोकांची दैववादी प्रवृत्ती, भारतीय संपत्तीचे नि:सारण यामुळे दुष्काळांची तीव्रता वाढतच राहिली.

दुष्काळ निर्मूलनाच्या योजना -

ब्रिटिशपूर्व काळात दुष्काळ ही दैवी आपत्ती समजल्यामुळे शासकीय पातळीवर दुष्काळ निवारणाचे उपाय मर्यादित होते. राखीव धान्यसाठा वापरणे, स्थलांतर, अन्नछत्रांचा आधार असे तात्पुरते उपाय केले जात. ब्रिटिशांनी येथील दुष्काळावर कायमस्वरूपी नियंत्रणासाठी काही उपाय केले.

दुष्काळ निर्मूलन आयोग

ब्रिटिशांनी दुष्काळ निर्मूलनासाठी विविध आयोग नेमले. त्याचा थोडक्यात आढावा पुढीलप्रमाणे आहे.

पहिले फॅमिन कमिशन

(पहिला दुष्काळ निवारण आयोग) स्ट्रिची आयोग. १८७६ ते ७८ या काळात भारतात दुष्काळ पडला होता. १८८० मध्ये सरकारने सर रिचर्ड स्ट्रिची आयोग नेमला. या आयोगात ७ सदस्य अभारतीय तर २ सदस्य भारतीय होते. या कमिशनचा अहवाल ३ भागांत प्रसिद्ध झाला. पहिल्या भागात प्रांतवार सर्वसाधारण आर्थिक परिस्थितीचा आढावा घेऊन दुष्काळ निवारण प्रशासनात करावयाच्या सुधारणांचा अंतर्भाव करण्यात

आला होता. दुसऱ्या भागात दीर्घकाळाचा विचार करून दुष्काळ निवारणार्थ उपाय तर तिसऱ्या भागात १७७० ते १८७६ पर्यंतच्या दुष्काळांचा इतिहास दिला होता. या आयोगापासूनच दुष्काळ निवारणाची आचारसंहिता तयार झाली. त्याला इंग्रजीत फॅमिन कोड (Famine Code) म्हणतात. यात पुढील १० महत्त्वाच्या शिफारशी करण्यात आल्या होत्या.

१) ज्यांची काम करण्याची तयारी आहे, अशा सर्व लोकांना दुष्काळ सुरू होताच काम देण्यात यावे.

२) मजुरीचा दर केवळ अन्नधान्य खरेदी करण्याइतकाच ठेवावा.

३) दुष्काळ संपताच अशी कामे बंद करावी.

४) वृद्ध, अपंग, इत्यादी लोकांना जगण्यापुरते वेतन द्यावे. त्या बदल्यात काम करून घेऊ नये.

५) जमीनमालकांना नंतर शेतीची लागवड करता यावी म्हणून तगाई कर्जे द्यावीत.

६) दुष्काळाची तीव्रता विचारात घेऊन दुष्काळग्रस्त भागात शेतसारा वसुली संपूर्ण किंवा अंशतः रद्द करण्यात यावी.

७) दुष्काळी कामे हाती घेण्यात यावीत.

८) अन्नधान्याच्या व्यापारावर देखरेख ठेवण्यात यावी.

९) फॅमिन कमिशनची नेमणूक करून त्याच्या देखरेखीखाली दुष्काळ निवारणाची कामे पार पाडावीत.

१०) दुष्काळ निवारणासाठी विशेष निधी उभारण्यात यावा.

दुष्काळावर दीर्घकालीन उपाययोजना म्हणून रेल्वेमार्ग वाढविणे, जलसिंचन सुविधा वाढविणे, शेती-उद्योगांचा विकास, भूमी सुधारणांसाठी दीर्घ मुदतीची कर्जे उपलब्ध करून देणे यांचा समावेश होता. सर्व शिफारशींचा विचार करून दुष्काळ निवारण कायदा तयार करण्यात आला. १८८३ मध्ये कायद्याचा अंतिम मसुदा तयार करण्यात येऊन केंद्राच्या पूर्वपरवानगीने प्रांतांना त्यात स्थानिक पातळीवरचे बदल करण्याची मुभा होती.

दुसरा आयोग

१८९८ मध्ये सहा सदस्यांचा दुसरा आयोग नेमण्यात आला. शेतसारा अत्यल्प वा माफ करणे, दुष्काळग्रस्त खेड्यांच्या जवळ दुष्काळ निवारणार्थ कामे सुरू करणे. या शिफारशींचा ६ सदस्यीय आयोगाने पुरस्कार केला. दुष्काळांत करावयाच्या मदतीच्या संदर्भात उदार धोरण अवलंबिण्यात यावे, जमीन महसुलासंदर्भातील सूट उदारपणे द्यावी. दुर्बल घटकांकडे विशेष लक्ष द्यावे या शिफारशी आयोगाने केल्या.

तिसरा आयोग

१८९९-१९०० च्या दुष्काळावर उपाय म्हणून १९०१ मध्ये तिसरा दुष्काळ निवारण आयोग नेमण्यात आला. कर्जबाजारीपणा नष्ट करा व दुष्काळी कामांवर पैसा वाया जाणार नाही हे बघा, असे आयोगाने सुचविले. कामाचे प्रमाण व त्या प्रमाणात मजुरी देण्याची सूचना केली. कमिशनने पुढील महत्त्वाच्या ४ शिफारशी केल्या.

शिफारशी

१) दुष्काळग्रस्त लोकांची परिस्थिती समजावून घेऊन त्यांचे मनोधैर्य टिकेल असे वातावरण ठेवावे.

२) दुष्काळी परिस्थितीवर मात करण्यासाठी तगाई कर्जाचे वाटप करावे.

३) जमीन महसुली तहकूब करावी.

४) दुष्काळी कामांना सुरुवात करण्यात यावी.

आयोगाच्या सूचनेनुसार दुष्काळ निवारणाचे कार्य स्थानिक अधिकाऱ्यांवर सोपविण्यात आले. दुष्काळ विमा निधी उभारण्यात आला. शेती सुधारणा व जलसिंचनासाठी कमी निधी यातून उपलब्ध झाला.

बंगालचा १९४३ चा दुष्काळ

दुसऱ्या महायुद्ध काळात भारतातून धान्य निर्यात जोरात चालली होती. यामुळे टंचाई, भाववाढ झाली. यातून रेशन व किंमत नियंत्रण धोरण आले. रेल्वेने धान्य वाहतुकीऐवजी सैनिक वाहतुकीस प्राधान्य दिल्याने उपासमार वाढली. अमेरिकेची धान्य जहाजे सैनिकांना उपलब्ध करून दिल्याने या मनुष्यनिर्मित दुष्काळाची व्याप्ती वाढली. बंगालच्या दुष्काळानंतर नेमण्यात आलेल्या आयोगाने अन्नधान्य उपलब्धी जबाबदारी शासनाची आहे, शासनाने रास्त भाव दुकाने सुरू करावीत, दुष्काळ निवारणासाठी संरक्षणात्मक व प्रतिबंधात्मक उपाययोजना कराव्यात असे सांगितले.

संरक्षणात्मक कार्यक्रमात दुष्काळासंदर्भात जागृती, शेतसारा माफी, दुष्काळाची कामे सुरू करणे. पीक परिस्थितीची पाहणी करणे, किंमत पातळीकडे लक्ष देणे या उपायांचा अंतर्भाव केला. दुष्काळ पडू नये म्हणून प्रतिबंधात्मक कार्यक्रमात ओलिताच्या सोईत वाढ करणे. जंगलतोड बंदी आणणे, वनश्री वाढविणे, शेतकऱ्यांस कमी व्याजदरात कर्ज देणे, वाहतुकीसाठी रेल्वेमार्ग वाढविणे हे उपाय सुचविले.

५.४ स्थानिक स्वराज्य संस्था

आधुनिक काळातील स्थानिक स्वराज्य संस्था या आपणास इंग्रजांची देणगी आहे. प्राचीन व मध्ययुगीन भारतात या संस्थांच्या पूर्वज संस्था अस्तित्वात होत्या. त्यांचे स्वरूप

थोडेसे वेगळे होते इतकेच. दिल्लीश्वरो वा जगदीश्वरो ही उक्ती याचेच प्रतीक आहे. दिल्लीत कोणाचीही सत्ता असली तरी पारंपरिक चौकट, ग्रामजीवन मुळापासून बदलण्याची ताकद सत्तेत नव्हती. ईस्ट इंडिया कंपनीने मात्र या चौकटीत बदल घडवून आणला. येथील कृषी व्यवस्था, वन व्यवस्था, महसूल व्यवस्था त्यांनी बदलून टाकली.

कंपनीची राजवट

लॉर्ड हेस्टिंग्ज (१८१३-२३) याने कंपनीच्या सत्तेच्या चौकटी अंतर्गत येथील ग्रामसंस्थांना त्यांच्या अधिकारक्षेत्रापुरते न्यायदानाचे अधिकार दिले. कंपनीला त्याच्या पुढे जायचे नव्हते; कारण त्या कंपनीच्या मर्यादा होत्या. या चौकटीस छेद देण्याचा अधिक चांगला प्रयत्न लॉर्ड मेयो (१८६९-७२) याने केला. आर्थिक विकेंद्रीकरण करणे, प्रांतांचे अधिकार वाढविणे, नगरपालिकांची संख्या वाढविणे या गोष्टी मेयोने केल्या. बंगाल, वायव्य सरहद्द, मद्रास, मुंबई या प्रांतात नगरपालिकांचे कायदे पास होऊन नगरपालिका अस्तित्वात आल्या. नगरपालिकेचे सर्व सदस्य सरकारनियुक्त होते. या स्वरूपामुळे संस्था 'स्थानिक' होत्या पण त्यात 'स्वराज्य' नव्हते.

स्थानिक स्वराज्य संस्था स्थापन करण्यासाठी ब्रिटिशांसमोर मायदेशातील मॉडेल होते. इंग्लंडमधील काऊन्टी काउन्सिलच्या धर्तीवर भारतात लोक बोर्ड, म्युनिसिपल बोर्ड अस्तित्वात आले. प्रांतांचे गव्हर्नरच्या अधिकारात या संस्था सुरू झाल्या. म्युनिसिपाल्टीच्या माध्यमातून कर गोळा करून जनतेचे आरोग्य आणि दिवाबत्तीची सोय इंग्रजांनी सुरू केली. मेयोच्या कारकिर्दीत जनतेच्या दैनंदिन जीवनाशी निगडित असणारे विषय प्रांतीय सरकारच्या ताब्यात आले. १८८३ पर्यंत भारतात म्युनिसिपाल्टींचा आकडा दोनशेच्या घरात गेला होता.

लॉर्ड रिपन यांची कारकीर्द

लॉर्ड रिपन यांनी स्थानिक स्वराज्य संस्थांच्या कारभारात 'न भूतो' अशी सुधारणा घडवून आणली. स्थानिक स्वराज्य संस्थांच्या कारभारात भारतीयांना क्रियाशील स्थान द्यावे अशी भूमिका रिपनने घेतली. ही त्या काळाचा विचार करता अत्यंत क्रांतिकारक भूमिका होती. उदारमतवादी वृत्ती आणि भारतीयांचे प्रश्न भारतीयांना सोडवू द्यात. भारतीय लोक भारतीयांचे प्रश्न सोडवतील, भारतीयांना राज्यकारभाराचे शिक्षण मिळण्याची संधी यात आहे अशी रिपनची विचारसरणी होती. भारतीयांनी रिपनला पाठिंबा दिला. सप्टेंबर १८८१ मध्ये रिपनने 'स्थानिक स्वराज्य संस्थांचा' ठराव पास केला. या ठरावाने प्रांतिक सरकारांनी स्थानिक संस्थांना महसुलाचे ठराविक उत्पन्न नेमून द्यावयाचे होते आणि अंतर्गत कारभारात स्वातंत्र्य देण्याचे धोरण होते. मे १८८२ मध्ये प्रांतिक सरकारांनी या ठरावाला मान्यता दिली. हा ठराव 'स्थानिक स्वराज्य कायदा' म्हणून ओळखला जातो तर, रिपनला

'स्थानिक स्वराज्यशासनाचा जनक' म्हणतात. रिपनच्या योजनेनुसार प्रत्येक प्रांतात सर्वांत लहान घटक म्हणजे तालुका असणार होता. शहरांच्या कारभारासाठी नगरपालिका असणार. शहरी भागात म्युनिसिपल बोर्ड, तर ग्रामीण भागात तालुका बोर्ड व डिस्ट्रीक्ट बोर्ड असणार. यात १/३ पेक्षा जास्त सदस्य सरकारचे असणार नाही. संस्थेचा अध्यक्ष भारतीय असणार (निमसरकारी सदस्यातून निवडायचा), बिनसरकारी सदस्य निवडणुकांमधूनच निवडले जाणार होते. यामुळे लोकशाहीची प्रक्रिया, स्वत:च्या मताचे महत्त्व या गोष्टींचे महत्त्व भारतीयांना प्रथमच समजणार होते. भारतीय सदस्यांची संख्या जास्त ठेवल्याने बहुमताने निर्णय घेणे शक्य होणार होते. काही ब्रिटिशांनी या योजनेवर 'भारत गमाविण्याची योजना' अशी टीका केली होती.

शिक्षण, आरोग्य, वैद्यकीय मदत, स्वच्छता ही स्थानिक कामे, उत्पन्नाची साधने ठरविणे ही कामे स्थानिक स्वराज्य संस्थेकडे तर सदस्यांची मुदत दोन वर्षे, सरकारचा कमीत कमी हस्तक्षेप परंतु कर्ज उभारणी व जादा कर हे प्रांतिक सरकारकडे अधिकार व अकार्यक्षम आणि भ्रष्ट संस्था बरखास्त करण्याचा अधिकार होता. या निमित्ताने भारतीयांना ब्रिटिश शासनाच्या चौकटीत प्रथमच प्रवेश मिळाला. १९०९ पर्यंत ७०० च्या घरात म्युनिसिपल बोर्ड स्थापन झाले. शेकडोंच्या घरात भारतीय सदस्यांना कारभाराचा अनुभव मिळू लागला.

कर्झनचा कालखंड

भारतात कर्झनची कारकीर्द वादग्रस्त ठरली. कर्झनने भारतीयांना सर्वच पातळीवर विरोध केला. स्थानिक स्वराज्य संस्थांचा कारभार नष्ट करण्यासाठी कर्झनने कोलकाता कॉर्पोरेशन बिल आणले. १८७५ च्या कायद्याने कोलकाता कॉर्पोरेशनला व्यापक अधिकार व अंतर्गत स्वातंत्र्य मिळाले होते. कर्झनच्या काळात कोलकाता हे राष्ट्रजागृतीचे केंद्र बनले होते. कोलकातावासीयांना धडा शिकविण्यासाठी कर्झनने कोलकाता शहरातील स्वच्छतेचा प्रश्न नीट हाताळला नाही म्हणून कॉर्पोरेशनच्या सदस्यसंख्येत घट केली. ७५ सदस्य संख्या ५० वर आणली. यामुळे सरकारी व बिनसरकारी सदस्य प्रमाण समान झाले. सभापतिपद ब्रिटिशांस दिले. यामुळे 'स्थानिक स्वराज्य संस्थांच्या' स्वायत्ततेचा अंत जवळ आला. राष्ट्रवादी नेते सुरेंद्रनाथ बॅनर्जी यांनी कर्झनला विरोध केला. कर्झनने त्याला दाद न देता 'मद्रास कॉर्पोरेशनसाठी' असाच कायदा केला. स्थानिकांना राज्यकारभारात कोणतेही स्थान असू नये अशीच कर्झनची इच्छा होती. १८८५ मध्ये काँग्रेसच्या पहिल्या अधिवेशनात सुरेंद्रनाथ बॅनर्जी यांनी केलल्या भाषणात 'स्थानिक स्वराज्य संस्थांच्या हक्काचा विस्तार करून लेजिस्लेटिव्ह कौन्सिलपर्यंत तो वाढवा' अशी मागणी केली. पुढे कायदेशीर तरतुदी करण्यात आल्या आणि ही संस्था दृढमूल झाली.

५.५ ब्रिटिश अर्थव्यवस्था व महसूल पद्धती

येथील ब्रिटिश अर्थव्यवस्थेचा पाया लष्करी पायावर उभारलेला होता. १८१८ ला मराठ्यांच्या सत्तेचा अस्त होताच महाराष्ट्रात आणि भारतात ब्रिटिशांना अन्य राजकीय आव्हान उरले नाही. यामुळे निव्वळ व्यापाराच्या उद्देशाने स्थापन झालेली ईस्ट इंडिया कंपनी साम्राज्य संस्थापक कंपनी झाली. ३१ डिसेंबर १६०० रोजी स्थापन झालेल्या कंपनीने व्यापारात प्रचंड यश मिळवले व अल्पावधीत राजकीय क्षेत्रात यश मिळविले. राजकारण करीत असतानासुद्धा आपण व्यापारी आहोत, या मूळ उद्देशाचा इंग्रजांना विसर पडणे अशक्य होते. एलफिन्स्टनसारख्या अधिकाऱ्यांना आपण येथून एक दिवस परत जाणार याची पूर्ण जाणीव होती. त्यामुळे जेवढा काळ येथे सत्ता गाजविता येईल तेवढा काळ या देशाचे आर्थिक-राजकीय शोषण करावे ही भूमिका कंपनीची होती. तत्कालीन कालखंडातील कोणत्याही साम्राज्यवादी शक्ती याला अपवाद नव्हत्या. इंग्रज-फ्रेंच-पोर्तुगीज या तीन परकीय सत्तांनी भारताचे शोषण केले ते स्वतःच्या मातृभूमीच्या कल्याणासाठी. आर्थिक फायदे साधण्याचे राजकीय सत्ता हे एक साधन होते एवढेच आणि भारतीयांनी स्वतःहूनच सत्ता गमावलेली होती.

इंग्रज व इंग्रजपूर्व आक्रमक यांच्यातील प्रमुख फरक असा आहे की, इंग्रजपूर्व मुघल, त्याअगोदर तुर्क, त्याही अगोदर ग्रीक, शक, कुशाण हे कोणीही भारतात व्यापार करायला आले नव्हते. इंग्रज वगळता साऱ्यांचा एकमेव उद्देश सत्ता हाच होता. त्यामुळे इंग्रज व अन्य आक्रमक यांचे हेतू वेगळे होते. अन्य आक्रमक संख्येने प्रचंड होते, (इंग्रजांच्या तुलनेने) त्यामुळे मातृभूमीपेक्षा भारतात सुखदायक (अन्न, वस्त्र, निवारा) परिस्थिती मिळत असल्याने आक्रमकांना येथील समाजाने स्वतःत जाणीवपूर्वक जिरवले.

या पार्श्वभूमीवर इंग्रजांच्या आक्रमणाचा विचार करावा लागतो. इंग्रज येथे औद्योगिक क्रांतीचा वारसा घेऊन आले होते. अत्यंत भिन्न संस्कृती, मायदेशाबरोबर असणारी संपर्क यंत्रणा, शास्त्रीयदृष्ट्या इंग्लंड पुढारलेले, भाषा, वंश, रंग, विचारसरणी या साऱ्याच बाबतीत ते वेगळे होते. राज्य करण्यासाठी भारत हीच एकमेव वसाहत त्यांच्यासमोर नव्हती. युरोपात पुढारपण करणे, अमेरिकेवर वर्चस्व गाजविणे अशा अनेक गोष्टींपैकी एक गोष्ट म्हणजे भारतावर राज्य करणे. त्यामुळे एवढ्या विशाल पार्श्वभूमीवर आपणांस इंग्रज सत्तेचा विचार करावा लागतो. भारतातील इंग्रजांचे आर्थिक हितसंबंध सर्वांत महत्त्वाचे, कारण इंग्लंडच्या जगभर चाललेल्या प्रयोगशाळांचा ऑक्सिजन (पैशांच्या रूपाने) भारत पुरवू शकत होता. त्यामुळे इंग्रजांच्या आगमनानंतर भारतात सोन्याच्या धुराऐवजी गिरण्यांमधून खरोखरीचा धूर बाहेर पडू लागला.

इंग्रजपूर्व कालखंडात स्वयंपूर्ण असणाऱ्या अर्थव्यवस्थेला नव्या कालखंडात दुय्यमत्व स्वीकारणे अपरिहार्य होते. इंग्लंडच्या अर्थव्यवस्थेला पूरक भूमिका बजावणे एवढीच

भूमिका भारतीय अर्थव्यवस्थेकडे आली. पूर्वीच्या कालखंडातील सत्तेचे अग्रक्रम राजसत्ता, अर्थसत्ता व जमलेच तर प्रजेचे कल्याण परंतु इंग्रजांच्या आगमनानंतर अर्थसत्ता, राजसत्ता असा क्रम बदलला. भारत या कालखंडात इंग्रजांच्या जागतिक वसाहतवादाचा बळी ठरला. इंग्लंडने त्यांच्या तुलनेत एका दुर्बल व मागास अशा भारतावर राजकीय वर्चस्व प्रस्थापित करून येथील समाजजीवन नियंत्रण करायला सुरुवात केली. संपूर्ण शासनव्यवस्था आर्थिक शोषणासाठी राबविण्याला वसाहतवादाचे स्वरूप आले. या वसाहतीने इंग्लंडच्या भल्यासाठी राबायचे एवढीच माफक भूमिका भारताकडून अपेक्षित होती. स्वातंत्र्य मिळेपर्यंत भारताने ही भूमिका अपेक्षेबाहेर जास्त यशस्वीपणे बजावली.

वसाहतींचे शोषण ही कल्पना भारताला नवीनच होती. इंग्लंडने स्वभल्यासाठी भारतीय अर्थव्यवस्थेचे शोषण करण्यासाठी येथील साधनसामुग्री ओरबडायला सुरुवात केली. इंग्लंडची वाढीव मागणी व औद्योगिक प्रगती साधण्यासाठी (भारताला आर्थिक दृष्ट्या ज्या गोष्टींची गरज आहे, त्या भागविण्यापेक्षा) इंग्लंडभिमुख अर्थव्यवस्था येथे अस्तित्वात आली. येथे इंग्लंडला उपयुक्त असणाऱ्या गोष्टींचे उत्पादन सुरू झाले. भारताच्या इच्छेला-(गुलामांच्या इच्छेला) वाव नव्हता. याच्याच जोडीला संरक्षक जकातींचे एकतर्फी धोरण इंग्लंडच्या फायद्यासाठी राबविण्यात आले. भारताची बाजारपेठ पूर्णपणे ताब्यात घेण्यासाठी शेतीचे व्यापारीकरण, अनुद्योगीकरण, बेकारी या गोष्टींचा पाठपुरावा करण्यात आला. इंग्लंडच्या मालाशी स्पर्धा करू नये म्हणून भारतात या मालाच्या उत्पादनावर बंदी वा विविध कर लादून त्या वस्तू महाग करण्याचे धोरण आखण्यात आले. इंग्लंडच्या आर्थिक प्रगतीसाठी भारताने अविकसित राहणे आवश्यक होते. त्याचा परिणाम भांडवलशाहीच्या वाढीत होतो. भांडवलशाहीचे दुसरे टोक साम्राज्यवादाचा पाया भरभक्कम ठेवायचा असेल तर अधिकाधिक वसाहती स्वत:च्या ताब्यात ठेवणे इंग्लंडला गरजेचे होते. संपत्ती निमिर्तीची साधने नष्ट करण्यात आली.

राजकीय व आर्थिक वर्चस्व टिकविण्यासाठी साम्राज्यातील लोकांना मानसिक गुलामगिरीत कायम ठेवावे लागते. त्यांच्यात न्यूनगंड, भयगंड निर्माण करावा लागतो तरच सत्तेचा पाया स्थिर राहतो. सत्तावादी लोकांची राहणी, त्यांची जीवनशैली, भाषा, विचारसरणी, वाङ्मय, सांस्कृतिक वर्चस्व सर्वश्रेष्ठ ठरवावे लागते. परतंत्र राष्ट्रातील लोकांना स्वत:मध्येच कमतरता आहे, असे वाटायला लावणे यातच आक्रमकांचे यश लपलेले असते. त्यामुळे परिस्थितीनुरूप इंग्रजांची धोरणे बदलली तरी ध्येय तेच राहिले. भारतातील इंग्लंडच्या अर्थव्यवस्थेचे या संदर्भात तीन प्रमुख टप्पे पडतात.

१) १७५७ ते १८१३ चा कालखंड म्हणजे वाणिज्यवादी अवस्थेचा कालखंड.

२) १८१३ ते१८५७ चा कालखंड म्हणजे खुल्या व्यापारी अवस्थेचा कालखंड.

३) १८५७ नंतरचा कालखंड म्हणजे ब्रिटिश आर्थिक साम्राज्यवादाचा कालखंड.

वाणिज्यवादी कालखंड - भारताचे शोषण करण्याचा हा पहिला टप्पा व्यापारी मक्तेदारीचा अर्थात प्रत्यक्ष आर्थिक लुटीचा कालखंड होय. या कालखंडात राजकीय सत्ता भक्कम पायावर उभी राहायची असल्याने प्रचंड व्यापाराद्वारे स्पर्धक व्यापारी कंपन्यांचा पाडाव करून व्यापारात मक्तेदारी मिळवण्याचा हा कालखंड. मक्तेदारीच्या माध्यमातून प्रचंड नफा मिळवणे हाच उद्देश होता. भारतात सुरुवातीच्या कालखंडात ब्रिटिशांना भारताशी समान पातळीवर म्हणजे भारतीय मालाची किंमत सोन्या-चांदीच्या रूपात मोजावी लागे. हे पारडे प्लासी व बक्सारच्या लढायांनी बदलले. बंगाल ताब्यात आल्याबरोबर तेथील करातून वा महसुली उत्पन्नातून अधिकाऱ्यांचे पगार, भारतीय पैशातून भारतीय माल खरेदी सुरू झाली. याचा प्रत्यक्ष परिणाम ब्रिटिशांच्या सोन्या-चांदीच्या बचतीत झाला. नफा मिळू लागला. वसाहतींची पिळवणूक करण्याच्या मूळ वसाहतवादी प्रवृत्तीनुसार ब्रिटिशांनी येथे भूप्रदेशात लूट सुरू केली. भारतीय मालाची विक्री किंमत ब्रिटिश ठरवू लागले. कमीत कमी किमतीत कच्चा माल मिळू लागला. किमती हेतुपुरस्सर पाडल्या गेल्या. भारतीयांना उत्पादन खर्चापेक्षा कमी किमतीत माल विकणे भाग पाडण्यात आले.

बचतीच्या पैशातून लष्करी मोहिमांचा खर्च भागविण्याइतपत परिस्थिती निर्माण झाल्याबरोबर कंपनीची भूभागाची हाव वाढली. व्यापार मक्तेदारी व महसूल या मार्गांद्वारे बंगालची आर्थिक पिळवणूक करण्यात येऊ लागली. या कालखंडात कंपनीने अत्यंत धूर्तपणे 'भारताच्या हिताचे नवे करू नये व इंग्लंडच्या हिताचे जुने मोडू नये' या तत्त्वाचा अवलंब केला. भारताला या अवस्थेचा सामना करण्याची वेळ इंग्लंडमधील परिस्थितीमुळे आली.

इंग्लंडची गरज - युरोपीय वसाहतवादाच्या स्पर्धेत अग्रेसर असणाऱ्या इंग्लंड या प्रगत राष्ट्राने १७-१८ व्या शतकात व्यापारी वसाहतींद्वारे व्यापार समर्थ केला. निर्यात व नफ्याला अग्रक्रम देणारे वाणिज्यवादी तत्त्वज्ञान इंग्लंडमध्ये फोफावले. अधिक नफा मिळवण्यासाठी वसाहतींमध्ये अधिकाधिक कच्चा माल कमीत कमी किमतीत खरेदी करणे आवश्यक होते. कच्च्या मालावर प्रक्रिया करून पक्क्या स्वरूपात जास्त किमतीत माल विकणे हेच नफ्याचे तत्त्वज्ञान बनले. वसाहतींतून कच्चा माल, अन्नधान्य मिळे. त्यामुळे वसाहती म्हणजे हुकमी बाजारपेठा बनल्या यातच औद्योगिक क्रांती घडल्याने इंग्लंडचे रूपांतर 'जागतिक कारखान्यात' झाले. औद्योगिक क्रांतीचे चक्र चालू ठेवण्यासाठी व यंत्रांची धडधड चालू ठेवण्यासाठी प्रचंड भांडवल, कच्चा माल व स्वस्त मजूर वर्गाची आवश्यकता होती. ही गरज वसाहतींमधूनच भागविली जाणे शक्य होते. औद्योगिक क्रांती स्थिरावू लागताच इंग्लंडचे अंतर्गत नफ्याचे प्रमाण गुंतविलेल्या भांडवलाच्या प्रमाणात कमी पडू लागले. त्यामुळे जेथे स्पर्धा नाही. आधुनिक उद्योगांचा वारा नाही अशा प्रदेशात

जाणे आवश्यक होते. असे वातावरण इंग्रजांना भारतात आयतेच उपलब्ध झाले.

बंगालमधील परिस्थिती – बंगालमध्ये अल्प मजुरीवर विणकरांना काम करण्यास भाग पाडण्यात आले. अन्य कोणासाठीही जास्त मजुरी किंवा फायद्यासाठी काम करण्यास बंदी करण्यात आली. कंपनी स्वत: सर्वच्या सर्व कापूस (स्वस्तात) विकत घेऊन विणकरांना अत्यंत महागात विके. भारतीय कापडावर जबरदस्त जकात आकारायला सुरुवात करून इंग्लंडमधील कापड स्वस्त पडेल अशी परिस्थिती येथे निर्माण करण्यात आली.

१८१३ ते १८५८ - खुल्या व्यापाराची अवस्था (Free Trade Phase)

औद्योगिक क्रांतीमुळे भांडवलदार वर्ग उदयाला आला. या वर्गाने राजकारणात प्रभाव निर्माण करून कंपनीच्या मक्तेदारीस स्वत:च्या स्वार्थासाठी विरोध सुरू केला. भारतातून आयात कमी करा पण इंग्लंडची भारतात प्रचंड निर्यात वाढवा अशी जोरदार मागणी केली. या दडपणाला बळी पडून १८१३ मध्ये कंपनीची भारताशी व्यापाराची मक्तेदारी रद्द करण्यात आली.

या कालखंडात इंग्लंडमधील औद्योगिक क्रांती पुढच्या टप्प्यात प्रवेश करती झाली. ब्रिटिश पार्लमेंटने इंग्लंडच्या औद्योगिक विकासाला मुक्तहस्ताने प्रतिसाद दिला. भारताची इच्छा असो वा नसो या कृषिप्रधान देशाला इंग्लंडच्या उत्पादन प्रक्रियेत दुय्यमत्व पत्करावे लागले. इंग्लंडच्या यंत्रनिर्मित मालासमोर भारतीय घरगुती वा हाताने तयार केलेल्या मालाचा काय पाडाव लागणार?

भारतीय मालावर इंग्लंडमध्ये - मलमल व चिटाचे कापड यांवर २७% व साखरेवर उत्पादन खर्चाच्या ३ पट काही वस्तूंवर ४००% जकात लादण्यात आली. यामुळे भारताचे आर्थिक पातळीवर काय होणार हे सांगायला ज्योतिषाची गरज नव्हती. ब्रिटिश सरकार भारतीय उद्योगांना संरक्षण देणे शक्य नव्हते. यामुळे निर्यातप्रधान देशाचे रूपांतर आयातप्रधान देशात झाले. भारताची निर्यात इंग्लंडच्या गरजेपुरती झाली. इंग्लंडमध्ये अफू निर्यातीला बंदी असल्याने भारतातील अफू चीनला मोठ्या प्रमाणावर निर्यात करण्यात आली.

भारताची इंग्लंडला निर्यात - (इ.स. १८५६)

कापड माल - ८,१०,००० पौंड	कापूस - ४३,००,००० पौंड
धान्य माल - २९,००,००० पौंड	नीळ - १७,००,००० पौंड
कच्चे रेशीम - ७,७०,००० पौंड	

१७५८ ते १७६५ या कालखंडात ब्रिटिशांनी ६०,००,००० पौंड रक्कम भारतातून लुटली. १७६५ ते १७७० या काळात मालाच्या रूपात ४०,००,००० पौंड रक्कम पाठविण्यात आली. विल्यम डिग्बी यांच्या मते प्लासी ते वॉटर्लू या काळात ५० ते १००

कोटी पौंड रक्कम लुटण्यात आली.

१८१३ मध्ये कंपनीची भारतातील व १८३३ मध्ये चीनमधील व्यापारी मक्तेदारी ब्रिटिश पार्लमेंटने रद्द केली. इंग्रज नागरिकांना भारतात स्थायिक होऊन उत्पादन प्रक्रियेत सहभागी होण्यास प्रोत्साहन देण्यात आले. आर्थिक फायद्यासाठी रेल्वेची पायाभरणी करण्यात आली. जलवाहतूक सुलभ करण्यात आली. समान फौजदारी कायदा आणला गेला. इंग्रजांशी एकनिष्ठ राहील असा वर्ग निर्माण करण्यात आला.

ब्रिटिशांच्या औद्योगिक साम्राज्यवादाचा कालखंड (इ. स. १८५७)

१८५७ ला भारतीयांच्या अपयशी प्रतिकारानंतर भारताचे अधिकाधिक खच्चीकरण करण्याच्या प्रक्रियेला वेग आला. इंग्लंडला पूरक अशी भारतीय अर्थव्यवस्थेची भूमिका नक्की करण्यात आल्याने इंग्लंडमध्ये अतिरिक्त भांडवलाची निर्मिती व बचत होऊ लागली. हे भांडवल गुंतवण्यासाठी व त्यावर हमखास व्याज मिळविण्यासाठी भारतीय बाजारपेठा म्हणजे इंग्रज भांडवलदारांच्या दृष्टीने स्वर्गच!

नफ्याची शाश्वती असणाऱ्या क्षेत्रात (रेल्वे, व्यापार, कोळसा, ताग, जहाज बांधणी, बँक, विमा) ब्रिटिश भांडवलदारांनी सरकारला कर्ज द्यायला सुरुवात केली. सरकारने नफ्याची हमी दिल्यामुळे तर भांडवलाचा ओघ अधिकच वाढला. याच्या जोडीला कापड गिरणी, चहाचे मळे, हे उद्योग ब्रिटिशांना अधिकाधिक भांडवल गुंतवण्यास मिळाले. व्यापार, जकात, वाहतूक, धनविनियोग या क्षेत्रात भारतीयांची वाढ हेतुपुरस्सर रोखण्यात आली. १९२० नंतर परकीय भांडवलदार मोठ्या प्रमाणात भारतात औद्योगिक साम्राज्य उभारू लागले. तेव्हा भारतीय भांडवलदारांनी आवाज दिला, देशी बाजारपेठा देशी लोकांच्याच हातात असाव्यात. पुढे या भांडवलदारांच्या लक्षात आले की देशी उद्योगांना अनुकूल अशी भूमिका फक्त देशी सरकारच (एतद्देशीय) घेऊ शकते, म्हणून त्यांनी राष्ट्रीय चळवळीला गुप्तपणे पैशांची मदत केली; असे करणे म्हणजे पूर्वी ब्रिटिशांनी संपन्न शहरातील कसबी हस्तोद्योगांचा व स्वयंपूर्ण खेड्यांमधील कुटिरोद्योगांचा ऱ्हास घडवून आणून जे अनुद्योगीकरण केले होते त्याला शह देण्याचा हा प्रयत्न होता.

कंपनी सरकारचे महसुली धोरण

भारत हा कृषिप्रधान देश असल्यामुळे जमीन महसूल हाच सरकारी उत्पन्नाचा प्रमुख भाग असे. त्यामुळे ब्रिटिशांनी या देशाचे अधिकाधिक शोषण करण्यासाठी भारतात स्वत:ला अनुकूल असे पण भारतीयांसाठी नवखे धोरण आणले. हे धोरण जिंकलेल्या प्रदेशाप्रमाणे बदलले. ज्या शेतकऱ्यांकडून आणि शेतीतून महसूल गोळा करण्यात येत होता त्यांच्या भल्यासाठी या महसुलात कोणत्याच प्रकारचा राखीव वाटा नव्हता. याच महसुलातून कंपनीचा प्रशासकीय खर्च भागविण्यात आला. अतिरिक्त पैसा इंग्लंडला

नेण्यात आला. १७६५ च्या सुमारास बंगालमधील दिवाणी अधिकार कंपनी सरकारला मिळाले; पण ते भारतीय महसुली पद्धतीविषयी अनभिज्ञ असल्याने रॉबर्ट क्लाइव्हने महसूल वसुलीचे काम भारतीय अधिकाऱ्यांना दिले. वॉरन हेस्टिंग्ज गव्हर्नर झाल्यावर या पद्धतीचा पुनर्विचार सुरू झाला. इंग्लंडमधील कृषी पद्धतीनुसारच भारतीय कृषी व्यवस्था आहे, असा त्याचा समज व महसूल वाढविणे हे उद्दिष्ट असल्याने हेस्टिंग्जने रोगापेक्षा जालीम उपाय केला. त्याच्या मते सर्व जमीन सरकारी मालकीची असल्याने शेतकरी शेती करणारे खंडकरी, तर कर गोळा करणारे जमीनदार मध्यस्थ म्हणून शेतकऱ्याला मेहनताना, जमीनदाराला कमिशन, तर उत्पन्नाचा उरलेला वाटा सरकारला मिळावा अशी त्याची अपेक्षा. त्यामुळे जास्त महसूल गोळा करण्यासाठी लिलाव सुरू झाले. जमीनदारांऐवजी नवे लोक लिलावाच्या माध्यमातून शेती क्षेत्रात घुसले. १७७२ मध्ये मध्यस्थांना ५ वर्षांसाठी कर गोळा करण्याचे अधिकार मिळाले.

महसूल गोळा करणे व महसूली क्षेत्रात शांतता टिकविणे ही कामे मध्यस्थांकडे गेल्यावर त्यांनी सरकारला दिलेल्या रकमेपेक्षा जास्त कर गोळा करणे स्वाभाविक होते. त्यामुळे शेतकऱ्यांचे शोषण वाढले. इंग्रजांचे हस्तक भारतीय असले तरी भारतीयांना लुटण्यात ते इंग्रजांच्या बरोबरीनेच असत. कर देता न आल्यास शेतकऱ्यांच्या जमिनी काढून घेण्यात बनिया, सावकार, व्यापारी यांनी आघाडी घेतली.

कायमधारा पद्धती - हेस्टिंग्जच्या काळात शेतकऱ्यांत निर्माण झालेल्या असंतोषाच्या पार्श्वभूमीवर महसूल व्यवस्था व जमीन मालकी हक्काची पाहणी करण्यासाठी जॉन शोअर या अधिकाऱ्याची नियुक्ती करण्यात आली. त्याने गव्हर्नर जनरल कॉर्नवॉलिसला अहवाल सादर केला. त्यानुसार कॉर्नवॉलिसने जी पद्धती आणली त्याला कायमधारा (Permanent Settlement) पद्धती म्हणतात. दहा वर्षांसाठी आणायची व्यवस्था बंगाल, ओरिसा, मद्रास इलाख्याच्या उत्तरेचे जिल्हे, वाराणसी जिल्ह्यात कायमस्वरूपी लागू केली.

या व्यवस्थेत सरकार व जमीनदार (कर गोळा करणारे) यांचा महसुली वाटा निश्चित करण्यात आला. शेतकऱ्यांकडून घेण्यात येणाऱ्या खंड रकमेत सरकार ८९%, तर जमीनदाराला ११% वाटा देण्याचे ठरविण्यात आले.

जमीनदाराने सरकारी महसूल रक्कम ठराविक काळात कंपनीच्या तिजोरीत भरायची. त्याला न जमल्यास त्याचे काम काढून घेण्याचा अधिकार. कंपनी सरकारला शेतकऱ्यांकडून किती खंड गोळा करायचा हे ठरविण्याचा अधिकार होता. हेस्टिंग्जच्या काळात प्रदेशात शांतता ठेवणे, न्यायनिवाडा करणे हे जमीनदाराचे अधिकार सरकारने स्वत:कडे घेतले.

या व्यवस्थेमुळे कंपनीचे महसुली उत्पन्न निश्चित झाले. पीक येवो न येवो कर गोळा होणारच. त्यामुळे शेतकरी देशोधडीला तर कर गोळा करणारा वर्ग इंग्रजांशी एकनिष्ठ

राहिला. मध्यस्थ जमीनदार सरकारचे दूत झाले, तर शेतकऱ्यांची जमिनीवरील मालकी जाऊन त्यांना कुळांचे रूप आले. जमीनदार शहरात राहून शेतकऱ्यांना लुटू लागले. पुढे जमीनदारांनी स्वत:चे हस्तक नेमले. त्यामुळे शेतकऱ्यांची परिस्थिती अधिकच बिकट झाली. यामुळे शेतीत 'चेहरा नसलेला जमीनमालक' हा वर्ग अस्तित्वात आला. यातच १७९९ च्या कायद्याने आगीत तेल ओतले. या कायद्याने शेतकऱ्याने खंडाची रक्कम वेळेत न दिल्यास त्याची मालमत्ता जप्त करण्याचा अधिकार जमीनदारांना मिळाला. खंडाची रक्कम वेळेत देण्यासाठी ते सावकारांकडून कर्ज काढू लागले. त्यामुळे सावकारांचे फावले. जमीनदार व सावकार यांची युती झाली. इंग्रजपूर्व काळात शेतकऱ्यांचा विचार सहानुभुतीपूर्वक केला जाई. आता ती पद्धती संपली. महसूल धान्याऐवजी रोख भरण्याची सक्ती सुरू झाली. त्यामुळे पिकाला जी किंमत येईल तेवढ्याला विकून सारा भरणे महत्त्वाचे झाले. याचा फायदा व्यापाऱ्यांनी कमी किमतीत धान्य खरेदी करण्यात उचलला. त्यामुळे शेतकऱ्यांना शेतीवर पाणी सोडावे लागले. एके काळचे शेतमालक शेतमजूर झाले. मध्यस्थ श्रीमंत झाले. जमीनदार-शेतकरी यांच्यात संघर्ष सुरू झाला. ग्रामीण भागाची परंपरागत घट्ट चौकट उखडली गेली. इंग्रज सत्ता दृढ होण्यास, जमीनदार वर्गाचा पाठिंबा मिळवून देण्यास ही पद्धती इंग्रजांना उपयोगी ठरली.

रयतवारी पद्धत - कायमधारा पद्धत अस्तित्वात आल्यावर त्यातील दोष प्रशासकांच्या लक्षात येऊ लागले. संचालक व वरिष्ठ अधिकाऱ्यांना याही पद्धतीत अपेक्षित महसूल मिळत नव्हता. महसुली अधिकारी, जमीनदार ठरलेला कर गोळा करण्यास शेतीच्या दु:स्थितीमुळे असमर्थ ठरले. भ्रष्टाचार, जुलूम, चांगले पीक आले तरी महसुलात वाढ नाही यांमुळे सरकारला तोटा होण्याची शक्यता वाढत चाललेली. यामुळे सदर पद्धत अन्य भागात लागू करू नये अशी सूचना सर थॉमस मन्रो व रीड या इंग्रज अधिकाऱ्यांनी केली. मन्रो यांच्या अन्य सूचना पुढीलप्रमाणे- मध्यस्थाच्या ऐवजी शेतकऱ्यांकडून सारा गोळा करावा, तो कायमच्या ऐवजी ठराविक मुदतीसाठी करावा त्यामुळे शेतीत सुधारणा व शेती त्यांच्या मालकीची राहील. सरकारी अधिकारी कर गोळा करणार असल्याने रयतेचा प्रत्यक्ष संबंध येईल. या सूचनांनुसार दक्षिण व पश्चिम भारतात जमिनीची वर्गवारी, भूमापन, नकाशे, सीमा आखणी कामे करून उत्पन्नाच्या अंदाजावर शेतसारा ठरविण्यात आला. प्रत्यक्ष रयतेकडून सारा गोळा करायचा असल्याने ही रयतवारी पद्धत १८२० पासून अस्तित्वात आली. यामुळे ब्रिटिशांची सारा वसुली वाढली. कर वेळेत वा न भरल्यास जप्ती येऊ लागली. त्यामुळे सरकार जमीनदार बनले. शेतकरी सारा भरण्यासाठी कर्ज काढू लागले व कर्जबाजारी झाले.

महालवारी पद्धत - १८२२ पासून होल्ट मॅकेन्झीच्या सूचनेने उत्तर भारत, गंगेचे खोरे, वायव्य प्रांत , मध्य भारताचा काही भाग पंजाब येथे ही पद्धती आणण्यात आली.

प्रत्यक्ष कर गोळा करणे याऐवजी सरकारने गावकऱ्यांशी सामूहिक करार करून ठरलेला सारा ग्रामप्रामुख्याने द्यायचा. अंदाजे उत्पन्नावर सारा निश्चिती झाली. तीस वर्षं कालखंड ठरविण्यात आला. गावाच्या एकूण रकमेतील आपण किती वाटा भरायचा हे शेतकऱ्याला ठरविता येणार होते. यात बदल करण्याचा अधिकार फक्त कलेक्टर व तहसीलदारांना देण्यात आला. पंजाबमध्ये ही पद्धत सामूहिक पद्धतीची म्हणजे ५-६ गावांची सामूहिक करण्यात आली.

मालगुजारी पद्धत - मध्य प्रांतात ही पद्धत लागू करण्यात आली. या पद्धतीत जमीनदार पद्धतीचा आत्मा कायम पण कराच्या पुनर्निर्धारणाची तरतूद होती.

विविध पद्धतींचे दुष्परिणाम - इंग्रजांच्या या नव्या धोरणांमुळे येथील ग्रामजीवन, महसुली पद्धती संपुष्टात आली. जमीन खासगी मालकीची वस्तू होऊन तिला चलनमूल्य आले. विकत घेणे, विकणे, गहाण टाकणे, जप्त करणे या गोष्टी जमिनीच्या संदर्भात नव्याने आल्या. जमीन खासगी मालकीची वस्तू झाल्याने हस्तांतरण व तारण या गोष्टी जमिनीसंदर्भात लागू झाल्या. खासगी मालकीमुळे उत्पादनवृद्धी होईल अशी कल्पना होती. प्रत्यक्षात तसे झाले नाही. शेतकरी वर्ग सावकार, जमीनदार, मध्यस्थ, सरकार या सगळ्यांकडूनच लुटला गेल्यामुळे शेतीतील स्थैर्य संपले. विकास खुंटला. जमीन व महसुलाचे खटले पंचायतीऐवजी सरकारी न्यायालय आणि वकिलांमार्फत सुरू झाले. न्यायपद्धती व लेखी कारभारामुळे शेतकऱ्याची फसवणूक अधिकच वाढली. त्यामुळे 'बळिराजा' नव्या व्यवस्थेचा पहिला बळी ठरला.

भारतातील महसूल-वसुली

सन	रक्कम (पौंडात)
१८००-०१	४२ लाख
१८५७-५८	१५३ लाख
१९००-०१	१७५ लाख
१९११-१२	२०० लाख
१९३६-३७	२३९ लाख
(संदर्भ - रजनी पाम दत्त - इंडिया टुडे , कोलकाता १९४७ (पृष्ठ २३६))	

१८००-१८५८ या कालावधीत ब्रिटिशांनी भारतातून ४२ लाख पौंडांवरून महसूल १५३ लाख पौंडावर नेला. हे शोषण चालू असतानासुद्धा शेतीवरील लोकसंख्येचा भार १९०१ मधे ६३.७०% होता, तर १९४१ मध्ये ७०% झाला. भारत देशोधडीला लागला.

प्रश्न :

प्र. १. प्रत्येकी १०० शब्दांत टिपा लिहा.

१) ब्रिटिशपूर्व कालखंडातील भारतातील शिक्षणपद्धती

२) महाराष्ट्रातील वृत्तपत्रांचे कार्य

३) लॉर्ड रिपन यांचे स्थानिक स्वराज्य संस्थांच्या संदर्भातील योगदान

प्र. २. प्रत्येकी २०० शब्दांत उत्तरे लिहा.

१) बंगालमधील वृत्तपत्र चळवळीचा आढावा घ्या.

२) शिक्षणाच्या संदर्भातील वुडच्या खलित्याचे महत्त्व सांगा.

३) दुष्काळाच्या संदर्भातील विविध शिफारशी स्पष्ट करा.

प्र. ३. प्रत्येकी ५०० शब्दांत उत्तरे लिहा.

१) भारतातील स्थानिक स्वराज्य संस्थांचा उदय व विकास स्पष्ट करा.

२) भारतातील विविध महसूल पद्धतींचा आढावा घेऊन त्याचे परिणाम सांगा.

प्रकरण ६	

महात्मा गांधी आणि भारतीय राष्ट्रीय चळवळ
(Mahatma Gandhi and Indian National Movement)

६.१ महात्मा गांधीजींचे तत्त्वज्ञान
६.२ असहकार चळवळ
६.३ सविनय कायदेभंग चळवळ
६.४ चलेजाव चळवळ

भारतीय स्वातंत्र्य चळवळीतील १९२० ते १९४७ हा अखेरचा कालखंड 'गांधी युग' (Gandhian Era) या नावे ओळखला जातो. लोकमान्य टिळक यांच्यानंतर स्वातंत्र्य चळवळीचे नेतृत्व गांधीजींकडे आले. प्रबळ ब्रिटिश राजवटीविरुद्ध त्यांनी अहिंसात्मक मार्गाने यशस्वी लढा देऊन देशाला स्वातंत्र्य मिळवून दिले. त्यांनी स्वातंत्र्य चळवळ देशातील खेड्यापाड्यातील झोपडीपर्यंत नेऊन सामान्य लोकांना शेतकऱ्यांना त्यात सामील केले. त्यांचा पाठिंबा व बळ मिळविणे आणि हाती शस्त्र न घेता चळवळ केली. हा अहिंसात्मक लढा हे जगातले पहिले आदर्श उदाहरण होय. त्यांनी जगाला नवा विचार दिला, त्याला गांधीवाद (Gandhism) म्हणतात. या वादापुढे ब्रिटिशांचे लष्करी बळ हतबल झाले यात गांधीजींचे मोठेपण आहे. शिक्षण पूर्ण झाल्यावर वकिली व्यवसाय सुरू करणारे मोहनदास देशाला स्वातंत्र्य मिळवून देणारे 'राष्ट्रपिता' (Father of Nation) ठरले. एवढेच नव्हे तर मानवतेचे उपासक आणि महात्मा बनले. गांधीजींच्या व्यक्तिमत्त्वाची अशी अनेक वैशिष्ट्ये आहेत. त्यामुळे आधुनिक भारताच्या इतिहासात 'गांधीयुग' म्हणून त्याला महत्त्वपूर्ण स्थान आहे. त्यांच्या जीवन व कार्यातून ही वैशिष्ट्ये जाणून घेण्याचा आपण प्रयत्न करणार आहोत. येथे आपण गांधीजींचे पूर्वचरित्र, प्रारंभिक कार्य, स्वातंत्र्यलढ्याचे नेतृत्व, त्यांचे तत्त्वज्ञान, असहकार चळवळ, सविनय कायदेभंग आणि १९४२ चे चलेजाव आंदोलन या घटना अभ्यासणार आहोत.

महात्मा गांधींचे पूर्वचरित्र (१८६९ ते १९४८)

गांधीजींचा जन्म २ ऑक्टोबर १८६९ रोजी पोरबंदर येथे झाला. त्यांचे पूर्ण नाव मोहनदास करमचंद गांधी असे होते. त्यांचे वडील राजकोट संस्थानचे दिवाण होते. त्यांनी आपले प्राथमिक व माध्यमिक शिक्षण पोरबंदर येथे घेतले. माध्यमिक शिक्षण चालू असतानाच त्यांचा कस्तुरबा यांचेशी विवाह झाला. महाविद्यालयीन शिक्षण त्यांनी मुंबईच्या विश्वविद्यालयात पूर्ण केले. १८८८ ते १८९१ या काळात इंग्लंडमध्ये वकिलीचे शिक्षण पूर्ण केले. त्यांनी बॅरिस्टर ही पदवी मिळविली आणि वकील मोहनदास १८९१ मध्ये भारतात आले. त्यांनी राजकोट व मुंबई येथे वकिली सुरू केली; पण या क्षेत्रात ते फार काळ राहिले नाहीत. या काळात त्यांचा रामचंद्र रावजीभाई यांचेशी संबंध आला. त्यांच्या आचार-विचारांचा गांधीजींच्या व्यक्तिमत्त्वावर प्रभाव पडलेला दिसतो. दोन वर्षे भारतात वकिली केली. त्यानंतर त्या व्यवसायानिमित्त ते १८९३ मध्ये आफ्रिकेस गेले आणि वकिलाऐवजी त्यांच्यारूपाने एक राजकीय नेतृत्व निर्माण झाले. आफ्रिकेतही त्या वेळी ब्रिटिशांचीच सत्ता होती. तेथे भारतीय लोकांची संख्या मोठी होती. ब्रिटिश लोक स्वत:ला श्रेष्ठ समजत, तर भारतीयांना काळे म्हणून हीन, गौण समजत. त्यांच्यावर अनेक प्रकारे जुलूम, छळवाद करीत. या अन्यायाविरुद्ध गांधीजींनी लढा द्यावयाचे ठरविले. यातून त्यांच्या राजकीय कार्याला जशी सुरुवात झाली तसेच त्यांचे अभिनव असे तत्त्वज्ञानदेखील जगापुढे आले. त्यांचे आफ्रिकेतील कार्य पाहण्याअगोदर आपण गांधीजींचे तत्त्वज्ञान जाणून घेऊया.

६.१ महात्मा गांधीजींचे तत्त्वज्ञान

महात्मा गांधी आयुष्यभर जसे बोलले तसेच वागले. त्यामुळे त्यांचे जीवनचरित्र हेच एक तत्त्वज्ञान बनले आहे. ते एक आदर्श व्यक्तिमत्त्व बनले गेले. समता, विनम्रता व तेवढाच कणखरपणा, दीनदुबळे, अस्पृश्यांबद्दल कळवळा, सहिष्णूता, शिस्तप्रियता असे अनेक गुण त्यांच्या ठायी होते. या सर्व गुणांची जोपासना म्हणजेच त्यांचे कार्य व तत्त्वज्ञान ठरले. त्यांनी विविध धर्म व पंथांतील तत्त्वज्ञानाचा अभ्यास केला होता. अनेक ग्रंथ अभ्यासले आणि यातून आदर्श तत्त्वांचा स्वीकार केला. प्रत्यक्ष व्यवहारातूनही ते शिकत गेले. ब्रिटिशांच्या नीतीचादेखील त्यांच्यावर परिणाम झाला. यातून त्यांचे तत्त्वज्ञान तयार झाले, ज्या तत्त्वज्ञानाचा सत्य आणि अहिंसा हा मुख्य आधार किंवा पाया होता. त्यांच्या तत्त्वज्ञानाची वैशिष्ट्य खालीलप्रमाणे सांगता येतील.

अ) सत्य (Truth) : गांधीजी आयुष्यभर सत्याने वागले. किंबहुना, त्यांच्या विचारांचा तो भक्कम पाया होता. त्यांच्या मते सत्य ही सुंदर अशी संकल्पना आहे. त्यांनी आयुष्यभर जी आंदोलने केली त्या प्रत्येक ठिकाणी सत्यापासून फारकत केली नाही.

बेडरपणे त्यांचा अंगीकार केला. एवढेच नव्हे तर या तत्त्वाला त्यांनी एवढ्या उंचीवर नेले की सत्य म्हणजेच परमेश्वराचे रूप व अधिष्ठान मानले. वैयक्तिक व सामाजिक नीतिमूल्ये सत्यामुळे जपता येतात. अर्थात सत्य व अहिंसा ही तत्त्वे परस्परपूरक आहेत हे त्यांनी सांगितले व कृतीतून दाखवून दिले.

ब) अहिंसा : गांधीजींनी अंगीकारलेल्या अहिंसा या तत्त्वाचे स्पष्टीकरण त्यांनी आपल्या लिखाणातून केले आहे शिवाय प्रत्यक्ष आचरणातूनही त्यांनी अहिंसा का व कशी ? हे स्पष्ट केले आहे. १९२० साली 'यंग इंडिया' या साप्ताहिकात या तत्त्वाचे विश्लेषण केले आहे. त्यांच्या मते अहिंसा केवळ हत्या किंवा हिंसात्मकतेशी निगडित नसून कोणाही प्राण्याला आपल्या विचार, उच्चार व आचाराने न दुखावणे म्हणजे अहिंसा असा व्यापक अर्थ सांगितला आहे. अहिंसा हा एक असामान्य गुण आहे. अहिंसा व सत्य ही तत्त्वे परस्परपूरक असून अहिंसेशिवाय सत्य शक्य नाही. या तत्त्वांची कसोटी पाहणारे अनेक प्रसंग आले पण गांधीजी त्यापासून दूर गेले नाहीत.

क) सत्याग्रह : पहिल्या प्रकरणात आपण ही संज्ञा अभ्यासली आहे. सत्यासाठी धरलेला आग्रह म्हणजे सत्याग्रह होय. गांधीजींनी स्वातंत्र्य आंदोलनात सत्याग्रहाचा अवलंब केला. लाखो अनुयायींनी त्या मार्गाचा स्वीकार व वापर करून चळवळी यशस्वी केल्या. सत्य व अहिंसा या तत्त्वांच्या समन्वयातून सत्याग्रह घडतो. सत्याग्रह म्हणजे तत्त्वांची अंमलबजावणी किंवा कृती होय. चुकीच्या, असत्य गोष्टींना, अन्यायाला अहिंसेच्या मार्गाने विरोध करणे म्हणजे सत्याग्रह होय. सत्याग्रह वैयक्तिक किंवा सामूहिकपणे करता येतो. अर्थात त्यासाठी द्वेष, भीती नको आहे. गांधीजींनी सत्याग्रहाचे खालील मार्ग अवलंबले.

असहकार - गांधीजींनी जुलूमी ब्रिटिश राजवटीविरुद्ध आंदोलनाची सुरुवात असहकारातून केली आणि गांधीयुगाची सुरुवात झाली. सरकारला त्याच्या अन्यायी धोरणाची, चुकीच्या कृत्याची जाणीव करून देणे, सत्य समजावणे आणि त्यासाठी आग्रह धरणे हा मार्ग होता. जनतेचा सहभाग, सहकार्य असल्याशिवाय सरकार कारभार करू शकत नाही हे गांधीजींना माहीत होते. तेव्हा अन्याय थांबवण्यासाठी जनतेने सरकारला सहकार्य करू नये म्हणजे असहकार होय. पूर्णपणे अहिंसात्मक मार्गाने असहकार चळवळ राबवता येते हे त्यांनी दाखवून दिले. या मार्गाने त्यांनी स्वातंत्र्य आंदोलन विकसित केले आणि आपल्या मागण्या मान्य करण्यास शासनाला भाग पाडले.

सविनय कायदेभंग - या दोन शब्दांतच मोठा अर्थ सापडतो. गांधीजींनी सांगितलेला हा दुसरा अधिक प्रभावी असा मार्ग होता. सरकारने केलेला जुलमी कायदा न जुमानता तो मोडायचा असा अर्थ होता. कायदा जनहिताचा असावा. कारण तो

जनतेसाठीच असतो; पण तसा तो नसेल तर तो नाकारणे किंवा त्यांचा भंग करणे हा लोकांचा हक्क आहे. गांधीजींनी लोकांना या हक्काची जाणीव करून दिली; पण तो हक्क अहिंसेने वापरावयाचा यावर त्यांचे लक्ष होते. त्यासाठी त्यांनी जनतेला ते समजावून सांगितले, महत्त्व पटवून दिले. त्यासाठी संयम, विवेक हवा असतो. अहिंसेने कायदेभंग करता येतो हे त्यांनी दाखवून दिले. या मार्गे सिद्ध झालेल्या जनमताच्या दबावाची ब्रिटिश सरकारला दखल घ्यावी लागली.

स्वदेशी : गांधीजींनी लोकांना स्वदेशीचे महत्त्व पटवून दिले. सामान्य लोकांपर्यंत ही चळवळ पोहोचली, लोकप्रिय झाली. गांधीजींपूर्वीही टिळकयुगात स्वदेशी चळवळ राबविली होती. गांधीजींनी त्याला फार व्यापक रूप दिले. हा मार्ग जसा राजकीय तसाच सामाजिक व आर्थिकदृष्ट्याही महत्त्वाचा होता. स्वदेशीमुळे विविध उत्पादने सुरू होऊन लोकांना रोजगार मिळेल व आर्थिक स्थिती सुधारण्यास मदत होणार होती. त्यासाठी खादी ग्रामोद्योगास प्रोत्साहन दिले. ब्रिटिशांनी चालविलेल्या आर्थिक पिळवणुकीविरुद्ध स्वदेशी चळवळच उपयुक्त ठरली.

बहिष्कार : स्वदेशी व बहिष्कार या दोन्ही परस्परपूरक चळवळी होत्या. स्वदेशीचा अवलंब व वापर म्हणजे परदेशी मालावर बहिष्कार होय. लोकांनी उत्स्फूर्तपणे बहिष्कार मार्ग राबविला. केवळ परदेशी मालावरच बहिष्कार नव्हे तर शासकीय कचेऱ्या, कोर्ट, शाळा, महाविद्यालये, कायदेमंडळे, स्थानिक स्वराज्य संस्था इ. घटकांवर बहिष्कार घालून सरकारला कारभार करणे अशक्य करावयाचे की ज्यामुळे ब्रिटिश स्वातंत्र्य, देतील असे गांधीजींचे तत्त्वज्ञान होते.

हरताळ : अन्यायाविरुद्ध लोकशाही मार्गाने आंदोलन करण्याचा हा एक प्रभावी मार्ग होता. हरताळ म्हणजे कामावर बहिष्कार घालणे आणि काम बंद पाडणे होय. गांधीजींनी सुचवले की कामगार, शिक्षक, विद्यार्थी, व्यापारी व याप्रमाणे प्रत्येक क्षेत्रातील लोकांनी न्यायासाठी हरताळ पाळावेत. आपापली कामे करू नयेत. यामुळे शासनाला कारभार करणे अशक्य व्हावे. हरताळात हिंसा घडू नये. लोकांनी स्वत:हून इच्छेने हरताळ पाळावेत. त्यासाठी सक्ती होऊ नये, अर्थात जनतेला त्रास होऊ नये म्हणून या मार्गाचा सतत वापर करता येत नाही. हरताळाला जनतेचा पाठिंबा, सहानुभूती असावी लागते.

महात्मा गांधीजींची आफ्रिकेतील कामगिरी

वकिलीसाठी १८९३ मध्ये गांधीजी आफ्रिकेत गेले आणि त्यांचे आयुष्यच बदलून गेले. तेथे इंग्रजांची (गोऱ्या लोकांची) सत्ता होती. ते मूळ आफ्रिकन लोकांना तुच्छ, रानटी समजत, त्यांच्यावर भयंकर जुलूम करीत. आफ्रिकेत भारतीयांची संख्या मोठी होती. इंग्रज त्यांच्याकडेही त्याच दृष्टीने पाहत. प्रत्यक्ष बॅरिस्टर गांधींनाही अनेक वाईट

अनुभव आले. एकदा ते रेल्वेच्या प्रथम वर्ग डब्यातून प्रवास करत होते. तेव्हा यातून फक्त गोऱ्यांनी प्रवास करायचा असे म्हणून एका इंग्रज गोऱ्याने त्यांचे सामान बाहेर फेकून दिले. गांधींनाही बाहेर ढकलून लावले. गांधींचे जीवन बदलून टाकणारी ही घटना ठरली. मोहनदासचा महात्मा गांधींकडे प्रवास सुरू झाला. माणसामाणसांत फरक करणाऱ्या या वर्णभेदाविरुद्ध संघर्ष करण्याचा त्यांनी निर्णय घेतला. इंग्रज अनेक प्रकारे अन्याय करीत होते. उदा. काळ्या लोकांना मताधिकार नव्हता. ठरवून दिलेल्या विशिष्ट भागातच राहावे, जवळ ओळखपत्र हवे, स्वतंत्र असा दरवर्षी तीन पौंड 'पोल टॅक्स' द्यावा, ख्रिस्ती पद्धतीनेच लग्न करावे. तसे न करणाऱ्यांची संतती अवैध ठरविणे इ. काही ठिकाणी बोर्ड असे की, 'Dogs And Indians are not Allowed' यावरून छळवादाचा अतिरेक लक्षात येतो. या अन्यायाविरुद्ध १९०६ पासून गांधीजींनी चळवळ सुरू केली. सत्याग्रह, सविनय कायदेभंग केला. 'नाताळ इंडियन काँग्रेस' ही संघटना उभारली. 'इंडियन ओपिनियन' या नावाचे एक वृत्तपत्र सुरू करून हा वर्णभेद, अन्याय उजेडात आणला. इंग्रजांनी दडपशाहीचा मार्ग राबविला. गांधीजींचा खूप छळ केला. मारहाण, तुरुंगवास झाला पण त्यांनी आपल्या अहिंसात्मक मार्गाने सत्यासाठी लढा चालू ठेवला. छळवाद सहन केला. त्याचे परिणाम भारतात झाले. काँग्रेसने दखल घेतली. मवाळवादी नामदार गोखले यांनी गांधीजींना पाठिंबा दिला. शेवटी गांधीजींनी यश मिळाले. इंग्रज सरकारने पोल टॅक्स, ओळखपत्र बाळगणे, विवाह पद्धतीची सक्ती हे कायदे रद्द केले. गांधीजींना आपल्या अहिंसात्मक, निश:स्त्र प्रतिकार चळवळीतून यश मिळाले. त्यांचा हा पहिला विजय ठरला. त्यांचे तत्त्वज्ञान व मार्ग यशस्वी ठरले.

महात्मा गांधींचे भारतात आगमन व प्रारंभिक लढे

वरीलप्रमाणे आफ्रिकेत मोठे यश मिळविलेले गांधीजी १९१५ मध्ये भारतात आले. नामदार गोपाळ कृष्ण गोखले यांना त्यांनी राजकीय गुरू मानले. त्यांच्या मार्गदर्शनानुसार त्यांनी प्रथम भारतभर प्रवास केला, आपला समाज जाणून घेतला. १९१६ मध्ये 'साबरमती आश्रम' (गुजराथ) स्थापन केला. अन्याय दूर करण्यासाठी आपले विचार, तत्त्वे, मार्ग लोकांना समजावून सांगितले. भारतीयांवर इंग्रजांकडून होणाऱ्या अन्यायाकडे लक्ष वळवले आणि एकेक जुलूम नष्ट करण्यास सुरुवात केली. त्यांचे प्रारंभिक यश खालीलप्रमाणे -

चंपारण्य सत्याग्रह १९१७

महात्मा गांधीजींची ही भारतातील पहिली यशस्वी चळवळ ठरली. चंपारण्य हे बिहारमधील एक ठिकाण होय. बिहारमधील निळीचे मळे इंग्रजांच्या मालकीचे व त्यात राबणारे मजूर भारतीय होते. त्यांच्यावर इंग्रज जुलूम करीत. व्यापारी भारतीयांच्या नीळ मालाला योग्य मोबदलाही देत नव्हते. या अन्यायाविरुद्ध चंपारण्याच्या शेतकऱ्यांनी

गांधीजींकडे अन्याय दूर करण्याची विनंती केली. गांधीजी राजेंद्रप्रसाद व सहकाऱ्यांसह तेथे गेले. प्रत्यक्ष परिस्थिती पहिली आणि अन्यायाविरुद्ध चळवळ सुरू केली. इंग्रजांनी धमकावले पण त्यांचा निर्धार पक्का होता. तुरुंगात जाण्याची तयारी ठेवली पण परत फिरले नाहीत. इंग्रजांना माघार घेणे भाग पडले. शेतकरी व कामगारांवरील अन्याय दूर झाला. महात्मा गांधींना यश मिळाले.

खेडा सत्याग्रह १९१८

गुजरातमध्ये खेडा हा जिल्हा होता. १९१८ मध्ये भयंकर दुष्काळ पडून तेथील जनता मोठ्या संकटात सापडली. त्यांना मदत करण्याऐवजी उलट सरकारने करवसुलीची सक्ती सुरू केली. गांधीजींनी या अन्यायाविरुद्ध लढा पुकारला. लोकांना संघटित करून शेतसारा देऊ नये, असा सत्याग्रह केला. सरदार पटेल यांची साथ मिळाली. सरकारने सवलत दिली.

गिरणी कामगारांसाठी उपोषण १९१९

अहमदाबाद हे मोठे कापड उद्योग केंद्र होते; पण तेथील गिरणी मालक कामगारांवर अन्याय करीत होते. त्यांची आर्थिक पिळवणूक चालू होती. गांधीजींच्या मार्गदर्शनानुसार कामगारांनी संप केला; पण यश येईना. तेव्हा या अन्यायाविरुद्ध गांधीजींनी उपोषण सुरू केले. उपोषण हा एक अहिंसात्मक आंदोलनाचा मार्ग होता. त्यांचे पहिले उपोषण होते. ते चार दिवस चालले. गिरणीमालकांनी तडजोड स्वीकारली. कामगारांना ३५% वेतनवाढ मान्य केली. गांधीजींचा पहिला प्रयोग यशस्वी झाला. भारतात आल्यापासून याप्रमाणे त्यांनी आपले तत्त्वज्ञान प्रत्यक्ष छोट्या छोट्या घटनांतून यशस्वी करून दाखवले. यानंतर आपण गांधीजींच्या नेतृत्वाखाली पहिल्या विशाल असहकार चळवळींचा अभ्यास करणार आहोत.

६.२ असहकार चळवळ (Non Co-Operation Movement) १९२०

भारताच्या स्वातंत्र्य आंदोलनात महात्मा गांधींनी राबविलेली ही पहिली विशाल स्वरूपाची चळवळ होय. ४ सप्टेंबर १९२० ते १२ फेब्रुवारी १९२२ असा दीड वर्षं या चळवळीचा कालखंड असून या चळवळीस मान्यता देण्याच्या प्रक्रियेतून गांधीजींचे नेतृत्व सर्वमान्य झाले. इंग्रजांच्या न्यायव्यवस्थेवर विश्वास असणारे गांधीजी सरकार देईल त्या सुधारणा स्वीकारण्यात व आपण सहकार्य करावे अशा विचाराने वागत होते; पण सरकारने असे काही निर्णय घेतले व जुलूम केले की त्यांचा विश्वास उडाला आणि ते चळवळीस प्रेरित झाले. ही सर्व पार्श्वभूमी असहकार चळवळीस कारणीभूत ठरली.

असहकार चळवळीची कारणे

१) रौलेट कायदे - विसाव्या शतकाच्या प्रारंभी बंगालच्या फाळणीसारख्या सरकारच्या अन्यायकारक निर्णयामुळे भारतीय जनतेत असंतोष वाढला होता. क्रांतिकारकांच्या हालचाली आणि राजकीय चळवळींत वाढ झाली होती. सरकारनेही दडपशाही चालू ठेवली होती. रौलेट याच्या अध्यक्षतेखालील समितीच्या शिफारशीनुसार सरकारने १९१९ साली दोन कायदे केले. त्याला 'रौलेट कायदे' म्हणतात. त्यानुसार राजद्रोहाचे खटले उच्च न्यायालयात गुप्तपणे चालतील, त्याविरुद्ध अपील करता येणार नाही. तसेच अशा आरोपीबाबत प्रांत सरकार अनेक प्रकारे सक्ती करू शकणार होते. उदा. जामीन न देणे, पोलीस स्टेशनला हजेरी लावणे, राहते ठिकाण न सोडणे इ. शिवाय सरकार वॉरंटशिवाय अटक करू शकेल. थोडक्यात, असे हे दडपशाहीचे जुलूमी रौलेट कायदे सरकारने केले, जे असहकार चळवळ सुरू करण्याचे कारण ठरले. स्वातंत्र्य चळवळ दडपून टाकणे यामागे सरकारचा खरा उद्देश होता. अन्यथा अशा कायद्यांची आवश्यकता नव्हती. त्यामुळे जनतेत असंतोष वाढत चालला. या विधेयकाचे Black Bill (काळा कायदा) असे वर्णन केले. गांधीजींनी त्याचा निषेध केला. 'हे जुलमी कायदे मी कायदेपुस्तकात राहू देणार नाही' असा त्यांनी निश्चय केला आणि ३० मार्च १९१९ या तारखेला देशभर हरताळ पाळावा असे घोषित केले. अशा प्रकारे या कायद्यांनी चळवळीची पार्श्वभूमी तयार झाली.

२) जालियनवाला बाग हत्याकांड - १९१९ मध्ये जुलमी ब्रिटिश सरकारने जालियनवाला बाग (पंजाब) येथे ठरवून केलेला गोळीबार ही क्रूर अमानवी घटना होय. वरील रौलेट कायद्याविरुद्ध देशभर मोर्चे, निषेध चालू होते. पंजाबमध्येही असंतोष तीव्र होता. सरकारही हट्टाला पेटले होते. अशा परिस्थितीत अमृतसरच्या जालियनवाला बागेत भरलेल्या निषेध सभेला सुमारे २० हजार लोक हजर होते. सभेच्या ठिकाणाला फक्त एक अरुंद मार्ग होता. बाकी पटांगण बंदिस्त होते. सभा सुरू होताच जनरल डायर या इंग्रज अधिकाऱ्याने मार्गावर गाड्या उभ्या करून तो बंद केला आणि सभेवर बेछूट गोळीबार गेला. १६०० फैरी झाडल्या. सरकारी आकडेवारीनुसार त्यात ४०० लोक मारले गेले. प्रत्यक्षात हजारहून अधिक लोक मारले गेले होते. असे निष्पाप लोकांचे विनाकारण केलेले हत्याकांड होते. पंजाबचे ले.गव्हर्नर ओडवायर याने जनरल डायरला शाबासकी दिली. हत्याकांडानंतरही लोकांना अनेक क्रूर शिक्षा दिल्या. हत्याकांडाने भारतीय लोक हादरून गेले. महात्मा गांधींचा इंग्रजांवरील विश्वास नष्ट झाला व त्यांनी लढा पुकारला. अशा घटनांमुळे गांधीजींनी सत्याग्रह सुरू केला होता; पण काही ठिकाणी हिंसक प्रकार घडल्याने दु:खी झालेल्या गांधीजींनी आपली हिमालयाएवढी चूक झाली म्हणून सत्याग्रह थांबविला.

३) खिलाफत चळवळ - तुर्कस्थानचा खलिफा हा सर्व मुस्लिमांचा प्रमुख मानला जाई. त्याने पहिल्या महायुद्धात इंग्लंडविरुद्ध भाग घेतला. जेव्हा इंग्लंड सरकारने भारतीय मुस्लिमांना आश्वासन दिले की, त्यांनी इंग्लंडला पाठिंबा द्यावा, युद्धानंतर तुर्की साम्राज्याचे विभाजन करणार नाही. त्याप्रमाणे लोकांनी पाठिंबा दिला पण इंग्लंडने आश्वासन पाळले नाही. त्याविरुद्ध हिंदू मुस्लिमांनी खिलाफत चळवळ सुरू केली. गांधीजींच्या नेतृत्वाखाली काँग्रेसने या चळवळीस पाठिंबा दिला. १९१९ च्या दिल्ली खिलाफत परिषदेचे अध्यक्षपद गांधीजींना दिले. त्यात सरकारला इशारा दिला की, जर प्रश्न अनुकूल सोडवला नाही तर असहकार पुकारला जाईल. नंतरच्या अमृतसर काँग्रेस अधिवेशनाला मुस्लीम मोठ्या संख्येने हजर राहिले. मागण्या घेऊन संयुक्त शिष्टमंडळ सरकारकडे पाठवले; पण यश आले नाही. तेव्हा असहकार पुकारण्याशिवाय पर्याय उरला नाही.

४) हंटर कमिशन - जालियनवाला बाग हत्याकांडाची चौकशी करण्यासाठी हंटर कमिशन नेमले. २३ मे १९१९ रोजी त्याचा अहवाल आला. त्यात सरकारी धोरणाचे समर्थन करून डायरला दोषी ठरवून सेवानिवृत्त केले. भारतातील युरोपियन लोकांनी डायरला 'इंग्रज साम्राज्याचा त्राता' ठरवून त्याच्या गौरवासाठी फंड उभारला. अशा पक्षपाती, अन्यायी अहवालाविरुद्ध भारतात तीव्र असंतोष पसरला. काँग्रेसनेही तशीच भूमिका घेतली. अशा अनेक घटनांमुळे महात्मा गांधींनी असहकार चळवळ सुरू करण्याचा निर्णय घेतला.

असहकार चळवळीचा ठराव व स्वरूप : जुलमी इंग्रज सरकारविरुद्ध व्यापक स्वरूपाची चळवळ सुरू करण्याचे गांधीजीनी ठरविले. ४ सप्टेंबर १९२० रोजी कोलकाता येथे लाला लजपतराय यांच्या अध्यक्षतेखाली भरलेल्या काँग्रेसच्या खास अधिवेशनात महात्मा गांधींनी असहकार चळवळीचा मांडलेला ठराव पास झाला. नंतर २६ डिसेंबर १९२० च्या अधिवेशनाला १४००० प्रतिनिधी हजर होते. त्यात गांधीजींचे नेतृत्व सर्वमान्य झाले. बॅ. जीना, मदनमोहन मालवीय, ॲनी बेझंट, बिपिनचंद्र पाल यांचा विरोध होऊनही असहकार चळवळीचा ठराव मंजूर झाला. चळवळ खऱ्या अर्थाने राबविली तर एका वर्षात स्वराज्य मिळवून देऊ, असे गांधीजींनी घोषित केले.

कोलकाता अधिवेशनात पास झालेल्या ठरावाप्रमाणे असहकार चळवळीचा कार्यक्रम पुढीलप्रमाणे होता.

- सरकारने दिलेल्या पदव्या, मानसन्मान, अधिकारपदे यांचा त्याग करणे.
- स्वदेशीचा वापर, परदेशी मालावर बहिष्कार.
- सरकारी सभा, कार्यक्रमास हजर न राहणे.
- सरकारी शाळा, कॉलेजेस्, विद्यापीठांवर बहिष्कार, राष्ट्रीय शाळांत प्रवेश.

- सरकारी न्यायालयावर बहिष्कार, न्याय पंचायती सुरू करणे.
- कायदेमंडळ निवडणुकांवर बहिष्कार.
- मेसापोटेमियात भारतीयाने नोकरीवर जाऊ नये.
- स्थानिक स्वराज्य संस्था, कायदेमंडळ सदस्यत्वाचा त्याग इ.

असहकार चळवळीची वाटचाल - सुमारे दीड वर्षं चळवळ चालली होती. या काळात चळवळीने अनेक कार्यक्रम यशस्वीपणे राबविले. चळवळ देशभर पसरली होती. चळवळीचे उल्लेखनीय कार्य खालीलप्रमाणे देता येईल.

१) पदव्या, मानसन्मानांचा त्याग - सरकारने दिलेली, 'कैसर इ - हिंद' ही पदवी महात्मा गांधीनी परत केली. रवींद्रनाथ टागोर यांनी 'सर' तर नेताजींनी 'आय. सी. एस.' या पदवीचा त्याग केला. थोर नेत्यांच्या त्यागाचे अनुकरण करून अनेक भारतीयांनी आपापल्या पदव्यांचा त्याग केला. नोकरींचे राजीनामे दिले. हजारो विद्यार्थ्यांनी शाळा, कॉलेजवर बहिष्कार घालून चळवळीत भाग घेतला, अनेकांनी राष्ट्रीय शाळांत प्रवेश घेतले. सी. आर. दास, नेहरू पिता पुत्र, वल्लभभाई पटेल, राजेंद्रप्रसाद, लाला लजपतराय, विठ्ठलभाई पटेल, राजगोपालाचार्य, केळकर अशा अनेक मान्यवर वकील नेत्यांनी न्यायालयावर बहिष्कार टाकून वकिलीचा त्याग केला. मौलाना आझाद, मौलाना महंमद, शौकत अली इ. मुस्लीम नेत्यांनी चळवळीत सक्रिय भाग घेतला.

२) निवडणुकांवर बहिष्कार - १९१९ च्या सुधारणा कायद्यानुसार घेतलेल्या कायदेमंडळ निवडणुकांवर बहिष्कार घातला; पण काहींनी संधी साधून निवडणुकीत भाग घेतला आणि समाजात फारसे स्थान नसणारे लोक कायदेमंडळात निवडून गेले. पण काँग्रेसने बहिष्कार घालून चळवळीचा एक उद्देश सफल केला. परदेशी मालावर आणि विशेषत: परदेशी कापडावर बहिष्कार घातला. लोकांनी स्वत:जवळच्या परदेशी कापडाच्या होळ्या केल्याच शिवाय दुकानदारांकडून परदेशी कापड विकत घेऊन त्याची होळी केली. कारण गांधीजींनी तसे सांगितले होते. ब्रिटिश राजपुत्र प्रिन्स ऑफ वेल्स भारताच्या भेटीवर आले होते. त्यांचे भव्य स्वागत व्हावे यासाठी भारत सरकारने प्रयत्न केले. पण काँग्रेसने पूर्ण बहिष्कार टाकला. त्यांच्या मुंबई भेटी वेळी हरताळ पाळून निषेध केला. त्याच दिवशी म. गांधीजींची चौपाटीवर सभा झाली. मुंबईत दंगल, गोळीबार झाला. निषेध, हरताळ देशभर पाळला गेला. चळवळीमुळे देशभर अशांतता पसरली होती. ते लक्षात घेऊन व्हॉईसरॉयने इंग्लंड सरकारला अहवाल पाठवला की, 'A new and dangerous situation' असून कडक उपायांनी ही चळवळ दडपून टाकली पाहिजे.

३) बंगालमध्ये सी. आर. दास यांचे प्रभावी कार्य - असहकार चळवळ बंगालमध्ये प्रभावीपणे राबविण्याचे श्रेय सी. आर. दास आणि त्यांच्या कुटुबीयांना जाते.

त्यांचे पुत्र, सून वासंतीदेवी यांनी चळवळीत भाग घेतल्याने त्यांना तुरुंगवास भोगावा लागला. त्यांच्या पत्नीनेही चळवळीत भाग घेतला. हजारो कार्यकर्ते सामील झाले. तुरुंग भरून गेले. कॅम्प तुरुंगही भरले. तेव्हा नाईलाजाने कैदी सोडून दिले. यावरून चळवळ किती लोकप्रिय होती ते समजते.

४) **विधायक कार्य** - चळवळ सकारात्मकतेनेही राबविली. स्वदेशीचा पुरस्कार केला. त्याच्या उत्पादनासाठी विविध उद्योगधंद्यांना प्रोत्साहन दिले. हातमागाच्या व्यवसायाला गती मिळाली. स्वदेशी चळवळीसाठी टिळकांच्या स्मरणार्थ एक कोटी रु. चा फंड 'स्वदेशी फंड' या नावे जमा करण्याचे ठरविले. अल्पावधीतच उद्दिष्टापेक्षा १५ लाख रु. जादा जमविले. यावरून लोकांचा उत्स्फूर्त प्रतिसाद स्पष्ट होतो. यातील २० लाख रु. सूतकताईसाठी खर्ची टाकले. दारूबंदी, अस्पृश्यता निवारण, हिंदू-मुस्लीम ऐक्य अशा विधायक कामाकडेही चळवळीने लक्ष पुरविले होते. वरीलप्रमाणे असहकार चळवळ देशभर प्रभावीपणे राबवली जात होती. त्याच वेळी सरकारने दडपशाहीचे कठोर धोरण चालू ठेवले होते. कार्यकर्त्यांना कठोर शिक्षा, हालअपेष्टा सहन कराव्या लागल्या. या कालावधीत सुमारे ३० हजार लोकांना तुरुंगवास झाला. गांधीजींनी सरकारला इशारा दिला. दडपशाही बंद करा अन्यथा साराबंदी केली जाईल. त्याप्रमाणे त्यासाठी ते बार्डोलीला गेले; पण दरम्यान चौरीचौराची हिंसक घटना घडली आणि चळवळ थांबविण्याचा त्यांनी निर्णय घेतला.

असहकार चळवळीचा शेवट

चळवळीला उत्तर भारतात हिंसक वळण लागले. पोलिसांनी मिरवणुकीवर गोळीबार केला. त्यामुळे चिडलेल्या लोकांनी ५ फेब्रुवारी १९२२ रोजी चौरीचौरा येथे पोलीस कचेरीवर हल्ला करून आग लावली. त्यात २१ पोलीस व फौजदार मरण पावले. ही हिंसक घटना गांधींना आवडली नाही व त्यांनी चळवळ थांबविली. १२ फेब्रुवारी १९२२ रोजी काँग्रेस वर्किंग कमिटीने बार्डोली येथील बैठकीत गांधीजींचा निर्णय मान्य केला. हा निर्णय न आवडल्याने मोतीलाल नेहरू, नेताजी सुभाषचंद्र बोस, लाला लजपतराय इ. नेत्यांनी निर्णयाचा निषेध केला; पण गांधीजींचा निर्णय मान्य केला. एक महिन्याच्या आत १० मार्च १९२२ रोजी गांधीजींना अटक करून सहा वर्षांची शिक्षा दिली.

चळवळीचे मूल्यमापन - असहकार चळवळीचे मूल्यमापन करताना त्यामध्ये यशापयश अशा दोन्ही बाजू दिसतील. चळवळीला अगदी पूर्णपणे यश आले नाही किंवा एक वर्षात स्वराज्य ही गांधीजींची अपेक्षाही पूर्ण झाली नाही हे खरे आहे. तरीही चळवळीमुळे अनेक गोष्टी साध्य झाल्या हेही नाकारता येत नाही. प्रथम आपण चळवळीच्या अपयशाचा विचार करू.

अपयशाची कारणे

- महात्मा गांधींनी चळवळ अचानक थांबविली. त्यामुळे अनेक नेते निराश झाले. गांधीजींना हिंसाचार अजिबात मान्य नव्हता; पण एवढ्या विशाल देशात चळवळीत शंभर टक्के शिस्त राखणेही अवघड होते. जनतेला तसे प्रशिक्षण नव्हते. अर्थात गांधीजींनी हे मान्य केले की प्रशिक्षण आणि जनतेच्या पूर्ण मानसिकतेशिवाय अशी चळवळ करणे ही चूक झाली. ही परिस्थिती अपयशाला कारणीभूत ठरली.

- मुस्लिमांचा पाठिंबा मिळण्यासाठी या चळवळीची सांगड खिलाफतशी जोडली हे एक कारण ठरले. खिलाफत चळवळ धार्मिक होती, तर असहकार राजकीय चळवळ होती, हा मेळ घालणे चुकीचे ठरले. शिवाय हिंदू-मुस्लीम ऐक्यही साधले नाही. प्रत्यक्ष तुर्कस्थानमध्ये क्रांती होऊन १९२२ मध्ये खलिफाची सत्ता नष्ट होऊन गणतंत्र आले. अशा खलिफाचे प्रश्न आपल्या राष्ट्रीय राजकारणाशी जोडणे चूक ठरले.

- एक वर्षात स्वराज्य या कल्पनेवर बॅ. जीना, खापर्डे, मुंजे, ॲनी बेझंट, बिपीनचंद्र पाल इ. नेत्यांनी टीका केली. नेताजी सुभाषचंद्र बोस तर म्हणाले, 'अविवेकपूर्ण आणि लहान मुलासारखे बोलणे होय,' या नेत्यांनी चळवळीला पाठिंबा दिला नाही.

पदव्या, मानसन्मान परत करणे हा एक कार्यक्रमाचा भाग होता. अनेकांनी तसा त्याग केला; पण सर्वांनीच केला नाही. किंबहुना, तसे न करणारे अनेक होते. सर्वसमावेशकता कधीही परिणामकारक ठरते, पण तसे झाले नाही. अशा कारणांमुळे चळवळीला अपयश आले.

अर्थात याप्रमाणे अपयश दाखवले गेले तरी चळवळीचे यश किंवा गुण अधिक होते. किंबहुना त्यामुळे भारताच्या इतिहासात चळवळीला मोठे महत्त्व आहे. चळवळीचे उल्लेखनीय यश खालीलप्रमाणे -

१) स्वातंत्र्य चळवळ सामान्य माणसापर्यंत पोहोचली - असहकार चळवळ प्रथमच एवढ्या व्यापक प्रमाणावर राबविली गेली. स्वातंत्र्य चळवळ या रूपाने खेड्यापाड्यापर्यंत आणि सामान्य माणसापर्यंत पोहोचविण्याचे काम या आंदोलनाने केले. हे मोठे यशच होते. आत्तापर्यंत शहरी भाग व फार तर मध्यमवर्गीयांपुरती मर्यादित असणारी स्वातंत्र्य चळवळ सामान्यांपर्यंत पोहोचली. याबबात डॉ.राजेंद्रप्रसाद म्हणतात, ''ब्रिटिशांचे भारतीयांशी संबंध प्रस्थापित झाल्यापासून इतका उत्साह व निर्धार जनतेमध्ये पूर्वी कधीच दिसून आला नाही.''

२) काँग्रेस अधिक कृतिशील बनली - काँग्रेस म्हणजे केवळ चर्चा व वादविवाद असे स्वरूप न राहता ते आता प्रत्यक्ष कृतिशील व्यासपीठ बनले. हे यश सांगताना पं. नेहरू म्हणतात, ''पूर्वी आम्ही सरकारशी संघर्ष टाळणारे शब्दप्रयोग वापरण्यात बराच वेळ खर्च करायचो. पण आता आम्हाला काम हवे हे स्वच्छ शब्दात व ठणकावून सांगू लागलो.'' हे चळवळीचे यशच होते. नेताजींनी काही बाबतीत टीका केली पण चळवळीचे परीक्षण व यश त्यांच्याच शब्दात देणे योग्य ठरेल. ते म्हणतात, १९२१ च्या वर्षाने देशाला राष्ट्रसभेची बळकट संघटना मिळवून दिली. या संघटनेचे स्वरूप क्रांतिकारी बनविण्याचे क्षेत्र गांधीजींचे आहे. देशभर एकच धोरण व एकच घोषणा असे चित्र निर्माण आहे.'' केवळ सुधारणा न मागता स्वराज्य हे काँग्रेसचे ध्येय ठरले. हा बदल महत्त्वाचा होता. म्हणून पं. नेहरू म्हणतात, ''हिंदी राष्ट्रवादात या चळवळीने नवचैतन्य निर्माण केले.''

३) सरकार, पोलिसांची भीती नष्ट झाली - या चळवळीत लोकांनी उत्स्फूर्तपणे भाग घेतला. पोलीस, तुरुंगवास याला न घाबरता लोकांनी धीटपणे चळवळ राबविली. लोक आनंदाने तुरुंगात जाऊ लागले. पोलिसांचा लाठीमार सहन केला. तुरुंगात जागाच नाही म्हणून बंगालमध्ये कैद्यांना सोडून दिले पण लोक बाहेरही जाईनात, सक्तीने बाहेर घालविले. हा केवढा मोठा मानसिक बदल होता. हे चळवळीचे यश होते.

चळवळीने अनेक कार्यकर्ते तयार केले. देशासाठी त्याग करण्यास हालअपेष्टा सोसण्यास लोक आनंदाने पुढे येऊ लागले. सरकारच्या पदव्या व मानसन्मानाचे महत्त्व कमी झाले, नव्हे लोक तिरस्कार करू लागले. शेवटी डॉ. आर. सी. मुजुमदार यांच्या शब्दात चळवळीचे मूल्यमापन करता येईल. ते लिहितात, ''असहकार चळवळीचे पर्व संपूर्ण यशस्वी झाले नाही व संपूर्ण अयशस्वीही झाले नाही. It is neither a complete success nor a complete failure and the truth lies between the two."

६.३ सविनय कायदेभंग चळवळ (Civil Disobedience Movement)

असहकार, सविनय कायदेभंग आणि चलेजाव या तीन चळवळी गांधीयुगातील विशेष महत्त्वाच्या घटना होत. या प्रकरणात त्याचा आपण सखोल अभ्यास करणार आहोत; पण त्याचबरोबर या काळात अनेक राजकीय घटना अशाही घडल्या आहेत की, ज्यामध्ये गांधीजींचा सहभाग नव्हता किंवा प्रत्यक्ष पाठिंबा नव्हता; पण राष्ट्रीय स्वातंत्र्य चळवळीचा अखंड असा प्रवाह कळण्यासाठी त्या घटना अभ्यासणे आवश्यक आहे. अशा पैकी महत्त्वाची घटना म्हणजे स्वराज्य पक्षाचा अल्प कालखंड होय.

स्वराज्य पक्ष

फेब्रुवारी १९२२ मध्ये म. गांधींनी असहकार चळवळ अचानक थांबविली. अनेक नेते निराश झाले. हा निर्णय आवडला नाही; पण काँग्रेसने निर्णय मान्य केला. गांधीजींची लोकप्रियता कमी झाल्याचे ओळखून सरकारने त्यांना कैद केले. खटला भरला आणि सहा वर्षांची शिक्षा ठोठावली. राष्ट्रीय चळवळ थोडी थंडावली. मोतीलाल नेहरू, सी. आर. दास इ. नेत्यांना हे मान्य नव्हते. कायदेमंडळाच्या निवडणुका जवळ आल्या होत्या. निवडणुका लढवाव्यात, कायदेमंडळात जावे, सरकारची कोंडी करावी, सुधारणा देण्यास भाग पाडावे असे या नेत्यांचे मत होते. पण गांधीजी या धोरणाच्या विरुद्ध होते. यावरून काँग्रेसमध्ये दोन गट तयार झाले. निवडणूक लढवू पाहणारे 'फेरवादी' तर विरोधी 'नाफेरवादी' असे गट होते. शेवटी तडजोड होऊन काँग्रेसने फेरवाद्यांना परवानगी दिली पण त्यांनी काँग्रेसच्या नावे निवडणूक लढवू नये. तेव्हा १९२३ मध्ये मोतीलाल नेहरू, दास यांनी काँग्रेस अंतर्गत 'स्वराज्य' पक्ष स्थापन केला.

स्वराज्य पक्षाचे कार्य - १९२३ मध्ये झालेल्या निवडणुकात स्वराज्य पक्षाने भाग घेतला. केंद्रीय कायदेमंडळातील १०४ निर्वाचित सदस्यांपैकी ४८ सदस्य स्वराज्य पक्षाचे निवडून आले. बॅ. जीनांच्या नेतृत्वाखालील २४ अपक्ष उमेदवारांचे त्यांनी सहकार्य घेतले. मध्य प्रांतात स्वराज्य पक्षाला स्पष्ट बहुमत मिळाले तर हा पक्ष बंगालमध्ये सर्वांत मोठा पक्ष ठरला. मुंबई, आसाममध्येही बरे यश मिळाले. पंजाब, मद्रासमध्ये अपयश आले. केंद्रीय कायदेमंडळात मोतीलाल नेहरूंनी नेतृत्व केले. त्यांनी देशात जबाबदार राज्यपद्धतीची मागणी केली. गोलमेज परिषदेची मागणी केली. १९१९ च्या कायद्यातील अडचणींचा अभ्यास करण्यासाठी सरकारने 'मुडीमन समिती' नेमली. त्यात बॅ. जीना, तेजबहादूर सप्रू व परांजपे हे हिंदी सभासद होते. त्यांनी अंदाजपत्रकातील अनेक करविषयक तरतुदी फेटाळल्या. दडपशाहीचे अनेक कायदे रद्द करणे भाग पाडले. जनतेच्या अडचणी सरकारपुढे मांडल्या. अनेक मागण्या केल्या. १९२५ पासून बॅ. जीनांनी स्वराज्य पक्षाला सहकार्य बंद केले. त्यामुळे स्वराज्य पक्षाने सभात्याग मार्ग स्वीकारला. प्रांतिक कायदेमंडळात सरकारच्या अडवणुकीचे धोरण राबविले. स्थानिक स्वराज्य संस्थात दास, नेताजी, पटेल इ. नेत्यांनी नेतृत्व केले.

१९२५ पासून स्वराज्य पक्ष कमकुवत होत गेला. त्या वर्षी देशबंधू दास यांचे निधन झाले. हा पक्षाला मोठा धक्का बसला. पुढील वर्षी पक्षात फूट पडली. इंग्रजांची भेदनीती चालूच होती. अशा अनेक कारणांमुळे पक्ष क्षीण होत जाऊन १९३० च्या निवडणुकीत पूर्ण निष्प्रभ झाला. तरीही १९२२ ते १९२७ पर्यंतच्या काळात राष्ट्रीय चळवळ जागृत ठेवण्याचे काम स्वराज्य पक्षाने केले.

सायमन कमिशन

१९१९ च्या कायद्याचा भारतातील अंमलबजावणीचा आढावा घेणे, नवीन सुधारणो सुचविणे अशा उद्देशांनी ब्रिटिश पंतप्रधान बाल्डविन यांनी ८ नोव्हेंबर १९२७ रोजी या कमिशनची घोषणा केली. सायमनच्या नेतृत्वाखाली ७ ब्रिटिश सदस्यांचे हे कमिशन २६ नोव्हेंबरला नेमले गेले. त्यात एकही हिंदी सदस्य नसल्याने भारतीय संतप्त झाले. सर्वांनी कमिशनचा धिक्कार केला. १९२७ च्या अन्सारी यांच्या अध्यक्षतेखालील काँग्रेसच्या मद्रास अधिवेशनात कमिशनवर पूर्ण बहिष्कार टाकण्याचा ठराव काँग्रेसने मंजूर केला. मुस्लीम लीगनेही विरोध केला. ज्या दिवशी कमिशन भारतात येणार तेव्हा तीन फेब्रुवारी १९२८ रोजी मुंबई हरताळ पाळला गेला. कमिशन देशात जेथे जाईल तेथे 'सायमन परत जा' अशा घोषणा देऊन निषेध केला जाई. काळे झेंडे दाखवले जात. लाहोर येथे कमिशनविरोधी लाला लजपतराय यांच्या नेतृत्वाखाली मोठा निषेध मोर्चा निघाला. त्यावर पोलिसांनी क्रूरपणे लाठीमार केला. लाल लजपतराय जबर जखमी झाले. त्यातच पुढे त्यांचे निधन झाले. पं. नेहरू, गोविंद वल्लभ पंत यांनी लखनौ येथे मोर्चा काढला. त्यावरही लाठीमार केला. अशा प्रकारे सायमन कमिशनमुळे देश राजकीयदृष्ट्या ढवळून निघाला.

कमिशनच्या महत्त्वाच्या शिफारशी :

दोन वर्षांच्या परिश्रमानंतर कमिशनने आपला अहवाल मे १९३० मध्ये सादर केला. त्यातील महत्त्वाच्या शिफारशी खालीलप्रमाणे होत्या.

१) प्रांतातील द्विदल राज्यपद्धती रद्द करून सर्व खाती लोकप्रतिनधींकडे द्यावीत. ते मंत्री कायदेमंडळाला जबाबदार असतील.

२) गव्हर्नराला अनेक खास अधिकार असावेत.

३) लोकसंख्येच्या १० ते १५ टक्के लोकांना मतदानाचा अधिकार असावा.

४) लष्कराचे हिंदीकरण करावे पण संरक्षणाची पूर्ण व्यवस्था होइपर्यंत ब्रिटिश फौज हिंदुस्थानात असावी.

५) प्रांत व संस्थानांच्या प्रतिनिधींचे संघराज्य केंद्रात असावे. पण सामील होण्याची संस्थानांना सक्ती नसावी.

६) प्रांतिक कायदेमंडळाची सदस्यसंख्या २००ते २५० असावी.

कमिशनने प्रांतांना स्वायत्तत्ता सुचविली पण गव्हर्नरच्या विशेष अधिकारामुळे तो देखावा ठरला. स्वराज्याची मागणी फेटाळली. भारतीयांनी अहवाल फेटाळला. एका लेखकाने वर्णन केले की हा अहवाल म्हणजे भारताच्या घटनात्मक साहित्यात भर टाकणारा कागद ठरला." अहवालातील काही शिफारशी १९३५ च्या कायद्यात घेण्यात आल्या होत्या.

नेहरू रिपोर्ट

भारताने सायमन कमिशनवर बहिष्कार घातला, त्याचा अहवाल फेटाळला. तेव्हा भारतमंत्री बर्कनहेड यांनी सर्व हिंदी नेत्यांना आव्हान दिले की, सर्व भारतीयांना मान्य होईल अशी घटना करून दाखवावी. काँग्रेसने हे आव्हान स्वीकारले. १९२८ मध्ये सर्वपक्षीय सभा घेऊन मोतीलाल नेहरूंच्या अध्यक्षतेखाली एका सर्वपक्षीय समितीकडे घटनेचा आराखडा तयार करण्याचे काम सोपविले. खूप कष्ट घेऊन समितीने आपला अहवाल २८ ऑगस्ट १९२८ रोजी लखनौ येथील सर्वपक्षीय परिषदेत सादर केला. तोच 'नेहरू-रिपोर्ट' होय.

नेहरू रिपोर्टच्या प्रमुख शिफाराशी

१) साम्राज्यांतर्गत स्वराज्य लगेच मिळावे. तदूनंतर पूर्ण स्वातंत्र्य हेच ध्येय असेल.

२) हिंदुस्थान हे संघराज्य असेल. प्रांतांना आवश्यक स्वायत्तता असेल. प्रांतात एकगृही कायदेमंडळ असेल. केंद्र व प्रांत यांच्यात अधिकार विभागणी होईल.

३) हिंदुस्थान हे निधर्मी राष्ट्र असेल. अल्पसंख्याकांच्या हक्क व संस्कृतीचे रक्षण होईल. त्यांच्यासाठी स्वतंत्र मतदारसंघ नव्हे तर राखीव जागा असतील.

४) हिंदी लोकांना मूलभूत हक्क असतील. अशा १९ मूलभूत हक्कांची यादी दिली होती.

५) इंग्लंडचा राजा व दोन सभागृहांचे केंद्रीय कायदेमंडळ असेल. प्रांताचे प्रतिनिधी वरिष्ठ गृहाचे तर प्रौढ मतदानाने हिंदी जनतेने निवडून दिलेले प्रतिनिधी कनिष्ठ गृहाचे सदस्य असतील.

६) गव्हर्नर जनरलने पंतप्रधानाची निवड करावी व त्याच्या सल्ल्याने इतर मंत्र्यांची निवड व्हावी. मंत्रिमंडळ कायदेमंडळाला जबाबदार असेल.

७) प्रांताच्या गव्हर्नरांची नेमणूक इंग्लंडच्या राजाने करावी. गव्हर्नर मुख्यमंत्र्यांची व त्याच्या सल्ल्याने इतर मंत्र्याची निवड करेल. प्रांतिक कायदेमंडळाची मुदत पाच वर्षांची असेल. गव्हर्नर ती मुदत कमी-जास्त करू शकेल.

८) गव्हर्नर जनरल सर्वोच्च न्यायाधीशांची नेमणूक करील. त्याला दूर करण्याचा अधिकार पार्लमेंटला असेल.

या रिपोर्टवर खूप चर्चा झाली. या रिपोर्टवर बॅ. जीना नाराज होते. त्यामुळे त्यांनी आपल्या मागण्या स्वतंत्रपणे सादर केल्या. त्याला बॅ.जिनांचे चौदा मुद्दे असे म्हणतात. दरम्यान १९२९ मध्ये इंग्लंडमध्ये निवडणुका होऊन मजूर पक्ष विजयी झाला. रॅम्से मॅकडोनाल्ड पंतप्रधान झाले. गव्हर्नर जनरल त्यांचेशी चर्चा करून परतले. भारतीयांना

हा बदल अनुकूल ठरेल असे वाटले; पण नवीन सरकारनेही केवळ वेळकाढू धोरण स्वीकारले. त्यामुळे म. गांधीजी कायदेभंग चळवळीकडे वळले.

लाहोर अधिवेशन - ३१ डिसेंबर १९२९

पं. नेहरू यांच्या अध्यक्षतेखाली काँग्रेसचे ३१ डिसेंबर १९२९ रोजी लाहोर येथे अधिवेशन भरले. नेहरू आणि सुभाषचंद्र हे पूर्ण स्वातंत्र्याच्या मागणीचे पुरस्कर्ते होते. आपल्या मतांच्या प्रचारासाठी त्यांनी 'इंडियन इंडिपेंडन्स यूथ लीग' ही काँग्रेस अंतर्गत संघटना स्थापून कार्य केले. स्वत: नेहरूच त्याचे अध्यक्ष होते. सुमारे १५ हजार लोक अधिवेशनाला हजर होते. स्वातंत्र्य चळवळीच्या इतिहासात या अधिवेशनाला खूप महत्त्व आहे; कारण त्यामध्ये संपूर्ण स्वातंत्र्याचा ठराव पास झाला. गांधीजींनी त्याला मान्यता दिली. यापूर्वी साम्राज्यांतर्गत स्वराज्य ही नेहरू रिपोर्टमध्ये मागणी केली होती. पण ते ध्येय बाजूला करून स्वातंत्र्याचे ध्येय ठरले. त्यासाठी काँग्रेस आता अधिक आक्रमक बनली आणि म. गांधींच्या नेतृत्वाखाली सविनय कायदेभंग चळवळीस मान्यता दिली. तशा प्रकारचा ठराव अधिवेशनात मंजूर झाला. ३१ डिसेंबरला रात्री बारा वाजता. व्यासपीठावरून नेहरूंनी संपूर्ण स्वातंत्र्याची घोषणा केली. २६ जाने. १९३० हा स्वातंत्र्य दिन पाळण्याचे ठरविले आणि त्याचवेळी सर्वांनी स्वातंत्र्याची प्रतिज्ञा घेतली. गांधीजींनी गव्हर्नर जनरल लॉर्ड आयर्विनशी असफल चर्चा केली. १९ फेब्रवारी १९३० रोजी काँग्रेस कार्यकारिणीने चळवळीचे सर्व अधिकार गांधीजींना दिले. त्यानुसार पुढील निर्णय झाले.

सविनय कायदेभंग चळवळीचा कार्यक्रम

१) मीठ व तत्सम अन्यायी कायद्यांचा भंग करणे.
२) शेतसारा व अन्य सरकारी कर न देणे.
३) शाळा, महाविद्यालये, न्यायालये, निवडणुका, सरकारी, कार्यक्रम इ. वर बहिष्कार.
४) परदेशी मालावर बहिष्कार.
५) दारू व अन्य नशील्या पदार्थांच्या दुकानासमोर निदर्शने.
६) सरकारी नोकऱ्यांवर बहिष्कार.
७) जंगल कायद्यांचा भंग करणे.

मिठाचा सत्याग्रह (गांधीजींची दांडी यात्रा)

जनतेवरील अन्यायकारक अशा कायद्यांचा भंग करणे, सविनय पद्धतीने असे कायदे मोडणे हा चळवळीचा कार्यक्रम होता. त्यानुसार मिठाचा कायदा भंग करून चळवळीला सुरुवात करण्याचे ठरले. गांधीजींचा हा निर्णय अनेकांना हास्यास्पद वाटला पण त्याचे

महत्त्व गांधीजींनी बरोबर ओळखले होते. मिठाच्या सत्याग्रहासाठी गांधीजींनी दांडी हे गाव निवडले आणि ते गाव इतिहासप्रसिद्ध झाले. भारताच्याच नव्हे तर जगाच्या नकाशावर त्या गावाला ठळक स्थान मिळाले. १२ मार्च १९३० रोजी गांधीजींनी साबरमती आश्रमातून आपल्या ७८ अनुयायांसह दांडी यात्रेला सुरुवात केली आणि ५ एप्रिल रोजी ते दांडी येथे पोहोचले. तेथे प्रथम गांधीजींनी विनापरवाना मीठ उचलून कायद्याचा भंग केला. इतर सत्याग्रहींनीदेखील त्याप्रमाणे मिठाच्या कायद्याचा भंग केला. गांधीजींसह सर्वांवर पोलिसांनी लाठीमार केला. सरोजिनी नायडू महिला प्रतिनिधी म्हणून सत्याग्रहात सहभागी होत्या. साबरमतीपासून या यात्रेत मार्गात लोक सामील होत गेल्याने दांडी येथे सुमारे ३००० सत्याग्रही जमले होते.

या अभिनव चळवळीला देशात उत्स्फूर्त प्रतिसाद मिळाला. याकडे जगाचे लक्ष लागले होते. देशातील सुमारे ५००० गावांतील लोकांनी सत्याग्रह केला. साठ हजारहून अधिक लोकांनी स्वत:ला अटक करवून घेतले. सविनय कायदेभंग चळवळ आता अगदी सामान्य माणसापर्यंत आणि घराघरापर्यंत पोहोचली होती. सरहद्द गांधी खान अब्दूल गफारखान सरहद्द प्रांतात हजारो अनुयायांसह आंदोलनात सामील झाले. पूर्व भारतातील नागा लोकांची राणी गायदेनल्यू यांनी चळवळीला सक्रिय पाठिंबा दिला. मणिपुरी लोकांनी यात भाग घेतला. मिठाच्या कायदेभंगाचे महत्त्व सांगताना नेहरू आपल्या आत्मचरित्रात लिहितात, या निर्णयाने मीठ या शब्दाला अचानक सामर्थ्य मिळाले. यासारख्या साध्या वस्तूच्या राष्ट्रीय चळवळीशी संबंध जोडणे सोपे वाटत नव्हते; पण गांधीजींनी ती किमया करून दाखविली. नेताजी सुभाषचंद्र म्हणाले, ‘‘आणीबाणीच्या वेळी गांधीजींचे उपजत नेतृत्व किती उच्चांक गाठू शकते, याची कल्पना आम्हाला या वेळी आली.’’

सरकारने चळवळ दडपून टाकण्यासाठी बळाचा वापर केला. पोलिसांनी सत्याग्रहींवर लाठीमार केला. नेहरू, पटेल अशा नेत्यांना अटक केली. लोकप्रियता बघून गांधींना कैद केले नाही. सभा, मिरवणुकांवर बंदी, वृत्तपत्रांवर बंधने घातली; पण गांधीजींनी उलट इशारा दिला की, एक मे १९३० रोजी धारासना येथे कायदेभंग केला जाईल.

धारासना सत्याग्रह

म. गांधींनी या सत्याग्रहाची पूर्वकल्पना लॉर्ड आयर्विनला दिली होती; पण सरकारने त्यांना अटक केली. आता चळवळीचे नेतृत्व सरोजिनी नायडू यांच्याकडे आले. तीन हजार सत्याग्रहींसमवेत त्यांनी १ मे १९३० रोजी गुजरातमधील धारासना येथे मिठाचा कायदा भंग केला. त्यांना रोखण्याचा पोलिसांनी असफल प्रयत्न केला. सत्याग्रहाच्या ठिकाणी लोकांवर अमानुष लाठीमार केला. लोक जखमी झाले पण निर्धार कायम होता.

जणू मार खाण्यास व कैद करवून घेण्यात ते आनंद मानत होते. असा धीटपणा, देशप्रेम व उत्साह ही या चळवळीची वैशिष्ट्ये सांगता येतील. लाठीमार सहन करत निर्धाराने लोक मिठागरांजवळ पोहोचले. सरोजिनींसह अन्य नेत्यांना सरकारने अटक केले. या घटनेचे पडसाद देशात अनेक ठिकाणी उमटले. मुंबईत सुमारे १५ हजार लोकांनी वडाळा येथील सत्याग्रहात भाग घेतला आणि कायदेभंग केला. रत्नागिरी जिल्ह्यातील शिरोडा येथे मिठाचा सत्याग्रह केला. याप्रमाणे बंगाल, ओरिसा, मद्रास इ. प्रांतांत आंदोलने झाली.

कायदेभंगाच्या अन्य चळवळी

समुद्रकिनारी मिठाचा कायदेभंग केला तर अन्य ठिकाणी इतर कायदे भंग केले. उदा. उत्तर प्रदेश, कर्नाटक, गुजरात येथील शेतकऱ्यांनी शेतसारा नाकारून कायदेभंग केला. परदेशी मालावर बहिष्कार टाकला. परदेशी मालाची वाहतूक अडविली. यातूनच हुतात्मा बाबू गेनूचे बलिदान झाले. अनेक ठिकाणी जंगल सत्याग्रह केले. गांधीजींच्या अटकेचा हररताळ पाळून निषेध केला. सोलापूर मध्ये ६ मे १९३० रोजी हरताळ पाळला तेव्हा जिल्हा प्रशासनाने तेथे लष्करी कायदा पुकारला. तरीही जनतेने चळवळ राबविली. त्या कायदेभंगाबद्दल सरकारने चार सत्याग्रहींना फाशी दिले. कायदेभंग चळवळीला मुस्लीम लीगने पाठिंबा दिला नाही. विशेषत: बॅ. जिनांनी प्रचार केला की गांधीजींनी ही चळवळ हिंदूंचे राज्य निर्माण करण्यासाठी चालविली आहे. त्यांचे यश म्हणजे मुस्लिमांचे पारतंत्र्य होय. सरहद्द गांधी मात्र गांधीजींसमवेत होते.

सविनय कायदेभंग चळवळीचे महत्त्व

चळवळीचे महत्त्व अनेक वैशिष्ट्यांतून सांगता येईल. उदा. गिरणीमालक, कारखानदार लोकांनी चळवळीला सढळ हातांनी आर्थिक मदत केली हे एक वैशिष्ट्य होय. चळवळीतील महिलांचा सहभाग हे दुसरे वैशिष्ट्य ठरते. सरोजिनी, कमला नेहरू, कमलादेवी चटोपाध्याय, हेम प्रभादास, चेतना कृपलानी, राणी गायदेनल्यू इ. महिलांनी सक्रिय भाग घेऊन नेतृत्व केले. सरहद्द प्रांतातील पठाण लोकांनी उत्स्फूर्त सहभाग घेतला. सरहद्द गांधी आणि त्यांची 'खुदा-ई-खिदमतगार' ही संघटना या चळवळीत सक्रिय होती हेदेखील एक वैशिष्ट्य होय. ग्रामीण भागातील शेतकरीवर्गाचा या कायदेभंगातील सहभाग एक वैशिष्ट्य म्हणून नोंदण्यासारखे आहे. शेतसारा देण्याचे शेतकऱ्यांनी नाकारले. शेतकऱ्यांत ही जागृती करण्याचे महत्त्वपूर्ण कार्य मानवेंद्र रॉय यांनी केले. बुलढाण्याचे शेतकरी व कामगारांनी एक संघ स्थापन केला आणि त्यांनी शेतसारा, कर भरू नयेत असे सुचवले. या संघटनेत सर्व जाती-धर्माचे लोक सामील झाले होते. बंगालमधील किशोरगंज भागातील शेतकऱ्यांनी सारा भरला नाही. कायदेभंग चळवळीचे परिणाम खालीलप्रमाणे-

१) स्वातंत्र्य चळवळ ग्रामीण भागातील खेड्यापाड्यापर्यंत पोहोचली. सामान्य लोक भाग घेऊ लागले. शहरी लोकांप्रमाणे ग्रामीण लोक सहभागी झाले.

२) स्वातंत्र्य चळवळ विकसित, बलिष्ठ, लोकप्रिय झाल्याने राजकीय सुधारणा देणे सरकारला भाग पडले. गोलमेज परिषदा आयोजित केल्या हा त्याचाच भाग होय.

३) चळवळीचा परिणाम असा की, शासनाने दडपशाही राबविली. अनेक संघटनांवर बंदी घातली. त्यांची मालमत्ता जप्त केली. उदा. खुदाई-खिदमतगार, किसान सभा, चरखा संघ, सेवा दल इ.

४) पोलीस, तुरुंगवास, सरकारी अधिकारी यांची जनतेला वाटणारी भीती दूर झाली. लोक देशप्रेमाने भारावले जाऊ लागले. पोलिसांचा लाठीमार, तुरुंगवास न घाबरता सहन करू लागले. हा बदल खूप महत्त्वाचा परिणाम होता. थोडक्यात हे परिणाम, वैशिष्ट्ये पाहता सविनय कायदेभंग चळवळ महत्त्वाचा टप्पा आहे. ही चळवळ अजून थांबली नव्हती; पण या दरम्यान घडलेल्या काही घटनांचा कालक्रमाने यापुढे थोडक्यात अभ्यास करणे आवश्यक आहे.

पहिली गोलमेज परिषद (१९३०-१९३१) - सायमन कमिशनचा अभ्यास आपण यापूर्वी केला आहे. त्याच्या अहवालावर विचार करण्यासाठी इंग्लंडचे पंतप्रधान मॅक्डोनाल्ड यांनी नोव्हेंबर १९३० मध्ये लंडन येथे पहिली गोलमेज परिषद बोलविली. काँग्रेसने या परिषदेवर बहिष्कार घातला. परिषदेला ८९ प्रतिनिधी हजर होते. त्यापैकी ५७ ब्रिटिश इंडियातून शासननियुक्त व संस्थानिकांचे १६ प्रतिनिधी असून, बाकी काँग्रेसशिवाय विविध राजकीय पक्षांचे सदस्य होते. अर्थात काँग्रेसशिवाय होणाऱ्या परिषदेला तसा अर्थ नव्हता. अशा आशयाचे उद्गार सप्रू, जयकर, शास्त्री इ. सहभागी सदस्यांनी काढले होते आणि ब्रिटिश सरकारलाही ते पटले होते. तरीही परिषदेत काही निर्णय घेतले गेले. उदा. ब्रिटिश इंडिया व संस्थानिकांचे एक संघराज्य असावे पण संस्थानिकांचे अंतर्गत स्वातंत्र्य कायम राहावे, तशी बिकानेर व भोपाळ संस्थानांनी अट घातली होती. मुस्लीम लीगने ही अट मान्य केली. केंद्रीय कार्यकारी मंडळ कायदेमंडळास काही प्रमाणात जबाबदार असेल; पण सरकारकडे अनेक खास अधिकार असावेत ही सायमन कमिशनची शिफारस विशेषत्वाने विचारात घेतली गेली. प्रांतातील द्विदल राज्यपद्धती बंद करून प्रांतिक स्वायत्तता दिली जाईल. अनेक राजकीय सुधारणा देऊ केल्या होत्या. जातीय प्रश्नावर परिषदेत एकमत झाले नाही. स्वतंत्र मतदारसंघाचा मुस्लिमांचा तर अस्पृश्यांना राखीव जागांचा डॉ. आंबेडकरांचा आग्रह कायम होता. हिंदू प्रतिनिधींचा स्वतंत्र मतदारसंघाला विरोध होता. अर्थात या निर्णयाला काँग्रेसच्या सहकार्याशिवाय अर्थ नव्हता. तेव्हा त्या सहकार्यासाठी आयर्विन यांनी प्रयत्न केले आणि त्यातून खालील करार झाला.

गांधी-आयर्विन करार (५ मार्च १९३१)

काँग्रेसच्या सहकार्याची वरीलप्रमाणे आवश्यकता पटल्याने सरकारने म. गांधींसह काँग्रेस नेत्यांची तुरुंगातून सुटका केली. दरम्यान जयकर, सप्रू यांनी गांधीजींना भेटून व्हॉईसरॉयशी चर्चा करावी असे सुचवले. त्यानुसार गांधीजी आणि व्हॉईसरॉय आयर्विन यांची फेब्रुवारी १९३१ मध्ये चर्चा होऊन गांधी-आयर्विन करार झाला. त्यातील महत्त्वाची कलमे अशी होती की-

१) राजकीय नेत्यांवरील खटले मागे घ्यावेत, त्यांची सुटका व्हावी, वटहुकूम मागे घ्यावेत.

२) मिठावरील कर कमी करून मीठ तयार करण्याची गरीब लोकांना परवानगी असावी.

३) परदेशी माल व दारू दुकानांसमोर शांततामय निदर्शनाचा हक्क असावा.

४) कायदेभंग चळवळीवेळी सरकारने जप्त केलेली मालमत्ता ज्याची त्यांना परत मिळावी.

५) कायदेभंग चळवळ स्थगित करावी तसेच बहिष्कार मागे घ्यावेत.

६) संरक्षण, परराष्ट्र, अल्पसंख्याक ही खाती येत्या प्रशासनात राखीव असावीत.

यानुसार गांधीजींनी सविनय कायदेभंग चळवळ तात्पुरती स्थगित केली. त्यांच्या मते लोकांनाही थोडी विश्रांतीची गरज होती. नेहरू, सुभाषचंद्र अशा तरुण नेत्यांना हा करार आवडला नाही. त्यांच्या मते करारात स्वातंत्र्य चळवळीला अनुकूल तरतुदी कमी होत्या. भगतसिंगांसारख्या देशभक्तांना गांधीजी वाचवू शकले नाहीत. त्यामुळे क्रांतिकारक संतप्त झाले. गांधीजींप्रमाणे इंग्रज सरकारला तात्पुरती तडजोड हवी होती. म्हणून हा करार झाला. दुसऱ्या गोलमेज परिषदेला शासनाने अनुकूलता निर्माण केली.

दुसरी गोलमेज परिषद (१९३१)

वरीलप्रमाणे करार झाला पण त्याची अंमलबजावणी होण्यापूर्वीच आयर्विनच्या जागी विलिंग्डन व्हॉईसरॉय झाले. प्रतिगामी धोरण स्वीकारून त्यांनी स्वातंत्र्य चळवळ दडपून टाकण्यास सुरुवात केली; पण त्यांच्याकडून अनुकूल प्रतिसाद मिळाल्यामुळे गांधीजी दुसऱ्या गोलमेज परिषदेसाठी लंडनला गेले. ऑगस्ट १९३१ च्या या परिषदेत मुख्यत्वे जातीय प्रश्नावर चर्चा झाली. इतर राजकीय सुधारणांचे प्रश्न गौण ठरले. मुस्लीम, अस्पृश्य, ख्रिश्चन, अँग्लो इंडियन लोकांच्या प्रतिनिधींनी स्वतंत्र मतदारसंघाची मागणी केली. संपूर्ण स्वातंत्र्याची मागणी गांधीजींनी केली. सरकारला ते मान्य नव्हते. अल्पांशाने जबाबदार केंद्र शासन देण्याचे सरकारी धोरण होते. परिषदेत गांधीजी व अल्पसंख्याक

प्रतिनिधी असे दोन गट दिसत होते. आपला मतलब साधण्यासाठी सरकारला हेच हवे होते. जेव्हा एकमत होईना तेव्हा निर्णय घेण्याचे अधिकार सरकारने स्वत:कडे घेतले. ते निर्णय काँग्रेसविरोधी आणि 'फोडा व झोडा' या नीतीनुसार होणार हे स्पष्ट होते. गांधीजी निराश झाले. भारतातील राजकीय गुंतागुंत वाढत चालली. डिसेंबर १९३१ ला म. गांधी भारतात परतले. एकूण परिस्थिती ओळखून त्यांनी आंदोलन तीव्र करायचे ठरवले आणि कायदेभंग चळवळीचे दुसरे पर्व सुरू केले. सरकारने कठोर धोरण स्वीकारले. गांधी-आयर्विन करार संपुष्टात आणला. अनेक नेत्यांना कैद केले. काँग्रेस ही संघटनाच बेकायदेशीर ठरविली. लाठीमार, कैद, गोळीबार हे सत्र चालूच होते. अनेक कडक वटहुकूम काढले. १८५७ नंतर प्रथमच एवढे अत्याचार केले गेले. तरीही लोक न घाबरता चळवळीत भाग घेत होते.

रॅम्से मॅक्डोनाल्डचा जातीय निवाडा व पुणे करार (१९३२)

दुसऱ्या गोलमेज परिषदेच्या आधारे ब्रिटिश पंतप्रधान रॅम्से मॅक्डोनाल्ड यांनी १६ ऑगस्ट १९३२ रोजी आपला निर्णय घोषित केला तो 'जातीय निवाडा' या नावाने ओळखला जातो. या निवाड्यानुसार इंग्रज सरकारने मुस्लिमांना प्रमाणापेक्षा जास्त प्रतिनिधित्व दिले. पण जेथे हिंदू अल्पसंख्य होते तेथे मात्र तो न्याय दिला नाही. ख्रिश्चन, अँग्लो इंडियन यांना पक्षपातीपणे फायदे दिले. अस्पृश्यांना हिंदूंपासून वेगळे करण्याचा निर्णय घेतला. त्यांना स्वतंत्र मतदारसंघ आणि सर्वसामान्य मतदारसंघात मतदानाचा अधिकार दिला. यामागे इंग्रजांची भेदनीती स्पष्ट होत होती. हा त्यांचा कुटिल हेतू गांधीजींनी ओळखला. यामुळे भविष्यात राष्ट्राला धोका होता; म्हणून गांधीजींनी जातीय निवाड्याला विरोध म्हणून प्राणांतिक उपोषण सुरू केले. देशभर अस्वस्थ वातावरण पसरले. प्रमुख नेतेमंडळींनी दलितांचे नेते डॉ. आंबेडकर यांचेशी चर्चा केली. त्यांचे मन वळविले. गांधीजी आणि आंबेडकर यांच्यात २५ सप्टेंबर १९३२ रोजी 'पुणे करार' झाला. त्यानुसार ठरले की, अस्पृश्यांना स्वतंत्र मतदारसंघ असू नयेत. त्यांना राखीव जागा असाव्यात. त्यानुसार ४८ जागांना काँग्रेसने संमती दिली. या दोन नेत्यांमुळे इंग्रजांच्या भेदनीतीला याबाबतीत तरी शह बसला. गांधीजींनी यानंतर अस्पृश्यता निवारणाला प्राधान्य दिले. त्यासाठी त्यांनी 'हरिजन सेवक संघ' स्थापन केला.

तिसरी गोलमेज परिषद (१९३२)

नोव्हेंबर-डिसेंबर १९३२ मध्ये ही परिषद लंडन येथे झाली. सरकारशी एकनिष्ठ अशा ४६ सदस्यांना परिषदेला बोलविले होते. काँग्रेसने भाग घेतला नाही. भारताला राजकीय सुधारणा देण्याची इच्छा नसणाऱ्या सरकारनेही परिषदेच्या कामकाजात फारसे लक्ष दिले नाही. इंग्लंडमधील मजूर पक्षही दूरच राहिला. त्यामुळे परिषद केवळ औपचारिक

ठरली. कोणतेही ठाम निर्णय झाले नाहीत. तिन्ही गोलमेज परिषदांच्या निर्णयावरून सरकारने एक 'श्वेतपत्रिका' प्रसिद्ध केली. अर्थातच ती प्रतिगामी होती. त्यामुळे त्यावर सगळीकडून टीका झाली.

दुसरे महायुद्धा दरम्यानची स्वातंत्र्य चळवळ

१९३९ ते १९४५ या काळात जगात दुसरे महायुद्ध झाले. या दरम्यान भारतातील स्वातंत्र्य चळवळीची वाटचाल येथे थोडक्यात अभ्यासणार आहोत. तत्पूर्वी १९३५ च्या कायद्याने प्रांतिक स्वायत्तता राबविली गेली. त्यानुसार काँग्रेसची आठ प्रांतात सत्ता सुरू झाली. त्यानंतर १९३९ साली दुसरे महायुद्ध सुरू झाले आणि भारताच्या स्वातंत्र्य चळवळीचे स्वरूपच बदलले व त्या संघर्षातील शेवटचे पर्व सुरू झाले.

जर्मनीने पोलंडवर आक्रमण करताच ३ सप्टेंबर १९३९ रोजी इंग्लंडने जर्मनीविरुद्ध युद्ध पुकारले आणि दुसरे महायुद्ध सुरू झाले. तेव्हा लॉर्ड लिनलीथगो या व्हॉईसरॉयने घोषित केले की, हिंदुस्थान इंग्लंडच्या बाजूने युद्धात सहभागी झाला आहे; म्हणजे हिंदुस्थान विरुद्ध जर्मनी युद्ध सुरू झाले. व्हॉईसरॉयने कोणाही हिंदी नेत्याला विश्वासात न घेता ही घोषणा केली होती. शिवाय इंग्लंड सरकारने घोषणा केली की, १९३५ च्या कायद्यात दुरुस्ती केली असून भारतातील केंद्रीय व प्रांतिक सत्ता व्हॉईसरॉयकडे सोपविली आहे. म्हणजे प्रांतिक स्वायत्तता संपली होती. आठ प्रांतांतील काँग्रेस मंत्रिमंडळांनी राजीनामे दिले; तर पंजाब, सिंध व बंगाल या बिगरकाँग्रेस मंत्रिमंडळांनी सरकारला पाठिंबा दिला. काँग्रेसने सरकारवर कठोर टीका केली आणि घोषित केले की साम्राज्यवादी इंग्लंडने दुसऱ्या साम्राज्यवादी जर्मनीविरुद्ध युद्ध पुकारले आहे. गुलामगिरीतील हिंदुस्थानने यात भाग घ्यायचे कारण नाही; इंग्लंडने प्रथम आम्हाला स्वातंत्र्य द्यावे. मग आम्ही पाठिंबा देऊ, युद्धात सामील होऊ तेव्हा भेदनीतीत तरबेज असणाऱ्या इंग्लंडने मुस्लीम लीगशी जवळीक केली; पण तिकडे युरोपात परिस्थिती फार गंभीर बनत गेली. प्रत्यक्ष इंग्लंड संकटात होते. तेव्हा काँग्रेसची मदत आवश्यक झाली. म्हणून व्हॉईसरॉयने 'ऑगस्ट घोषणा' केली. त्यानुसार हिंदुस्थानला वसाहतीचे स्वराज्य दिले जाईल, युद्धानंतर घटना तयार करण्यास हिंदी प्रतिनिधींची परिषद बोलविली जाईल, अल्पसंख्याकांच्या हिताचे रक्षण करू, व्हॉईसरॉयच्या कौन्सिलात हिंदी प्रतिनिधी असतील वगैरे आश्वासने दिली; पण त्याचा उपयोग झाला नाही. काँग्रेस व मुस्लीम लीगने हा प्रस्ताव साफ नाकारला.

वैयक्तिक सत्याग्रह (१९४०-१९४२)

म.गांधींचे तत्त्वज्ञानच मानवतावादावर आधारित असल्याने युद्धाच्या संकटात सापडलेल्या इंग्लंडबद्दल त्यांना मनातून सहानुभूती वाटत होती; पण अशा परिस्थितीतही साम्राज्यवादी इंग्लंड मात्र हिंदुस्थानाला स्वातंत्र्य द्यायला तयार नव्हते. काँग्रेसच्या

मागण्यांचा विचार करत नव्हते. त्यामुळे नाईलाजाने काँग्रेसने सरकारविरुद्ध असहकार पुकारला. वरील ऑगस्ट घोषणेनंतर लगेच मुंबईला काँग्रेसचे अधिवेशन झाले आणि म. गांधींच्या मतानुसार वैयक्तिक सत्याग्रहाचा ठराव मंजूर केला.

वैयक्तिक सत्याग्रह म्हणजे गांधीजी सांगतील त्या व्यक्तीने सत्याग्रह करणे, कायदा भंग करणे, त्याबद्दल होईल ती शिक्षा भोगणे होय. यानुसार सर्वप्रथम आचार्य विनोबा भावे यांनी १७ ऑक्टोबर १९४० रोजी भाषणबंदीचा कायदा मोडला. त्यांना सहा महिन्यांची शिक्षा झाली. याप्रमाणे नंतर नेहरूंना सहा वर्षांची शिक्षा झाली. देशभर सत्याग्रह होऊ लागले. दोन वर्षांत सुमारे २५००० सत्याग्रहींना कैदेत टाकले. पण अशा दडपशाहीने इंग्लंडचे संकट कमी न होता वाढत चालले. तेव्हा राजकीय पेचप्रसंगावर उपाय काढण्यासाठी विलायत सरकारने सर स्टॅफर्ड क्रिप्स या मंत्र्याला भारतात पाठवले.

क्रिप्स योजना (३१ मार्च १९४२)

काँग्रेसने तीव्र केलेले आंदोलन, महायुद्धाचे संकट, अमेरिका अध्यक्ष रुझवेल्ट, चीनचे सेनापती चँग-कै-शेक, ऑस्ट्रेलियाचे परराष्ट्रमंत्री इव्हेट यांनी हिंदुस्थानसाठी इंग्लंडवर आणलेला दबाव इ. कारणांमुळे इंग्लंड सरकारने क्रिप्स मिशन २३ मार्चला भारतात पाठवले. एका आठवड्यात ३१ मार्च १९४२ रोजी खालीलप्रमाणे क्रिप्सने आपली योजना जाहीर केली.

१) भारताला लवकरच वसाहतीच्या दर्जाचे पूर्ण स्वातंत्र्य दिले जाईल.
२) भारतात हिंदी संघ (Indian Union) स्थापन व्हावा. ब्रिटिश राष्ट्रकुलातून बाहेर पडू शकेल.
३) महायुद्ध संपताच घटना समिती निर्माण व्हावी. प्रांतिक कायदेमंडळातून प्रमाणशीर प्रतिनिधीनुसार घटना समिती सदस्य निवडले जावेत.
४) या समितीत संस्थानिक आपले प्रतिनिधी पाठवू शकतील.
५) ज्यांना ही घटना मान्य नसेल ते प्रांत व संस्थानिक स्वतंत्र घटना निर्माण करतील. त्यांना इंडियन युनियनचा दर्जा असेल व ते विलायत सरकारशी स्वतंत्र संबंध ठेवू शकतील.
६) अल्पसंसख्याकांच्या हक्कासाठी सरकार समितीशी करार करील.
७) महायुद्ध चालू असेपर्यंत भारताच्या संरक्षणाची जबाबदारी इंग्लंडची असेल.

भारतातील सर्व पक्ष व घटकांनी ही योजना फेटाळली. या योजनेमुळे हिंदुस्थानची अनेक शकले होणार होती. हा इंग्रजांचा दुष्ट, कुटिल डाव होता. त्यांच्या अपेक्षेप्रमाणे नवी अनेक राज्ये निर्माण झाल्यास आणल्या वर्चस्वाखाली त्यांना ठेवता येणार होते. संस्थानिकांचे प्रतिनिधी नेमलेले जाणार होते. युद्धकाळात संरक्षण खाते हिंदी मंत्र्यांच्या

हाती हवे होते. अशा अनेक कारणांमुळे काँग्रेसने योजना फेटाळली. स्वतंत्र राष्ट्र निर्मिती नसल्याने मुस्लीम लीगने योजना नाकारली. संस्थानिक व अस्पृश्यांनी आपापले हेतू सफल होत नसल्याने विरोध केला. म. गांधी या योजनेचे वर्णन करताना म्हणाले, यामुळे लोकशाहीचे विडंबन झाले असून 'दिवाळे' निघालेल्या बँकेचा पुढील तारखेचा 'चेक' म्हणजे ही योजना होय. डॉ. पट्टाभिसितारामय्या म्हणाले, 'मृतावस्थेत जन्माला आणलेले ब्रिटिश पार्लमेंटचे अर्भक म्हणजे क्रिप्स योजना होय.' या योजनेच्या अपयशाला स्वत: क्रिप्स कारणीभूत होता. त्याला सुसंगत ठाम निर्णय घेता आले नाहीत आणि सर्वांत महत्त्वाचे म्हणजे पंतप्रधान चर्चिल साम्राज्यवादी धोरणाचा पुरस्कर्ते होते. त्यांना भारताला स्वातंत्र्य द्यायचे नव्हते. त्यांच्या सूचनांप्रमाणे क्रिप्सला निर्णयात बदल करावे लागले. अमेरिकेचे अध्यक्ष रुझवेल्ट म्हणाले, ब्रिटिश सरकारचे दूराग्रही धोरण या अपयशाला कारणीभूत होते. म. गांधींनी एकूण परिस्थिती ओळखली आणि त्यादृष्टीने आपले धोरण आखण्यास सुरुवात केली. एप्रिल १९४२ पासून आपले विचार 'हरिजन' या पत्रातून मांडू लागले. ते म्हणाले, 'आमचे काहीही होवो, ब्रिटिशांनी शांतपणे हिंदुस्थान सोडून जावे. त्यात ब्रिटन आणि हिंदुस्थान दोहोंचे भले आहे.' २ मे १९४२ रोजी अलाहाबाद काँग्रेसने गांधीजींच्या मतानुसार ठराव पास केला की, हिंदुस्थान आपले स्वातंत्र्य स्वत:च्या बळावर मिळविल आणि राखील. ब्रिटिशांच्या सुरक्षिततेसाठी व जागतिक शांततेसाठी इंग्रजांनी हा देश सोडून जावे. स्वतंत्र भारत ब्रिटन व इतरांशी बोलेल. अशा प्रकारे दुसऱ्या महायुद्धादरम्यान स्वातंत्र्य चळवळ विकसित होत गेली. त्याला म. गांधींचे नेतृत्व उपयुक्त ठरेल. १९४२ पर्यंत काँग्रेसने आक्रमक बनून इंग्रज सरकारला स्पष्ट इशारा दिला. चलेजाव चळवळीची पार्श्वभूमी तयार होत गेली.

६.४ चलेजाव चळवळ (Quit India Movement)

चलेजाव चळवळ ही गांधीजींच्या नेतृत्वाखालील तिसरे यशस्वी असे शेवटचे आंदोलन होय. आतापर्यंत या प्रकरणात आपण असहकार आणि सविनय कायदेभंग या दोन चळवळी जाणून घेतल्या आहेत. त्यानंतर अनेक घटनांमधून आणि मुख्यत्वे दुसऱ्या महायुद्धादरम्यान परिस्थिती अशी तयार होत गेली की, म.गांधीजींनी ब्रिटिशांना हा देश सोडून चालते व्हा सांगितले. अशा निर्वाणीच्या कृतीसाठी चलेजाव चळवळ पुकारावी लागली.

चलेजाव चळवळीची कारणे

१) क्रिप्स योजनेचे अपयश - भारतीयांच्या मागण्यांचा विचार करण्यासाठी विलायत सरकारने क्रिप्स मिशन भारतात पाठवले. युद्धजन्य परिस्थितीमुळे केवळ एका आठवड्यात क्रिप्सने आपली योजना जाहीर केली; पण त्यात अनेक दोष व उणिवा

होत्या. या योजनेमुळे भारतीयांचे अजिबात समाधान झाले नाही. उलट, क्रिप्सने काँग्रेसला जबाबदार ठरविले. त्यामुळे हिंदी नेते संतप्त झाले आणि चळवळ तीव्र केल्याशिवाय देशाला स्वातंत्र्य मिळणार नाही. या निर्णयाप्रत आले. यातून चलेजाव चळवळ हाती घेतली.

२) साम्राज्यवादी धोरण - भारताला स्वातंत्र्य देण्याचा देखावा करत इंग्लंड सरकारने क्रिप्स समिती भारतात पाठविली. खरे तर त्यांना स्वातंत्र्य द्यावयाचे नव्हते. स्वत: पंतप्रधान चर्चिल साम्राज्यवादी होते. क्रिप्स अहवाल काँग्रेसने फेटाळला तेव्हा उलट सरकारने काँग्रेसलाच जबाबदार ठरविले. त्यापुढे जाऊन असा दावा केला की, काँग्रेस ही भारताची प्रतिनिधी नव्हे, तेव्हा सत्ता कोणाकडे सोपवायची असा प्रश्न आहे. इंग्लंडने त्याचवेळी आपल्या साम्राज्यवादी धोरणास जगातील देशांची सहानुभूती मिळविण्याचे प्रयत्न सुरू ठेवले. तेव्हा यावर तीव्र चळवळ हाच उपाय असल्याचे काँग्रेसने ठरविले.

३) जपानचे आक्रमण - दुसऱ्या महायुद्धात भाग घेऊन जपानने ब्रिटिश साम्राज्यावर आक्रमण तीव्र केले. आग्नेय आशियातील सिंगापूर, मलेशिया, ब्रह्मदेशाची राजधानी रंगून काबीज करून इंग्रजांना हाकलून लावत जपान हिंदुस्थानच्या पूर्व सीमेवर धडकले. जपानपासून हिंदुस्थानचे रक्षण करणे इंग्लंडला कठीण आहे. हे गांधीजींनी ओळखले. आपला देश ब्रिटिश साम्राज्याचा भाग असल्यानेच जपानचा धोका होता. तेव्हा तत्पूर्वी व तातडीने हिंदुस्थानला स्वतंत्र दिले जावे, असे गांधीजींचे मत होते. आमचे जपानशी शत्रूत्व नाही. देश स्वतंत्र झाल्यास जपान आक्रमण करणार नाही. २६ एप्रिल १९४२ रोजी गांधींनी आपले हे विचार तपशिलाने मांडले. ते लिहितात, ''हिंदुस्थानला त्याच्या नशिबाच्या हवाली करून इंग्रजांनी हा देश सोडून निघून जावे. या देशाचे काही नुकसान होणार नाही. इंग्लंडने युरोपातील युद्धावरच लक्ष केंद्रित करावे. आमचे घर आम्ही संभाळू. या युद्धात ते आपले साम्राज्य सांभाळू शकणार नाहीत. इंग्लंड व हिंदुस्थानची सुरक्षितता या गोष्टी या देशातून शिस्तबद्ध माघार घेण्यात आहे. मग परिणाम काहीही होवोत.'' याप्रमाणे वास्तव, तर्कशुद्ध विचार गांधीजींनी मांडले; पण इंग्रजानी ते गांभीर्याने घेतले नाही. त्यामुळे गांधीजींना चळवळीशिवाय पर्याय उरला नाही.

४) सरकारची दडपशाही - महायुद्धाचे परिणाम झाले. महागाईच्या संकटात भारतीय सापडले. अशावेळी सरकारने जनतेला मदत करावयाची अपेक्षा असते. पण त्याऐवजी सरकारने दडपशाहीचे धोरण राबवले. उदा. बंगालमधील हजारो एकर जमीन लष्करी तळासाठी ताब्यात घेतली. शेतकरी संकटात सापडले.

५) म. गांधीजींचे योग्य धोरण - देशांतर्गत आणि आंतरराष्ट्रीय परिस्थितीचा विचार करून देशाला स्वातंत्र्य मिळविण्यासाठी म.गांधींनी वास्तववादी असे योग्य व आवश्यक धोरण स्वीकारले. त्यांची अहिंसेवर श्रद्धा होती. या मार्गानेच स्वातंत्र्य मिळवू असे त्यांचे तत्त्वज्ञान होते. त्यामुळे असहकार चळवळ अगदी भरात असतानाही त्यांनी तहकूब केली; पण अनुभवाने व परिस्थितीने त्यांनी आपल्या तत्त्वज्ञानाशी तडजोड करण्याचे ठरविले. विशाल देशात अहिंसेचा १००% आग्रह व यश कठीण आहे हे त्यांनी ओळखले. स्वातंत्र्य मिळविण्यासाठी थोडा धोका पत्करायचे ठरविले. ''इंग्रजी राजवटीतील शिस्तबद्ध अराजकतेपेक्षा (Ordered Anarchy) इंग्रज निघून गेल्यावर निर्माण होणारी अराजकता केव्हाही वाईट असणार नाही. मी आता अधिक काळ वाट पाहू शकणार नाही. अन्यथा जगाच्या अंतापर्यंत थांबावे लागेल. भोवताच्या परिस्थितीच्या आगीत आम्ही नष्ट होऊन जाऊ म्हणून काही धोका पत्करून लोकांना गुलामगिरीचा प्रतिकार करण्यास सांगण्याचा मी निर्णय घेतला आहे.'' ब्रिटिशांच्या लोकशाहीपेक्षा जपानची लष्करशाही अधिक धोकादायक होती, हे गांधीजींनी ओळखले होते आणि हा धोका अगदी देशाच्या दरवाजावर टाकला होता. त्याचवेळी नेताजी सुभाषचंद्र बोस आपली आझाद हिंद फौज घेऊन जपानसमवेत इंग्रजांच्या साम्राज्यविरुद्ध लढत होते. भारतीय जनतेला विशेषत: तरुणांना नेताजींचे आकर्षण वाटत होते. तेव्हा लोकापुढे चळवळीचा आक्रमक कार्यक्रम ठेवणे गांधीजीना आवश्यक वाटत होते. शिवाय इंग्लंड युद्धाच्या संकटात असल्याने आपली चळवळ दडपून टाकू शकणार नाही, असेही गृहीत धरले.

चलेजाव चळवळीचा ठराव

वरीलप्रमाणे विविध कारणांमुळे म.गांधी तीव्र चळवळीच्या निर्णयाकडे वळले. १४ जुलै १९४२ रोजी काँग्रेस वर्किंग कमिटीने वर्धा येथे 'चलेजाव' चा ठराव केला व नेतृत्व गांधींकडे दिले. ७ ऑगस्ट रोजी काँग्रेसने अधिवेशन मुंबईला भरले. त्यात हा ठराव समंत झाला. दुसरे दिवशी ८ ऑगस्टला मुंबईच्या गवलिया टँक मैदानावर अखिल भारतीय काँग्रेसच्या बैठकीत 'छोडो भारत' (Quit India) ठराव मान्य झाला. यावेळी महासमितीच्या ३०० पैकी २५० सदस्य व सुमारे ८० हजार लोक हजर होते. गांधीजींनी सांगितले, ''हा माझ्या जीवनातील अखेरचा संघर्ष आहे. आम्ही आता अधिक काळ गुलामगिरीत राहू शकत नाही. त्यासाठी सर्वशक्तीने लढा द्या. मी छोटा मंत्र देतो तो म्हणजे 'करा अथवा मरा' (Do or die)

ठरावातील महत्त्वाचे मुद्दे

१) ब्रिटिश राजवट चालू असणे या देशाला अपमानास्पद आहे. ती या देशाला दुर्बल करीत आहे.

२) हिंदुस्थानच्या स्वातंत्र्याचा प्रश्न म्हणजे ब्रिटन व संयुक्त राष्ट्रांची परीक्षा असून आशिया व आफ्रिकेतील जनतेत उत्साह निर्माण होईल.

३) स्वतंत्र हिंदुस्थान आपली सारी शक्ती स्वातंत्र्याकरिता खर्च करील. तो नाझी, फॅसिस्ट व साम्राज्यवादी आक्रमणविरुद्ध लढेल.

४) स्वातंत्र्यानंतर हिंदुस्थान हंगामी सरकार स्थापन करील. ते दोस्त राष्ट्रांचे दोस्त असेल आणि दोस्तांच्या मदतीने शत्रूराष्ट्रांना प्रतिकार करेल.

५) ही कमिटी गांधीजींना नेतृत्व करण्याची राष्ट्राला मार्ग दाखविण्याची विनंती करीत आहे.

६) राष्ट्रसभेला नव्हे तर देशाला सत्ता मिळावी म्हणून राष्ट्रसभा आंदोलन करीत आहे.

चळवळीची वाटचाल

काँग्रेसच्या नेत्यांना कैद - ८ ऑगस्ट १९४२ रोजी 'चलेजाव' चळवळ पुकारली. पण सरकारने त्याच रात्री काँग्रेसच्या सर्व प्रमुख नेत्यांना अटक केली. गांधीजी, नेहरू, पटेल, कृपलानी, मौलाना आझाद, अरुणा आसफअली, गोविंद वल्लभ पंत यांना लगेच कैद केले. राजेंद्रप्रसाद यांना पाटणा येथे अटक झाली. गांधीजींना आगाखान पॅलेस पुणे येथे तर इतरांना नगरच्या तुरुंगात ठेवले. हे नेते १५ जून १९४५ अखेर कैदेत होते. इतरही अनेक नेत्यांना अटक केले. म. गांधींना वाटत होते की चळवळ पुकारल्यावर युद्धाच्या संकटामुळे सरकार असे कठोर धोरण राबविणार नाही; पण त्यांचा अंदाज चुकला.

भारतातील इतर राजकीय पक्षांची भूमिका - पूर्व हालचालीप्रमाणे मुस्लीम लीगने सरकारशी हातमिळवणी केली. ही चळवळ म्हणजे सत्ता हाती घेण्याचा हिंदूंचा प्रयत्न होय असा पूर्वीप्रमाणेच लीगने आक्षेप घेतला. हिंदू महासभाही चळवळीत भाग न घेता उदासीन राहिली. कम्युनिस्ट पक्षाने सरकारला अनुकूल धोरण स्वीकारले; कारण रशिया इंग्लंडच्या बाजूने युद्धात होते. समाजवादी पक्ष चळवळीसोबत राहिला. त्या पक्षाच्या पटवर्धन, लोहिया, सुचेता कृपलानी इ. नेत्यांनी भूमिगत राहून चळवळीत राबविली.

जनतेची चळवळ - ८ ऑगस्टला चळवळीचा ठराव झाला तरी अजून गांधीजींनी कार्यक्रम जाहीर केला नव्हता. त्याला काही दिवस लागणार होते; पण सरकारने त्याच रात्री कारवाई करून नेत्यांना कैद केले आणि जनता नेतृत्वहीन बनली. तेव्हा मग लोक जमेल तशी चळवळ राबवू लागले. गांधीजींनी सांगितलेला 'करा किंवा मरा' एवढा मंत्रच त्याना कळला होता. ही चळवळ आता आम जनतेची बनली गेली. अनेकांनी हिंसक मार्गही अवलंबले. त्यातच सरकारने मोर्चा, निदर्शने, सभा, मिरवणुका अशा

महात्मा गांधी आणि भारतीय राष्ट्रीय चळवळ । १४१

शांततामय मार्गावर बंदी घातली होती. लाठीहल्ला, गोळीबार केले जात. त्यामुळे जनता हिंसात्मक मार्गाकडे वळली. वाहतूक अडविणे, टेलिफोन तारा तोडणे, रेल्वे गाड्या पाडणे, त्यावर हल्ले करून लूटणे, सरकारी कार्यालये जाळणे, सरकारी खजिना व शस्त्रे लुटणे तो पैसा चळवळीला वापरणे अशा घटना घडत राहिल्या. विद्यार्थ्यांनी उत्स्फूर्तपणे चळवळीत, भाग घेतला. अनेक विद्यापीठे बंद पडली. बनारस विद्यापीठाचा लष्कराने ताबा घेतला. मुंबई, अहमदाबाद, जमशेदपूर इ. ठिकाणच्या कामगारांनी चळवळीत भाग घेतला. अशा रीतीने चळवळ देशभर पसरली, पण महाराष्ट्र, बिहार, बंगाल, मध्य प्रांत, उत्तर प्रदेश या ठिकाणी चळवळ अधिक तीव्र होती. शहरांपेक्षा खेड्यात प्रभावी होती. सातारा जिल्ह्यात क्रांतिसिंह नाना पाटील यांच्या नेतृत्वाखाली प्रतिसरकार स्थापन केले. काही काळ हे सरकार कारभार पाहत होते. असाच प्रयत्न बंगालमधील मिदनापूर, मद्रास इलाख्यात बालिमा व बस्ती जिल्ह्यात झाला अशा सरकारला जनतेची पूर्ण सहानुभूती होती.

सरकारचे दडपशाही धोरण – सरकारने चळवळ दडपून टाकण्यासाठी कठोर धोरण राबवले. शांततेत चाललेल्या सभांवर गोळीबार केला. विमानातून शस्त्रे चालवून जमावाला पांगवले. स्त्रियावर अन्याय, अत्याचार केले. गोळीबारात १०२८ लोक मारले गेले. ३२०० लोक जखमी झाले अशी सरकारची आकडेवारी सांगते. प्रत्यक्षात यापेक्षा अधिक मोठी आकडेवारी होती. पं. नेहरूंच्या मते चळवळीत मारलेले व जखमींची संख्या १० हजार असावी. ६० हजार लोकांना कैद केले. जमावाला पांगविण्यासाठी सहा ठिकाणी बॉम्ब हल्ले केले, तर ६० ठिकाणी लष्कराला पाचारण केले. जनतेने ३१८ रेल्वे स्टेशन्स जाळली. १२००० ठिकाणी टेलिफोन तारा तोडल्या, ६० पोस्ट ऑफिसेस नष्ट केली. ५९ रेल्वे गाड्या पाडल्या, एकूण ४४ लाखांची मालमत्ता नष्ट झाली.

म. गांधीचे २१ दिवसांचे उपोषण – १९४३ साली 'दंगलीतील राष्ट्रसभेची जबाबदारी' ही पुस्तिका शासनाने प्रसिद्ध केली. त्यामध्ये हिंसक घटनेस गांधीजी व काँग्रेस नेत्यांना जबाबदार धरले. ओठावर अहिंसा व कृतीत हिंसा असा त्यांच्यावर आरोप केला. गांधीजी तर सरकारच्या कैदेत होते तरी त्यांच्यावर आरोप केले. असत्य, गुप्तता, जपानधार्जिणे, अनीतिमान असेही त्याच्यावर आरोप केले. त्यामुळे त्यांना फार दुःख झाले. त्याविरुद्ध १० फेब्रवारी १९४३ पासून गांधीजींनी २१ दिवसांचे उपोषण केले. पण त्यांना तुरुंगातून सोडले नाही. ३ मार्चला गांधीजींनी उपोषण पूर्ण केले. हे उपोषण शारीरिकदृष्ट्या एक चमत्कार होता, असे मत डॉक्टरांनी व्यक्त केले.

चलेजाव चळवळीचे महत्त्व – भारताच्या स्वातंत्र्य आंदोलनातील फार महत्त्वाचा टप्पा म्हणजे ही चळवळ होय. चळवळीमुळे देशाचे स्वातंत्र्य निश्चित झाले, जवळ आले.

या आंदोलनात हजारो लोक तुरुंगात गेले. लाठीमार, गोळीबाराची भीती नष्ट झाली. लष्कराला चळवळीबद्दल आपलेपणा वाटू लागला. हा सरकारला मोठा धोका होता. तेव्हा फार काळ या देशावर राज्य करता येणार नाही हे सरकारने ओळखले. या चळवळीचे महत्त्व सांगताना जयप्रकाश नारायण म्हणतात, ''फ्रान्समध्ये जसे १७८९ च्या राज्य क्रांतीचे, रशियात १९१७ च्या राज्य क्रांतीचे महत्त्व आहे तसे १९४२ च्या क्रांतीचे हिंदुस्थानच्या इतिहासात स्थान आहे.'' डॉ. अंबा प्रसाद यांच्या मते, या चळवळीच्या अपयशाचे कारण म्हणजे सरकारच्या नोकरीतील हिंदी माणसांनी सरकारला फार मोठी मदत केली. या चळवळीमुळे सरकार व मुस्लीम लीग अधिक जवळ आले. त्याचे रूपांतर देशाच्या फाळणीत झाले. एप्रिल १९४४ मध्ये तुरुंगात गांधीजी फार आजारी पडले. त्यांच्या मृत्यूचा आरोप नको म्हणून सरकारने त्यांना मुक्त केले.

आपण आत्तापर्यंत म. गांधीजींच्या नेतृत्वाखाली राबविलेल्या असहकार, सविनय कायदेभंग आणि चलेजाव अशा तिन्ही चळवळींचा सविस्तर अभ्यास केला. १९४७ साली भारत स्वतंत्र झाला. तोपर्यंत भारताच्या समाज व राजकारणावर गांधीजींचे पूर्ण वर्चस्व होते. म. गांधीजींचे नेतृत्व, कार्याचे महत्त्व सर्वमान्य आहे. जनतेने त्यांना आदराने 'महात्मा' ही पदवी दिली. तर त्यांच्याशी वैचारिक मतभेद असणाऱ्या नेताजी सुभाषचंद्र बोस यांनी त्यांना 'राष्ट्रपिता' (Father of the Nation) असे संबोधले. यातून दोघांचेही मोठेपण व्यक्त होते. पं. नेहरू लिहितात, ''गांधीजींचा प्रभाव त्यांना राष्ट्रनेता मानणाऱ्यांपुरता मर्यादित नसून त्यांच्या टीकाकारांवरही होता. भारतातील असंख्य लोक त्यांना राष्ट्रवादाचे प्रतीक मानतात. कोणत्याही गर्विष्ठ सत्तेपुढे ते झुकत नाहीत किंवा देशाचा अवमान होईल असे आदेश पाळत नाहीत. भारतातील हजारो लोक त्यांच्याशी सहमत नसतीलही, पण भारताच्या स्वातंत्र्याच्या प्रश्नात मात्र सर्वजण त्यांच्याकडे पाहतात व त्यांना आपले नेता मानतात.''

डॉ. राजेंद्र प्रसाद लिहितात, ''म. गांधी गेल्या तीस वर्षांपासून आमचे दीपस्तंभ, मार्गदर्शक आणि तत्त्वज्ञ आहेत.'' "Mahatma Gandhi, Who has been our beacon liqht, our guide and philosopher during last thirty years."

विद्यापीठीय स्वरूपाचे प्रश्न

प्र. १. खालील प्रश्नांची पाच ते सहा वाक्यात उत्तरे लिहा.

१) अहिंसा हे गांधीजींचे तत्त्व स्पष्ट करा.

२) हरताळ म्हणजे काय ?

३) चंपारण्य सत्याग्रह स्पष्ट करा.

४) असहकार चळवळीचा कार्यक्रम सांगा.

५) फेरवादी म्हणजे काय ? स्पष्ट करा.

६) धारासना सत्याग्रहाची माहिती द्या.

प्र. २. खालील प्रश्नांची थोडक्यात उत्तरे लिहा.

१) म. गांधीजींचे आफ्रिकेतील कार्य

२) कायदेभंग चळवळीचे महत्त्व विशद करा.

३) गांधी-आयर्विन करार स्पष्ट करा.

४) पुणे करार.

५) क्रिप्स योजना स्पष्ट करा.

प्र. ३. खालील प्रश्नांची सविस्तर उत्तरे लिहा.

१) म. गांधीजींचे तत्त्वज्ञान सांगा.

२) असहकार चळवळीचा वृत्तान्त द्या.

३) सविनय कायदेभंग चळवळीची माहिती व महत्त्व सांगा.

४) तिन्ही गोलमेज परिषदांचा सविस्तर वृत्तान्त द्या.

५) चलेजाव चळवळीची कारणे सांगा.

६) चलेजाव चळवळीचा ठराव, मुद्दे, वाटचाल व महत्त्व स्पष्ट करा.

<table>
<tr><td>प्रकरण
७</td><td># जातीयवादाचा उदय आणि विकास
(Rise and Growth of Communalism)</td></tr>
</table>

७.१ मुस्लिम लीग (Muslim League)
७.२ खिलाफत चळवळ (Khilafat Movement)
७.३ द्विराष्ट्र सिद्धान्त (Two Nation Theory)
७.४ फाळणी (Partition)

जातीयवादाची कारणे

प्रकरण १ मध्ये जमातवाद म्हणजे काय ते आपण पाहिले आहे. ब्रिटिशांची सत्ता स्थिर झाल्यानंतर १९ व्या शतकात जमातवादाच्या उदयाला सुरुवात झाली. ब्रिटिशांनी विविध मार्गांनी किंवा धोरणांनी तसेच प्रत्यक्ष कृती करून व काही वेळा अप्रत्यक्षरीत्या सांप्रदायिकतेला किंवा जमातवादाला उत्तेजन दिले. त्यामधून जमातवाद वाढीस लागला. जमातवाद वाढविण्यासाठी ब्रिटिशांनी पुढील मार्गांचा अवलंब केला. त्यांचे मार्ग किंवा जमातवादाचा उदयाची कारणे पुढीलप्रमाणे आहेत.

१) हिंदू, मुसलमान, शीख यांच्यात वेगळेपणाची भावना - ब्रिटिशांनी भारतातील जाती-जमातींच्यामध्ये द्वेष, तिरस्काराची भावना निर्माण केली. त्याशिवाय प्रामुख्याने हिंदू, मुसलमान व शीख या भिन्न जमाती व भिन्न सामाजिक धार्मिक घटक असून त्यांच्यामध्ये कोणतेही साम्य नाही, असे ठरवूनच ब्रिटिशांनी आपले धोरण राबविले. आणि एकमेकांच्यामध्ये वेगळेपणाची जाणीव कायमची जागृत ठेवली. भारत हे राष्ट्र नाही किंवा भारत हे राष्ट्र बनू शकत नाही. त्याशिवाय या देशात विविध राष्ट्रीय लोक अथवा स्थानिक समाजही नाही. उलट, हा परस्परापासून अगदी भिन्न असणाऱ्या व एकमेकांच्या विरोधात असणाऱ्या धर्माधिष्ठित जमातीचा देश आहे, असेच सातत्याने मांडले.

२) जातीयवाद्यांना जवळ केले - ब्रिटिशांनी साम्राज्याच्या सुरक्षिततेसाठी हिंदू-मुस्लीम यांच्यात ऐक्य निर्माण होणार नाही या दृष्टीने प्रयत्न केले. त्यासाठी पोषक धोरण अवलंबिले. अधिकृतरीत्या सांप्रदायिकतावाद्यांना जवळ केले आणि सातत्याने त्यांची पाठराखण केली.

३) सांप्रदायिक वृत्तपत्रे, व्यक्ती व आंदोलने यांविषयी सहानुभूती - ब्रिटिशांनी सांप्रदायिकता जोपासण्यासाठी व वाढविण्यासाठी प्रयत्न केले. दरम्यानच्या काळात आपला धर्म, जाती यांचे हितसंबंध, सुरक्षित ठेवण्यासाठी व ऐक्यासाठी प्रबोधनाचे व ऐक्याचे कार्य सुरू झाले. जमातवादाचा दृष्टिकोन समोर ठेवून नवी वृत्तपत्रे व साहित्य निघू लागले. त्या त्या जातीमधील व्यक्ती नेतृत्वासाठी पुढे आल्या. त्यांची आंदोलने सुरू झाली. या सांप्रदायिक वृत्तपत्रे, व्यक्ती आणि आंदालने यांना ब्रिटिशांची सहानुभूती मिळाली.

४) जातीय स्वरूपाच्या मागण्या जलदगतीने स्वीकारल्या - जमातवादाचा पुरस्कार करणाऱ्या व्यक्तींनी जमातीच्या संघटना उभारल्या. या संघटनांनी प्रभावीपणाने लोकांवरील आपली पकड अधिक मजबूत केली. उदाहरणार्थ, १८८५-१९०५या काळात काँग्रेसच्या कोणत्याही मागण्या मान्य केल्या नाहीत; परंतु १९०६ मध्ये मुसलमानांच्या सांप्रदायिक मागण्या सादर झाल्यावर त्या तत्काळ मान्य करण्यात आल्या. १९०९ च्या मोर्लो- मिंटो सुधारणा कायद्यात मुस्लिमांना स्वतंत्र मतदारसंघ देण्यात आले. १९३२ मधील जातीय निवाड्याने त्या वेळच्या सर्व सांप्रदायिक मागण्या मान्य करण्यात आल्या. दुसऱ्या महायुद्धामध्ये राजकीय प्रगतीच्या संदर्भात मुसलमानांना नकाराधिकार बहाल करण्यात आला. जातीय स्वरूपाच्या मागण्या जलदगतीने मान्य केल्यामुळे जमातवाद मोठ्या प्रमाणात वाढण्यास मदत झाली.

५) जमातवादी संघटना व नेत्यांकडे नेतृत्व - १९ व्या शतकात जाती व धर्मात विविध संघटना उदयास येऊ लागल्या. त्या संघटना आपल्या जाती व धर्मबांधवांचे हितसंबंध जोपासण्यासाठी प्रयत्नशील राहिल्या. त्यामुळे त्या संघटना व त्यांचे नेते त्या त्या जमातींचे प्रमुख व हितकर्ते बनू लागले. तसेच त्यांना जमातींचे प्रवक्ते मानण्यात आले. यामधून राष्ट्रवादी नेत्यांना संख्येने अतिशय अल्प अशा 'अभिजन वर्गा'चे प्रतिनिधी मानण्यात आले.

६) विभक्त मतदारसंघाचा शस्त्र म्हणून वापर - जमातवादाचा पुरस्कार करणाऱ्या व हितसंबंध जोपासणाऱ्या नेत्यांनी आपल्या जातीसाठी विभक्त मतदारसंघांची मागणी केली. अल्पसंख्याक, अस्पृश्य, मुस्लीम इत्यादींसाठी विभक्त मतदारसंघ निर्माण होऊ लागले. या विभक्त मतदारसंघांचा शस्त्र म्हणून वापर होऊ लागला. दबाव निर्माण करण्यासाठीही वापर सुरू झाला. यामधून सांप्रदायिकता वाढण्यास मदत झाली.

७) सांप्रदायिकतेच्या विरोधात कृती न करण्याचे सरकारचे धोरण - सरकारने सांप्रदायिकतेच्या विरोधात कोणतीही कृती केली नाही. वृत्तपत्रे, पुस्तिका, पत्रके, वाङ्मय, सार्वजनिक व्यासपीठ व अफवा या माध्यमातून केल्या जाणाऱ्या जहरी सांप्रदायिक प्रचाराविरुद्ध कृती करण्याचे सरकारने नाकारले. याउलट, राष्ट्रवादी वृत्तपत्रे, राष्ट्रवादी साहित्य, राष्ट्रवादी सनदी नोकर व राष्ट्रवादी प्रचार याविरुद्ध सरकारने दडपशाहीचे धोरण स्वीकारले. जातीय दंगे सुरू झाल्यानंतर ते कठोरपणे चिरडून टाकण्यात आले नाहीत. जातीय तणावाने निर्माण होणाऱ्या प्रसंगावर मात करण्यासाठी प्रशासनाने क्वचितच योग्य तयारी किंवा प्रतिबंधत्माक कारवाई केली.

८) जमातवाद्यांना सवलती व बक्षिसे - जमातवादवाढीच्या विरोधात सरकारने धोरण न स्वीकारता उलट जमातवाद वाढविण्यास प्रोत्साहन दिले. सांप्रदायिकतावादी नेते, बुद्धिजीवी आणि सांप्रदायिकतावादी सरकारी नोकर यांना उदारहस्ते पदव्या व फायद्यांच्या जागा देण्यात आल्या; त्यांचे पगार मोठ्या प्रमाणात वाढविण्यात आले व एक प्रकारे त्यांना बक्षिसीच देण्यात आली.

ब्रिटिश राजवटीचा सांप्रदायिकतेला पाठिंबा मिळाल्याने ती राजवट अस्तित्वात असेपर्यंत सांप्रदायिकतेचा प्रश्न सहजपणे सुटणे शक्य नव्हते. तथापि, सांप्रदायिकतेविरुद्ध यशस्वी मुकाबला करण्यासाठी वसाहतवादी राजवट नष्ट होणे आवश्यक असले तरी ती अट पुरेशी नव्हती. भारतीय परंपरेत जात, धर्म, वंश व पंथ यांचा समावेश होता; परंतु जमात हा प्रकार फारसा रूढ नव्हता. तो इंग्रजांनी आपल्या स्वार्थी राजकारणासाठी रूढ केला. प्रथम इंग्रजांनी अखिल भारतीय काँग्रेसचे व्यासपीठ निर्माण केले. साम्राज्यवाद विरोधी शक्तीचा 'सेफ्टी व्हॉल्व' म्हणून हे व्यासपीठ उपयुक्त ठरेल, असे त्यांना वाटले. कालांतराने इंग्रजांचा काँग्रेसबद्दल भ्रमनिरास झाला. हिंदू आणि मुस्लीम समाजात धार्मिक पातळीवर भेदाभेद निर्माण करण्याची बीजे पेरली. त्यातून हिंदी राजकारणात हिंदू व मुस्लिमांच्यात अलगतेची भावना निर्माण केली; आपणच मुस्लिमांचे हितकर्ते आहोत असे भासवून मुस्लीम जमीनदार, संस्थानिक आणि उच्चशिक्षित बुद्धिवंत यांना आपल्या बाजूला वळवून घेण्यासाठी विविध उपाययोजना केल्या. त्यामुळे हिंदी समाजात गट-तट निर्माण झाले. त्यांनी बंगालमध्ये मुस्लीम बहुसंख्य असलेल्या भागात मुस्लीम प्रांतवाद जोपासला. तसेच उत्तर प्रदेश, बिहार इत्यादी प्रांतांत मुस्लिमांची उर्दू भाषा राज्यकारभाराची भाषा म्हणून उपयोगात आणली. थोडक्यात, ब्रिटिशांनी सांप्रदायिकता वाढविण्यासाठी जेवढे म्हणून उपाय योजता येतील तेवढे सर्व उपाय केले. यामधून जमातवाद वाढविण्यास मदत झाली.

मुस्लीम जातीयवाद - उदय आणि विकास

१९ व्या शतकात भारतात मुस्लीम संप्रदायाचा झालेला उदय ही घटना दूरगामी परिणाम करणारी ठरली. इंग्रजांनी हिंदुस्थानची सत्ता काबीज केल्यानंतर मुस्लिमांचा राजाश्रयाचा आधार संपला. सुरुवातीच्या काळात जातीयवाद दिसून येत नव्हता. उलट, १८५७ च्या उठावात हिंदू आणि मुस्लिमांनी खांद्याला खांदा लावून लढा दिला होता. १८६० च्या दशकापर्यंत हिंदू-मुस्लीम यांच्यातील भेदावर कधीही वृत्तपत्रात लिहिले गेले नव्हते. उलट, उत्तर भारतीय वृत्तपत्रांनी हिंदू-मुसलमानांच्या 'हिंदुस्थानी' या परिचयावर अधिक भर दिला होता; परंतु १९ व्या शतकाच्या उत्तरार्धात या परिस्थितीत बदल होत गेला. हिंदुस्थानात राष्ट्रभावनेची जागृती होऊ लागली व यास चळवळीचे स्वरूप येऊ लागल्यामुळे ब्रिटिश सावध झाले. आपल्या विशाल साम्राज्याच्या सुरक्षिततेसाठी व स्थैर्यासाठी त्यांनी 'फोडा व झोडा' या राजनीतीचा अवलंब केला. हिंदू आणि मुस्लीम यांच्यात धार्मिक पातळीवर भेदाभेद निर्माण करण्याची बीजे पेरली. यामधून हिंदी राजकारणात हिंदू आणि मुस्लीम यांच्यात वेगळेपणाची प्रवृत्ती निर्माण झाली. त्यांनी 'आपणच मुस्लिमांचे हितकर्ते आहोत' असे भासवून मुस्लीम जमीनदार संस्थानिक आणि उच्चशिक्षित बुद्धिवंत यांना आपल्या बाजूने वळवून घेण्यासाठी विविध उपाययोजना केल्या. मुसलमानांच्या फुटीर वृत्तीस ब्रिटिशांनी खतपाणी घातल्यामुळे हिंदू-मुस्लीम यांच्यातील तेढ वाढत गेली. त्यामधूनच मुसलमानांच्या नेतेमंडळींनी मुसलमानांसाठी स्वतंत्र शैक्षणिक इतर संस्था काढण्यास सुरुवात केली. त्यातूनच मुस्लीम लीग संघटनेची स्थापना झाली. या संघटनेच्या माध्यमातून व त्यांच्या चळवळीतून पाकिस्तानची मागणी पुढे आली. यामधून मुस्लीम संप्रदायाचा विकास होत गेला व त्याचे रूपांतर पाकिस्तान निर्मितीत झाले. याबाबतचा सविस्तर आढावा आपणास घेता येईल.

मुस्लीम जातीयवाद वाढण्याची कारणे

१) शिक्षण, व्यापर व उद्योग या क्षेत्रात मुस्लिमांचा मागासलेपणा.

२) मुस्लीम समाजातील जमीनदार व उच्चवर्गीय यांनी ब्रिटिशविरोधी, आधुनिक शिक्षणाला विरोध करणारे व प्रतिगामी धोरण स्वीकारले.

३) आधुनिक शिक्षणामुळे येणारी वैज्ञानिक दृष्टी, लोकशाहीची व्यापक विचारमूल्ये राष्ट्रभावना इत्यादी गोष्टी मुस्लीम उच्चवर्गीयात पसरल्या नाहीत.

४) आधुनिक शिक्षण घेण्यात मुस्लीम समाज अल्पसंख्य असून तुलनेने पिछाडीवर राहिला.

५) सरकारी नोकऱ्या व प्रशासनात मुस्लिमांशिवाय इतरांचे प्राबल्य राहिले.

६) ब्रिटिशांनी सुशिक्षित हिंदूंच्याविषयी मुस्लीम शिक्षित उच्चवर्णीयांच्या मनात जातीयवादाचे विष पेरले.

७) ब्रिटिशांशी एकनिष्ठ राहिलेल्या मुस्लिमांना सरकारी नोकऱ्या व अन्य विशेष सवलती सरकारकडून मिळू लागल्या.

८) शाळा-महाविद्यालयात हिंदुस्थानचा इतिहास शिकविला जात असताना ब्रिटिश इतिहासकारांनी मध्ययुगीन कालखंडास 'मुस्लीम कालखंड' असे संबोधण्यास प्रारंभ केला.

९) मुघल राज्यकर्त्यांचा मुस्लीम कालखंड असे इतिहासात स्वतंत्र स्थान दिल्यामुळे, मुस्लीम जनमानसात एक वेगळी श्रेष्ठत्वाची भावना निर्माण झाली.

१०) महाराणा प्रताप विरुद्ध अकबर किंवा छत्रपती शिवाजी महाराज विरुद्ध औरंगजेब यांच्यातील संघर्ष मुख्यत: राजकीय स्वरूपाचे होते; परंतु हा संघर्ष हिंदू विरुद्ध मुस्लीम असा पुढे येऊ लागला.

११) मुस्लीम समाजाचा आर्थिक मागासलेपणा व त्यामधून निर्माण झालेली बेकारीची समस्या मोठ्या प्रमाणात होती.

ब्रिटिश सरकारने हिंदू-मुस्लीम भेद वाढविण्याचा सातत्याने प्रयत्न केला. मुस्लिमांना झुकते माप देऊन त्यांना खूश ठेवले. थोडक्यात, यामधून मुस्लीम जमातवाद वाढत गेला. मुस्लीम जातीयवाद उदय विकासाची माहिती पुढीलप्रमाणे -

सर सय्यद अहमदखान आणि मुस्लीम जातीयवादाचा पाया

मुस्लीम जातीयवादाच्या उदयाला मुस्लिमांचे सुरुवातीचे नेते सर सय्यद अहमदखान यांचे कार्य महत्त्वाचे मानले जाते. सुरुवातीच्या काळात हिंदू-मुस्लीम ऐक्याचे कट्टर समर्थक असलेले सर सय्यद अहमदखान पुढे राष्ट्रीय काँग्रेसचे कट्टर विरोधक व ब्रिटिश साम्राज्याचे समर्थक बनले. मुस्लीम जातीयवादाचा पाया घालण्यासाठी मुस्लिमांचे नेते सर सय्यद अहमद खान यांचे योगदान महत्त्वाचे आहे.

सर सय्यद अहमदखान हे भारतीय मुसलमानांचे प्रभावशाली नेते होते. मुस्लिमांमध्ये वेगळेपणाची भावना निर्माण करण्यात त्यांनी महत्त्वाची भूमिका बजावली होती. ते एक उच्चशिक्षित शिक्षणतज्ज्ञ व समाजसुधारक होते. त्यांचा जन्म १७ ऑक्टोबर १८१७ रोजी झाला. पारंपरिक मुस्लीम पद्धतीने शिक्षण त्यांनी मिळवले. १८३९ मध्ये ते ईस्ट इंडिया कंपनीत नोकरीस होते. १८५७ चा उठाव त्यांनी जवळून पाहिलेला होता. इतकेच नव्हे तर या उठावात अनेक इंग्रज अधिकाऱ्यांचे प्राण त्यांनी वाचविले होते. म्हणून ब्रिटिशांनी 'सितारे-ए-हिंद' ही पदवी, तर १८८८ मध्ये त्यांना 'सर' हा किताब दिला होता. १८७६ पर्यंत ते ईस्ट इंडिया कंपनीत नोकरीस होते.

ग्रंथसंपदा व विविध पदांवर काम

सर सय्यद अहमदखान यांनी विपुल ग्रंथनिर्मिती केली. मुहंम्मद पैगंबरांचे चरित्र, कुराणाचे सटिक विवेचन व अशाच काही धार्मिक विषयांचे ग्रंथ त्यांनी लिहिले. १८५५ मध्ये त्यांनी अबुल फझलचा 'ऐन-इ-अकबरी' हा ग्रंथ संपादित केला होता. याच वर्षी 'तहजीब-उल-अखालाख' नावाचे वर्तमानपत्र सुरू केले. या पत्राद्वारे त्यांनी मुसलमानांतील काही परंपरागत रूढींवर आघात करण्यास सुरुवात केली होती.

१८५९ ते १८९८ पर्यंत अहमदखान प्रामुख्याने मुस्लीम शिक्षणासंबधी काम करीत होते. १८७८-८२ या कालात ते व्हॉईसरॉय कौन्सिलचे नियुक्त सदस्य होते. लॉर्ड डफरीन यांनी १८७८ ला त्यांची लोकसेवा आयोगाचे सदस्य म्हणून नेमणूक केली होती. सुरुवातीला त्यांनी हिंदू-मुस्लीम ऐक्य व राष्ट्रवादाचा पुरस्कार केलेला होता. भारत या सुंदर वधूचे हिंदू -मुस्लीम हे दोन डोळे आहेत अशी उपमा त्यांनी दिली होती. १८८४ मधील एका भाषणात ते म्हणाले, ''हिंदू व मुस्लीम यांच्यात फक्त धर्माची भिन्नता आहे. अन्यथा सर्व लोक हिंदू, मुसलमान अथवा ख्रिश्चन एकाच राष्ट्राशी संलग्न आहेत.'' पंजाबमधील हिंदूंसमोर बोलताना ते म्हाणाले, ''भारताचा प्रत्येक नागरिक हिंदू आहे. मला खेद आहे की, तुम्ही मला हिंदू मानत नाही.'' त्याच वर्षी पंजाबमधील गुरुदासपूर येथे बोलताना सय्यद अहमदखान यांनी म्हटले की, ''आम्ही मनाने व हृदयाने एक होण्याचा प्रयत्न केला पाहिजे. कार्यही एकत्र केले पाहिजे. जर आम्ही एक झालो तर परस्परांचा आधार बनू शकतो आणि तसे न करता एकमेकांचा विरोध करत राहिलो तर आम्हां दोघांचाही नाश होईल.'' म्हणजेच सुरुवातीच्या काळात सर सय्यद अहमदखान यांनी हिंदू-मुस्लीम ऐक्याचे कट्टर समर्थन केले. एवढेच नव्हे तर हिंदू-मुस्लीम ऐक्यासाठी दोन्ही धर्मीयांना आवाहनही केले होते.

सर सय्यद अहमदखान यांची जमातवादाचा पाया भक्कम करणारी विचारसरणी -

१८५७ च्या उठावाला मुस्लीम हे कारणीभूत नाहीत, तर मुस्लीम हे स्वभावत: राजनिष्ठ आहेत व राजनिष्ठच राहू इच्छितात, असे विचार सर अहमदखान यांनी 'The Causes of Indian Revolt' या स्वत: लिहिलेल्या पुस्तकात मांडले. १८५७ च्या उठावाच्या वेळी इंग्रजांना शांत करण्याचा त्यांनी प्रयत्न केला. सर्वच मुसलमानांना ब्रिटिशांनी शत्रू मानू नये, असे त्यांनी आग्रहाने सांगितले मुसलमानांच्या आत्मोन्नतीसाठी ब्रिटिशांची राजवट आवश्यक आहे. ब्रिटिश वांशिक, राजकीय व सामाजिक दृष्टीने श्रेष्ठ आहेत. त्यामुळे सरकारी धोरणास विरोध करू नये, हे त्यांनी स्पष्ट केले. काँग्रेसच्या काही मागण्या मुस्लिमांसाठी धोकादायक आहेत असेही त्यांचे मत होते.

१८८५ च्या भारतीय राष्ट्रीय काँग्रेसच्या स्थापनेनंतर सर सय्यद अहमदखान यांची

हिंदूविरोधी भूमिका आक्रमक बनली. राष्ट्रीय काँग्रेसमध्ये बहुसंख्य असणाऱ्या हिंदू पुढाऱ्यांप्रती त्यांच्या मनात तिरस्कार निर्माण झाला. त्यामुळे त्यांना काँग्रेस ही केवळ हिंदूंचे प्रतिनिधित्व करणारी संघटना आहे, असे वाटू लागले. भारतात बहुसंख्य असणारा हिंदू समाज अल्पसंख्याक मुस्लीम समाजावर आपले वर्चस्व गाजवेल. मुस्लिमांना नेहमी हिंदूंच्या दडपणाखाली राहावे लागेल, ही भीती त्यांना वाटू लागली. त्यांच्या ध्येयधोरणात राष्ट्रवादाकडून मुस्लीम सांप्रदायवादाकडे बदल होण्यास ब्रिटिश राज्यकर्त्यांचे 'फोडा व राज्य करा' हे धोरण कारणीभूत ठरले. पुढील काळात त्यांनी ईस्लाम धर्म श्रेष्ठ असून त्यांचे विचारही श्रेष्ठ आहेत, असे मांडण्यास सुरुवात केली. मुस्लीम समाज मागासलेला आहे. याची त्यांना जाणीव होती. त्यामुळे या समाजाला योग्य प्रतिनिधित्व मिळाले पाहिजे, त्यांचे हितसंबंध सुरक्षित राहिले पाहिजेत, अशी भूमिका घेतली. त्यामुळे त्यांनी इंग्रज राज्यकर्त्यांशी एकनिष्ठ राहूनच आपल्या समाजाची प्रगती साधता येईल, अशी त्यांची ठाम धारणा झाली व पुढे ती वाढतच गेली; म्हणूनच त्यांनी जाणीवपूर्वक राष्ट्रीय काँग्रेसला विरोध करून ब्रिटिश राज्यकर्त्यांना सहकार्य करण्याचे आवाहन आपल्या समाजाला केले.

मुस्लिमांची स्थिती सुधारणेसाठी कार्य - शैक्षणिक संस्था व संघटना

मुस्लिमांमधील मागासलेपणा दूर करणेसाठी सर सय्यद अहमदखान यांनी शैक्षणिक संस्था व संघटना स्थापन केल्या. ब्रिटिशांशी एकनिष्ठ राहणे व पाश्चिमात्य शिक्षणाचा स्वीकार करा यासाठी आग्रह धरला १८६४ साली त्यांनी 'Scientific Society' ची स्थापना केली. पाश्चात्त्य शासनांची मुस्लिमांना ओळख करून देणे हे या संस्थेचे उद्दिष्ट होते. १८६४ मध्ये त्यांनी गाझीपूर येथे आधुनिक पद्धतीची शाळा स्थापन केली. १८७५ मध्ये अलीगढ येथे 'Anglo-Mohammadan Oriental School' ची त्यांनी स्थापना केली. १८७८ मध्ये या शाळेचे पुढे महाविद्यालयात रूपांतर करण्यात आले. उच्चस्तरीय मुस्लिमांना पाश्चात्त्य शिक्षणाची संधी उपलब्ध करून देणे, प्रगत इस्लाम धर्माची जाणीव करून देणे, मुस्लिमांत ब्रिटिशांप्रती राजनिष्ठा निर्माण करणे इत्यादी उद्दिष्टे या महाविद्यालयाच्या स्थापनेत होती. पुढील काळात अलीगढ हे मुस्लिमांचे महत्त्वाचे केंद्र बनले. १९२० मध्ये महंमद अँग्लो ओरिएंटल कॉलेजचे रूपांतर अलीगढ मुस्लीम विद्यापीठात झाले.

१८८६ मध्ये सर सय्यद अहमदखान यांनी Mohammadan Anglo Oriental Educational Conference बोलाविली. मुस्लीम समाजात पाश्चिमात्य शिक्षणाचा प्रचार करणे, सरकारी व खासगी शाळांमधून उर्दू भाषेस दुय्यम भाषा म्हणून स्थान मिळवून देणे. मुस्लीम स्त्रियांच्या शिक्षणावर भर देणे. जे मुस्लीम विद्यार्थी युरोपात शिक्षण घेतात त्यास त्यासंबंधी धोरण निश्चित करणे इत्यादी प्रश्नांवर या परिषदेच्या वार्षिक अधिवेशनात

चर्चा होई. या परिषदेच्या कार्यामुळे मुस्लीम समाजातील शिक्षणास गती मिळाली. सर सय्यद अहमदखान यांनी मुस्लीम समाजातील प्रगती होण्यासाठी इंग्रजी शिक्षण घेण्यासाठी सातत्याने आवाहन करून प्रयत्न केले. युरोपने केलेली प्रचंड वैज्ञानिक प्रगती समजून घ्यावयाची असेल तर इंग्रजी शिक्षण आवश्यक आहे, असे ते म्हणत. मुस्लिमसमाज जर शिक्षणात मागासलेला राहिला तर राजकीय, आर्थिक, सामाजिक क्षेत्रात ते हिंदूंपेक्षा फारच मागे राहतील, अशी चिंता अहमदखान यांना वाटत होती.

मोहमेडन पोलिटिकल असोसिएशनची स्थापना (१८८३)

मुस्लिमांची स्थिती सुधारण्यासाठी मुस्लीम-ब्रिटिश यांच्या मैत्रीवर त्यांनी भर दिला. १८८३मध्ये सुरेंद्रनाथ बॅनर्जी यांनी 'Indian National Conference' ची स्थापना केली. तेव्हा त्यास प्रत्युत्तर म्हणून १८८३ मध्ये 'Mohammadan Political Asssociation' ची स्थापना केली. या संस्थेची उद्दिष्टे पुढीलप्रमाणे होती.

१) मुसलमानांचे अधिकार, गरजा याबाबत ब्रिटिशांना व शासनास माहिती देणे.
२) ब्रिटिशांना सहकार्य करणे, जनतेत ब्रिटिश राजवटीबद्दल राजनिष्ठेची भावना वाढीस लावणे.
३) ब्रिटिशांच्या मदतीने मुस्लिमांचा सर्वांगीण विकास करणे.
४) सरकारकडून विधिमंडळात प्रस्तुत करण्यात येणाऱ्या प्रत्येक प्रस्तावावर विचार करणे व आवश्यकतेनुसार त्यासंबंधी प्रतिक्रिया व्यक्त करणे.
५) राजकीय चळवळीपासून मुस्लिमांना अलिप्त ठेवणे.

या संघटनेच्या वार्षिक अधिवेशनात विविध विषयांवर चर्चा केली जात असे.

इंडियन पॅट्रिऑटिक असोसिएशन (जून १८८७)

काँग्रेसला प्रभावीपणे विरोध करण्यासाठी सर सय्यद यांनी ही संस्था स्थापन केली होती. मुसलमानांत ऐक्य निर्माण करणे व राष्ट्रीय आंदोलनाविरुद्ध वातावरण तयार करणे हा या संस्थेचा उद्देश होता. संस्थेची उद्दिष्टे पुढीलप्रमाणे होती.

१) भारतीय राष्ट्रीय काँग्रेसने मंजूर केलेल्या सर्व मागण्यांचे खंडन करून काँग्रेसच्या या मागण्या अवास्तव आहेत हे दाखवून देणे.
२) मुस्लीम हेच इंग्रजांचे मित्र आहेत, हे इंग्लंडच्या लोकांच्या मनावर बिंबवणे.
३) ब्रिटिश शासन सुदृढ करण्यासाठी प्रयत्न करणे.
४) मुसलमान आणि संस्थानिक यांना एकत्र आणून त्यांच्यात राजनिष्ठा वाढवणे.

या असोसिएशनने काँग्रेसच्या प्रस्तावांना सतत विरोध केला. ही संस्था उभी करण्यामध्ये अलीगढ येथील महाविद्यालयाचे प्राचार्य बेक यांची प्रेरणा होती.

सर सय्यद अहमदखान यांनी संघटनांच्या माध्यमातून मुस्लिमांमध्ये वेगळेपणाची भावना निर्माण केली. हिंदू व मुस्लीम यांचे राजकीय हितसंबंध एकसारखे नसून वेगळे आहेत, सर्व मुस्लिमांनी ब्रिटिश राजवटीशी एकनिष्ठ राहिले पाहिजे अशी भूमिका घेतली व त्यांनीच मुस्लीम जातीयवादाचा पाया घालून त्याचा विकास केला.

प्राचार्य बेक यांची मुस्लीम जातीयवादाला बळकटी

अलीगढ महाविद्यालयाचे प्राचार्य बेक यांनी सर सय्यद अहमदखान यांना हिंदूंपासून वेगळे करण्याचे आणि त्यांच्या मनात हिंदू धर्माविषयी विष पेरण्याचे कार्य अत्यंत पद्धतशीरपणे केले. हा इंग्रज गृहस्थ मोठा मुत्सद्दी व हुशार होता. हिंदू-मुसलमानातील बेकी त्याने चाणाक्षपणे जाणली व त्याला खतपाणी घालून त्याचा फायदा इंग्रजांच्या साम्राज्यवादासाठी करून घेण्याचे कार्य केले. इ. स. १८८३ मध्ये प्राचार्य बेक यांनी सर सय्यद अहमद यांच्या मदतीने उत्तर भारतीय मुस्लीम अँग्लो ओरिएंटल संरक्षण संस्था स्थापन केली. इंग्रजी राजवटीचे समर्थन करणे व मुस्लिमांना काँग्रेसपासून पर्यायाने राजकीय प्रवाहापासून दूर ठेवणे हेच या संघटनेचे उद्दिष्ट होते. प्राचार्य बेक म्हणतो, ''या देशातील राजकीय सत्ता ब्रिटिशांकडून आपल्याकडे घेणे हे राष्ट्रसभेचे (काँग्रेसचे) ध्येय आहे. मुसलमानांची या मागणीस कधीच सहानुभूती असणार नाही. या देशाला अयोग्य अशी लोकशाही शासनपद्धती मागण्याविरुद्ध इंग्रज व मुस्लिमांनी एक होणे गरजेचे आहे; म्हणून आम्ही सरकारची निष्ठा व इंग्रज-मुस्लीम संघटन यांचा पुरस्कार करीत आहोत.'' भारतात संसदीय राज्यपद्धती लागू केली तर मुस्लिमांना बहुसंख्य हिंदूंच्या हुकमतीत राहावे लागेल. अशा प्रकारचा विषारी प्रचार प्राचार्य बेकने वारंवार केला. मुस्लिमांना हिंदूंपासून अलग करण्यात व त्यांच्या ठायी फुटीरपणाची वृत्ती जोपासण्यात बेकने जोराचे कार्य केले.

बंगालच्या फाळणीमुळे जातीयवादाला हातभार

लॉर्ड कर्झनने १९०५ मध्ये प्रशासनाची सुलभता हे कारण पुढे करून बंगालची फाळणी केली; परंतु बंगालमधील राष्ट्रीय चळवळ दडपणे तसेच मुस्लिमांनी ब्रिटिश सरकारशी एकनिष्ठ व प्रामाणिक राहावे हा खरा उद्देश होता. त्यासाठी मुस्लीम बुहसंख्य असलेला पूर्व बंगालचा प्रांत वेगळा काढून त्यांना खूश करणे हा हेतू होता; परंतु राष्ट्रवाद्यांनी फाळणीविरोधात मोठी चळवळ उभी केल्याने ब्रिटिश सरकारचा हा प्रयत्न यशस्वी झाला नाही. फाळणी राष्ट्रविघातक असल्याच्या मुद्द्यावरून देशात सर्वत्र फाळणीचा निषेध झाला. सुरुवातीला काही प्रमाणात मुस्लिमांनीही या फाळणीला विरोध केला; परंतु कालांतराने त्यांना फाळणी हवीहवीशी वाटू लागली. त्यामुळे फाळणीविरुद्ध आंदोलन करणारे हिंदू हे आपले हितशत्रू आहेत, तर इंग्रज हे आपले हितकर्ते आहेत असे मुस्लिमांना वाटू

लागले. सरकारने फाळणी रद्द केली असली तरी फाळणीमुळे हिंदू-मुस्लिमांच्यात कायमचा दुरावा निर्माण झाला. फाळणीमुळे जातीयवादाला हातभार मिळाला.

मुस्लिमांची स्वतंत्र मतदारसंघाची मागणी व जातीयवाद फोफावण्यास मदत

भारतीय स्वातंत्र्य चळवळीला रोखण्यासाठी आणि दीर्घकाळ भारतावर राज्य करता यावे यासाठी मुस्लिमांना हाताशी धरण्याचे धोरण इंग्रजांनी स्वीकारले. राष्ट्रीय सभेपासून (काँग्रेसपासून) मुस्लीम समाज वेगळा राहावा, त्यांचे हितसंबंध जोपासण्यासाठी वेगळी राजकीय संघटना असावी या विचाराला तत्कालीन भारताचे व्हॉईसरॉय लॉर्ड मिंटो यांनी चालना दिली. आपल्या अधिकाऱ्यांकरवी मुस्लीम शिष्टमंडळाला आपली भेट घेण्यास व आपल्या राजकीय मागण्या सादर करण्यास सांगितले. त्याप्रमाणे मुस्लीम जमातीचे प्रमुख आगाखान यांच्या नेतृत्वाखाली मुस्लीम नेत्यांचे शिष्टमंडळ लॉर्ड मिंटो यांना सिमला येथे एक ऑक्टोबर १९०६ रोजी भेटले व पुढील मागण्या सादर केल्या.

१) मुलकी लष्करी व न्यायालयीन क्षेत्रात मुसलमानांना पुरेसे प्रतिनिधित्व द्यावे.
२) मुस्लिमांना स्वतंत्र मतदारसंघ द्यावेत.
३) कायदेमंडळात मुस्लिमांना केवळ लोकसंख्याच नव्हे तर त्यांचे ऐतिहासिक राजकीय महत्त्व विचारात घेऊन प्रतिनिधित्व द्यावे.
४) मुस्लीम विद्यापीठाच्या स्थापनेस सहकार्य करावे.
५) उच्चपदी मुसलमानांच्या नेमणुका स्पर्धा परीक्षा न घेताच व्हाव्यात.
६) विद्यापीठाचे सिनेट नगरपालिका व जिल्हा समिती यावर मुस्लीम प्रतिनिधींच्या संख्येबाबत हमी मिळावी.

मुस्लीम शिष्टमंडळाची भेट झाल्याने लॉर्ड मिंटोला आनंद झाला. कारण त्याची योजना कमालीची यशस्वी झाली होती. त्याने ''मुस्लीम हे विजयी शासकांचे वंशज आहेत.'' या शब्दांत त्या प्रतिनिधींचा गौरव केला. शिष्टमंडळाच्या निवेदनाचा स्वीकार करून त्यास मान्यता देण्याचे आश्वासन दिले. तसेच या शिष्टमंडळास खास मेजवानी दिली. इंग्रजांच्या विभाजनवादी धोरणास फळे येऊ लागली. त्यातून पुढे देशात जातीयतेचे भूत थैमान घालू लागले.

७.१ मुस्लीम लीगची स्थापना (१९०६)

सिमला शिष्टमंडळाला व्हॉईसरॉय लॉर्ड मिंटोकडून मिळालेल्या सकारात्मक पाठिंब्यामुळे मुस्लिमांना संघटना स्थापन करण्यास प्रोत्साहन मिळाले. मुस्लीम नेते संघटना स्थापन करण्याचा विचार करू लागले. सिमला शिष्टमंडळाच्या वेळीच मुस्लीम नेत्यांनी एक केंद्रीय मुसलमान संघटना स्थापन करण्याचे ठरविले होते. ढाक्याचे नबीब सलीमुल्ला यांनी डिसेंबर १९०६ मध्ये 'मोहम्मेडन एज्युकेशन लॉ' च्या अधिवेशनासाठी मुस्लीम

नेत्यांना ढाक्याला आमंत्रित केले. हे अधिवेशन ढाक्याला संपन्न झाले. या अधिवेशनात नबाब सलीमुल्ला यांनी मुस्लिमांसाठी स्वतंत्र राजकीय संघटना असावी, असा ठराव मांडला. हकीम अजमल खान यांनी या ठरावास पाठिंबा दिला, अशा रीतीने ३० डिसेंबर १९०६ रोजी 'मुस्लीम लीग' या राजकीय संघटनेची स्थापना झाली. तिचे उद्देश पुढीलप्रमाणे होते-

१) मुस्लीम लोकांच्यांमध्ये इंग्रज सरकारप्रती एकनिष्ठता निर्माण करणे.

२) भारतीय मुलसमानांच्या राजकीय व इतर हितसंबंधाचे संरक्षण व संवर्धन करणे.

३) मुस्लिमांच्या मागण्यांसाठी सरकारकडे निवेदन करणे व मागण्या मान्य करण्यासाठी सरकारकडे आग्रह धरणे.

४) मुसलमान व इतर भारतीयांबरोबर सद्भावना निर्माण करणे.

अशा प्रकारे सुरुवातीपासून मुस्लीम लीग एक जातीय संस्था होती. जिचा उद्देश इंग्रजांशी एकनिष्ठता व मुस्लिमांच्या राजकीय व इतर हितसंबंधाचे रक्षण करणे हा होता. इंग्रजांना मुस्लीम संघटनेच्या माध्यमातून भारतीय स्वातंत्र्य चळवळीला शह द्यायचा होता. डिसेंबर १९०७ मध्ये अमृतसर येथे सय्यद इमाम यांच्या अध्यक्षतेखाली झालेल्या अधिवेशनात लीगची उद्दिष्टे स्वीकारण्यात आली. सुरुवातीला काही मुस्लीम नेत्यांना लीगचा जातीयवादी दृष्टिकोन पसंत नव्हता. नबाब सादिक अली खान यांना असे वाटत होते की, 'The Principle of class and religious representation is most mischevous feature of the scheme.' त्यामुळे त्यांना मुस्लिमांसाठी वेगळ्या मतदारसंघाची मागणी अयोग्य वाटत होती; बॅरिस्टर जिनांनी तर राष्ट्रीय सभेच्या अलाहाबाद येथील अधिवेशनात मुस्लीम मतदारांना स्वतंत्र मतदारसंघाच्या मागणीविरोधात ठराव मांडला होता; परंतु पुढील काळात परिस्थिती बदलत गेली.

मुस्लीम लीगचा वापर करून भारतीय राजकारणात गतिरोध निर्माण करण्यात व्हाईसरॉय लॉर्ड मिंटो यशस्वी झाला. त्यामुळेच मिंटोबाबत डॉ. राजेंद्रप्रसाद म्हणतात की, "पाकिस्तानचे खरे जनक बॅ. जीना नाहीत तर लॉर्ड मिंटो आहेत." इंग्रजांच्या या धोरणामुळे भारतात मुस्लीम संप्रदाय वाढीस लागला. नबाब वक्कार उल मुल्कने अलीगढला केलेल्या एका भाषणामधून लीगचा राजकीय उद्देश स्पष्ट होतो, त्या भाषणात म्हटले होते की "अल्लाच्या कृपेने असे होऊ नये की भारतातून इंग्रज सत्ता समाप्त झाल्यावर हिंदू आमच्यावर राज्य करतील आणि आमच्या जीविताला, संपत्तीला व धर्माला धोका निर्माण होईल. या धोक्यापासून वाचण्याचा एक मार्ग मुसलमानांसाठी आहे तो म्हणजे इंग्रज सत्ता कायम राहील, यासाठी मुसलमानांनी सहकार्य करावे. जर मुस्लीम इंग्रजांच्या पाठिशी राहिले तर इंग्रजांचे राज्य या ठिकाणी दृढ होईल. मुस्लिमांनी स्वतःला इंग्रज सैन्य मानून त्यांच्या राज्यपदासाठी आपले रक्त सांडण्यास व बलिदान करण्यास तयार असले पाहिजे."

जातीयवादाचा उदय आणि विकास । १५५

यावरून मुस्लीम लीगचा राजकीय उद्देश स्पष्ट होतो. पुढील काळात सायमन कमिशन आणि गोलमेज परिषदांमुळे मुस्लीम लीगमध्ये पुन्हा चैतन्य निर्माण झाले.

स्वतंत्र मतदारसंघ व लखनौ करारामधून जातीयवादाचा विकास

१९०९ च्या मोर्ले मिंटो सुधारणा कायद्यात मुस्लिमांना स्वतंत्र मतदारसंघ व सामान्य मतदारसंघात मतदानाचा हक्क प्रदान करण्यात आला. त्यामुळे मुस्लीम नेत्यांना आनंद झाला; परंतु भारतीय राजकारणात या तरतुदींमुळे जातीयता व फुटीरता कायमची रुजली, धर्माच्या आधारावर एका अल्पसंख्य मुस्लीम गटास मोठ्या प्रमाणात प्रतिनिधित्व देऊन ब्रिटिशांनी भारतीय समाजाचे अप्रत्यक्षपणे दोन तुकडे केले व त्यामधून विद्वेषाची भयानक दरी निर्माण झाली.

सन १९१६ ला राष्ट्रीय काँग्रेस व मुस्लीम लीग एकत्र आले. ब्रिटिशविरोधी धोरणाचा विचार करण्यासाठी दोन्ही संघटनांची लखनौ येथे १९१६ मध्ये एकाच वेळी वार्षिक अधिवेशने झाली. यामधून दोन्ही संघटनांनी एकमेकांत सामंजस्य व ब्रिटिशविरोध व्यक्त करणारा करार करण्यात आला. हा करार ‘लखनौ करार’ (Lucknow act) म्हणून प्रसिद्ध आहे. या करारामुळे राष्ट्रीय काँग्रेसने मुस्लीम लीग या राजकीय संघटनेला अधिकृत मान्यता दिल्यासारखे झाले. त्याचप्रमाणे मुस्लिमांसाठी स्वतंत्र मतदारसंघाची मागणीही काँग्रेसने स्वीकारली. पाकिस्तानच्या निर्मितीसाठी पायाभूत ठरलेल्या ‘द्विराष्ट्र सिद्धान्ता’च्या (Two Nation Theory) वाटचालीतील ‘लखनौ करार’ हा एक महत्त्वाचा टप्पा ठरला. राष्ट्रीय चळवळीमध्ये मुस्लीम लीगचे सहकार्य मिळविण्यासाठी लखनौ कराराच्या रूपाने काँग्रेसला फार मोठी किंमत मोजावी लागली; परंतु करारान्वये दोन्ही संघटनांमध्ये निर्माण झालेले सामंजस्य फार काळ टिकले नाही. यामधून मुस्लीम लीगची प्रतिष्ठा वाढली. स्वतंत्र मतदारसंघाचे तत्त्व काँग्रेसने मान्य केल्यामुळे अन्य जमातीदेखील स्वतंत्र प्रतिनिधित्व मागण्यासाठी पुढे येऊ लागल्या. शिवाय करारान्वये सरकारकडे ज्या संयुक्त मागण्या करण्यात आल्या, त्याचीही सरकारने फारशी दखल घेतली नाही. काँग्रेसला मात्र खिलाफत चळवळीच्या निमित्ताने लीगबरोबर फरफटत जावे लागले.

७.२ खिलाफत चळवळ

सन १९१९-१९२२ या कालखंडात प्रामुख्याने भारतातील मुसलमानांनी ही चळवळ चालवली, ती राजकीय व धार्मिक चळवळ होती. या चळवळीचा प्रमुख उद्देश तुर्कस्थानमध्ये खलिफाची पुन्हा: स्थापना करण्यासाठी इंग्रजांवर दबाव आणणे हा होता.

तुर्कस्थानमधील तुर्की सुलतानाला देशात मुसलमानांचा खलिफा म्हणून ओळखले जात होते. त्याशिवाय तुर्कस्थानचा खलिफा हा धार्मिक दृष्टिकोनातून प्रमुख मानला जात

होता. १९०९ च्या सुधारणा कायद्याप्रमाणे ब्रिटिशांनी भारतातील मुसलमानांसाठी जातीय मतदारसंघ आणि लोकवस्तीच्या प्रमाणापेक्षा अधिक राखीव जागा दिल्या होत्या; परंतु युरोपीय राजकारणात ब्रिटनने तुर्कस्थानविरोधी भूमिका घेतली. दरम्यानच्या काळात पहिले महायुद्ध सुरू झाले. ब्रिटनने तुर्की सुलतानाच्या विरोधात युद्ध पुकारले. तरुण सुशिक्षितांनी तुर्की सुलतानाला मौलवींच्या आग्रहाने मुस्लीम जगताचा खलिफा म्हणून मान्यता दिली. पहिल्या महायुद्धात इंग्लंड, फ्रान्स व अमेरिका ही मित्र राष्ट्रे विजयी झाली, तर जर्मनी, ऑस्ट्रिया, तुर्कस्थान यांचा पराभव झाला. तुर्कस्थानबाबत ब्रिटिश कठोर भूमिका घेणार. त्यांच्यावर कठोर व अपमानास्पद अटी लादल्या जातील असे तरुण सुशिक्षित व मौलवींना वाटत होते. १९१९-२० मध्ये अलीबंधू, मौलाना आझाद, हसरत मोहानी ऊर्फ हकीम अजमलखान यांच्या नेतृत्वाखाली खिलाफत आंदोलन सुरू झाले. तुर्कस्थानामधील खलीफाची सत्ता प्रतिष्ठा व सामर्थ्य कायम ठेवणे यासाठी आंदोलन म्हणजेच खिलाफत चळवळ होय. थोडक्यात खलिफासाठी खिलाफत चळवळ उभी राहिली.

खिलाफत चळवळीचे उद्देश

१) मुसलमानांच्या पवित्र व धार्मिक ठिकाणी तुर्की सुलतान यांचे नियंत्रण असावे.

२) खलिफांकडे मोठ्या प्रमाणात प्रदेश असावा व त्याच्या आधारे त्यांना इस्लामांचे रक्षण करता येईल.

३) तुर्की खलिफाचे सर्वोच्च धर्मप्रमुख पद कायम राखणे.

४) तुर्की साम्राज्य अखंड ठेवण्यात यावे.

५) मुसलमानांचा खलिफा या दृष्टीने त्यांची प्रतिष्ठा व सामर्थ्य कायम ठेवणे.

खलिफाची सत्ता व सामर्थ्य कायम राहावे या उद्देशाने खिलाफत परिषद स्थापन झाली. पहिल्या महायुद्धात मुसलमानांचा सहभाग मिळावा यासाठी ब्रिटिशांनी मुसलमानांच्या बाबत उदार धारेण स्वीकारले जाईल, असे आश्वासन दिलेले होते. ब्रिटिश पंतप्रधान लॉईड जॉर्ज यांनीही स्पष्ट केले. ''आम्ही आशिया मायनर आणि थ्रेस या समृद्ध आणि प्रसिद्ध भूमीतून तुर्कस्थानला वंचित करण्यासाठी युद्ध करीत नाही. तुर्कस्थानबाबत ज्यांचा वेगळा, विशिष्ट व जातियवादी दृष्टिकोन आहे तो योग्य नाही.'' पंतप्रधानांनी असे आश्वासन दिले असले तरी पुढील काळात हे आश्वासन ब्रिटिशांनी पाळले नाही. ब्रिटिश व त्यांच्या मित्रपक्षाने तुर्की सत्तेशी अन्यायी व अपमानास्पद धोरण स्वीकारून त्या सत्ता व प्रदेशाचे तुकडे तुकडे केले. थ्रेसचा प्रदेश तर त्यांनी बळकाविला. तुर्की साम्राज्याचे विभाजन केले. खलिफाचे अस्तित्व धोक्यात आणले. त्यामुळे जगभरातील इस्लामचा प्रमुख असणाऱ्या खलिफाच्या सत्तेस व प्रतिष्ठेस धक्का बसला. त्यामुळे भारतातील मुसलमानांनी ब्रिटिशांचा निषेध करण्यासाठी व खलिफाला आपला पाठिंबा व्यक्त

करण्यासाठी खिलाफत चळवळ सुरू केली. तुर्कस्थान व खलिफाबाबत ब्रिटिशांच्या राजकीय धोरणात बदल करण्याचा प्रयत्न या चळवळीने केला. मौलाना अली, शौकत अली, हकीम अजमल खान तसेच हसरत मोहानी यांच्या नेतृत्वाखाली खिलाफत समितीची स्थापना करण्यात आली व देशव्यापी आंदोलन सुरू झाले. या आंदोलनात भारतातील मुसलमानांचा सहभाग मोठ्या प्रमाणात होता. त्याशिवाय काँग्रेसची नेते मंडळी या चळवळीत सहभागी झाली. त्यांनी मुस्लिमांमध्ये संघटन करण्यासाठी मुस्लीम नेत्यांना सहकार्य केले.

खिलाफत व असहकार चळवळीतील समन्वय व त्यांचे कार्यक्रम

खिलाफत चळवळ गतिमान करण्यासाठी महात्मा गांधी व काँग्रेसच्या नेत्यांनी महत्त्वपूर्ण भूमिका बजावली. १९२० मध्ये खिलाफत चळवळीचे नेते आणि भारतीय राष्ट्रीय काँग्रेसचे नेते यांच्यामध्ये भारतातील राष्ट्रवादी आंदोलन व त्यासाठी करावी लागणारी असहकार चळवळ याबाबत ऐक्य निर्माण झाले. काँग्रेसचे नेते महात्मा गांधीजी व खिलाफत चळवळीचे नेते यांनी खलिफासाठी व स्वराज्यासाठी एकत्र येऊन संघर्ष करण्याचा निर्णय घेतला. महात्मा गांधी खिलाफत चळवळीला सहकार्य करण्यासाठी इच्छुक होते. ही चळवळ हिंदू-मुस्लीम यांना एकत्र आणण्यासाठी चांगली संधी आहे. अशी संधी शेकडो वर्षांतून मिळालेली आहे. त्या संधीचा फायदा करून घ्यावा असे त्यांना वाटत होते. त्यामुळे त्यांनी खिलाफत चळवळीला पाठिंबा देऊन सहकार्य केले. सप्टेंबर १९१९ मध्ये खिलाफत समितीची निर्मिती झाली. या समितीचे पहिले अधिवेशन फजलूल हक यांच्या अध्यक्षतेखाली दिल्ली येथे २३ नोव्हेंबर १९१९ रोजी पार पडले. या अधिवेशनासाठी महात्मा गांधी, पंडित मदनमोहन मालवीय व मोतीलाल नेहरू हजर होते. त्यांनी या चळवळीस पाठिंबा देऊन खिलाफतीच्या मागणीसाठी असहकार चळवळ सुरू करण्याचा मनोदय व्यक्त केला.

खिलाफत चळवळीचे दुसरे अधिवेशन अलाहाबाद येथे संपन्न झाले. या अधिवेशनासाठी म. गांधी, मोतीलाल नेहरू, ॲनी बेझंट, तेजबहादूर सप्रू यांनी हजेरी लावली. फेब्रुवारी १९२० मध्ये मौलाना आझाद यांच्या अध्यक्षतेखाली बैठक झाली. खिलाफतीस पाठिंबा देणे हा गांधीजींच्या असहकार चळवळीमागचा एक प्रमुख हेतू होता. राष्ट्रीय सभा (काँग्रेस) पक्षपाती नाही, हेही गांधीजींना दाखवून द्यावयाचे होते. यापूर्वीच लखनौ करारानुसार काँग्रेस व लीग जवळ आले होते. खिलाफतीच्या मागण्यांसाठी गांधीजींच्या सल्ल्यानुसार १९ जानेवारी १९२० रोजी एक शिष्टमंडळ डॉ.अन्सारी यांच्या नेतृत्वाखाली व्हॉइसरॉय चेम्सफोर्ड यांना भेटले; परंतु सरकारने त्याकडे लक्ष दिले नाही. खिलाफत चळवळीच्या संमेलनामध्ये महात्मा गांधीजींनी ब्रिटन व त्यांच्या मित्र राष्ट्रांच्या

महायुद्धात विजयी होण्याच्या सार्वजनिक उपक्रमात भाग घेऊ नये. तसेच ब्रिटनने तुर्कस्थानवर अन्याय केल्यास बहिष्कार व असहकाराचे आंदोलन सुरू करणार असल्याचे स्पष्ट केले होते. मौलाना अबुल कलाम आझाद, फझलुल हक यांनी खिलाफत चळवळीसाठी व हिंदू-मुस्लीम यांच्यातील ऐक्यासाठी बंगाल प्रांताचा दौरा केलेला होता.

सन १९२० च्या प्रारंभी हिंदू-मुस्लीम यांचे संयुक्त प्रातिनिधी मंडळ तुर्कस्थान व खलिफाच्या प्रश्नासंदर्भात भारताच्या व्हाईसरॉयला भेटले होते; परंतु व्हॉईसरॉयने प्रतिनिधी मंडळाच्या मागण्यांकडे फारसे लक्ष दिले नाही. दुसरे एक प्रतिनिधी मंडळ इंग्लंडला जाऊन त्यांनी इंग्लंडचे पंतप्रधान लॉईड जॉर्ज यांची भेट घेतली. त्या वेळी पंतप्रधानांनी पराभूत राष्ट्रांच्या बाबत जो निर्णय घेतला आहे. त्यापेक्षा वेगळा निर्णय तुर्कस्थानच्या बाबत घेतला जाणार नाही, असे स्पष्ट केले. कोणत्याही प्रकारचे निश्चित धोरण ब्रिटिशांनी स्वीकारले नव्हते. याउलट ब्रिटिशांना तुर्कस्थानचे साम्राज्य नष्ट करावयाचे होते. तुर्की विभाजनाचा निर्णय घेण्यात आला आहे, असे ब्रिटिशांनी खिलाफतच्या नेत्यांना सांगून टाकले. त्यामुळे त्यांच्यात मोठ्या प्रमाणात असंतोष पसरला. ब्रिटिश सरकारच्या विरोधात अहिंसक व असहकार पद्धतीने आंदोलन सुरू करण्यात यावे, असे महात्मा गांधीजींनी खिलाफतच्या नेत्यांना सांगितले. नऊ जून १९२० रोजी अलाहाबाद येथे खिलाफत समितीने महात्मा गांधीजींचा सल्ला मान्य केला व त्या दृष्टीने चळवळ सुरू करण्याचा निर्णय घेतला. याच वेळी ब्रिटिशांच्या अन्याय, अत्याचाराच्या हकिकती जनतेसमोर येऊ लागल्या. त्यामुळे सर्वत्र खळबळ उडाली. जनरल डायरच्या निर्घृण गोळीबाराचा तपशील समजल्यावर सर्वांना धक्का बसला. थोड्याच दिवसात युद्धबंदी, करारामुळे पूर्वीचे तुर्की साम्राज्य नामशेष झाल्याचे स्पष्टपणे कळून चुकले. शेवटी खिलाफत असहकार आंदोलनास सुरुवात झाली. न्यायालये, सरकारी कार्यालये आणि सरकारी मदतीने चालणाऱ्या शिक्षण संस्था यांच्याशी असहकार आणि राष्ट्रीय शिक्षण संस्थांचा, खादी व ग्रामोद्योग यांचा प्रसार, दारूबंदी, रिक्रूट भरतीच्या वेळी निरोधने शासकीय कर्मचाऱ्यांचे राजकीय सेवादलांची संघटना, जनता लवाद मंडळे आदी कार्यगुणांनी वर्षाच्या आत स्वराज्य मिळेल, अशा आशयाचे विविध ठराव अखिल भारतीय कॉंग्रेसने मंजूर केले. लष्करामध्ये भरती होऊ नका. प्रशासनात, लष्करात सरकारला कोणत्याही प्रकारची सेवा देऊ नये. असे आवाहन खिलाफत समितीने केले. त्याप्रमाणे या चळवळीत मुसलमानांचा सहभाग मोठ्या प्रमाणात वाढला. हिंदू व मुसलमानांनी असहकार व खिलाफत चळवळ मोठ्या प्रमाणात चालवली. शासनयंत्रणा विस्कळीत झाली. आयात होणाऱ्या परदेशी कापडात लक्षणीय घट झाली. आसामच्या मळ्यात काम करणारे मजूर आणि मद्रासच्या कापड गिरण्यातले कामगार संपावर गेले. अनेक शेतकरी लढ्यात उतरले. शेकडो मुलकी आणि पोलीस पाटलांनी राजीनामे दिले. नव्याने सुरू केलेल्या राष्ट्रीय शिक्षण संस्थातून लाखो विद्यार्थ्यांनी नावे

नोंदवली. निवडणुकांवरही बहिष्कार टाकण्यात आला. अशा प्रकारे खिलाफत व असहकार चळवळीला गती मिळाली.

खिलाफत चळवळीचा शेवट

खिलाफत चळवळीचे मूलभूत उद्देश सफल झाले नाहीत. खिलाफत प्रकरणाची सोडवणूक न होता ती संपुष्टात येऊ लागली. पहिल्या महायुद्धानंतर इंग्लंडसहित विजयी झालेल्या राष्ट्रांनी जर्मनीसहित पराभूत झालेल्या तुर्कस्थानशी जो सेव्हरेस तह (१९२०) केला. त्यानुसार इंग्लंडने तुर्की साम्राज्य नष्ट केले. खलिफापद रद्द केले. हिंदुस्थानातील विशिष्ट वर्गाच्या मुसलमानाखेरीज इतर कोणत्याही देशातील मुसलमानांना खिलाफतीबद्दल आत्मीयता नव्हती. त्याशिवाय तुर्की साम्राज्यातील अरबांनीच त्या साम्राज्यात राहण्याचे नाकारले. हिंदुस्थानच्या मदतीस येण्याऐवजी अफगाणिस्तानने ब्रिटनशी या आंदोलन काळात मैत्री करार केला. तुर्कस्थानमधील जनतेने धर्मनिरपेक्षवादी नेता मुस्तफा केमाल पाशा यांच्या नेतृत्वाखाली सुलतानाच्या विरोधात उठाव केला. १९२२ मध्ये सुलतानास सत्तेपासून वंचित करण्यात आले. केमाल पाशाने तुर्कस्थानचे आधुनिकीकरण व तुर्कस्तानला धर्मनिरपेक्षवादी बनविण्यासाठी नव्या धोरणाचा स्वीकार केला. केमाल पाशा व तुर्कांनीच खिलाफत संपुष्टात आणली व सुलतानालाच देशोधडीला लावले. त्यामुळे खिलाफत चळवळीमध्ये वैफल्य निर्माण झाले.

५ फेब्रुवारी १९२२ रोजी उत्तर प्रदेशातील चौरीचौरा या गावी असहकार चळवळीला हिंसक वळण लागले. एका मिरवणुकीवर पोलिसांनी गोळीबार करताच संतप्त जमावाने पोलीस कचेरीस आग लावली. त्यात २१ पोलीस व १ फौजदार मृत्युमुखी पडले. या हिंसक घटनेची वार्ता ऐकताच म. गांधीजींनी असहकार चळवळ स्थगित केली. त्यामुळे सर्व देशभर निराशेचे वातावरण पसरले. खिलाफत चळवळीतील सर्व सदस्य नाराज झाले. काँग्रेस आपली फसवणूक केली, अशी भावना त्यांच्या मनात निर्माण झाली. अनेकांनी गांधींजींवर टीका केली; परंतु असहकार चळवळीची खिलाफत चळवळीशी घातली गेलेली सांगड पूर्णपणे विसंगत होती. खिलाफतीचा प्रश्न हा धार्मिक होता, तर स्वराज्याचा प्रश्न हा राजकीय स्वरूपाचा होता. ज्या खलिफा पदासाठी भारतीयांनी चळवळ चालविली ते खलिफा पद इ.स.१९२२ मध्ये तुर्की लोकांनीच संपुष्टात आणले. अशा प्रकारे खिलाफत चळवळ संपुष्टात आली.

खिलाफत चळवळीचे परीणाम

खिलाफत चळवळीबाबत 'नौरोजी ते नेहरू' या ग्रंथात गोविंद तळवळकर म्हणतात, की, ''खिलाफत चळवळ ही एक अवास्तव व आत्मघातकी चळवळ होती. मुस्लीम

नेत्यांचा मागासलेपणा व जातीयता आणि हिंदू नेत्यांचा अंध ब्रिटिशविरोध, यामुळे ही चळवळ फोफावली. प्रत्यक्षात मात्र मुस्लीम नेतृत्व अधिक प्रतिगामी बनविण्यात आणि त्यांच्या निष्ठा देशाबाहेर राहू देण्यात या चळवळीची परिणती झाली.''

खिलाफत चळवळीचे परिणाम पुढीलप्रमाणे

१) मुस्लीम लोकांचा राष्ट्रीय आंदोलनात सहभाग - खिलाफत चळवळीमुळे मुस्लीम लोक व मुस्लीम नेते राष्ट्रीय चळवळीमध्ये सहभागी झाले. मौलाना अबुल कलम आझाद, मुख्तार अहमद अन्सारी, तसूद्दक अहमदखान शेरवानी यासारखे मुसलमान नेते आंदोलनात सहभागी झाले. राष्ट्रीय विचारांशी जोडले गेले. दरम्यानच्या काळात संपूर्ण देशात राष्ट्रवादी विचार व उत्साहाचे वातावरण निर्माण झाले होते. हे वातावरण जे निर्माण झाले त्यासाठी खिलाफत चळवळ पूरक ठरली.

२) हिंदू-मुस्लीम यांच्यातील ऐक्याला बळकटी मिळाली - खिलाफत चळवळीमुळे हिंदू-मुस्लीम एकत्र आले त्यांच्यामध्ये एकतेची भावना निर्माण झाली. दोघांनी मिळून ब्रिटिश सरकारशी संघर्ष केला. तसेच त्या काळात एकमेकांच्या भावनेचा आदर केला. एकमेकांविषयी प्रेम व आदराची भावना निर्माण झाली. त्यामुळे हिंदू-मुस्लीम यांच्यातील ऐक्याला बळकटी मिळाली.

३) जातीयवादाची भावना वाढीस लागली - खिलाफत चळवळीमध्ये मुस्लिमांच्या धार्मिक मागणीला हिंदूंना पाठिंबा दिलेला होता. त्यामुळे त्याचा राजकीय मागणीमध्ये समावेश झाला व त्यामधून जातियवादी शक्ती वाढण्यास हातभार लागला. मुस्लीम नेते राष्ट्रीय आंदोलनात सहभागी झाले होते. त्यामुळे सर्वधर्मसमभावावर विश्वास नसलेल्या हजारो कडव्या मुल्ला-मौलवींना राजकारणात प्रतिष्ठा मिळाली. त्यांनी काँग्रेसबाहेर राहून विभक्त मुस्लीम स्वयंसेवक संघटना काढल्या. त्यामधून जातीयवाद वाढू लागला. त्याशिवाय चळवळीत सहभागी झालेल्या मुस्लीम लोकांच्यात स्वजातीविषयी अभिमानाची भावना निर्माण होऊन त्यासाठी संघटना स्थापन करण्याची आवश्यकता भासू लागली. या घटनांमुळे जातीयवादाला बळकटी मिळाली.

बॅरिस्टर महमंद अली जीना : जातीयवादाला बळकटी

मुस्लीम जमातवाद मोठ्या प्रमाणात फोफावण्यास बॅरिस्टर महमंद अली जीना व त्यांचे कार्य महत्त्वपूर्ण ठरले. त्यांना पाकिस्तानचे निर्माते म्हणूनच ओळखले जाते. लोकमान्य टिळकांना आपले राजकीय गुरू मानणारे जीना सुरुवातीच्या कालखंडात राष्ट्रवादी विचारांचे व राष्ट्रीय काँग्रेसचे खंदे पुरस्कर्ते होते. त्यांचा जन्म २३ डिसेंबर १८७६ रोजी कराची येथे झाला. त्यांचे उच्च शिक्षण ब्रिटनमध्ये झाले. बॅरिस्टर झाल्यानंतर १८९६ मध्ये ते भारतात आले. दादाभाई नौरोजी, नामदार गोपाळकृष्ण गोखले, सुरेंद्रनाथ बॅनर्जी

यांच्याशी त्यांचा संबंध आला. त्यानंतर त्यांना राजकारणात सहभागी व्हावे, असे वाटत होते. मुंबई शहरात त्यांनी वकिली सुरू केली होती. कर्तृत्व, निष्ठा, सचोटी, परिश्रम यांच्या बळावर त्यांनी वकिली व्यवसायात चांगला जम बसविला व पैसाही मिळविला. राजकीय पुढारी होण्याची महत्त्वाकांक्षा त्यांच्या मनात इंग्लंडमध्ये असताना निर्माण झाली होती. राजकीय पुढाऱ्यांशी संबंध आल्यानंतर ते राजकारणात सक्रिय झाले. इ. स. १९०६ मध्ये ते राष्ट्रीय काँग्रेसचे सभासद झाले. सुरुवातीला बॅ. जीना अली बंधू इ. नेते मुस्लीम लीगमध्ये गेलेच नाहीत. पुढे राष्ट्रवादी विचाराने भारावलेल्या जिनांना १९१३ मध्ये मौलाना अहमद अली यांच्या प्रयत्नामुळे लीगचे सभासदत्व देण्यात आले. काँग्रेसचे नेतृत्व आपणाला मिळणार नाही, असे वाटल्याने जीना मुस्लीम लीगमध्ये दाखल झाले. लीगमधील वातावरणामुळे हळूहळू त्यांचा कल सांप्रदायवादाकडे वाढू लागला. सन १९०९ ला त्यांची भारतीय कायदेमंडळाचे सदस्य म्हणून नियुक्ती झाली व १९१६ मध्ये ते मुस्लीम लीगचे अध्यक्ष झाले. कायदेमंडळात त्यांनी प्रभावीपणे काम केले. बुद्धिमत्ता, वक्तृत्व, वादविवाद, कौशल्य इत्यादींच्या जोरावर त्यांनी कायदेमंडळात आपला प्रभाव निर्माण केला. १९२३ मध्ये ते अचानक इंग्लंडला निघून गेले व तेथे स्थायिक झाले.

कट्टर इस्लामचा पुरस्कार व जिनांचे चौदा मुद्दे

१९२० पासून बॅरिस्टर जिनांची उदारमतवादाकडून सांप्रदायिकतेकडे वाटचाल सुरू झाली. त्याचे महत्त्वाचे कारण म्हणजे महात्मा गांधीजींचा भारतीय राजकीय क्षितिजावर झालेला उदय होय. दरम्यानच्या काळात त्यांच्यात मोठी राजकीय महत्त्वाकांक्षा निर्माण झाली होती. राष्ट्रीय काँग्रेसचे नेतृत्व करण्याची अभिलाषा त्यांच्यात निर्माण झाली. काँग्रेसचे नेतृत्व आपल्याला मिळणार नाही, असे दिसताच जीना मुस्लीम लीगमध्ये सक्रिय झाले. १९२७ च्या सायमन कमिशनवर भारतीयांनी बहिष्कार टाकला. त्यामुळे भारतातील सर्व जाती धर्मांना सर्वसमंत होईल अशी घटना काँग्रेसने तयार करावी असे आवाहन ब्रिटिश सरकारने राष्ट्रीय काँग्रेसला केले. काँग्रेसने ते आव्हान स्वीकारून पं.मोतीलाल नेहरू यांच्या अध्यक्षतेखाली एक समिती स्थापन केली. या समितीने १९२८ साली आपला एक अहवाल सरकारला सादर केला. तो 'नेहरू रिपोर्ट' या नावाने प्रसिद्ध आहे. या अहवालात राष्ट्रहितासाठी स्वतंत्र मतदारसंघाऐवजी अल्पसंख्याकांस राखीव जागांबाबत शिफारस करण्यात आली. सिंध प्रांतासही स्वतंत्र दर्जा देण्याबाबतची शिफारस होती. नेहरू रिपोर्ट यशस्वी होतो आहे, असे दिसत असतानाच बॅ. जिनांनी टोकाची भूमिका घेऊन लीगच्या वतीने 'नेहरू रिपोर्ट' फेटाळून लावला. दरम्यानच्या काळात मुस्लीम लीगमध्ये दोन गट निर्माण झाले. डॉ. अन्सारी, मौलाना आझाद यांचा राष्ट्रवादी विचारांचा एक गट, तर

कट्टर इस्लामचा पुरस्कार करणारा बॅ.जीना यांचा दुसरा गट. या दोन्ही गटांना मान्य होईल अशी योजना करून ती १९२९ च्या सर्वपक्षीय मुस्लीम परिषदेत सादर करण्याचे अधिकार बॅ. जीना यांना देण्यात आले त्यानुसार बॅ. जिनांनी लीगमधील सर्व गटांशी चर्चा करून मुस्लिमांच्या हिताचे रक्षण होईल अशी चौदा सूत्री योजना तयार केली. या योजनेतील कलमे किंवा जिनांचे चौदा मुद्दे पुढीलप्रमाणे - (Fourteen Points Programme)

१) देशाच्या भावी घटनेचे स्वरूप संघराज्यात्मक असावे. केंद्र व प्रांत यांनी केलेल्या अधिकारी विभागणीमधील उर्वरित अधिकार प्रांतांना दिले आहेत.

२) प्रांतांना समान स्वायत्तता देण्यात यावी.

३) प्रांतीय विधिमंडळामध्ये अल्पसंख्याकांना योग्य प्रतिनिधित्व देण्यात यावे.

४) केंद्रीय विधिमंडळामध्ये किमान १/३ जागा मुस्लिमांना दिल्या जाव्यात.

५) संप्रदायिक निर्वाचन पद्धतीचा स्वीकार करण्यात यावा; परंतु एखाद्या सांप्रदायाची इच्छा असल्यास त्याला स्वतंत्र मतदारसंघाचा त्याग करून संयुक्त मतदारसंघ पद्धतीचा स्वीकार करण्याचे स्वातंत्र्य दिले जावे.

६) एखाद्या संप्रदायाच्या ३/४ सदस्यांचा विरोध असल्यास असे विधेयक किंवा प्रस्ताव मंजूर करण्यात येऊ नयेत.

७) बलुचिस्तान व उत्तर - पश्चिम सीमा प्रांतात अन्य प्रांतांप्रमाणेच सुधारणा करण्यात याव्यात.

८) देशातील सर्व संप्रदायांच्या लोकांना त्यांच्या धर्मानुसार स्वातंत्र्य असावे.

९) प्रांतांच्या सीमेत बदल करावयाचा झाल्यास बंगाल, पंजाब व सरहद्द प्रांतातील मुस्लीम लोकांचे बहुमत संपुष्टात येईल, असे परिवर्तन करण्यात येऊ नये.

१०) मुंबई प्रांत सिंधपासून वेगळा करण्यात यावा.

११) देशातील सर्व अल्पसंख्याकांना शिक्षण, भाषा, संघटना व धार्मिक स्वातंत्र्य देण्यात यावे.

१२) केंद्रीय व प्रांतीय मंत्रिमंडळात किमान १/३ मुस्लीम प्रतिनिधी असावेत.

१३) संघ व प्रांताच्या शासकीय नोकरीत मुस्लिमांना योग्य प्रतिनिधित्व द्यावे.

१४) घटनेत दुरुस्ती करावयाची झाल्यास ती प्रांतांच्या संमतीशिवाय करू नये.

जिनांची ही चौदा सूत्री योजना राष्ट्रीयतेस घातक असल्याचा आरोप करून राष्ट्रीय काँग्रेसने ती फेटाळून लावली. त्यामुळे १९२८ नंतर बॅ. जीना काँग्रेसपासून कायमचे दूर गेले. बॅ. जिनांनी जातीयवाद वाढविण्यास मोठ्या प्रमाणात खतपाणी घातले. १९३८ च्या लीगच्या अधिवेशनात अध्यक्षीय भाषण करताना जीना म्हणाले, ''या देशातून अन्य

सर्व जमाती व संस्कृती यांचे उच्चाटन करून देशात हिंदू राज्य स्थापन करण्याचा काँग्रेसच्या वरिष्ठ नेत्यांचा निश्चय अगदी दृढनिश्चय आहे.'' मार्च, १९४० मध्ये अलीगढ येथील विद्यार्थ्यांना उद्देशून ते म्हणतात, ''मुसलमानांना अंकित करून त्यांना कायमचे दास्यात ठेवण्याची आशा गांधी बाळगून आहेत.'' मार्च, १९४१ मध्ये अलीगढ येथे ते म्हणतात, ''पाकिस्तानचे उद्दिष्ट नुसतेच व्यवहार्य आहे असे नव्हे, तर या देशात इस्लाम समूळ नष्ट होऊ द्यावयाचा नसेल तर ते एकमेव उद्दिष्ट ठेवले पाहिजे.'' एप्रिल १९४१ मध्ये आपल्या अध्यक्षीय भाषणात जीना म्हणतात, ''एकत्रित भारतामध्ये मुसलमानांच्या अस्तित्वाचा मागमूसदेखील उरणार नाही.'' तसेच राष्ट्रवादी मुसलमानांच्या विरोधातही त्यांनी प्रक्षोभक विधाने केली. बॅ. जिनांच्या या कट्टर इस्लामवादी धोरणांमुळे जातीयवादाला मोठ्या प्रमाणात बळकटी मिळाली.

७.३ द्विराष्ट्र सिद्धान्त (Two Nation Theory)

मुस्लिम जातीयवादामधून द्विराष्ट्र सिद्धान्त उदयास आला. या सिद्धातांची परिपूर्ती करणेसाठी हिंदुस्थानच्या इतिहासात विविध घटना घडत गेल्या. द्विराष्ट्र सिद्धान्त म्हणजे दोन वेगळ्या राष्ट्रांची निर्मिती करणे होय. थोडक्यात, हिंदुस्थानमधून पाकिस्तानची निर्मिती करणे. सन १९३७ पर्यंतच्या मुस्लीम जातीयवादी राजकारणाची दिशा अलगतेकडे निर्देश करणारी असली तरी स्वतंत्र राष्ट्राचा विचार केला नव्हता. भारतात मुस्लीम जातीयवादाचा विकास झाल्यानंतर त्यांना स्वतंत्र राष्ट्रीय संघटनेची व देशाची आवश्यकता वाटू लागली. मुस्लीम समाजातील मागासलेपणा दूर झाला पाहिजे, त्यांच्यासाठी आर्थिक, शैक्षणिक व सामाजिक दृष्टीने सुधारणा करावयाची असेल तर मुस्लीम राज्यकर्ते असले पाहिजे व त्यासाठी मुस्लिमांचे वेगळे राष्ट्र असावे, असे मुस्लीम नेते व लोकांना वाटू लागले. त्यामधून द्विराष्ट्र सिद्धान्त पुढे आला-

महमंद इकबाल : पाकिस्तान मागणीच्या विचाराचे जनक

द्विराष्ट्र सिद्धान्तांच्या विचारांची सुरुवात महमंद इकबाल यांनी केली. राजकीय विचारवंत व कवी असलेल्या महमंद इकबाल यांना मुस्लिमांसाठी स्वतंत्र पाकिस्तान मागणीच्या विचारांचे जनक मानले जातात. ते प्रसिद्ध उर्दू कवी होते. तसेच ते एक धार्मिक नेते व राजकारणी म्हणून प्रसिद्ध होते. त्यांचा जन्म २२ फेब्रुवारी १८७७ रोजी पंजाबमधील सियालकोट येथे झाला. त्यांचा पहिला ग्रंथ 'तराना-ए-हिंदी' हा होय. या ग्रंथाची सुरुवात 'सारे जहाँसे अच्छा हिंदुस्ताँ हमारा' या ओळीने केली आहे. स्वातंत्र्य आंदोलनाचे स्फूर्तिगीत असणाऱ्या या गीतास राष्ट्रगीताचा दर्जा मिळाला होता; परंतु दुर्दैवाने राष्ट्रवादाने प्रभावित झालेले इकबाल पुढे जातीयवादाच्या प्रभावाखाली गेले व राष्ट्रवादाचे कट्टर विरोधक बनले. मुस्लिमांनी कुराणावर श्रद्धा व निष्ठा ठेवावी. सर्व धर्मात इस्लाम धर्म श्रेष्ठ आहे,

असे विचार त्यांनी मांडले. धर्माच्या नावाखाली सर्व मुस्लिमांना एकत्र आणून मुस्लिमांसाठी स्वतंत्र राष्ट्र निर्माण झाले पाहिजे, ही भावना त्यांच्या मनात रुजविली. मुस्लिमांसाठी स्वतंत्र राष्ट्र निर्माण झाले नाही तर हिंदूंच्या प्रभावाखाली त्यांना राहावे लागेल, अशी भीती त्यांना वाटत होती. इ.स.१९३० मध्ये अलाहाबाद येथे भरलेल्या मुस्लीम लीगच्या अध्यपदावरून बोलताना ते म्हणाले की, ''पंजाब, वायव्य सरहद्द प्रांत, सिंध व बालुचिस्तान यांचे एकत्रीकरण करून एक स्वतंत्र राज्य झाल्याचे मला आवडेल. ब्रिटिश साम्राज्यात किंवा ब्रिटिश साम्राज्याबाहेर हिंदुस्थानच्या वायव्येला असणारे असे असंघटित राज्य, याशिवाय उत्तरेतील विशेषत: वायव्येकडील मुस्लिमांचे राज्य हे शेवटचे भवितव्य असेल.'' तसेच ते म्हणतात की, ''आपला जन्म केवळ गुलामगिरीत राहण्यासाठी झालेला नसून राज्य उपभोगण्यासाठी आहे. म्हणून आपण देशाची सत्ता मिळविण्यासाठी तत्पर असले पाहिजे. आपले ध्येय प्राप्त करण्यासाठी आपण धैर्याने कार्य केले पाहिजे.'' इकबाल यांना मुस्लीम समाजाच्या सेवेबद्दल 'अलामा इकबाल' हा किताब देण्यात आला, तर ब्रिटिश सरकारने त्यांना 'सर' ही पदवी देऊ केली.

स्वातंत्र्य चळवळीपासून मुस्लीम समाजाला दूर ठेवून त्यांच्यात जतीयवाद वाढीस लावण्याचे व द्विराष्ट्राची पार्श्वभूमी तयार करण्याचे काम महमंद इकबाल यांनी केले आहे. बॅ. जीना यांना लिहिलेल्या एका पत्रात ते म्हणतात, '' मी खूप विचारांनी अशा निर्णयाप्रत आलो आहे की, इस्लामच्या कायद्याचे काटेकोर पालन करावयाचे झाले तर हिंदुस्थानातील मुस्लिमांना स्वतंत्र राज्याशिवाय पर्याय नाही.''

थोडक्यात, द्विराष्ट्र सिद्धान्ताचा विचारांची सुरुवात महमंद इकबाल यांनी केली.

पाकिस्तान स्वतंत्र राष्ट्राची कल्पना

द्विराष्ट्र सिद्धान्तामध्ये पाकिस्तान हे दुसरे राष्ट्र येणार होते. मुस्लिमांसाठी स्वत:चा देश असण्याची कल्पना केंब्रिज विद्यापिठात शिक्षण घेणाऱ्या रहमत अली चौधरी या मुस्लीम विद्यार्थ्याने १९३३ साली 'आत्ताच अन्यथा पुढे कधीच नाही.' (Now or never) या पुस्तिकेत 'पाकिस्तान' या शब्दाचा प्रथम वापर केला. काही प्रांतांच्या नावांची आद्याक्षरे घेऊन त्याने पाकिस्तान हा शब्द तयार केला. Pakistan = P = Punjab, A=Afgania, (वायव्य प्रांत) K= Kashmir, S = Sindh, Stan = Baluchistan. अशाप्रकारे जिनांच्याही आधी कितीतरी दिवस रहमत अली चौधरीने द्विराष्ट्रवादाचा सिद्धान्त अप्रत्यक्षपणे मांडला. डॉ. महमंद इकबाल यांनी प्रथम, पंजाब वायव्य सरहद्द प्रांत, सिंध, बलुचिस्तान यांच्या एकत्रित स्वतंत्र राज्याची कल्पना मुस्लीम लीगच्या १९३० च्या अलाहाबादच्या अधिवेशनात मांडली. त्या वेळी मुस्लिमांच्या स्वतंत्र राज्याचा पुरस्कार अनेक मुस्लीम नेत्यांनाही आश्चर्यकारक वाटला; परंतु कालांतराने असे मुस्लीम स्वतंत्र राज्य शक्य आहे, असे मुस्लीम नेत्यांना पटू लागले.

द्विराष्ट्राच्या सिद्धान्तांचा पुरस्कार करताना ते म्हणतात, ''मुस्लीम व हिंदू ही दोन स्वतंत्र राष्ट्रे आहेत. आचार-विचार, धर्म, रीतीरिवाज, संस्कृती, साहित्य, परंपरा, विवाहपद्धती इत्यादींबाबत हिंदू-मुस्लिमात प्रचंड तफावत आहे. त्यामुळे मुस्लिमांची स्वतंत्र राष्ट्राची मागणी योग्य आहे.''

१९३८ सालापासून मुस्लीम लीगच्या राजकारणाचा प्रवाह मोठ्या वेगाने पाकिस्तानच्या निर्मितीच्या दिशेने वाहण्यास सुरुवात झाली. मुस्लीम जमात हा केवळ अल्पसंख्याक समाज आहे, असे न मानता भारतीय समाजातील एक स्वतंत्र वेगळे राष्ट्र आहे, असे मानण्यास सुरुवात झाली. एका भारतात दोन राष्ट्रे आहेत. एक मुस्लिमांचे व दुसरे हिंदूंचे. अशा स्वरूपात भारतीय उपखंडात द्विराष्ट्रवादाचा विचार मांडण्यास सुरुवात झाली.

बॅरिस्टर महंमद अली जीना : द्विराष्ट्रवादाचे पुरस्कर्ते व जिनांचा द्विराष्ट्र सिद्धान्त

मुस्लीम लीगचे प्रमुख नेते महंमद अली जीना यांना द्विराष्ट्रवादाचे पुरस्कर्ते मानले जाते. त्यांनी द्विराष्ट्र सिद्धान्त मांडला व त्याचा जोरदार पुरस्कार केला. त्यांनी मुस्लीम राष्ट्राची आवश्यकता असल्याचे मत प्रदर्शित केले. मुस्लीम लीगच्या लाहोर अधिवेशनात जिनांनी आपल्या भाषणातून मुस्लिमांसाठी वेगळे राज्य असणे अत्यंतिक गरजेचे आहे, असे मत मांडले.

जीना यांनी मुस्लीम लीगच्या लाहोर अधिवेशनात आपल्या भाषणातून पुढीलप्रमाणे द्विराष्ट्र सिद्धान्त मांडला.

''हिंदू आणि मुस्लीम हे दोन धार्मिक गट नसून त्यांच्या चालीरिती, त्यांची श्रद्धा स्थाने, त्यांच्या प्रेरणा, त्यांचा इतिहास, त्यांची संस्कृती या सर्वच बाबी भिन्न आहेत व या बाबी इतक्या भिन्न आहेत की भारतात दोन राष्ट्रे आहेत, असेच वाटते. तेव्हा असे स्वतंत्र राष्ट्र ठरू शकणारे दोन समूह एका राष्ट्रात गुण्यागोविंदाने नांदणे शक्यच नाही. तेव्हा या दोन्ही राष्ट्रांनी स्वतंत्रपणे आपापल्या मातृभूमीची सेवा करावी. कोणाला असे वाटले की मी केलेली मागणी म्हणजे भारताची वाटणी आहे; पण ही वाटणी नसून सामूहिक पण स्वतंत्र अशी मातृभूमीची सेवा आहे.''थोडक्यात बॅरिस्टर जीना यांनी मुस्लीम जमात हे सर्वार्थाने राष्ट्र आहे, असे प्रतिपादन केले.

जातीय निवाडा : द्विराष्ट्र सिद्धान्ताला चालना

मुस्लीम नेत्यांनी द्विराष्ट्र सिद्धान्तांचा पुरस्कार करण्यास सुरुवात केली. त्यातच प्रसिद्ध झालेल्या जातीय निवाड्याने द्विराष्ट्र सिद्धान्ताला चालना दिली. भारताची भावी राज्यघटना कशी असावी, भारतीय कायदेमंडळात भारतातील विविध जाती-जमातींना कसे प्रतिनिधित्व मिळावे याविषयी सन १९३०-३१ च्या सुमारास गोलमेज परिषदा झाल्या; परंतु त्यामधून सर्व पक्षांना मान्य असा तोडगा निघू शकला नाही. परिणामी ब्रिटिश पंतप्रधान

रॅम्से-मॅक्डोनाल्ड यांनी १६ ऑगस्ट १९३२ आपला (कु) प्रसिद्ध 'जातीय निवाडा' जाहीर केला. या निवाड्यानुसार मुस्लिमांचे स्वतंत्र मतदारसंघ तर राखले गेलेच; शिवाय ज्या प्रांतात मुस्लीम अल्पसंख्याक होते तेथेही त्यांना कायदेमंडळात प्रमाणाबाहेर प्रतिनिधित्व मिळाले. उदाहरणार्थ, मद्रास प्रांतात एकूण लोकसंख्येच्या ७.९ टक्के मुस्लीम होते तर प्रांतीय कायदेमंडळात २१५ जागा होत्या. तेथे त्यांना २१५ जागांपैकी २९ जागा मिळाल्या होत्या. थोडक्यात ब्रिटिश राज्यकर्त्यांनी हेतुपुरस्सर 'Divide and Rule' या राजनीतीचा वापर चालविला होता. स्वतंत्र मतदारसंघातील मुस्लिमांनी मुस्लीम प्रतिनिधीलाच निवडून द्यावयाचे व त्या मुस्लीम प्रतिनिधीने फक्त मुस्लिमांचे हितसंबंध पाहावयाचे या सूत्रामुळे हिंदू-मुस्लीम या दोन वर्गांमधील दरी वाढत गेली. यामधून द्विराष्ट्र सिद्धान्ताला चालना मिळाली.

हिंदू महासभेची स्थापना व पाकिस्तान मागणीला गती

ब्रिटिशांच्या धोरणामुळे भारतात जातीयवादाचा विकास मोठ्या प्रमाणात होऊ लागला. यामधूनच हिंदू महासभा, मुस्लीम लीग, अकाली दल, दलित संघटना इत्यादींचा उदय झाला. या संघटनांनी राष्ट्रहितापेक्षा स्वजातीहिताला प्राधान्य देऊन राजकारण केले. त्यांच्या या आत्मकेंद्री व अलगतेच्या भावनेचा फायदा ब्रिटिशांनी करून घेतला. त्यामुळे जाती-जातीत अलगपणाची भावना वाढीस लागली. ब्रिटिशांनी त्याचा उपयोग आपली सत्ता टिकविण्यासाठी करून घेतला.

१९१० मध्ये अलाहाबादच्या प्रमुख हिंदू नेत्यांनी अखिल भारतीय हिंदू महासभा स्थापन करण्याचा निश्चय केला. १९११ मध्ये पंजाब हिंदू महासभेने अमृतसर येथे हिंदू अधिवेशन आयोजित केले. हिंदू महासभेचे कार्यालय हरिद्वार येथे ठेवण्यात आले आणि महत्त्वाच्या हिंदू मेळ्याच्या प्रसंगी अधिवेशन घ्यावे असे ठरविण्यात आले. प्रारंभीच्या काळात 'शुद्धी व संघटन' ही हिंदू महासभेची उद्दिष्टे होती. हिंदूंना संरक्षण देणे, सामाजिक व सांस्कृतिक क्षेत्रात कार्य करणे, अनिष्ट चालीरीती, प्रथा, परंपरा दूर करणे इत्यादी उद्देश हिंदू महासभेने स्पष्ट केले; परंतु १९३८ मध्ये स्वातंत्र्यवीर सावरकर हिंदू महासभेचे अध्यक्ष झाल्यानंतर त्यांनी संघटनेच्या धोरणात बदल केला. काँग्रेसचे मुस्लिमांना खूश करण्याचे धोरण त्यांना मान्य नव्हते. म्हणून त्यांनी हिंदू राष्ट्राची गर्जना केली. लोकसंख्येच्या तत्त्वानुसार बहुसंख्याकांची भाषा मातृभाषा असावी असे सावरकरांचे मत होते. हिंदू महासभेने भारतात हिंदू जमात, हिंदू संस्कृती, हिंदू राष्ट्र अशी केलेली मागणी पुढे आली. त्यामुळे द्विराष्ट्र सिद्धान्ताला हातभार लागला.

प्रांतीय निवडणुकांमध्ये मुस्लीम लीगचे अपयश व द्विराष्ट्र सिद्धान्ताकडे वाटचाल

१९३५ च्या कायद्याप्रमाणे मुस्लिमांना वेगळा मतदारसंघ बहाल करण्यात आला होता. १९३७ साली जेव्हा प्रांतिक कायदेमंडळाच्या निवडणुका आल्या त्या वेळी मुस्लीम लीगला अपेक्षेपेक्षा फारच कमी जागा मिळाल्या. एकूण सर्व प्रांतांतील १५८५ जागांपैकी काँग्रेसने ७११ जागा जिंकल्या. मुस्लिमांसाठी स्वतंत्र मतदारसंघ असलेल्या एकूण ४८९ जागा होत्या. त्यापैकी लीगला फक्त १०४ जागा मिळाल्या. बाकीच्या मुस्लीम जागा स्वतंत्र मुस्लीम पक्ष, काँग्रेस व अपक्ष यांना मिळाल्या होत्या. लीगला मिळालेले हे दारुण अपयश मुस्लीम लीगच्या नेत्यांना प्रचंड धक्का देणारे होते. त्यामुळे लीगचे नेते संतप्त झाले. ज्या आठ प्रांतात काँग्रेसला बहुमत मिळाले होते, तेथेही लीगच्या प्रतिनिधींना काही अटींवर मंत्रिमंडळात स्थान देण्याचा प्रस्ताव काँग्रेसने लीगसमोर ठेवला होता. हिंदूंच्या वर्चस्वाखाली व जुलमाखाली वागणे लीगला पसंत नाही. असा काँग्रेसविरोधी प्रचार चालविला. काँग्रेसवर आक्रमक टीका केली. मुस्लीम लीग हीच संघटना मुसलमानांचे प्रतिनिधित्व करणारी आहे, असा दावा केला. काँग्रेसची धोरणे इस्लाम धर्म व संस्कृती यांना हानिकारक आहेत. असा प्रचार सुरू केला. परिणामी, मुस्लीम लीगच्या स्फोटक प्रचाराला लोक बळी पडू लागले. हिंदू -मुस्लीम तणाव वाढत गेला. बॅ. जीनांनी 'इस्लाम खतरे में है' अशी आरोळी ठोकली. पुढे मतभेद झाल्याने प्रांतातील काँग्रेस मंत्रिमंडळाने राजीनामे देऊन सत्तात्याग केला. मुस्लीम लीगला या घटनेचा इतका आनंद वाटला की लीगने २३ डिसेंबर १९३९ हा दिवस 'सुटका' दिन (Deliverence Day) म्हणून देशभर साजरा केला. सभा, बैठका घेतल्या. काँग्रेसच्या राजवटीमधील अन्याय, जुलूम-अत्याचार यातून सुटका झाल्याचा आनंद व्यक्त केला. अशा प्रकारे प्रांतीय निवडणुकांमधील मुस्लीम लीगचे अपयश द्विराष्ट्र सिद्धान्ताच्या वाटचालीस उपयुक्त ठरले.

मुस्लीम नेत्यांनी द्विराष्ट्र सिद्धान्त प्रभावीपणाने मांडला. घडत गेलेल्या घटनांमुळे त्याला चालना मिळाली. ब्रिटिश धोणांमुळे तर आणखी बळकटी मिळाली. त्यामधून पाकिस्तान मागणीचा ठराव पुढे आला. क्रिप्स योजनेमुळे फाळणीला चालना मिळाली. शेवटी माऊंटबॅटन योजनेने भारताची फाळणी केली. थोडक्यात, द्विराष्ट्र सिद्धान्तामधून दोन राष्ट्रांची निर्मिती झाली, परंतु त्यासाठी भारताची फाळणी करावी लागली.

७.४ हिंदुस्थानची फाळणी (Partition of India)

हिंदुस्थानची फाळणी ही घटना भारताच्या इतिहासात दूरगामी परिणाम करणारी ठरली. भारतातील जमातवादी राजकारणाच्या प्रभावामुळे अनेक धार्मिक संघटना उदयास आल्या होत्या. विशेषत: मुस्लीम धर्मात जमातवादी राजकारणाला पोषक

वातावरण निर्माण झाले होते. या जमातवादी राजकारणाचा परिणाम म्हणून इ. स.१९४७ मध्ये भारताची फाळणी झाली आणि भारत आणि पाकिस्तान या दोन राष्ट्रांचा उदय झाला.

"भारत हे ब्रिटिश साम्राज्याच्या मुकुटातील एक रत्न आहे. त्यामुळे काय वाटेल ते झाले तरी ते गमावता काम नये." असे लॉर्ड रॅंडॉल्फ चर्चिल नेहमी म्हणत असे. त्यामुळे लॉर्ड रॅंडॉल्फ चर्चिलचा मुलगा सर विन्स्टन चर्चिलपर्यंतच्या सर्व ब्रिटिश राज्यकर्त्यांनी भारताला स्वातंत्र्य देण्यास नेहमीच विरोध केला होता; परंतु दुसऱ्या महायुद्धानंतर इंग्रजांना भारताचा राज्यकारभार करणे कठीण झाले. जातीयवादी घटना मोठ्या प्रमाणात घडू लागल्या. त्यामधूनच भारत व पाकिस्तान अशी फाळणी झाली.

भारताच्या फाळणीची कारणे

भारताच्या फाळणीस अनेक कारणे जबाबदार होती व काही घटना कारणीभूत ठरल्या त्या पुढीलप्रमाणे-

१) हिंदुस्थानात जातीयवादी राजकारणाचा उदय झाला.
२) सर सय्यद अहमदखान यांचे मुस्लिमांसाठी कार्य.
३) प्राचार्य बेक यांचे कार्य व जातीयवादाला चालना.
४) बंगालची फाळणी.
५) मुस्लिमांसाठी स्वतंत्र मतदारसंघ.
६) मुस्लीम लीगची स्थापना व कार्य.
७) चौधरी रहमत अली यांची पाकिस्तानची कल्पना.
८) बॅरिस्टर जीना व त्यांच्या मागण्या.
९) जातीय निवाडा.
१०) द्विराष्ट्र सिद्धान्त.

वरील कारणे भारताच्या फाळणीस कारणीभूत ठरली. त्यामधून पुढील काळात काही घटना घडत गेल्या व हिंदुस्थानची फाळणी झाली. त्याची माहिती पुढीलप्रमाणे :

मुस्लीम राष्ट्राच्या दिशेने योजना व वाटचाल

मुस्लिमांचे स्वतंत्र राष्ट्र असावे, यादृष्टीने मुस्लीम नेत्यांचे प्रयत्न सुरू झाले होते. डॉ. महमंद इकबाल यांनी मुस्लीम लीगच्या अलाहाबादच्या अधिवेशनात स्वतंत्र मुस्लीम राष्ट्राची मागणी केली होती. याशिवाय हैदराबादच्या डॉ. सय्यद अब्दुल लतीफ यांनी १९३९ मध्ये आपली एक स्वतंत्र योजना मांडली व भारतीय संघराज्यात चार मुस्लीम

क्षेत्रे सुचविली. अलीगढ विद्यापीठच्या प्रा. सय्यद झकार-उलू-हासन व डॉ. महंम्मद अफजल हुसेन काद्री यांनी अलीगढ योजना मांडली व ब्रिटिश अंमलाखालील भारतीय प्रदेशांची तीन स्वतंत्र सार्वभौम राज्ये बनवावीत असे सुचविले. मुस्लीम लीगचे अध्यक्ष सर महम्मद शहानबाझ व सर सिकंदर हयातखान यांनीही आपापल्या योजना मांडल्या. अशा अनेक योजना पुढे आल्या. यावरून स्पष्ट दिसते की, मुस्लीम नेत्यांची मुस्लीम राष्ट्राच्या दिशेने वाटचाल सुरू होती.

पाकिस्तान मागणीचा ठराव

मुस्लीम लीगच्या अधिवेशनामधून तसेच डॉ. महंमद इकबाल व चौधरी रहमत अली यांनी चालविलेल्या प्रचारामधून मुस्लीम जातीयवादाला चालना मिळाली. परिणामी मुस्लीम लीग ही भारतातील बहुसंख्य मुसलमानांची एकमेव व प्रबळ संघटना बनली तर बॅ. जीना हे त्यांचे खंबीर नेते बनले. त्यामुळे स्वतंत्र पाकिस्तानची योजना साकार झाली, तर ती मुस्लीम लीग व बॅ. जीना यांच्या नेतृत्वाखालीच अशी मुस्लिमांची गाढ धारणा बनली. बॅ. जिनांनी जाहीर केले करी, ''भारत हे एक राष्ट्र नाही तर त्यात दोन राष्ट्रे आहेत. ही गोष्ट घटना तयार करताना निश्चितपणे ध्यानात घेतली पाहिजे. केवळ भारतीयांनी किंवा ब्रिटिशांनी तयार केलेली कोणतीही घटना मुसलमान मुकाट्याने कधीही मान्य करणार नाहीत. आपले भवितव्य ते स्वत:च साकारतील. याचा परिणाम असा झाला की, लीगच्या लाहोर अधिवेशनातच २० मार्च १९२० रोजी मुस्लीम लीगने पाकिस्तानचा ठराव संमत केला. तो 'लाहोर ठराव' या नावाने ओळखला जातो. वायव्येकडील व पूर्वेकडील ज्या ज्या प्रदेशात मुसलमान बहुसंख्य आहेत. ते प्रदेश सलग प्रादेशिक गटात संघटित करून ते सर्व स्वतंत्र राज्य म्हणून घोषित करण्यात यावेत तसेच मुस्लीम लीगच्या मागण्या जोपर्यंत मान्य होत नाहीत तोपर्यंत कोणत्याही स्वरूपाची घटना मुसलमान कधीही मान्य करणार नाहीत'' अशा आशयाचा तो ठराव होता. म्हणजेच जातीय तत्त्वावर स्वतंत्र राष्ट्र निर्माण करा असा त्यांचा स्पष्ट हेतू होता.

हिंदुस्थानची फाळणी करून स्वतंत्र सार्वभौम पाकिस्तान निर्माण करण्याची कोणाही राजकीय नेत्याला शक्यता वाटत नव्हती. म. गांधीजी व अन्य काँग्रेस नेत्यांना हिंदुस्थानची फाळणी म्हणजे एका जिवंत मुलाचे 'दोन तुकडे' करण्यासारखे आहे, असे वाटत होते; परंतु याबाबत बॅ. जीना म्हणाले, ''हिंदुस्थान नावाचे राष्ट्रच मुळी अस्तित्वात नाही. हिंदुस्थानात अनेक राष्ट्रांचे लोक आहेत. तेव्हा राष्ट्राच्या फाळणीचा प्रश्न येतोच कोठे?'' थोडक्यात, बॅ. जिनांनी स्वतंत्र राष्ट्राचा आग्रह धरला होता.

क्रिप्स योजना (मार्च १९४२) व फाळणीच्या मागणीला गती

मुस्लीम नेते स्वतंत्र राष्ट्राची मागणी करू लागले. दरम्यानच्या काळात सन १९४२ मध्ये स्टॅफर्ड क्रिप्स यांना ब्रिटिश सरकारने भारतातील राजकीय समस्यांचा विचार करण्यासाठी भारतात पाठविले. या मिशनने आपली योजना मांडली. त्यामध्ये भारतातील एक किंवा अनेक प्रांतांना आपली घटना बनविण्याचा आणि संघराज्यातून फुटून निघण्याचा पर्याय देण्यात आलेला होता. हिंदुस्थानची राज्यघटना मुस्लीम बहुसंख्याक प्रांतांना मंजूर न झाल्यास त्यांना त्यांची स्वतंत्र राज्यघटना तयार करण्याचे स्वातंत्र्य होते. काँग्रेसने या योजनेत देशाच्या फाळणीची बीजे आहेत, या भूमिकेतून क्रिप्स योजना फेटाळली होती. लीगने पाकिस्तानच्या स्वतंत्र राष्ट्राची तरतूद केलेली नाही, या कारणास्तव ही योजना फेटाळली. लीगला पाकिस्तान निर्मितीचे स्पष्ट आश्वासन हवे होते. ते या योजनेत नसल्यामुळे मुस्लीम लीगने योजना फेटाळली.

राजगोपालाचारी योजना - बॅ.जीना यांनी फेटाळली (१९४४)

काँग्रेसचे नेते चक्रवर्ती राजगोपालाचारी यांनी घटनात्मक सुधारणेसंबंधी योजना मांडली. या योजनेत हिंदुस्थानच्या स्वातंत्र्याच्या मागणीस लीगने पाठिंबा द्यावा व मुस्लीम बहुसंख्य असलेल्या प्रांतांच्या सीमा ठरविण्यासाठी त्या प्रांतात सार्वमत घेण्यात यावे. तेथील लोकांना हिंदुस्थानात राहावयाचे आहे की स्वतंत्र पाकिस्तानात राहावयाचे हे त्यांनी ठरवावे; परंतु बॅ. जीना यांनी ही योजना फेटाळली. कारण बंगाल, आसाम, सिंध, पंजाब सरहद्द प्रांत व बलुचिस्तान या प्रांतांचे विभाजन पाकिस्तानला हवे होते. प्रथम पाकिस्तान मान्य करा नंतर तपशील ठरवा असा जिनांचा आग्रह होता. या योजनेवर हिंदू व मुस्लीम लीग या दोन्ही नेत्यांनी टीका केली. ही योजना स्वीकारून गांधीजींनी फाळणी अप्रत्यक्षपणे मान्य केली. म्हणून सावरकरांनी गांधीजींना दोष दिला. बॅ. जीना यांनी ही योजना फेटाळून लावली व स्वतंत्र राष्ट्रासाठी प्रभावीपणे वाटचाल सुरू केली.

त्रिमंत्री योजना अमान्य : प्रत्यक्ष कृती दिन व जातीय दंगली

पाकिस्तानच्या निर्मितीसाठी मुस्लीम लीगचे नेते सर्व प्रकारच्या मार्गांचा अवलंब करीत होते. सन १९४६ला भारताचा स्वातंत्र्याचा प्रश्न सोडविणे व लोकमत अजमावण्यसाठी कॅबिनेट मंत्रिमंडळातील लॉर्ड पेथिक लॉरेन्स, स्टॅफर्ड क्रिप्स व अलेक्झांडर या तीन मंत्र्यांचा समावेश असलेले एक शिष्टमंडळ भारतामध्ये पाठवले. या कॅबिनेट मिशनने राष्ट्रीय काँग्रेस, मुस्लीम लीग व अन्य पक्षांच्या नेत्यांशी चर्चा करून त्यांची मते जाणून घेतली. डॉ. शामाप्रसाद मुखर्जी यांनी अखंड भारत ठेवण्याची मागणी केली. त्यांनी फाळणीला विरोध केला. महात्मा गांधीजींनी द्विराष्ट्र सिद्धान्त नाकारला. बॅ. जिनांनी पाकिस्तानची मागणी केली. शिष्टमंडळाने पाकिस्तानची मागणी करणे योग्य नाही. मुस्लीम

मोठ्या संख्येने इतर प्रांतांत विखुरलेले आहेत. त्याशिवाय पंजाबमधील शीख व इतर अल्पसंख्याकांचे प्रश्न उभे राहतील. त्यामुळे ब्रिटिश सरकार दोन स्वतंत्र सार्वभौम राष्ट्राकडे सत्ता सोपविण्यास तयार नाही. हिंदुस्थानचे संघराज्य तयार करून केंद्राकडे काही सत्ता ठेवून प्रांतांना जास्त अधिकार सोपविणे सोईचे होईल, असे स्पष्ट केले. यासाठी घटना समिती तयार करावयाची होती. व्हॉईसरॉयने ही समिती तयार करण्यासाठी निवडणूक घेतली. त्यामध्ये काँग्रेसचे बहुमत झाले. त्यामुळे मुस्लीम लीगने त्रिमंत्री योजना फेटाळून लावली.

मुस्लिमांचे न्याय्यहक्क मिळविण्यसााठी व भविष्यातील हिंदूंचे वर्चस्व झुगारून देण्यासाठी व पाकिस्तान निर्मितीसाठी मुस्लीम लीगने १६ ऑगस्ट १९४६ हा दिवस प्रत्यक्ष कार्यवाहीचा दिवस (प्रत्यक्ष कृतिदिन) म्हणून पाळावा, असे सर्व मुसलमानांना सांगितले. प्रत्यक्ष कृती म्हणजे हिंदूंवर हल्ले करून त्यांच्या कत्तली करणे व त्यांना लुटणे. ब्रिटिशांची गुलामगिरी व हिंदूंचे वर्चस्व मोडून काढणे व पाकिस्तानची निर्मिती करणे हा या कृती दिनाचा उद्देश होता. त्यानुसार बंगाल, संयुक्त प्रांत, मुंबई, पंजाब, सिंध आणि वायव्य प्रांतात लीगने जातीय दंगली घडवून आणल्या. देशातील विविध ठिकाणी हिंदू-मुस्लीम दंगली मोठ्या प्रमाणात झाल्या.

पंतप्रधान अ‍ॅटलीची घोषणा (२० फेब्रुवारी १९४७) पुन्हा जातीय दंगली

भारतातील राजकीय परिस्थिती दिवसेंदिवस बिकट होत चालली होती. २० फेब्रुवारी १९४७ रोजी ब्रिटनचे पंतप्रधान अ‍ॅटली यांनी कॉमन सभागृहात जून १९४८ पूर्वी भारत सोडण्याची व भारतीयांकडे सत्ता सोपविण्याची घोषणा केली; जर मुस्लीम लीग सहकार्य करत नसेल तर 'ब्रिटिश सरकारला विचार करावा लागेल की, इंग्रज प्रदेशाची केंद्रीय सत्ता ठरलेल्या तारखेपर्यंत कोणाकडे सोपवावयाची. संपूर्ण सत्ता कोणत्या तरी केंद्र सरकारकडे किंवा इतर प्रदेशातील प्रांतीय सरकारकडे किंवा इतर मार्ग जो योग्य असेल व भारतीयांच्या हिताचा असेल. तसेच लॉर्ड माऊंटबॅटन यांना भारतात पाठविण्यात येईल व त्यांचेकडे हस्तांतरण करण्याची जबाबदारी सोपविण्यात येईल.'

ब्रिटिश भारत सोडून निघून जाणार, हे निश्चित झाल्यानंतर पाकिस्तान निर्मितीसाठी बॅ. जीना व मुस्लीम लीग यांनी सर्व शक्ती पणाला लावली. २३ मार्च १९४७ हा दिवस लीगने 'पाकिस्तान दिवस' म्हणून साजरा केला. भारताच्या राजकीय व्यवस्थेवर विचारविनिमय करून निर्णय घ्यावा, असे काँग्रेसने लीगला आवाहन केले. लीगने ही मागणी फेटाळली व पाकिस्तानच्या मागणीबाबत एक इंचही मागे हटणार नाही, असे जिनांनी स्पष्ट केले; त्यामुळे जातीय दंगली पुन्हा सुरू झाल्या.

लॉर्ड माऊंटबॅटन योजना (३ जून १९४७) भारताची फाळणी

देशभर सुरू असलेला जातीय संघर्ष पाहून देशाचे विभाजन करणे आवश्यक आहे, असे लॉर्ड माऊंटबॅटन यांना वाटू लागले. त्यांनी काँग्रेसच्या नेत्यांना काही गोष्टी स्पष्ट केल्या. महात्मा गांधीजींनी फाळणीला विरोध केला; परंतु जाळपोळ, लुटालूट, कत्तली या घटनांमुळे विभाजनाशिवाय दुसरा पर्याय नव्हता. त्यामुळे माऊंटबॅटन यांनी देशाच्या फाळणीची योजना तयार केली व ती तीन जून १९४७ रोजी जाहीर केली. या योजनेनुसार हिंदुस्थानची फाळणी घेऊन सिंध, पश्चिम पंजाब, वायव्य सरहद प्रांत, पूर्व बंगाल आणि बलुचिस्तान या प्रदेशांचे पाकिस्तान १४ ऑगस्ट १९४७ रोजी अस्तित्वात आले व बॅरिस्टर महमंद अली जीना पाकिस्तानचे पहिले गव्हर्नर झाले.

अशा प्रकारे भारताची फाळणी झाली. मुस्लीम लीगच्या जातीयवादी राजकारणाचा हा परिणाम होता. मुस्लीम लीगने जे काँग्रेसविरोधी धोरण राबविले, त्याचा परिणाम म्हणजेच पाकिस्तानची निर्मिती होय.

प्रश्न

प्र. १. खालील प्रश्नांची पाच ते सहा वाक्यात उत्तरे लिहा.

१) अलिगढ मुस्लीम विद्यापीठ

२) मुस्लिम शिष्टमंडळाच्या मागण्या.

३) मुस्लिम लीगची स्थापना

४) सर सय्यद अमहदखान यांचे प्रारंभिक विचार

प्र. २. खालील प्रश्नांची थोडक्यात उत्तरे लिहा.

१) जातीयवादाची कारणे.

२) खिलाफत चळवळ

३) हिंदू महासभा

प्र. ३. दीर्घोत्तरी प्रश्न

१) सर सय्यद अहमदखान यांच्या कार्याचा आढावा घ्या.

२) द्विराष्ट्र सिद्धान्तांचा सविस्तर आढावा घ्या.

३) भारताच्या फाळणीचे परिणाम लिहा.

प्रकरण ८

घटनात्मक विकास
(Constitutional Developement)

८.१ मोर्ले-मिंटो सुधारणा कायदा (१९०९) (Morley-Minto Act - 1909)

८.२ मॉंटेग्यू - चेम्सफोर्ड सुधारणा कायदा (Montagu-Chelmsford Act - 1919)

८.३ प्रांतीय स्वायत्तता - १९३५ चा भारत सरकारचा कायदा

(Provincial Autonomy - 1935)

८.४ सन १९४२ ते सन १९४६ या कालखंडातील विविध घटनात्मक योजना (क्रिप्स मिशन, वेव्हेल योजना, त्रिमंत्री योजना)

(Various Constitutional Plans 1942 to 1946)

८.५ अखेरचा कालखंड - सत्तांतर (माऊंटबॅटन योजना आणि भारतीय स्वातंत्र्याचा कायदा - १९४७)

(The last phase - Transfer of power, Mountbatten plan and India's Independence Act - 1947)

भारताच्या घटनात्मक इतिहासाचा प्रारंभ ईस्ट इंडिया कंपनीच्या सन १७७३ च्या नियामक कायद्यापासून झाला. प्लासीच्या युद्धानंतर (२३ जून १७५७) गव्हर्नर लॉर्ड क्लाईव्हने बंगालमध्ये दुहेरी राज्यव्यवस्था सुरू करून कंपनीच्या राज्यकारभाराचा पाया घातला. बक्सारच्या लढाईने ब्रिटिशांनी बंगाल, बिहार, ओरिसा या प्रांतांवर वर्चस्व निर्माण केले. १२ ऑगस्ट १७६५ रोजी क्लाईव्हने बंगाल, बिहार व ओरिसाची दिवाणी मिळवली. बंगालच्या नबाबाला नाममात्र केले. निजामतचे अधिकार नवाबाकडे होते. या कार्यासाठी कंपनी त्याला वार्षिक ५३ लाख देत होती. अशा प्रकारे क्लाईव्हने दुहेरी शासनपद्धती सुरू केली. दुहेरी व्यवस्थेमधील दोषांमुळे बंगालमधील जनतेवर भयंकर

अत्याचार झाले. या व्यवस्थेमुळे देशी व्यापार, उद्योग व शेती उद्ध्वस्त झाली. त्यामुळे कंपनीच्या कारभारावर नियंत्रण प्रस्थापित करण्यासाठी इ. स. १७७३ मध्ये नियंत्रणाचा कायदा (नियामक) ब्रिटिश संसदेने मंजूर केला. या कायद्याने कंपनीच्या कार्यपद्धतीत व रचनेत बदल केला, कंपनीच्या अधिकाराखाली असलेल्या सर्व भारतीय प्रदेशाचे एकीकरण केले. कोलकाता येथे गव्हर्नर जनरलची नेमणूक करून त्याला कंपनीच्या प्रदेशाचा सर्वोच्च शासक म्हणून घोषित करण्यात आले. वरिष्ठ न्यायालयाची स्थापना केली. कंपनीला राज्यकारभाराची सनद देण्याचा अधिकार ब्रिटिश संसदेला दिला. त्यामुळे भारताच्या घटनात्मक इतिहासात या कायद्याला महत्त्वाचे स्थान आहे.

पुढील काळात ब्रिटिश सरकारने भारताच्या घटनात्मक विकासाच्या दृष्टीने जे कायदे पास केले त्या सर्व कायद्यांत अग्रक्रमाचा मान नियामक कायद्याला आहे; कारण या कायद्याने भारताच्या लिखित घटनेचा पाया घातला व राज्यकारभाराची मूलभूत चौकट निर्माण केली. राज्यकारभार सुरळीत चालण्यासाठी कार्यकारी मंडळ, कायदेमंडळ व नि:पक्ष न्यायसंस्था या कायद्याने निर्माण केली. या कायद्याने निर्माण केलेले गव्हर्नर जनरलचे पद १९५० पर्यंत कायम राहिले. कायदेमंडळ, कार्यकारी मंडळ यांचा पुढील काळात भारतीयांचा त्यात समावेश होत गेला. या दृष्टिकोनातून हा कायदा महत्त्वाचा मानावा लागतो. यामुळे राज्यकारभारात सुसूत्रता आली, याच्या आधारेच ब्रिटिश संसदेने १७८१ व १७८४ साली दोन कायदे पास करून पार्लमेंटच्या कंपनीच्या कारभारावरील नियंत्रण वाढविले. थोडक्यात, भारताच्या घटनात्मक इतिहासाचा प्रारंभ या कायद्याने केला.

रेग्युलेटिंग ॲक्ट किंवा नियामक कायद्याची अंमलबजावणी फारशी झाली नाही. त्याशिवाय कंपनीच्या कारभारावर पुरसे नियंत्रण ठेवणे ब्रिटिश सरकारला शक्य झाले नाही. गव्हर्नर जनरलला कौन्सिलच्या सदस्यामुळे राज्यकारभारासंबंधी निर्णय घेणे अशक्य झाले. त्यामुळे कंपनीचा कारभार जास्तच भ्रष्ट व आर्थिक तोट्याचा होऊ लागला. त्यावर उपाययोजना करण्यासाठी ब्रिटिश संसदेने पंतप्रधान पिट याने संसदेत मांडलेले बिल १७८४ मध्ये पास केले. या पिट्स इंडिया ॲक्टनुसार कंपनीच्या हिंदुस्थानातील कारभारावर देखरेख ठेवण्यासाठी ६ सदस्यांचे एक 'बोर्ड ऑफ कंट्रोल' नियुक्त केले. त्यांना कंपनी शासनाबाबत मार्गदर्शन, निरीक्षण आणि नियंत्रणाचा अधिकार देण्यात आला. मुंबई व मद्रास या दोन्ही प्रांतांचा कारभार बंगालच्या गव्हर्नर जनरलकडे सोपविला. गव्हर्नर जनरलच्या कौन्सिल सदस्यांची संख्या वाढवली. या कायद्याला भारताच्या घटनात्मक इतिहासात महत्त्वाचे स्थान आहे; कारण या कायद्यामुळे बंगालच्या गव्हर्नर जनरलचे मद्रास व मुंबईच्या गव्हर्नरवर पूर्णपणे नियंत्रण प्रस्थापित होऊन एककेंद्री प्रशासनाला सुरुवात झाली. गव्हर्नर जनरलच्या कार्यकारी मंडळाची सदस्य संख्या तीन केल्याने गव्हर्नर

जनरलचे त्याच्या सहकाऱ्यावर पूर्ण वर्चस्व निर्माण झाले. त्यामुळे गव्हर्नर जनरलला आपली जबाबदारी कार्यक्षमतेने व तडफेने पार पाडण्याचे स्वातंत्र्य मिळाले. या कायद्याचे वैशिष्ट्य म्हणजे या कायद्याने निर्माण केलेली घटना १८५८ पर्यंत म्हणजे कंपनीचा शेवट होईपर्यंत अमलात राहिली. कंपनीचे हिंदुस्थानातील सार्वभौमत्व नष्ट होण्याला पिट्सच्या कायद्याने सुरुवात केली.

पिट्सच्या कायद्यानंतर गव्हर्नर जनरलला स्वत:चे निर्णय घेण्याचा अधिकार १७८६ च्या कायद्याने दिला. पुढील काळात १७९३ चा चार्टर ॲक्ट, १८१३ चा चार्टर ॲक्ट, १८३३ चा चार्टर ॲक्ट, १८५३ चा ॲक्ट कायदा इ. कायदे कंपनीच्या कारकिर्दीत पास झाले. या १७९३ पासून १८३३ पर्यंत झालेल्या कायद्यांनी प्रत्येक वेळी कंपनीचा अधिकार २० वर्षांसाठी वाढविला. कायद्यांनी इंग्रज प्रशासन एककेंद्री, खंबीर व स्थिर करण्याचा प्रयत्न केला. १८१३ च्या सनदी कायद्याने कंपनीची व्यापारातील मक्तेदारी रद्द करून सर्व ब्रिटिशांना हिंदुस्थानात व्यापार करण्याची मोकळीक देण्यात आली. १८३३ च्या सनदी कायद्याने कंपनीच्या कर्जाची व कंपनीच्या भागधारकांना साडे दहा टक्के लाभांश देण्याची जबाबदारी ब्रिटिश सरकारने घेतली; परंतु कंपनीचा राज्यकारभार गव्हर्नर जनरलच्या व त्याच्या कार्यकारिणीच्या पूर्ण नियंत्रणाखाली गेला. अशा प्रकारे कंपनीचा राज्यकारभार अनेक कायदे करून ब्रिटिश सरकारने पूर्णपणे नियंत्रणाखाली आणला.

१८५८ च्या कायद्याने ईस्ट इंडिया कंपनीचे भारतावरील शासन समाप्त झाले. शासनव्यवस्था ब्रिटिश पार्लमेंटकडे सोपविण्यात आली व यापुढे भारताचा कारभार राणी (Crown) मार्फत व राणीच्या नावाने चालविला जाणार. संचालक मंडळ व नियंत्रक मंडळ रद्द करण्यात आले. त्याऐवजी भारतमंत्री व भारतमंडळ स्थापन करण्यात आले. भारतमंत्र्याला हिंदुस्थानच्या राज्यकारभाराबाबत मार्गदर्शन व नियंत्रण करण्याचा, कायदे करण्याबाबतच्या सर्व तरतुदी, शेतसारा, रेल्वे उभारणी व भारतासंबंधीचे कोणतेही धोरण व मोठ्या खर्चाच्या बाबी इ. बाबत भारतमंत्र्याला संपूर्ण अधिकार देण्यात आले. थोडक्यात, या कायद्याने भारताच्या घटनात्मक विकासात एका नव्या युगाचा प्रारंभ झाला. कंपनीचा कारभार संपुष्टात येऊन ब्रिटिश राजपदाची राजवट या कायद्याने सुरू केली. या कायद्याने भारतमंत्र्याचे नवे पद निर्माण केले. सुदैवाने हे पद फार मोठमोठ्या व्यक्तींनी उदा. लॉर्ड सॅलिसबरी आणि लॉर्ड मोर्ले इ. नी विभूषित केले होते. १९४७ पर्यंत हे पद टिकले. भारतमंत्री व त्याच्या इंडिया कौन्सिलची निर्मिती हे या कायद्याचे घटनात्मकदृष्ट्या अत्यंत महत्त्वाचे कार्य होय. या कायद्याने हिंदी जनतेस जबाबदार राज्यपद्धतीचा परिचय झाला.

१८६१ च्या कायद्यात अनेक दोष असले तरी हा कायदा भारताच्या घटनात्मक

इतिहासात महत्त्वाचा मानला जातो; तसेच या कायद्याने लोकशाहीला आवश्यक अशा कायदेमंडळाची सुरुवात या कायद्याने केली. भारतासंबंधी कायदे करावयाचे असतील तर कायदेमंडळात भारतीय प्रतिनिधी असणे आवश्यक आहे, हे प्रतिनिधित्वाचे तत्त्व तत्त्वत: या कायद्याने मान्य केले. शिवाय सहयोगाच्या धोरणालाही सुरुवात झाली. कायदे करण्याच्या कार्यात हिंदी लोकांचे सहकार्य घ्यावे. त्यांचा दृष्टिकोन व प्रतिक्रिया समजून घ्यावी हा उद्देश कायद्याचा होता. त्यामुळे भारतात सहयोगाच्या धोरणास सुरुवात झाली तसेच या कायद्याने प्रांतिक स्वायत्ततेचा पाया घातला व भारत सरकारसंबंधी आराखडा तयार करण्यात आला. १८९२ च्या भारतीय कौन्सिल कायद्याने केंद्रीय व प्रांतीय कायदेमंडळाचा विस्तार करण्यात आला. या कायद्याचे महत्त्वाचे वैशिष्ट्य म्हणजे काही निर्बंध घालून अप्रत्यक्ष निवडणुकीस मान्यता दिली. कायदेमंडळाच्या अधिकारात वाढ केली, कायदेमंडळाच्या सदस्यांना अंदाजपत्रकावर व सरकारच्या आर्थिक धोरणाबाबत चर्चा करण्याचा, प्रश्न विचारण्याचा व टीका करण्याचा अधिकार देण्यात आला. या कायद्याने भारतीयांचे पूर्णपणे समाधान झाले नाही. जनतेला पुरेसे प्रतिनिधित्व व अधिकार दिले गेले नाहीत; परंतु या कायद्यात दोष असले तरी विधिमंडळांचा आकार वाढविल्यामुळे, विधिमंडळांना अधिक अधिकार प्रदान केल्यामुळे, निर्वाचनाचे तत्त्व प्रत्यक्षात अमलात आणण्यास वाव दिल्यामुळे हा कायदा भारताच्या घटनात्मक इतिहासातील महत्त्वाचा टप्पा ठरतो. सारांशरूपाने कंपनीच्या कालखंडात एकूण आठ कायदे झाले व कंपनीची सत्ता संपुष्टात आल्यानंतर एकूण तीन कायदे झाले. या कायद्यांनी भारताच्या घटनात्मक विकासाला हातभार लावला. पुढे १९०९, १९१९ व १९३५ ला कायदे पास झाले. त्या कायद्यांनी प्रशासनात महत्त्वाचे बदल केले. ब्रिटिशांना १९४२ ते १९४७ या कालखंडात विविध घटनात्मक योजना घोषित करून कार्यान्वित करण्याचा प्रयत्न केला. यामधून भारताचा घटनात्मक विकास मोठ्या प्रमाणात झाला. त्याचा अभ्यास आपणास पुढीलप्रमाणे करता येईल.

८.१ मोर्ले-मिंटो सुधारणा कायदा - १९०९ (Morley-Minto Act - 1909)

मोर्ले-मिंटो सुधारणा कायदा हा भारतीय कौन्सिल कायदा म्हणून ओळखला जातो. भारतमंत्री मोर्ले आणि गव्हर्नर जनरल मिंटो यांच्या पुढाकारामुळे हा कायदा झाल्यामुळे या दोघांची नावे या कायद्याशी संलग्न झालेली आहेत. ब्रिटिशांनी 'फोडा आणि झोडा' या नीतीचा वापर केला. काँग्रेसमधील नेमस्त नेत्यांना आपल्या बाजूने वळवून स्वदेशी-बहिष्काराची चळवळ निर्दयपणे दडपण्याचा प्रयोग सुरू केला. ब्रिटिशांच्या विरोधात मोठ्या प्रमाणात प्रक्षोभ निर्माण झाला. या प्रक्षोभक परिस्थितीच्या दडपणाखाली हा कायदा करणे राज्यकर्त्यांना भाग पडले होते असे दिसते.

लॉर्ड कर्झननंतर लॉर्ड मिंटो हिंदुस्थानचे गव्हर्नर जनरल झाले आणि जॉन मोर्ले यांची इंग्लडच्या मंत्रिमंडळात भारतमंत्री (Secretary of State for India) म्हणून नियुक्ती झाली. या काळात हिंदुस्थानातील राजकीय असंतोषावर तोडगा काढण्यासाठी प्रयत्न सुरू झाले आणि हिंदुस्थानातील कायदेमंडळात (लेजिस्लेटिव्ह कौन्सिल) सुधारणा करणारे बिल ब्रिटिश संसदेने सन १९०९ मध्ये संमत केले व 'इंडियन कौन्सिल अॅक्ट' (१९०९) अस्तित्वात आला. या कायद्याला 'मोर्ले-मिंटो सुधारणा' असेही म्हटले जाते. या कायद्याची माहिती पुढीलप्रमाणे आहे.

मोर्ले-मिंटो कायदा पास होण्यास कारणीभूत परिस्थिती / कारणे

१) इ. स. १८९२ चा असमाधानकारक कायदा : हिंदी लोकांमधील असंतोष कमी व्हावा त्याचबरोबर त्यांना काही राजकीय हक्क द्यावेत म्हणून ब्रिटिश सरकारने १८९२ चा कायदा पास केला; परंतु या कायद्याने हिंदी लोकांची प्रतिनिधित्वाची भूक भागली नव्हती. कायदेमंडळात सरकारी सदस्यांचे बहुमत राहिल्याने सरकारच्या धोरणावर कायदेमंडळात प्रभाव पडू शकत नव्हता. अप्रत्यक्ष निवडणूक अयोग्य होती. अशा दोषामुळे १८९२ चा कायदा समाधान करू शकला नाही. दादाभाई नौरोजी यांच्यासारख्या उदारमतवादी नेत्यांनीही संतापून उद्‌गार काढले होते की, "मी इंग्रजांना अर्ज, विनंत्या करून दमलो. माझी निराशा इतकी कडेलोटावर गेली आहे की मी जर तरुण असतो तर सरकारविरुद्ध खुशाल बंड केले असते."

२) जहाल आणि मवाळ एकत्र येण्यामुळे दबाव : काँग्रेसमध्ये जहाल गटाचे वर्चस्व वाढत होते. सरकारने मवाळांना जवळ करून काँग्रेसला जहालांच्या ताब्यातून मुक्त करण्यासाठी काही सुधारणा करण्याचे ठरविले. नेमस्तांनाही सरकारकडून चांगली वागणूक मिळत नव्हती. इ.स. १९०६ साली राष्ट्रीय सभेने स्वराज्याची मागणी केली. मवाळ व जहाल दोघांनाही स्वराज्य या शब्दाचा अर्थ वेगळा होता; परंतु दोन्ही गटांनी मिळून ही मागणी केली होती. त्यामुळे याला विशेष अर्थ होता. त्यामुळे राज्यकारभारात काही सुधारणा करणे सरकारला भाग होते.

३) लॉर्ड कर्झनचे दडपशाहीचे धोरण : इ. स. १८९९ ते १९०५ हा काळ भारतीय जनतेच्या इतिहासात अभूतपूर्व होता. लॉर्ड कर्झनसारखा साम्राज्यवादी व हुकूमशहा प्रवृत्तीचा व्हॉईसरॉय भारतात आल्याने भारतीय जनतेतील असंतोषाने रौद्र स्वरूप धारण केले होते. सर हेन्री कॉटन यांच्या नेतृत्वाखाली गेलेल्या काँग्रेसच्या शिष्टमंडळाला भेट देण्याचे लॉर्ड कर्झनने नाकारले होते. इंडियन युनिव्हर्सिटी अॅक्ट, कोलकाता कॉर्पोरेशन अॅक्ट आणि विशेषत: त्याने केलेल्या बंगालच्या फाळणीमुळे सर्व देश खडबडून जागा झालेला होता. कर्झनच्या दडपशाहीमुळे देशात फार मोठी जनजागृती

होऊन राष्ट्रीय ऐक्य निर्माण झाले. सभा, मोर्चे, मिरवणुका, हरताळ, स्वदेशीचा स्वीकार व विदेशी वस्तूंचा बहिष्कार यामुळे मोठा असंतोष निर्माण झाला. त्यामुळे ब्रिटिशांना १९०९ चा कायदा करावा लागला.

४) इंग्लडंमधील उदारमतवादी सरकार : काही ब्रिटिशांना भारतीयांबद्दल सहानुभूती वाटत होती. तसेच १९०६ मध्ये इंग्लंडमध्ये उदारमतवादी सरकारने राज्यकारभाराची सूत्रे ताब्यात घेतली. व्यक्तिस्वातंत्र्य, लोकशाही व मानवी मूल्यांचा ते आदर करणारे होते. भारतातील दहशतवाद नष्ट करण्यासाठी आणि मवाळ मतवाद्यांची सहानुभूती मिळवली पाहिजे असे उदारमतवादी सरकारला वाटत होते. भारतीय लोकांच्या प्रश्नाकडे सहानुभूतीने पाहिले पाहिजे, हा विचार मोर्लेसाहेबांच्या डोक्यातून पूर्णत: नाहीसा झाला नव्हता; म्हणूनच मवाळांशी बोलणी करून सुधारणा देण्याची पार्श्वभूमी निर्माण करण्यात मोर्लेने मोठा वाटा उचललेला होता. मोर्लेसारख्या उदारमतवादी राज्यकर्त्यांमुळे काही सुधारणा किंवा सुधारणा कायदे झाले. त्यामधून १९०९ चा कायदा पास करण्यात आला.

५) क्रांतिकारकांची कामगिरी : बंगालच्या फाळणीनंतर लोकमान्य टिळक, बिपिनचंद्र पाल, लाला लजपतराय, बाबू अरविंद घोष जहाल नेत्यांनी देशातील वातावरण आपल्या लेखणीने आणि वक्तव्यांनी संतप्त करून सोडले होते. सरकारच्या कठोर कृत्यांमुळे काही भारतीय तरूणांनी क्रांतिकारी संघटना स्थापन केल्या होत्या. क्रांतिकारकांचा बंदोबस्त करण्यासाठी सरकारने जुलमी कायदे (Seditious Meetings Act, Explosives Substance Act, Newspaper Act, Criminal law amendment Act etc.) पास केले. बंगाल, पंजाब व महाराष्ट्रातील क्रांतिकारकांच्या पुढाऱ्यांना हद्दपार करण्यात आले. क्रांतिकारी कृत्ये थांबविणे व भारतीयांतील असंतोष कमी करण्यासाठी कायदा करावा लागला.

६) साथीचे रोग, आर्थिक पिळवणूक व बेकारी : या काळात प्लेग, दुष्काळ व साथीच्या रोगांनी प्रचंड थैमान घातले. यामुळे असंख्य लोक मृत्युमुखी पडले. सरकारने या गोष्टीकडे सहानुभूतीने पाहिले नाही. फारशा उपाययोजना केल्या नाहीत. ब्रिटिश धोरणांमुळे भारतातील हस्तव्यवसाय व उद्योगधंदे बुडाले. व्यापाराच्या व कराच्यारूपाने लाखो रुपयांची संपत्ती इंग्लंडकडे जाऊ लागली. इंग्रजांनी भारताची प्रचंड पिळवणूक चालविली. व्यापार उद्योग, हस्तव्यवसाय बुडाल्यामुळे बेकारी वाढली. त्यामुळे भारतात बिकट परिस्थिती निर्माण झाली.

७) जागतिक घटनांचा प्रभाव : जागतिक घडामोडींचा भारतीय राजकारणावर प्रभाव पडत होता. १९०५ साली जपानसारख्या छोट्या आशियाई राष्ट्राने रशियासारख्या

बलाढ्य देशावर मिळविलेल्या प्रचंड विजयाचा भारतीय राष्ट्रीय चळवळीवर प्रभाव पडल्याशिवाय राहिला नाही. युरोपियन लोकांची संस्कृती श्रेष्ठ आहे व ते अजिंक्य आहेत. लोकशाही शासनव्यवस्थेत त्यांची मिरासदारी आहे. या विश्वासाला तडा गेला. या घटनांच्यापासून भारतीयांना प्रेरणा मिळाली. उदारमतवादी नेतेसुद्धा ब्रिटिशांच्या विरोधात बोलू लागले. ब्रिटिशांच्या भारताबाहेरील वसाहतीमध्ये भारतीयांना मूलभूत हक्क नाकारले. या बातम्या समजताच भारतीयांच्या असंतोषात अधिकच भर पडली. या परिस्थितीत लोकांना समाधानी ठेवणे आवश्यक होते.

८) परदेशातील भारतीयांना मिळणारी अमानुष वागणूक : भारताच्या बाहेर दक्षिण आफ्रिकेतील ब्रिटिश वसाहती, कॅनडा, अमेरिका, कोलंबिया इ. देशात भारतीय लोक कामधंद्यानिमित्त स्थायिक झाले होते. त्यांच्यावर तेथील गोरे सरकार अन्याय, अत्याचार करीत होते. त्यांच्यावर अधिक कर आकारला जाई. त्यांना मतदानाचा अधिकार नव्हता. तेथे गुलाम व जनावराप्रमाणे भारतीयांना वागणूक दिली जाई. त्यामुळे भारतात इंग्रजविरोधी वातावरण तयार झाले.

९) नामदार गोखले यांची कामगिरी : सन १९०९ चा कायदा पास होताना नामदार गोखले यांची कामगिरी महत्त्वपूर्ण ठरली. ते गव्हर्नर जनरलच्या मंडळाचे सभासद होते. मार्च १९०६ मध्ये या मंडळाची अंदाजपत्रकावर चर्चा चालू असताना नामदार गोखले यांनी कायदेमंडळात सुधारणाविषयींचा पहिला आवाज उठविला. प्रजेला राज्यकारभारात जास्तीत जास्त सामावून घेतले पाहिजे, असे त्यांनी लॉर्ड मिंटोला सांगितले. पुढे लवकरच गोखले हे ब्रिटनला गेले व तेथे भारतमंत्री मोर्ले यांच्याशी भारतीय राजकीय प्रस्तावावर त्यांच्या अनेक बैठका झाल्या. या बैठकांमध्ये राजकीय सुधारणांच्या मोबदल्यात राष्ट्रसभा सरकारला सहकार्य करेल, असे स्पष्ट आश्वासन मोर्लेला त्यांनी दिले. राज्यकर्त्यांशी संघर्ष न करता त्यांच्याशी सहकार्याने वागून जास्तीत जास्त सुधारणा करून घ्याव्यात, ही नामदार गोखले यांच्यासारख्या इतर मवाळ नेत्यांनी घेतलेली भूमिका मोर्ले-मिंटो सुधारणांना अनुकूल झाली.

१०) ब्रिटिशांची 'फोडा व झोडा' ही राज्यकारभाराची नीती : ब्रिटिशांनी राज्यकारभार करताना 'फोडा व झोडा' या नीतीचा अवलंब केला. राष्ट्रसभेच्या स्थापनेपासून राष्ट्रीय चळवळीत मुस्लिमांनी भाग घेऊ नये म्हणून सरकार वा नोकरशाही सतत प्रयत्न करीत होती. त्याशिवाय ब्रिटिशांनी हिंदू व मुस्लीम यांच्यात फूट पाडण्यासाठी बंगालची फाळणी केलेली होती. लॉर्ड मिंटो याने तर मुस्लीम शिष्टमंडळास भेटीसाठी बोलविले होते. त्या शिष्टमंडळाने मुस्लीम समाजाला त्यांचे राजकीय महत्त्व व ब्रिटिशांशी एकनिष्ठ सेवा विचारात घेऊन वाटा मिळावा अशी मागणी केली होती. मुस्लीम लीगच्या

स्थापनेनंतर मुस्लीम समाजात वेगळेपणाची भावना वाढत गेली. बहुसंख्य भारतीयांपासून मुस्लीम समाज दूर ठेवण्याचाच प्रयत्न ब्रिटिशांनी केला. काँग्रेसमध्ये फूट पडून जहालमतवादी काँग्रेसच्या बाहेर फेकले गेले. या परिस्थितीत भारतीयांना सुधारणा दिल्या नाहीत तर असंतोष मोठ्या प्रमाणात वाढेल व ब्रिटिश साम्राज्यास धोका निर्माण होईल. असे भारतमंत्री मोर्ले याला वाटू लागले. त्यांनी कायदा होण्यासाठी प्रयत्न केले.

वरील कारणांमुळे मोर्ले-मिंटो कायदा पास झाला. हा कायदा 'इंडियन कौन्सिल ॲक्ट' किंवा 'मोर्ले-मिंटो सुधारणा कायदा' या नावाने ओळखला जातो.

१९०९ च्या कायद्यामधील तरतुदी

१) केंद्रीय कायदेमंडळाचा विस्तार : या कायद्याने केंद्रीय कायदेमंडळातील अतिरिक्त सभासदांची संख्या १६ वरून ६० करण्यात आली. शिवाय गव्हर्नर जनरल व त्याच्या कार्यकारिणी परिषदेचे ७ सदस्य अशी मिळून कायदेमंडळाची सदस्य संख्या ६८ झाली. त्यामध्ये एक असाधारण सदस्य होता. या ६८ पैकी ३६ सरकारी व ३२ बिनसरकारी अशी विभागणी करण्यात आली. या ३२ बिनसरकारी सभासदांपैकी ५ गव्हर्नर जनरलने नियुक्त केलेले व २७ निवडून आलेले राहणार होते.

२) प्रांतीय कायदेमंडळाचा विस्तार : प्रांतीय कायदेमंडळाची सभासद संख्या वाढविली त्याप्रमाणे मुंबई, मद्रास, बंगाल, संयुक्त प्रांत, बिहार व ओरिसा या प्रांतांच्या सभासदांची संख्या ५० करण्यात आली. पंजाब, आसाम, ब्रह्मदेश या प्रांतांच्या सभासदांची संख्या ३० करण्यात आली. यातही सरकारी व बिनसरकारी अशी विभागणी केली.

३) भारतमंत्र्याच्या मंडळात हिंदी सभासदांची नियुक्ती : या कायद्यानुसार प्रथमच भारतमंत्र्याच्या मंडळात दोन हिंदी सभासद घेण्यात आले. त्यानुसार के. जी. गुप्ता व सय्यद हुसेन बिलग्रामी यांची नियुक्ती करण्यात आली.

४) गव्हर्नर जनरलच्या कार्यकारी मंडळात हिंदी सभासदांची नियुक्ती : या कायद्यानुसार प्रथमच गव्हर्नर जनरलच्या कार्यकारी मंडळात हिंदी सभासद नियुक्त करण्यात आला. त्यानुसार लॉर्ड एस. पी. सिन्हा यांची नियुक्त करण्यात आली.

५) मुस्लिमांना स्वतंत्र मतदारसंघ व राखीव जागा : या कायद्याने भारतात जातीय निर्वाचन पद्धतीचा प्रारंभ करून मुस्लिमांचा स्वतंत्र मतदारसंघ स्थापन करण्यात आला; तसेच केंद्रीय व प्रांतीय कायदेमंडळात मुस्लिमांसाठी काही जागा राखीव ठेवण्यात आल्या. बंगाल प्रांत संयुक्त प्रांत, उत्तर प्रदेश, बिहार, ओरिसा प्रांतात प्रत्येकी ४ आणि आसाम व मद्रास प्रांतात प्रत्येकी २ अशा जागा मुस्लिमांसाठी राखीव ठेवण्यात आल्या.

कायदेमंडळाच्या अधिकारात वाढ

या कायद्याने अंदाजपत्रकावर चर्चा करण्याचा व त्यावर स्वतंत्रपणे मतदान करण्याचा अधिकार कायदेमंडळाला देण्यात आला. त्याशिवाय कायदेमंडळात प्रश्न विचारणे, ठराव मंजूर करणे व मांडणे, त्यावर चर्चा करणे इ. अधिकार मिळाले; परंतु आयात-निर्यातीवरील कर, सरकारी कर्जावरील व्याज व संरक्षण इ. गोष्टींबाबत कायदेमंडळाला चर्चा करण्याचा अधिकार नव्हता. तसेच कायदेमंडळाने पास केलेले ठराव सरकारवर बंधनकारक नव्हते. प्रश्न विचारण्याचा अधिकार होता; परंतु विचारलेल्या प्रश्नांचे उत्तर दिलेच पाहिजे असे सरकारवर बंधन नव्हते.

राजकीय गुन्हेगारांवर बंधने

या कायद्याने राजकीय गुन्हेगारांना कायदेमंडळाच्या निवडणुकीस उभे राहता येणार नाही असे ठरविण्यात आले. ही अट शिथिल करण्याचा अधिकार प्रांताच्या गर्व्हनरांना देण्यात आला.

१९०९ च्या कायद्याचे मूल्यमापन

मोर्ले-मिंटो सुधारणा कायदा पास होण्यापूर्वी या कायद्याबद्दल भारतीयांच्या अपेक्षा मोठ्या होत्या; परंतु हा कायदा पास झाल्यानंतर आणि त्यातील तरतुदी प्रत्यक्षात आल्यानंतर भारतीयांचा अपेक्षाभंग झाला. "मोर्ले यांना दिलेल्या सुधारणा म्हणजे स्वराज्य नव्हे व स्वराज्याचा पायाही नव्हे." या शब्दात लो. टिळकांनी आपल्या 'केसरी' या वृत्तपत्रातून या कायद्यावर टीका केली. ज्या नेमस्तांनी "या सुधारणा आम्हास एक पिढीभर पुरतील" असे म्हटले होते, त्या सुधारणा संपूर्णपणे जुनाट व टाकाऊ ठरल्या. याचे मुख्य कारण म्हणजे या कायद्यात अनेक दोष होते.

१९०९ च्या कायद्यातील दोष

१) सुधारणा देण्यामागे सरकारची स्वार्थी भूमिका : या कायद्याने सर्वांची निराशा केली. कायद्याने प्रांतीय कायदेमंडळात बिनसरकारी सभासदांचे बहुमत सरकारवर काही तरी नियंत्रण राहील, असे वाटत होते परंतु ते खरे ठरले नाही. जबाबदार राज्यपद्धतीची मागणी भारतीय लोक करीत असता त्यांच्या पदरी पोकळ सुधारणा पडल्या. सरकार पूर्वीसारखेच व पूर्वीइतकेच अनियंत्रित राहिले. कायद्याने लोकशाही शासनपद्धती स्थापन होईल असे वाटत होते; परंतु सरकारला लोकशाही पद्धत राबवायची नव्हती हे स्पष्ट दिसून आले. सुधारणा देण्यामागे सरकारला फक्त जनतेमधील असंतोष कमी करावयाचा होता. त्यामुळे सरकारने सुधारणांचे पोकळ तुकडे तोंडावर फेकण्याचा हा प्रकार होता. यामधून सरकारचा स्वार्थी दृष्टिकोन स्पष्ट होतो.

२) लोकशाहीचा बाह्य देखावा तयार झाला : या कायद्याने जनतेसमोर फक्त लोकशाहीचा बाह्य देखावा करण्यात आला. कायद्यानुसार बिनसरकारी सभासदांना टीका करण्याचा हक्क होता; परंतु त्या टीकेला सरकार भीक घालत नव्हते. कायदेमंडळात बिनसरकारी सभासदांनी पास केलेले ठराव अंमलात आणणे सरकारवर बंधनकारक नव्हते. अंदाजपत्रकावर टीका करण्याचा त्यांचा हक्क होता; परंतु त्यात बदल करण्याचा हक्क नव्हता. ते बदल सुचवू शकत होते परंतु तो स्वीकारणे अथवा न स्वीकारणे सरकारच्या मर्जीवर होते. प्रांतीय कायदेमंडळात बिनसरकारी सभासदांचे बहुमत करून सरकारने लोकशाहीचा देखावा केला; परंतु हे सरकारनियुक्त बिनसरकारी सभासद पूर्णपणे सरकारशी एकनिष्ठ होते. थोडक्यात, जास्तीत जास्त सभासद सरकारचेच होते. सरकारने सर्व सत्ता आपल्या हातात ठेवली होती. त्या सत्तेत बिनसरकारी सभासदांना सरकार भागीदार करून घ्यावयास तयार नव्हते. इतिहासकार कूपलँड तर या कायदेमंडळाला दरबाराचीच उपमा देतो. या दरबारात सरकार सर्वाधिकारी होते.

३) निवडणूक पद्धतीचा देखावा : या कायद्याने निवडणुकीचे तत्त्व मान्य केले होते; परंतु ही निवडणूक पद्धती अप्रत्यक्ष होती. त्यामुळे उमेदवार व मतदार यांचा प्रत्यक्ष संबंध कोठेच येत नव्हता. त्यामुळे या कायद्यानुसार ज्या निवडणुका झाल्या त्यात मतदारांनी फारसा उत्साह दाखविला नाही आणि प्रतिनिधींच्या मनातही आपण प्रजेला जबाबदार आहोत, ही जाणीव तीव्रतेने निर्माण झाली नाही. बहुसंख्य लोकांना आणि संपूर्ण स्त्रीवर्गाला मतदानाच्या हक्कापासून वंचित ठेवण्यात आले होते. ठराविक कर असणाऱ्या व्यक्तींनाच मतदानाचा अधिकार देण्यात आला होता. त्यामुळे सामान्य जनतेची या कायद्याने उपेक्षाच केली. तात्पर्य, निवडणूक पद्धत म्हणजे फक्त देखावा ठरला.

४) जातीय मतदारसंघाची निर्मिती राष्ट्रीय ऐक्याला घातक : या कायद्याचा सर्वांत मोठा दोष म्हणजे प्रादेशिक प्रतिनिधित्वाऐवजी जातीय व वर्गीय प्रतिनिधित्व देण्यात आले होते. मुस्लिमांना स्वतंत्र मतदारसंघ आणि केंद्रीय, प्रांतीय कायदेमंडळात राखीव जागा दिल्याने जातीयवाद फोफावण्यास मदत झाली. मुस्लिमांच्या पावलावर पाऊल ठेवून स्वतंत्र मतदारसंघ मिळविण्यासाठी युरोपियन, ख्रिश्चन, शीख व हरिजन इ. पुढे सरसावले. त्यामुळे हिंदुस्थानच्या अखंडत्वास सुरुंग लागला व भावी विभाजनाची बीजे पेरली गेली. त्यामुळे 'भारतातील प्रत्येक जमात दुसऱ्या जमातीविरुद्ध कशी होईल, याची विशेष काळजी या सुधारणा तयार करताना सरकारने घेतलेली दिसते.' असे विधान डॉ. के. एम. मुन्शी यांनी केलेले आहे.

५) कायदेमंडळात सरकारी सभासदांचे बहुमत : कायदेमंडळात सरकारी सभासदांचे बहुमत होते, हा या कायद्यातील दुसरा महत्त्वाचा दोष होय. केंद्रीय कायदेमंडळात सरकारी सदस्य बहुमतात होते. प्रांतिक कायदेमंडळात सरकारनियुक्त

गैरसरकारी सभासद होते; परंतु हे सभासद ब्रिटिशांशी एकनिष्ठ होते. ते नेहमी सरकारी सदस्यांच्या बाजूने राहत होते. त्यांना कार्य करण्यास फारसा वाव नव्हता.

६) कायदेमंडळात सुशिक्षित मध्यमवर्गीयांना डावलले : १९०९ च्या कायद्याने केंद्रीय व प्रांतीय कायदेमंडळात सुशिक्षित मध्यमवर्गीयांना डावलले; कारण हा वर्ग राजकीयदृष्ट्या जागृत होता. मध्यमवर्गातील जमीनदार, व्यापारी व उद्योगपती यांना प्रतिनिधित्व दिले; परंतु सुशिक्षितांना प्रतिनिधित्व दिले नाही असा राजकीय भेदभाव सरकारने केला.

७) सामान्य जनतेतून प्रतिनिधींची निवड होत असे : केंद्रीय व प्रांतीय कायदेमंडळात अप्रत्यक्ष निवडणूक पद्धतीचा उपयोग केलेला नव्हता. बिनसरकारी सभासद अप्रत्यक्ष निवडणूक पद्धतीने निवडले जात. हे प्रतिनिधी जनतेकडून न निवडता स्थानिक संस्थांमार्फत निवडले जात. त्यामुळे या कायद्याने सामान्य जनतेची उपेक्षा केली.

१९०९ च्या कायद्याचे गुण

१) जबाबदार राज्यपद्धतीची सुरुवात : १९०९ च्या कायद्याने कायदेमंडळात वाढ झाली, तसेच बिनसरकारी व निवडून आलेल्या सभासदांच्या संख्येत आणि अधिकारात वाढ झाली. भारतीय समाजाचे अधिकाधिक प्रतिनिधित्व कायदे मंडळात असले पाहिजे हे सरकारलाही पटले होते. त्यामुळे या सुधारणा म्हणजे पुढे भारतात मिळणाऱ्या जबाबदार राज्यपद्धतीची सुरुवात होती. त्यादृष्टीने सरकारची पावले पडू लागली.

२) राज्यकारभाराचा हिंदी लोकांना अनुभव : हिंदी लोकांना बरोबर घेऊन राज्यकारभार केला पाहिजे, याची जाणीव इंग्रजांना झाली होती. त्यादृष्टीने सरकारने धोरण राबविण्यास सुरुवात केली. १९०९ च्या कायद्याने हिंदी जनतेला कायदे करण्याच्या कार्यात सहभागी करून घेण्यात आले. प्रश्न-उपप्रश्न विचारणे व ठराव मांडणे. इ. अधिकार कायदेमंडळातील सदस्यांना घेऊन व हिंदी लोकांना कार्यकारी मंडळात नियुक्त करून राज्यकारभारात सहभागी करून घेण्यात आले. त्यामुळे भारतीयांना राज्यकारभाराचा अनुभव मिळू लागला. कायदेमंडळ हे नवीन व्यासपीठ भारतीयांना मिळाले.

३) निवडणूक तत्त्व मान्य व राजकीय जागृती : १९०९ च्या कायद्याने लोकशाहीचे मूलभूत निवडणुकीचे तत्त्व मान्य केले होते. सभासदांना प्रश्न-उपप्रश्न विचारण्याचा अधिकार व अंदाजपत्रकावर ठराव मांडण्याचा व चर्चा करण्याचा अधिकार दिल्याने अनेक सार्वजनिक बाबींवर बिनसरकारी सभासद चर्चा घडवून आणू शकत होते आणि हे करीत असतानाच दिलेल्या राजकीय सुधारणा व हक्क किती अपुरे आहेत, हे सरकारला सातत्याने पटवून देत होते. यामुळे राजकीय जागृती होण्यास मदत झाली.

४) भारतमंत्री व गव्हर्नर जनरलच्या मंडळात भारतीयांना स्थान : या कायद्याने

भारतमंत्र्याच्या व गव्हर्नर जनरलच्या मंडळात प्रथमच भारतीय सभासदांचा समावेश करण्यात आला. भारताविषयी जेथे अत्यंत गुप्तपणे निर्णय घेतले जात व धोरण ठरविले जाई अशा मंडळात भारतीय लोकांना प्रथमच घेण्यात आले.

या कायद्यात अनेक दोष असले तरी या सुधारणा पूर्णपणे टाकाऊ व निरुपयोगी होत्या, असे म्हणता येणार नाही. या कायद्यात काही गुणही होते. के. एम. मुन्शी म्हणतात, १९०९ चा कायदा म्हणजे नेमस्तांना खूश करण्यासाठी दिलेले खाद्य होय. डॉ. आर. सी. मुजुमदार म्हणतात. १९०९ चा कायदा म्हणजे जन्मास आलेले एक मृत अर्भकच होय.''

कीथ हा इतिहासकार म्हणतो, ''मोर्ले-मिंटो सुधारणा कायद्याचा उद्देश जर राष्ट्रीय आंदोलन समाप्त करण्याचा होता, तर तो उद्देश पूर्ण करण्यात या सुधारणा अपयशी ठरल्या.''

८.२ १९१९ चा माँटेग्यू-चेम्सफोर्ड सुधारणा कायदा :

१९०९ च्या मोर्ले-मिंटो सुधारणा कायद्याने भारतीयांचे समाधान झाले नाही. लो. टिळकांची १९१४ मध्ये मंडालेच्या तुरुंगातून सुटका झाली आणि भारतीय राजकारणाला वेगळेच वळण मिळाले. १९१६ च्या लखनौ अधिवेशनात काँग्रेस व मुस्लीम लीग यांच्यात करार होऊन त्यांनी ब्रिटिशविरोधी भूमिका घेतली. राष्ट्रीय चळवळ वाढीस लागली. त्यामुळे दहा वर्षांत सरकारला पुन्हा सुधारणा कायदा पास करावा लागला. तो कायदा माँटेग्यू - चेम्सफोर्ड सुधारणा कायदा होय. सन १९१७ च्या माँटेग्यू घोषणेवर आधारित ब्रिटिश संसदेने 'गव्हर्नमेंट ऑफ इंडिया ॲक्ट' २३ डिसेंबर १९१९ रोजी संमत केला. या कायद्याचा मसुदा भारतमंत्री माँटेग्यू व व्हॉईसरॉय चेम्सफोर्ड यांनी तयार केला होता म्हणून या कायद्यास 'माँटेग्यू-चेम्सफोर्ड किंवा माँट-फर्ड सुधारणा कायदा' असेही म्हटले जाते.

१९१९ चा माँटेग्यू-चेम्सफोर्ड सुधारणा कायदा पास होण्याची कारणे

१) अपुऱ्या व असमाधानकारक मोर्ले-मिंटो सुधारणा : मोर्ले-मिंटो सुधारणांनी भारतीय जनतेचे समाधान झाले नाही; कारण त्यात अनेक दोष होते. त्याशिवाय कायद्यानुसार भारतीयांसाठी कोणत्याही प्रकारचे ध्येय जाहीर केले नव्हते. सुधारणांचा देखावा निर्माण केला. प्रांतीय व केंद्रीय कायदेमंडळांचे स्थान सल्लागार मंडळासारखे झाले. त्यांचा सल्ला मानण्याचे बंधन सरकारवर नव्हते. त्याशिवाय राजकीयदृष्ट्या जागृत असणाऱ्या सुशिक्षित मध्यमवर्गास कायदेमंडळाचे प्रतिनिधित्व देताना हेतुपुरस्सर डावलले गेले. व्यापारी, जमीनदार वर्गाला अधिक प्रतिनिधित्व व सवलती दिल्या. यामुळे भारतीय समाजातील जाती, धर्मात मतभेद व दुरावा निर्माण होईल आणि आपणाला सत्ता टिकविण्यात मदत होईल, असे कुटिल धोरण राबविले. कायद्याने मुस्लिमांना जातीय मतदारसंघ मिळाल्यामुळे राष्ट्रीय जीवनात दुहीचे बीजारोपण झाले. या सुधारणा अपुऱ्या

तर होत्याच शिवाय राष्ट्रहिताच्या आड येणाऱ्या होत्या. त्यामुळे काँग्रेसच्या नेतृत्वाखाली स्वातंत्र्य चळवळ जास्तीतजास्त तीव्र केली गेली. जनतेतील असंतोष वाढत गेला आणि सुधारणांसाठी अवनुकूलता निर्माण झाली.

२) क्रांतिकारी चळवळी : १९०९ च्या कायद्याने हिंदी जनतेची फसवणूक केली होती. त्यामुळे क्रांतिकारक संतप्त झाले. त्यांच्या कारवाया वाढत गेल्या. जुलमी अधिकाऱ्यांचे खून करणे, देशासाठी तुरुंगवास, शिक्षा, फासावर जाण्यास आनंदाने तयार असणे असे प्रकार घडू लागले. त्यांचे बलिदान जनतेला प्रेरणा देणारे ठरू लागले. त्यातून देशप्रेम, राष्ट्रीयत्व वाढीस लागले. क्रांतिकारकांनी घडवून आणलेल्या कृत्यामुळे भारतातील असंतोषाचे हादरे सर्व जगाला बसत होते व भारतीय प्रश्नाकडे सर्व जगाचे लक्ष आकृष्ट करून घेता येत होते. क्रांतिकारी चळवळी दडपण्यासाठी सरकारने अनेक कायदे पास केले. यामधून जहालमतवादी नेत्यांनाही दडपून टाकण्याचे प्रयत्न भारतामधील नोकरशाहीने केले; परंतु जेवढ्या प्रमाणावर नोकरशाहीची दडपशाही वाढली तेवढ्या प्रमाणात भारतामधील असंतोष वाढत राहिला.

३) काँग्रेस व मुस्लीम लीग ऐक्य : इ. स. १९१६ मध्ये झालेल्या लखनौ अधिवेशनात जसे जहाल आणि मवाळ एकत्र आले तसेच त्यांना मुस्लीम लीगही येऊन मिळाली.

४) राष्ट्रसभेची कामगिरी : १९०९ च्या कायद्याने काँग्रेसमधील मवाळवादीही निराश व असंतुष्ट होते. जहालमतवादी तर सरकारच्या विरोधात होते. काँग्रेसमध्ये मवाळांचे वर्चस्व होते. त्यांनीही सरकारविरुद्ध चळवळ सुरू केली. सन १९१५ मध्ये भरलेल्या अधिवेशनात त्यांनी ब्रिटिश राज्यकारभाराचे ध्येय ब्रिटिशांनी जाहीर करावे, असे आवाहन करून विद्यमान कायदेमंडळे व स्थानिक स्वराज्य संस्था यांच्या अधिकारात वाढ करून 'साम्राज्यांतर्गत स्वराज्य' भारतीय लोकांनी सनदशीर मार्गाने मिळवावे, अशी घोषणा केली; परंतु १९१५ सालापर्यंत राष्ट्रसभेच्या ठरावांची भाषा मवाळच राहिली; कारण ती मवाळांच्या हाती होती; परंतु १९१६ सालापासून राष्ट्रसभा जहालमतवाद्यांच्या प्रभावाखाली जाऊन ती दिवसेंदिवस आक्रमक बनू लागली होती. सन १९१६ च्या लखनौ अधिवेशनात पास केलेल्या ठरावात त्यांनी मागणी केली की, इंग्रजांप्रमाणे हिंदी लोकांना समान हक्क व अधिकार असावेत. मवाळ व जहाल यांनी एकत्रपणे 'साम्राज्यांतर्गत स्वराज्य' ही मागणी एकमुखाने केली. थोडक्यात, ब्रिटिशांच्या विरोधात जहाल व मवाळ एकत्र आले. त्यांच्यामध्ये निर्माण झालेला असंतोष दूर करण्यासाठी कायदा करावा लागला.

५) परदेशातील हिंदी लोकांवर अन्याय : दक्षिण आफ्रिका, कॅनडा, ऑस्ट्रेलिया येथील युरोपियन वसाहतींमध्ये गोरे अधिकारी हिंदी लोकांवर अन्याय, अत्याचार करीत

होते. आशिया खंडातील दक्षिण प्रदेशातील असणाऱ्या ब्रिटिश वसाहतीतही भारतीय लोकांना अमानुष वागणूक दिली जात होती. महात्मा गांधीजींनी दक्षिण आफ्रिकेतील हिंदी लोकांवर होत असलेले अन्याय, अत्याचार सत्याग्रह करून बंद केले. ब्रिटिश साम्राज्यवाद्यांशी लढण्याचा एक नवा प्रयोग सुरू केला. सत्याग्रह व सविनय कायदेभंग मार्गाचा अवलंब केला. तरीही पुढे हिंदी लोकांवर अत्याचार होत राहिले. यामुळे भारतात ब्रिटिशांच्या विरोधात असंतोष निर्माण झाला.

६) आंतरराष्ट्रीय घटनांचा परिणाम : पहिल्या महायुद्धात इंग्लंड उतरले. बेल्जियम या युरोपातील छोट्याशा राष्ट्राच्या स्वातंत्र्याच्या रक्षणासाठी आम्ही युद्धात पडलो आहोत, अशी घोषणा ब्रिटिश राज्यकर्त्यांनी केली; परंतु याच वेळी इंग्लंड हिंदुस्थानला मात्र पारतंत्र्यात ठेवत होते; हा विरोधाभास जगासमोर आला. पहिल्या महायुद्धात इंग्लंडला भारतीयांनी सर्वतोपरी मदत केली. युद्धखर्चासाठी लाखो रुपयांची मदत केली. सुमारे १० लाख हिंदी सैनिक इंग्लंडच्या बाजूने महायुद्धात लढत होते. युद्धानंतर इंग्लंड भारताच्या मागण्या मान्य करील, अशी हिंदी जनतेला आशा होती. १९१७ मध्ये अमेरिकेचे अध्यक्ष वुड्रो विल्सन यांनी 'स्वयंनिर्णयाचे तत्त्व' घोषित केले व जागतिक शांततेसाठी १४ तत्त्वे मांडली. अमेरिका व तिचे अध्यक्ष लोकशाहीचा पुरस्कार करणारे होते. त्यांच्या वक्तव्यांनी पारतंत्र्यात असणाऱ्या भारतीय समाजाला मोठा दिलासा प्राप्त झाला. आंतरराष्ट्रीय घडामोडींमुळे भारताला स्वराज्याचे काही हक्क देणे अपरिहार्य होऊन बसले होते.

७) महायुद्धाने निर्माण केलेली परिस्थिती : फ्रान्स, बेल्जियम, इराण, आफ्रिका, पॅलेस्टाईन व इजिप्त येथील रणांगणावर भारतीय शिपाई शौर्याने लढले. त्यांच्या शौर्याचे गोऱ्यांनीही कौतुक केले. भारतीय शिपाई शौर्याच्या बाबतीत कमी नाही, ही भारताला आत्मविश्वास देणारी व अधिक जागृत करणारी गोष्ट होती. भारताने आपल्या हजारो पुत्रांचे बलिदान ब्रिटनसाठी केले होते. युद्धामुळे भयंकर महागाई व बेकारीचे चटके सामान्य माणसाला बसत होते. लक्षावधी रुपयांची संपत्ती भारताने ब्रिटनला युद्धासाठी दिलेली होती. या सर्व कठीण परिस्थितीला भारत तोंड देत होता. युद्ध संपल्यानंतर ब्रिटिश राज्यकर्ते भारताला साम्राज्यांतर्गत स्वराज्य बहाल करतील या मागणीसाठी भारतीय राजकारणातील सर्वच पक्ष एकदिलाने एका व्यासपीठावर आले होते. युद्धाने निर्माण केलेली ही परिस्थिती १९१९ चा कायदा होण्यास पूरक ठरली.

८) होमरूल लीगची चळवळ : डॉ. ॲनी बेझंट आणि लो. टिळक यांनी हिंदुस्थानला स्वशासन मिळाले पाहिजे. हक्क म्हणून स्वराज्य मिळाले पाहिजे यासाठी होमरूल लीगची चळवळ उभी केली. ॲनी बेझंट युरोपियन असल्या तरी भारतीय स्वातंत्र्याविषयी त्यांना तळमळ होती. १९१४ मध्ये त्या काँग्रेसमध्ये आल्या. भारताला

स्वातंत्र्य मिळालेच पाहिजे, हे त्यांनी आग्रहाने व्याख्यानातून व लेखनातून जोरदारपणे प्रतिपादन केले. १९१६ मध्ये. लो. टिळकांनी होमरूल लीगची स्थापना करून स्वराज्याच्या मागणीची चळवळ तीव्र केली. देशात व परदेशात अनेक ठिकाणी होमरूलच्या शाखा स्थापन केल्या. होमरूलच्या कार्यामुळे अमेरिकेतील वृत्तपत्रे ब्रिटिशांच्या भारतविषयीच्या साम्राज्यवादी धोरणावर कडाडून हल्ले करू लागली. त्यांनी राष्ट्रीय चळवळ अधिक तीव्र व आक्रमक केली. त्यांच्या लोकप्रियतेबरोबरच होमरूलची सदस्य संख्या खूप वाढली. त्यामुळे सुधारणा देणे सरकारला गरजेचे झाले. वरील कारणांमुळे ब्रिटिशांना १९१९ चा कायदा करावा लागला.

भारतमंत्री लॉर्ड मॉंटेग्यूची घोषणा - २० ऑगस्ट १९१७

व्हॉईसरॉय लॉर्ड हार्डिंग्ज सन १९१५ मध्ये मायदेशी गेला. त्याच्या जागी विलायत सरकारने लॉर्ड चेम्सफोर्डची नियुक्ती केली, तर १२ जुलै १९१७ रोजी चेंबरलीन यांच्या जागी लॉर्ड मॉंटेग्यू यांची भारतमंत्री म्हणून नियुक्ती केली. भारताच्या सुदैवाने नवा भारतमंत्री हा भारताबद्दल आस्था व सहानुभूती बाळगणारा होता. भारतीय राज्यकारभाराला मूलभूत स्वरूपाचे कालमानाप्रमाणे बदल जर केले नाहीत तर भारतीय असंतोषाला ब्रिटिशांना तोंड देता येणार नाही व भारतीय साम्राज्याला फार लवकर मुकावे लागेल, असे त्याला वाटत होते. परिणामी, भारतमंत्री म्हणून सूत्रे हातात घेताच त्याने भारतीय इतिहासात सुप्रसिद्ध ठरलेली 'ऑगस्ट घोषणा' २० ऑगस्ट १९१७ रोजी केली. या घोषणेत पुढील महत्त्वाचे मुद्दे मांडले होते.

१) भारत हा ब्रिटिश साम्राज्याचा अविभाज्य असा घटक राहील; परंतु त्याला साम्राज्यांतर्गत स्वराज्य देणे हे ब्रिटिशांचे ध्येय राहील.

२) भारताला मिळणाऱ्या स्वराज्यात जबाबदार शासनपद्धती असेल.

३) या ध्येयाप्रत सरकारला एकदम जाता येणार नाही. हळूहळू प्रगती साधली जाईल. हे ध्येय प्राप्त करण्यासाठी दोन मार्ग आहेत. पहिला, राज्यकारभाराच्या प्रत्येक खात्यात भारतीय लोकांचे अधिकाधिक सहकार्य मिळवणे तर दुसरा, भारतातील स्थानिक स्वराज्य संस्थांची वाढ करणे.

४) या संदर्भात टप्प्याटप्प्याने सुधारणा देण्यात येतील. विलायत सरकार वा भारत सरकार यांच्यावर भारतीय जनतेच्या कल्याणाची जबाबदारी असल्याने या सरकारांनीच अशा सुधारणा केव्हा व कशा मिळवून द्यावयाच्या हे ठरवावे. भारतीय जनतेने त्यासाठी सहकार्य करावे व मिळालेल्या सुधारणा अशा राबवून दाखवाव्यात की, त्यायोगे आणखी सुधारणांचा हप्ता सरकारला देता येईल. सारांश - भारतीय लोकांनी आपली पात्रता सिद्ध करावी.

जबाबदार राज्यपद्धती निर्माण करणे म्हणजे लोकप्रतिनिधींतर्फे चालविला जाणारा राज्यकारभार निर्माण करणे होय. या घोषणेने हिंदी राजकारणात एक नवे युग निर्माण झाले. हिंदुस्थानात जबाबदार राज्यपद्धती निर्माण करणे हे आमचे ध्येय आहे, हे इंग्रजांना जाहीर करावे लागले. ही राज्यपद्धती एकदम सुरू होणारी नव्हती. ती टप्प्याटप्प्याने घडून येणार होती. दिलेल्या सुधारणांचा पहिला हप्ता कसा काय राबविला जातो आणि भारतीय लोकांवर टाकलेली जबाबदारी ते कशी काय पार पाडतात, यावर दुसरा हप्ता अवलंबून राहणार होता. सारांश भारतीय समाजाला स्वातंत्र्याचे अथवा स्वराज्याचे हक्क एकदम न मिळता ते क्रमाक्रमाने मिळणार असल्याची ही मॉंटेग्यूसाहेबांची घोषणा होती.

या घोषणेचे स्वागत मवाळ पक्षाने Magna Carta of India असे जरी केले असले तरी जहालांच्या आकांक्षा या घोषणेमधून पूर्ण झाल्या नाहीत. या घोषणेनंतर मॉंटेग्यूसाहेबांनी पाच महिन्यांचा भारताचा दौरा केला. अनेक पक्ष व संस्था यांच्या मुलाखती घेतल्या. भारत सरकारशी विचारविनिमय करून त्याने 'भारताच्या घटनात्मक सुधारणेचा अहवाल' प्रसिद्ध केला. त्या अहवालावर पुढे पार्लमेंटमध्ये २३ डिसेंबर १९१९ रोजी 'गव्हर्न्मेंट ऑफ इंडिया ॲक्ट' हा कायदा पास झाला.

मॉंटेग्यू घोषणेबाबत टीका करताना 'केसरी'च्या एका अग्रलेखात म्हटले होते, 'उजाडले, पण सूर्य कोठे आहे?'

थोडक्यात, मॉंटेग्यूच्या घोषणेने १९१९ च्या कायद्याकडे वाटचाल केली.

१९१९ च्या कायद्यामधील तरतुदी

ऑगस्ट १९१७ च्या मॉंटेग्यू घोषणेत हिंदी लोकांना ब्रिटिश राज्यकारभारात सहभाग व स्वयंशासन देण्याच्या दृष्टीने पावले उचलली जातील, असे भारतमंत्री एडविन मॉंटेग्यू याने आश्वासन दिले होते. त्या घोषणेवर आधारित ब्रिटिश संसदेने 'गव्हर्नमेंट ऑफ इंडिया ॲक्ट' २३ डिसेंबर १९१९ रोजी संमत केला. या कायद्याचा मसुदा भारतमंत्री मॉंटेग्यू व व्हॉईसरॉय चेम्सफोर्ड यांनी तयार केला होता; म्हणून या कायद्यास 'मॉंटेग्यू चेम्सफोर्ड' वा 'मॉंट-फर्ड सुधारणा कायदा' असेही म्हटले जाते. या कायद्यामध्ये एकूण ४७ कलमे होती. त्यातील प्रमुख कलमे पुढीलप्रमाणे -

१) भारतमंत्र्याबाबत

अ) भारतमंत्री व त्यांच्या इंडिया कौन्सिलचा खर्च इंग्लंडच्या तिजोरीतून केला जावा, अशी तरतूद करण्यात आली.

ब) भारतमंत्र्याच्या इंडिया कौन्सिलच्या सभासदांची संख्या कमीत कमी ८ व जास्तीत जास्त १२ असावी; पैकी किमान निम्मे सदस्य १० वर्षे भारताचे रहिवासी असावेत. त्यात ३ हिंदी सदस्य राहतील. मंडळाची मुदत ५ वर्षे असेल.

क) या कायद्याने भारतमंत्र्याच्या कामकाजाची विभागणी केली. भारतविषयक प्रशासकीय व राजकीय कामकाज भारतमंत्र्याने इंडिया कौन्सिलच्या सल्ल्याने करावयाचे होते. भारत सरकारला लागणारे साहित्य खरेदी करणे, इंग्लंडमधील भारतीय विद्यार्थ्यांच्या सोयींकडे लक्ष पुरविणे, भारतीय व्यापार आयुक्तांच्या कार्यावर देखरेख ठेवणे. ही यापूर्वी भारतमंत्री करीत असलेली कामे करण्यासाठी हाय कमिशनरचे नवे पद निर्माण करण्यात आले. भारताच्या या हाय कमिशनरने लंडनमध्ये भारताच्या व्हॉईसरॉयचा प्रतिनिधी म्हणून काम करावयाचे होते.

ड) हाय कमिशनरची नियुक्ती भारत सरकारने करावी व त्यांचा कार्यकाळ ६ वर्षांचा असावा.

२) भारत सरकारबाबत

अ) केंद्रीय कार्यकारी मंडळ (गव्हर्नर जनरलचे कार्यकारी मंडळ)

१) गव्हर्नर जनरल हा कार्यकारी मंडळाचा सर्वोच्च अधिकारी होता.

२) राज्यकारभाराच्या खात्यांची केंद्रीय व प्रांतीय अशी विभागणी करण्यात आली. उदा. संरक्षण, परराष्ट्र, पोस्ट व तारायंत्रण, चलन, दळणवळण, रेल्वे व्यापार इ. विषय केंद्राकडे तर शिक्षण, आरोग्य, शेती, कालवे, स्थानिक स्वराज्य संस्था, शेती महसूल, पोलीस, उद्योगधंदे इ. विषय प्रांतीय सरकारकडे असतील.

३) केंद्रीय कार्यकारी मंडळात गव्हर्नर जनरल व त्याचे कार्यकारी मंडळ यांचा समावेश होता. कार्यकारी मंडळातील ८ पैकी ३ हिंदी मंत्री ठेवण्यात आले.

४) प्रांतीय सरकारमधील राखीव खात्यावर गव्हर्नर जनरलचे पूर्ण नियंत्रण ठेवण्यात आले.

ब) केंद्रीय कायदेमंडळ

१) १९१९ च्या कायद्याने केंद्रीय कायदेमंडळ द्विगृही करणेत आले. त्यामध्ये 'कौन्सिल ऑफ स्टेट' हे वरिष्ठ सभागृह व 'लेजिस्लेटिव्ह असेंब्ली' हे कनिष्ठ सभागृह असे द्विगृही कायदेमंडळ स्थापन करण्यात आले.

२) केंद्रीय कनिष्ठ कायदेमंडळात एकूण १४४ सभासद घेण्यात आले.

३) केंद्रीय वरिष्ठ कायदेमंडळात (Council of States) एकूण ६० सभासद घेण्यात आले.

४) कनिष्ठ कायदेमंडळाची मुदत ३ वर्षे व वरिष्ठ कायदेमंडळाची मुदत ५ वर्षे होती.

५) कायदे मंडळाचे सदस्य सभागृहात प्रश्न-उपप्रश्न विचारू शकत होते. स्थगन प्रस्ताव मांडू शकत होते आणि अंदाजपत्रकातील २५% बाबींवर ते मतदान करू शकत नव्हते. ७५ टक्के अंदाजपत्रकातील बाबींवर ते मतदान करू शकत नव्हते. अशा प्रकारे गव्हर्नर जनरलचे आर्थिक व्यवहारावर पूर्ण नियंत्रण होते.

क) केंद्रीय कायदेमंडळाचे अधिकार

१) या कायद्याने केंद्रीय कायदेमंडळाला व्यापक अधिकार देण्यात आले. संपूर्ण देशासाठी कायदे करणे, पूर्वी केलेले कायदे रद्द करणे किंवा त्यात फेरबदल करणे हे अधिकार कायदे मंडळाला मिळाले; परंतु केलेले हे कायदे रद्द करण्याचा किंवा त्यात फेरबदल करण्याचा तसेच पार्लमेंटच्या व ब्रिटिश राजसत्तेच्या सार्वभौमत्वाला धक्का लागेल असा कोणताही कायदा अगर नियम करण्याचा अधिकार विधिमंडळाला नव्हता.

२) या कायद्याने कायदेमंडळाच्या सदस्यांना भाषणस्वातंत्र्याचा हक्क, प्रश्न व उपप्रश्न विचारण्याचा हक्क व ठराव मांडण्याचा हक्क मिळाला; परंतु सरकारी कर्ज, धर्म, लष्कर व परराष्ट्रीय व्यवहार इ. बाबत ठराव मांडताना गव्हर्नर जनरलची संमती घ्यावी लागत होती.

३) अंदाजपत्रकासंबंधी चर्चा करण्याचा, कपात व बदल सुचविण्याचा, सरकारी मागणी फेटाळून लावणेचा अधिकार कायदेमंडळास मिळाला; परंतु अंदाजपत्रकातील संरक्षण, ज्येष्ठ अधिकाऱ्यांचा पगार यावर चर्चा करता येत नसे.

ड) गव्हर्नर जनरलचे अधिकाराबाबत : गव्हर्नर जनरलला अर्थविषयक, शासनविषयक, कायदेविषयक अनेक अधिकार दिले होते.

१) कायदेमंडळाचे अधिवेशन बोलाविणे, उद्घाटनाचे भाषण करणे, अधिवेशन बरखास्त करण्याचा अधिकार दिला.

२) संरक्षण, परराष्ट्रसंबंध, धर्म, सार्वजनिक कर्ज या विषयांसंबंधी कोणतेही बिल गव्हर्नर जनरलच्या पूर्वपरवानगीशिवाय कायदेमंडळात मांडता येणार नाही. देशाच्या शांतता व सुव्यवस्थेला धोकादायक वाटणारे विधेयक स्थगित ठेवू शकेल.

३) प्रांतीय कायदेमंडळाच्या विधेयकांना गव्हर्नर जनरलची संमती आवश्यक होती तो कोणतेही विधेयक फेरविचारासाठी परत पाठविणे किंवा फेटाळू शकत असे. काही विधेयके त्यांच्या संमतीशिवाय प्रांतिक कायदेमंडळात प्रस्तुत करता येत नसत.

४) त्याच्या परवानगीशिवाय अर्थसंकल्प कायदेमंडळात सादर करता येत नसे. आर्थिक बाबतीत फक्त तोच निर्णय घेऊ शकत असे.

५) गुन्हेगाराची शिक्षा कमी करणे किंवा रद्द करू शकत असे.

३) प्रांतीय शासनव्यवस्थेबाबत

माँटफर्ड सुधारणा कायद्याचे वैशिष्ट्य म्हणजे प्रांतीय शासनव्यवस्थेत महत्त्वाचे बदल करण्यात आले. या कायद्याने भारतातील मोठ्या प्रांतात समान शासनव्यवस्था प्रस्थापित करण्यात आली. द्विदल राज्यपद्धती हे या कायद्याचे वैशिष्ट्य होय. जबाबदार शासनपद्धतीची सुरुवात प्रांतापासून व्हावी, असे माँटफर्ड अहवालात म्हटले आहे.

अ) प्रांतीय कायदेमंडळविषयक

१) या कायद्याने प्रांतीय कायदेमंडळातील सदस्य संख्या वाढविण्यात आली. जातीय व वर्गीय मतदारसंघ पाडून प्रतिनिधित्व देण्यात आले. प्रांताचा आकार व लोकसंख्येचा विचार करून सदस्य संख्या ठरविण्यात आली. उदा. मुंबई ११४, बंगाल १४०, मद्रास १३२, पंजाब ९४, आसाम ४३.

२) ७०% सभासद निवडणुकीने घेण्याची तरतूद करण्यात आली.

३) कायदेमंडळाची मुदत ३ वर्षांची ठेवण्यात आली. ती कमी-जास्त करण्याचा अधिकार गव्हर्नरला असेल.

४) कायदेमंडळातील सदस्यांना सरकारला प्रश्न-उपप्रश्न विचारणे, ठराव मांडणे, कायदा करण्याचा तसेच अंदाजपत्रक संमत किंवा असंमत करण्याचा अधिकार होता; परंतु अंतिम अधिकार गव्हर्नरकडे होते.

ब) प्रांतीय कार्यकारी मंडळ – द्विदल राज्यपद्धती

१९१९ च्या कायद्याचे महत्त्वाचे वैशिष्ट्य म्हणजे या कायद्याने प्रांतांमध्ये निर्माण केलेली द्विदल राज्यपद्धती होय. त्यानुसार प्रांतीय सरकारच्या अधिकारातील खात्यांचे राखीव (Reserved) व सोपवलेले (Transferred) असे दोन भाग करण्यात आले. राखीव खात्यांचा कारभार गव्हर्नरकडे व सोपवलेल्या खात्यांचा कारभार लोकप्रतिनिधिच्या मंत्र्याकडे सोपविला गेला. यालाच 'द्विदल राज्यपद्धती' असे म्हणतात.

राखीव विषय : राखीव विषयात न्याय, पोलीस, कायदा, जमीन महसूल कालवे, सिंचन, कारखाने, तुरुंग, दुष्काळ सहाय्यता, वृत्तपत्रे व वनविभाग इत्यादींचा समावेश करण्यात आला. या विषयांचा कारभार गव्हर्नर आपल्या मंत्र्याच्या साह्याने पाहत असे.

क) प्रांतीय कायदेमंडळाचे अधिकार

१) प्रांतीय यादीतील सर्व विषयांसंबंधी कायदे करणे

२) प्रश्न-उपप्रश्न विचारणे, ठराव मांडणे, चर्चा करणे

३) अंदाजपत्रक नामंजूर करणे. परंतु गव्हर्नर त्याच्या अधिकारात संमत करू शकत असे.

ड) गव्हर्नरच्या अधिकाराबाबत

१) सोपवलेल्या खात्याचा कारभार पाहणेसाठी कायदेमंडळ सदस्यातून मंत्र्याची निवड करणे, मंत्र्यांना पदावरून कमी करणे किंवा पदावर कायम ठेवणे.

२) राखीव व सोपवलेल्या खात्यात सुसूत्रता ठेवणे.

३) प्रांतात शांतता व सुव्यवस्था टिकवणे, अल्पसंख्याकांचे हितसंबंध सांभाळणे.

४) कायदेविषयक व अर्थसंकल्पाबाबत त्याला व्यापक अधिकार होते.

४) इतर तरतुदी

१) प्रौढ मताधिकार स्वीकारला नाही.

या कायद्याने प्रत्यक्ष निवडणूक पद्धतीचा स्वीकार केला; परंतु प्रौढ मताधिकार स्वीकारला नाही. कनिष्ठ सभागृहासाठी जो वार्षिक २००० रु. पेक्षा जास्त उत्पन्नावर आयकर देतो, जो ५० रु. पेक्षा जास्त शेतसारा भरतो किंवा जो १५ रु. पेक्षा जास्त कर नगरपालिकेला देतो किंवा ज्याची घरभाड्याची मिळकत १८०० रु. पेक्षा जास्त आहे, अशांना मतदानाचा अधिकार मिळाला. वरिष्ठ सभागृहांसाठी जो वार्षिक दहा हजार रु. पेक्षा जास्त उत्पन्नावर आयकर देतो किंवा जो रु. ७५० रुपयांपेक्षा जास्त शेतसारा भरतो किंवा ज्याने शैक्षणिक किंवा सामाजिक क्षेत्रात उल्लेखनीय कामगिरी केली आहे अशांना मतदानाचा अधिकार मिळाला.

२) मुस्लीम, शीख, युरोपियन इत्यादींना या कायद्याने स्वतंत्र मतदारसंघ बहाल केले. जमीनदार व व्यापारी वर्ग यांच्यासाठीही वेगळे मतदारसंघ निर्माण केले.

३) प्रथमच केंद्रीय लोकसेवा आयोगाची (UPSC) नियुक्ती करण्यात आली.

४) या कायद्याच्या अंमलबजावणीचा आढावा घेण्यासाठी दहा वर्षांनी एक कमिशन नियुक्त करावे, अशी तरतूद करण्यात आली.

५) भारतमंत्र्याचे वेतन इंग्लंडच्या तिजोरीतून करण्यात आले.

वरीलप्रमाणे तरतुदी १९१९ च्या कायद्यात करण्यात आल्या होत्या. त्यामध्ये प्रांतातील द्विदल राज्यपद्धती सुरू करण्यात आली. याचा स्वतंत्रपणे आढावा पुढीलप्रमाणे घेता येईल.

द्विदल राज्यपद्धती म्हणजे काय?

ज्या प्रकारच्या राज्यपद्धतीत राज्यकारभाराचे दोन भाग केले जातात व ते दोन वेगवेगळ्या पदाधिकाऱ्यांमार्फत चालविले जातात अशा राज्यपद्धतीला द्विदल राज्यपद्धती असे म्हटले जाते. द्विदल राज्यपद्धतीला इंग्लिशमध्ये 'Dyarchy' हा शब्दप्रयोग केला जातो. 'Dyarchy' हा शब्द 'di' आणि 'archiya' या ग्रीक शब्दापासून बनला आहे. 'di' या शब्दाचा अर्थ दोन असा असून 'archia' या शब्दाचा अर्थ 'राज्य करणे', 'कारभार' करणे असा होतो. म्हणूनच दोघांमार्फत चालणारा म्हणजे द्विदल राज्यपद्धती होय.

द्विदल राज्यपद्धतीचे स्वरूप

मॉंटेग्यूसाहेबांनी जी १९१७ ला घोषणा केली त्यामध्ये भारतीयांना राज्यकारभारात सामावून घेतले जाईल असे आश्वासन दिले होते. त्याप्रमाणे १९१९ च्या कायद्याने प्रांतात जबाबदार राज्यपद्धती निर्माण करण्यात आली. लोकांना राज्यकारभारात सामावून घेण्यासाठी कायद्याने प्रांतात द्विदल राज्यपद्धती सुरू करण्यात आली. द्विदल राज्यपद्धतीचा प्रयोग सन १९२१ पासून सन १९३७ पर्यंत भारतातील आठ प्रांतात चालू होता. प्रांतातील या द्विदल राज्यपद्धतीचे स्वरूप पुढीलप्रमाणे होते.

१) राज्यकारभाराचे दोन भाग - राखीव व सोपीव : देशातील सर्व प्रांतांना १९१९ च्या कायद्याने समान दर्जा दिला. म्हणजे आतापर्यंत ज्या प्रांतांत ले. गव्हर्नर व चीफ कमिशनर होते तेथे गव्हर्नर व त्याचे कार्यकारी मंडळ निर्माण केले. हिंदी लोकांना राज्यकारभारात सहभागी करून घेण्यासाठी व जबाबदार शासनपद्धती चालविण्यासाठी प्रांतांकडे सोपविण्यात आलेल्या विषयांची राखीव व सोपीव अशी दोन भागांत विभागणी करण्यात आली. अशी विभागणी करताना ज्या खात्याबद्दल भारतीयांना जिव्हाळा वाटतो, ज्या खात्यात चुका झाल्या तरी त्याचे वाईट परिणाम होणार नाहीत. अशा खात्यांचा सोपीव खात्यात आणि जी खाती महत्त्वाची उत्पन्न देणारी व संरक्षणविषयक आहेत, त्यांचा राखीव खात्यात समावेश करण्यात आला.

अ) राखीव खाती (Reserved Subjects) - राखीव खात्यात अर्थ, जमीन महसूल, पोलीस, वाहने, बंदरे, वृत्तपत्रे, तुरुंग, कारखाने व मजूर न्याय, दुष्काळ निवारण इ. विषयांचा समावेश करण्यात आला. या खात्यांचा कारभार गव्हर्नर आपल्या कार्यकारी समितीच्या मदतीने पाहत असे. कार्यकारी समितीच्या सदस्यांची संख्या जास्तीत जास्त ४ होती. त्यातील अर्धे सदस्य भारतीय असावेत अशी अट होती. प्रांतात गव्हर्नर हा प्रमुख असून अंतिम अधिकार त्याच्याकडेच होते. समितीने बहुमताने घेतलेले निर्णय बाजूला करण्याचा अधिकार गव्हर्नरला होता.

ब) सोपीव खाती (Tansferred Subjects) - नगरपालिका, स्थानिक स्वराज्य संस्था, सार्वजनिक आरोग्य व बांधकाम, शेती, सहकारी संस्था, शिक्षण, रस्ते, पुल जंगले इ. विषयांचा समावेश सोपीव खात्यात करण्यात आला. या खात्याचा कारभार गव्हर्नर आपल्या भारतीय मंत्र्याच्या साह्याने करीत असे. मंत्र्यांची संख्या २ ते ४ असे. हे मंत्री विधिमंडळाच्या सदस्यांमधून निवडले जात. या मंत्र्यांची नेमणूक करण्याचा व त्यांना काढण्याचा अधिकार गव्हर्नरला होता.

२) द्विदल राज्यपद्धतीत गव्हर्नरचे स्थान : १९१९ च्या कायद्याने गव्हर्नरला खास अधिकार देण्यात आले. त्यामध्ये

१) लोकनियुक्त मंत्र्यांच्या नेमणुका किंवा बडतर्फी करणे

२) कार्यकारी मंडळाचे मत फेटाळून लावणे

३) कायदेमंडळाचे अधिवेशन बोलावणे, बरखास्त करणे, कायदेमंडळाने पास केलेल्या बिलाला संमती देणे, बिलावरील चर्चा तहकूब करणे.

४) एखादे बिल गव्हर्नरकडून कायदेमंडळात मांडले गेले आणि ते जरी पास झाले नाही तरी त्यांचे कायद्यात रूपांतर होत असे.

३) द्विदल राज्यपद्धतीतील मंत्र्याचे स्थान : १९१९ च्या कायद्याने गव्हर्नरने नियुक्त केलेल्या मंत्र्यांना राज्यकारभारात कोणतेच स्थान नव्हते. मंत्र्याची नियुक्ती व बडतर्फीचे अधिकार गव्हर्नरांकडे असल्यामुळे मंत्र्यांना गव्हर्नरची मर्जी सांभाळावी लागत होती. मंत्र्यांना प्रत्यक्षात कोणतेही अधिकार मिळाले नाहीत.

४) जातीय व वर्गीय प्रतिनिधित्व : प्रांतीय विधिमंडळे एकगृही केली होती. प्रांतामध्ये जातीय व वर्गीय प्रतिनिधित्व देण्यात आले. त्यामध्ये शीख, भारतीय ख्रिश्चन, अँग्लो इंडियन व युरोपियन जमीनदार, व्यापारी व पदवीधर इत्यादींचा त्यामध्ये समावेश होता.

५) मर्यादित मताधिकार : १९१९ च्या कायद्याने प्रांतातही प्रत्यक्ष निवडणुकीचे तत्त्व मान्य केले; परंतु मताधिकार मर्यादित करण्यात आला.

६) द्विदल राज्यपद्धतीत सचिवाचे स्थान : या पद्धतीत प्रत्येक खात्याला एक प्रमुख सचिव असे. सर्व सचिव गव्हर्नरला जबाबदार असत. सचिवांची नेमणूक, बदली व बडतर्फी इ. सर्व अधिकार गव्हर्नरकडे होते. त्यामुळे सचिवांना गव्हर्नरांच्या इच्छेप्रमाणे वागावे लागे.

द्विदल राज्यपद्धती भारतातील आठ प्रांतात सुमारे १६ वर्षे राबविली गेली. १ एप्रिल १९२१ रोजी द्विदल राज्यपद्धतीची सुरुवात झाली. थोडाफार अपवाद वगळता ही नवी व्यवस्था इ. स. १९३७ पर्यंत प्रांतात चालू राहिली. ही पद्धती फारशी लोकप्रिय

झाली नाही. म्हणजे या पद्धतीला अपयश आले.

द्विदल राज्यपद्धतीच्या अपयशाची कारणे

द्विदल राज्यपद्धतीत अनेक दोष होते. त्यामुळे या पद्धतीला अपेक्षित यश मिळाले नाही. त्यामधून १९३७ मध्ये या पद्धतीचा शेवट झाला. द्विदल राज्यपद्धतीच्या अपयशाची कारणे पुढीलप्रमाणे -

१) चुकीची खाते विभागणी : या पद्धतीत राज्यकारभाराचे राखीव व सोपीव विषयात विभाजन करणे चुकीचे होते; कारण शासकीय खात्यांचा एकमेकांशी घनिष्ठ संबंध असतो. राज्यशासनाचे सिद्धान्त व शासनसंस्थेची मूलतत्त्वे यांचा विचार न करता ही व्यवस्था अमलात आलेली होती. उदा. शेती व पाणीपुरवठा खाते एकमेकांशी निगडित असतात. उद्योग, वीज, कारखाने ही खाती परस्परांवर अवलंबून असतात; परंतु द्विदल राज्यपद्धतीत अशी खाती विभागली गेली. शेती सोपीव तर पाणीपुरवठा खाते राखीव बनले. राखीव खात्याचे सहकार्य मिळाल्याशिवाय सोपीव खात्यांचा कारभार यशस्वी होणे शक्य नव्हते. त्यापुढे मद्रास प्रांताचे शेतीमंत्री ए. व्ही. रेड्डी म्हणतो, ''मी शेतीमंत्री असूनही शेती विकासासाठी पाटबंधाऱ्याबाबत मला काही करता येत नाही.'' या तक्रारीतच द्विदल राज्यपद्धतीचे अपयश दडलेले होते.

२) सनदी नोकरांचे मंत्र्यांच्या इच्छेकडे दुर्लक्ष : द्विदल राज्यपद्धतीत मंत्र्यांवर जबाबदारी टाकण्यात आली होती; परंतु त्यांना कोणतेच अधिकार दिले नव्हते. त्यांच्या हाताखाली काम करणारा वरिष्ठ सनदी नोकरवर्ग हा इंग्रज होता. त्यांची भरती, बढती व बडतर्फी भारतमंत्र्याकडून होई. मंत्र्याशी त्याचा संबंध नव्हता. हे सनदी नोकर मंत्र्यांच्या इच्छेकडे दुर्लक्ष करीत होते. त्यांचे काहीही ऐकत नसत. त्यामुळे त्यांच्यात संघर्षसुद्धा होत असे. यामधून जनतेचे हित साधण्याऐवजी अनेक अडचणी येत असत. नोकरवर्ग मंत्र्यांच्या आदेशाची व योजनांची अवहेलना करीत असे. तक्रार केल्यास गव्हर्नर सनदी नोकरांचीच बाजू घेत असे.

३) संयुक्त जबाबदारीचा अभाव : राज्यकारभार संयुक्त जबाबदारीच्या तत्त्वाने चालत नव्हता. अनेक वेळा गव्हर्नर व त्याचे मंत्रिमंडळाचे सदस्य एखाद्या मंत्र्याच्या परस्पर त्यांच्या खात्यासंबंधी निर्णय घेत असत. प्रत्येक मंत्री स्वतंत्रपणे कार्य करीत होता. सर्व मंत्री मंत्रिमंडळ म्हणून सामूहिकपणे कार्य करीत नव्हते. प्रत्यक्षात गव्हर्नरने सर्व मंत्र्यांना बोलावून विचारविनिमयाने राज्यकारभाराचे धोरण ठरवावे अशी जबाबदार शासनपद्धतीत अपेक्षा असते परंतु तसे केले तर हिंदी प्रतिनिधींना संसदीय पद्धतीचे मूलभूत शिक्षण मिळेल व ते मिळू नये असा गव्हर्नरचा प्रयत्न होता; संयुक्त जबाबदारीचा अभाव असल्यामुळे व गव्हर्नरने ही पद्धत प्रामणिकपणे न राबविल्यामुळे या पद्धतीमध्ये अपयश आले.

४) सहकार्याचा अभाव : गव्हर्नर व सनदी नोकर यांनी ही पद्धत यशस्वीपणे राबविणे आवश्यक होते; परंतु त्यादृष्टीने त्यांनी धोरण आखले नाही. राज्यकारभाराच्या दोन्ही विभागांत सहकार्य नव्हते. मंत्री हे जनतेचे प्रतिनिधी होते तर राखीव खात्याचे प्रमुख नोकरशाहीतील होते. त्यामुळे त्यांच्यात सहकार्य, एकवाक्यता नव्हती. त्यांच्यात मतभेद होत असत. गव्हर्नर हाही नोकरशाहीतील असल्याने तो सनदी नोकरांचीच बाजू घेत असे. गव्हर्नरने त्यांची एकत्रित बैठकही बोलावली नाही. सहकार्याच्या अभावी ही पद्धत अपयशी ठरली.

५) मंत्र्याची केविलवाणी स्थिती : मंत्र्याची नियुक्ती व बडतर्फी गव्हर्नरच्या मर्जीवर अवलंबून होती. त्याशिवाय हे मंत्री आपल्या खात्याच्या कारभारासाठी विधिमंडळाला जबाबदार होते. त्यामुळे मंत्र्यांना दोन मालकांची मर्जी सांभाळावी लागत होती. एकीकडे गव्हर्नर व दुसरीकडे विधिमंडळ होते. सचिव-उपसचिव मंत्र्याच्या कामात अडथळे निर्माण करीत असत. यामुळे मंत्र्याची अवस्था केविलवाणी झाली होती.

६) प्रक्षुब्ध वातावरण : द्विदल राज्यपद्धती अयशस्वी होण्यास त्या काळातील प्रक्षुब्ध वातावरण बऱ्याच अंशी जबाबदार होते. रौलट ॲक्ट, जालियनवाला बाग हत्याकांड, अनेक जुलमी कायदे, असहकाराची चळवळ, इ. स. १९२० चा दुष्काळ, आर्थिक मंदी व स्वराज्य पक्षाचे कायदे मंडळातील अडवणुकीचे धोरण इ. कारणांमुळे ही पद्धत अपयशी ठरली.

वरील कारणांमुळे द्विदल राज्यपद्धतीला अपयश आले.

मॉंटेग्यू-चेम्सफोर्ड सुधारणा कायद्याचे मूल्यमापन

भारताच्या घटनात्मक इतिहासात १९१९ च्या कायद्याला महत्त्वपूर्ण स्थान आहे. भारताच्या घटनात्मक इतिहासातील एक महत्त्वपूर्ण टप्पा या कायद्याने पूर्ण केला. भारतमंत्र्यांने २० ऑगस्टला केलेल्या घोषणेची अंमलबजावणी करण्याचा प्रयत्न या कायद्याने केला. या कायद्याचे परीक्षण किंवा मूल्यमापन करताना आपणाला त्यात गुण (Merits) व दोषही (Demerits) दिसतात. त्याचा आढावा पुढीलप्रमाणे घेता येईल.

गुण (Merits)

१) स्वराज्य व जबाबदार शासन पद्धतीचे धोरण ठरले : १९१९ च्या कायद्याने इंग्रज सरकारच्या राज्यकारभाराचे ध्येय निश्चित झाले. हिंदुस्थानला स्वराज्य देणे आणि जबाबदार शासनपद्धती आणणे हे धोरण ठरले. दहा वर्षांपूर्वी जबाबदार शासनपद्धती मिळणे म्हणजे आकाशातील चंद्र-सूर्य मिळण्यासारखे म्हणजे अशक्य होते; परंतु इंग्रज सरकारने या कायद्याने ते मान्य केले व तशा प्रकारची तरतूद केली.

२) प्रत्यक्ष निवडणूक पद्धतीचा स्वीकार : या कायद्याने प्रत्यक्ष निवडणूक पद्धतीचा स्वीकार केल्यामुळे लोकशाहीच्या प्रगतीच्या दृष्टीने एक पाऊल पुढे पडले. जबाबदार शासनपद्धती यशस्वी करणेसाठी प्रतिनिधी व मतदार यांचा प्रत्यक्ष संबंध असणे आवश्यक होते. त्यामुळे लोकमताचे नियंत्रण प्रतिनिधीवर पडण्यास मदत झाली. मतदारांना राजकीय शिक्षण होण्यासाठी ही पद्धत उपयोगी ठरते.

३) कायदेमंडळाच्या रचनेत बदल : १९१९ च्या कायद्याने कायदेमंडळाचा विकास झाला. कायदेमंडळाच्या रचनेत बदल करण्यात आला. कायदेमंडळाच्या दोन शाखा निर्माण झाल्या. केंद्रीय कायदेमंडळ हे विधानसभा Legislative आणि राज्य परिषद (Council of State) असे द्विगृही बनवले. दोन्हींची सदस्यसंख्या वाढवली. त्यामुळे कायदेमंडळाचा विकास होण्यास मदत झाली.

४) कायदेमंडळाच्या अधिकारात वाढ : १९१९ च्या कायद्याने कायदेमंडळाच्या अधिकारात वाढ केली. सदस्य वेगवेगळ्या विषयांवर चर्चा करू लागले. त्याशिवाय प्रश्न-उपप्रश्न मांडू लागले. त्याशिवाय सदस्यांनी सरकारवर टीका करण्यास सुरुवात केली जनतेचे प्रश्न व समस्या मांडून जनतेवरील अन्याय दूर करण्याचा प्रयत्न होऊ लागला. जनतेते राजकीय जागृती करण्यासाठी कायदेमंडळ हे देशपातळीवरचे उत्तम व्यासपीठ प्रतिनिधींना मिळाले.

५) द्विदल राज्यपद्धती व राज्यकारभार सांभाळण्याच्या पात्रता सिद्ध : १९१९ च्या कायद्याने प्रांतात द्विदल राज्यपद्धती सुरू करून सोपीव खात्यांचा कारभार लोकनियुक्त मंत्र्यांच्या हाती सोपविला. काही प्रांतांतील मंत्र्यांनी ती जबाबदारी यशस्वीपणे पार पाडली. त्यांनी सिद्ध केले की, राज्यकारभार सांभाळण्याची पात्रता भारतीयांमध्ये देखील आहे.

अशा प्रकारे या कायद्याने राज्यकारभारात भारतीयांचा सहभाग वाढविला.

दोष (Demerits)

१) राज्यकारभाराच्या केंद्रस्थानी भारतमंत्री व आर्थिक बोजा : १९१९ च्या कायद्याने भारतमंत्र्यांचे स्थान, वर्चस्व कायम ठेवले. भारतीय राज्यकारभाराचा तो केंद्रबिंदू कायम राहिला. भारतमंत्री व त्यांच्या कार्यालयासाठी यापुढे भारताच्या तिजोरीतून खर्च होणार नव्हता; परंतु त्याच्या मदतीसाठी निर्माण केलेला हाय कमिशनर व त्याच्या कार्यालयाचा खर्च भारतावर लादला. म्हणजे भारतावर आर्थिक भार कायम ठेवला.

२) गव्हर्नर जनरलला पूर्वीसारखे अधिकार : १९१९ च्या कायद्याने गव्हर्नर जनरलला पूर्वीसारखे व्यापक अधिकार मिळाले. महत्त्वाच्या विषयावर त्यांच्या परवानगीशिवाय बिल मांडता येत नव्हते. बिल पास करणे किंवा फेटाळणे. हे अधिकार गव्हर्नर जनरलला असल्यामुळे राज्यकारभारावरील त्यांची पकड पक्की होती.

३) कायदेमंडळाला मिळालेले अधिकार दिखाऊ स्वरूपाचे : १९१९ च्या कायद्याने कायदेमंडळाला अधिकार देण्यात आले; परंतु या अधिकारांवर अनेक निर्बंध घातले होते. केंद्र सरकारमध्ये गव्हर्नर जनरलला व प्रांतांत गव्हर्नरला भरपूर अधिकार दिल्याने ते आपल्या अधिकाराचा वापर करून आपल्या इच्छेप्रमाणे राज्यकारभार करू लागले. कायदेमंडळाला मिळालेले अधिकार दिखाऊ स्वरूपाचे होते.

४) जबाबदार राज्यपद्धती न मिळाल्याने निराशा

भारतमंत्री मॉटेग्यू यांनी ऑगस्ट १९१७ मध्ये भारताला जबाबदार राज्यपद्धती देण्यात येईल, अशी घोषणा केली होती. त्याप्रमाणे कायद्याने महत्त्वपूर्ण बदल होतील. लोकांच्या इच्छेचा विचार होईल, असे वाटत होते. हिंदी लोकांच्या अपेक्षा उंचावल्या होत्या; परंतु प्रत्यक्षात जबाबदार राज्यपद्धती निर्माण न झाल्याने हिंदी लोकांची निराशा झाली.

५) मतदानाचा हक्क मर्यादित

१९१९ च्या कायद्याने मतदानाचा अधिकार उत्पन्न व आर्थिक क्षमतेवर आधारित ठेवलेला होता. श्रीमंत व जमीनदार या दोन वर्गांनाच मतदानाचा अधिकार मिळाला. त्यापुढे संपत्तीने वरिष्ठ असलेला वर्ग या विशेष राजकीय हक्काने अधिकच वरिष्ठ झाला. निवडून आलेले प्रतिनिधी खऱ्या अर्थाने लोकांचे प्रतिनिधी बनू शकले नाहीत. मतदानाच्या अधिकारापासून ९९.५% लोकांना यापासून दूर ठेवले.

६) प्रांतामध्ये द्विदल राज्यपद्धती चुकीची

प्रांतामध्ये निर्माण केलेली द्विदल राज्यपद्धती चुकीची होती. त्यामध्ये अनेक दोष होते. प्रांतांच्या गव्हर्नरांना विशेष अधिकार दिले होते. त्यामुळे सोपीवखात्याचे मंत्री स्वतंत्ररीत्या कारभार पाहू शकत नव्हते. त्यांच्यावर अनेक निर्बंध घातले होते. त्यामुळे कारभार करताना मंत्र्याची बिकट अवस्था होत होती. सरकारने प्रशासनावर आपले वर्चस्व कायम ठेवले होते.

सारांशरूपाने १९१९ चा कायदा जनतेचे समाधान करू शकला नाही. काँग्रेसने ठराव पास केला की, हा कायदा अपुरा, असमाधानकारक आणि निराशाजनक आहे. मुस्लीम लीगची प्रतिक्रियादेखील अशीच होती. श्री. त्र्यं. र. देवगिरीकर यांच्या मते, ''हिंदुस्थानात अशा प्रकारे संसदीय शासनप्रणाली सुरू झाली; परंतु तेथे लोकशाही नव्हती, जबाबदारी नव्हती आणि पराभूत झालेल्या सरकारला राजीनामा देण्याची तरतूदही नव्हती. त्यामुळे हा कायदा लोकांच्या पसंतीस उतरला नाही.''

३) १९३५ चा कायदा व प्रांतीय स्वायत्तत्ता :

१९३५ चा भारत सरकारचा कायदा भारताच्या घटनात्मक विकासातील एक महत्त्वपूर्ण टप्पा होय. भारताच्या भावी राज्यघटनेचा विस्तृत पाया या कायद्याने घातला गेला. या कायद्याने भारत स्वातंत्र्याच्या दिशेने वाटचाल करू लागला.

१९१९ मॉंटेग्यू चेम्सफर्ड सुधारणा कायदा अपुरा, असमाधानकारक होता. त्याशिवाय या कायद्यात अनेक दोष होते. त्यामुळे लोकांचे समाधान झाले नाही. सरकारच्या दडपशाहीच्या धोरणापुढे महात्मा गांधीजींनी असहकार चळवळ सुरू करून ब्रिटिश सत्तेला आव्हान दिले होते. पुढे स्वराज्य पक्षाने भारतीय जनतेचा स्वशासनाचा हक्क त्वरित मान्य केला जावा, अशी मागणी केली होती. त्याशिवाय १९२७ ते १९२८ मध्ये सायमन कमिशनविरुद्धची चळवळ व त्याचे परिणाम, १९३० मध्ये महात्मा गांधीजींनी चालवलेली सविनय कायदेभंग चळवळ व त्यास देशभर लाभलेला प्रचंड प्रतिसाद अशा अनेक चळवळी १९२० ते १९३५ या काळात घडल्या. या चळवळीतील नेत्यांना पोलिसांकडून झालेला छळवाद, दबाव, तुरुंगवास सहन करावा लागत होता. उत्स्फूर्तपणे सहभाग घेतल्यामुळे सामान्यांनाही हालअपेष्टा सहन कराव्या लागल्या. स्त्रियांनीदेखील चळवळीत भाग घेतला. सरोजिनी नायडू यांनी नेतृत्व केले. त्यापासून स्त्रियांना प्रेरणा व स्फूर्ती मिळाली. या घटनांमुळे चळवळ सामान्यांपर्यंत पोहोचली. सरकारच्या विरोधात हा वाढता जनक्षोभ होता. चळवळींना देशभर पाठिंबा मिळत होता. या परिस्थितीमुळे भारताला काही सुधारणा देणे आवश्यक आहे, असे मत ग. ज. लॉर्ड आयर्विन यांनी व्यक्त केले. त्यानंतर भारताला घटनात्मक सुधारणा देण्यासाठी व सर्व राजकीय पक्षांशी चर्चा करणेसाठी १९३० - ३२ च्या दरम्यान तीन गोलमेज परिषदा झाल्या. गोलमेज परिषदांनी संघराज्य निर्मिती व प्रांतिक स्वायत्तता ही दोन तत्त्वे मान्य केली. ती मूलभूत तत्त्वे व त्या अनुषंगाने झालेली चर्चा, भारताच्या भावी घटनेबाबत कॉंग्रेस, मुस्लीम लीग, हिंदू महासभा, देशी संस्थाने इत्यादींच्या परस्परविरोधी भूमिका यामधून १९३५ च्या कायद्याची पार्श्वभूमी तयार झाली.

तिसरी गोलमेज परिषद झाल्यानंतर हिंदुस्थानला सुधारणा देण्याविषयी एक आराखडा (श्वेतपत्रिका) मार्च १९३३ मध्ये प्रसिद्ध करण्यात आला. कायदा तयार करण्यासाठी लॉर्ड लिनलिथगो यांच्या अध्यक्षतेखाली एक समिती नियुक्त केली. समितीने दि. २१ नोव्हेंबर १९३४ रोजी आपला अहवाल शासनाला सादर केला. फेब्रुवारी १९३५ मध्ये भारत सचिवाने कॉमन सभागृहात विधेयक सादर केले. ते संमत होऊन त्यालाच 'भारत सरकारचा कायदा, १९३५' असे नाव पडले. या कायद्याचे वैशिष्ट्य व कायद्याने निर्माण केलेली प्रांतीय स्वायत्तता या विषयीच्या माहितीचा आढावा पुढीलप्रमाणे घेता येईल.

१९३५ च्या कायद्याची वैशिष्ट्ये

१९३५ चा कायदा घटनात्मक प्रगतीसाठी अत्यंत महत्त्वाचा होता. त्यामध्ये एकूण ३२१ कलमे, १४ प्रकरणे व १० परिशिष्टे होती. एकात्म आणि संघराज्यात्मक शासनपद्धतीचे मिश्रण असणारी भारताची राज्यघटना या कायद्याने बनविली होती. कायद्याची वैशिष्ट्ये पुढीलप्रमाणे :

१) हिंदी संघराज्य : १९१९ च्या कायद्याने भारतात ब्रिटिश इंडियाचे आणि संस्थाने यांचे एक संघराज्य निर्माण होणार होते. संघराज्यात सामील होण्याची संस्थानावर सक्ती नव्हती. ते त्यांच्या इच्छेवर अवलंबून होते. संघराज्यात सामील होऊ इच्छिणाऱ्या संस्थानिकांशी सामीलनामा करार केला जाई.

२) प्रांतीय स्वायत्तता : १९३५ च्या कायद्याप्रमाणे १९१९ च्या कायद्याने निर्माण केलेली द्विदल राज्यपद्धती नष्ट करण्यात आली व प्रांतातील सर्व खाती लोकप्रतिनिधींच्या ताब्यात दिली. हीच द्विदल राज्यपद्धती केंद्राकडे सुरू करण्यात आली. केंद्रामध्ये द्विदल राज्यपद्धती सुरू झाली; म्हणजे प्रांतीय स्वायत्तता या कायद्याने दिली, हे या कायद्याचे सर्वांत महत्त्वाचे वैशिष्ट्ये होय; परंतु या स्वायत्ततेवर बरीच बंधने होती.

३) खाते विभागणी : राज्यकारभाराशी संबंधित संपूर्ण विषयाची वाटणी तीन भागांत करण्यात आली १) संघीय सूची (Federal List) 2) प्रांतीय सूची (Provincial List) ३) संयुक्त सूची (Concurrent List) अशा तीन याद्या तयार करण्यात आल्या. या याद्या व त्यातील खाती याप्रमाणे -

(अ) संघीय सूची (केंद्र यादी) : देशाच्या दृष्टीने महत्त्वाची खाती मध्यवर्ती सरकारकडे असतील. उदा. लष्कर, परराष्ट्र व्यवहार, चलनव्यवस्था, पोस्ट, तारायंत्रे, रेल्वे इत्यादी.

(ब) प्रांतीय सूची (प्रांत यादी) : कमी महत्त्वाची उदा. आरोग्य, शिक्षण, शेती, जंगले, स्थानिक स्वराज्य संस्था, बांधकाम इत्यादी.

(क) संयुक्त सूची (समवर्ती यादी) : वर्तमानपत्रे, छापखाने, विवाह इत्यादी. या खात्याबाबत केंद्र व प्रांत या दोघांनाही कायदा करत येईल; परंतु वादग्रस्त प्रसंगी केंद्रीय कायदा प्रमाण असेल. प्रांतिक विषयावर कायदा करण्याचा अधिकार प्रांतिक विधिमंडळाला देण्यात आला. गव्हर्नर भारतमंत्र्याच्या सल्ल्याने प्रांताचा कारभार पाहील. प्रांतिक मंत्रिमंडळ हे विधिमंडळाला जबाबदार राहील. इ. स. १९३५ च्या कायद्याने प्रांतीय शासनाचे तत्त्व प्रांतात लागू केले.

४) संघराज्याचे न्यायालय : या कायद्याने हिंदी संघराज्यासाठी संघीय न्यायालय स्थापन करण्यात आले. तेथे एक मुख्य न्यायाधीश व सहा उपन्यायाधीश असतील.

इंग्लंडचा राजा त्याची नेमणूक करेल. संघराज्यातील सर्व न्यायालयांवर या न्यायालयाचे अधिकार असतील. केंद्र व प्रांत वाद सोडविणे, घटनेचा अर्थ लावणे, प्रांताप्रांतातील वाद मिटवणे इत्यादी अधिकार त्याला होते. या न्यायालयाविरुद्ध इंग्लंडच्या प्रिव्ही. कौन्सिलकडे अपील करता येईल.

५) केंद्रीय व प्रांतिक कायदेमंडळाच्या अधिकारावर मर्यादा : या कायद्याने प्रांतिक व केंद्रीय सरकारात भारतीय जनतेला अनेक अधिकार दिल्याचे जरी दिसत असले तरी गव्हर्नर व गव्हर्नर जनरल यांच्याकडे इतके खास अधिकार दिले होते की, दिलेल्या अधिकारांची पदोपदी गळचेपी होत होती. त्यांच्या अधिकारामुळे कायदेमंडळावर अनेक बंधने येत होती. त्यामुळे बऱ्याच वेळा या सुधारणा म्हणजे नुसता देखावा आहे असे वाटत होते.

६) सल्लागार मंडळाची निर्मिती - १९३५ च्या कायद्याने भारत मंडळ रद्द करण्यात आले. भारतमंत्र्याला सल्ला देण्यासाठी ३ ते ६ सदस्यांचे सल्लागार मंडळ निर्माण केले. ज्यांना भारतातील किमान १ वर्षाचा अनुभव आहे व भारत सोडून २ वर्षांपेक्षा अधिक काळ झाला नाही, अशांची नेमणूक केली जाईल. मंडळाचा सल्ला भारतमंत्र्यांवर बंधनकारक नव्हता.

७) भारतमंत्र्यांचे अधिकार कमी केले - १९३५ चा कायदा पास होण्याअगोदर भारतमंत्र्याला विस्तृत अधिकार दिले होते; परंतु या कायद्याने भारतमंत्र्याचे अधिकार कमी केले. यापूर्वी भारताचा राज्यकारभार त्याचे नियंत्रण व मार्गदर्शन होते; परंतु या कायद्याने प्रांतांना स्वायत्तता व केंद्रात द्विदल राज्यपद्धती सुरू झाल्याने त्याचे अधिकार कमी झाले; परंतु घटनात्मक पेचप्रसंगी तो हस्तक्षेप करू शकेल.

८) गव्हर्नर व गव्हर्नर जनरल यांना खास अधिकार - १९३५ च्या कायद्याने गव्हर्नर व गव्हर्नर जनरलला खास अधिकार दिले. गव्हर्नर जनरलला केंद्रात व गव्हर्नरला प्रांतामध्ये प्रमुख या नात्याने खास अधिकार दिले. त्याला संरक्षक तरतुदी असेही म्हणतात. थोडक्यात, कायद्यात संरक्षण व आश्वासन यांचे कलम होते. त्यामुळे त्यांना अधिकार मिळाले. केंद्रीय व प्रांतीय कायदेमंडळावर नियंत्रण ठेवण्यासाठी हे खास कलम ठेवण्यात आले.

९) घटना दुरुस्ती - या कायद्याने तयार केलेली घटना ताठर स्वरूपाची होती. त्यात दुरुस्ती करण्याचा अधिकार फक्त इंग्लंडच्या पार्लमेंटला होता.

१०) राज्य पुनर्रचना - या कायद्यानुसार सिंध मुंबई प्रांतापासून, तर ओरिसा बिहारपासून वेगळा केला. त्यामुळे हिंदुस्थानातील मोठे प्रांत ११ व कमिशनरच्या ताब्यातील ६ अशी प्रांतरचना आणि ब्रह्मदेश हिंदुस्थापासून अलग केला. इतर महत्त्वाच्या तरतुदी -

११) इतर तरतुदी

अ) रेल्वे मंडळ : या कायद्याने हिंदुस्थानसाठी एक रेल्वे मंडळ स्थापन केले. गव्हर्नर जनरलच्या मार्गदर्शनाखाली हे मंडळ काम करेल ते गव्हर्नर जनरलला जबाबदार असेल, कायदेमंडळाशी त्याचा संबंध नसेल. देशातील रेल्वेची व्यवस्था पाहणे ही त्या मंडळाची जबाबदारी असेल.

ब) रिझर्व्ह बँक ऑफ इंडिया : १९३५ च्या कायद्याने या बँकेची स्थापना करण्यात आली. हिंदुस्थानातील सर्व बँकांवर नियंत्रण ठेवणे, सरकारी बँक म्हणून काम पाहणे, नोटांची छपाई करणे आणि देशातील चलनव्यवस्थेवर नियंत्रण ठेवणे इ. महत्त्वाच्या आर्थिक जबाबदाऱ्या या बँकेवर होत्या.

क) लोकसेवा आयोग मंडळ : या कायद्याने हिंदुस्थानात मध्यवर्ती लोकसेवा आयोग मंडळ नेमले. या मंडळाने वरिष्ठ सरकारी नोकर, अधिकारी यांची निवड करावयाची होती. त्यासाठी पात्र उमेदवारांच्या परीक्षा घेऊन त्यांची निवड करणे. प्रांतीय सरकारी नोकर निवडीसाठी प्रांतीय आयोग मंडळ नेमण्यासंबंधी प्रांतीय सरकारला सूचना केल्या.

ड) जातीय मतदारसंघ : या कायद्याने जातीय मतदारसंघाचा पुरस्कार केला. मुस्लीम, ख्रिश्चन, शीख तसेच स्त्रिया व कामगार यांनाही स्वतंत्र मतदारसंघ देऊन या कायद्याने राष्ट्रीय एकात्मतेवर प्रहार केला. मतदारसंघाची संख्या वाढवली.

१९३५ चा कायदा अनेक दृष्टीने वैशिष्ट्यपूर्ण होता. भारतीयांना सुधारणा देत असताना भारताच्या शासनावरील ब्रिटिश सत्तेची पकड कोठेही शिथिल होणार नाही; याची पूर्ण काळजी घेतली होती. विशेष खबरदारी म्हणून गव्हर्नर जनरल व गव्हर्नर यांना विशेषाधिकार दिले होते.

८.३ १९३५ च्या कायद्याने निर्माण केलेली प्रांतीय स्वायत्तता (प्रांतीय सरकार) (Provincial Autonomy - 1935)

१९३५ च्या कायद्याचे महत्त्वाचे वैशिष्ट म्हणजे प्रांतीय स्वायत्तता होय. ही स्वायत्तता हिंदुस्थानातील फक्त गव्हर्नरांच्या प्रांतांतच निर्माण होणार होती. या कायद्यापूर्वी प्रांतांना स्वतंत्र अस्तित्व नव्हते. प्रांतांची कारभार यंत्रणा ही केंद्र सरकारच्या नियंत्रणाखाली होती. त्यांच्यावर केंद्राचे पूर्ण वर्चस्व होते. पूर्वी गव्हर्नर आणि त्याचे कार्यकारी मंडळ गव्हर्नर जनरलला जबाबदार असे. गव्हर्नर जनरलला अंतिम अधिकार होते; परंतु या कायद्याने प्रांत हा एक स्वायत्ता घटक बनला. पूर्वी भारत सरकारकडून प्रांताला सत्ता मिळालेली होती. आता ती ब्रिटनच्या बादशहाकडून मिळालेली आहे, असे मानले गेले होते. या कायद्याप्रमाणे प्रांतामध्ये स्वायत्त स्वरूपाचे कार्यकारी मंडळ आणि कायदेमंडळ निर्माण

होणार होते. याचा अर्थ, हे दोन घटक भारत सरकारवर अवलंबून न राहता प्रांतांचा कारभार करणारे होते. केंद्र सरकार प्रत्येक वेळी प्रांतांच्या कारभारात हस्तक्षेप करणार नव्हते; परंतु प्रत्यक्षात गव्हर्नर जनरलला व गव्हर्नरांइतके खास अधिकार दिले होते, की ही स्वायत्तता केवळ दिखाऊ स्वरूपाची होती, असेही दिसून येते; कारण अंतिम अधिकार गव्हर्नर व गव्हर्नर जनरलकडे होते. प्रांतीय स्वायत्ततेचे स्वरूप पाहण्यासाठी त्यातील गव्हर्नर, मंत्रिमंडळ आणि कायदेमंडळ या तीन घटकांची रचना, कार्य, अधिकार याविषयी माहिती पुढीलप्रमाणे पाहता येईल.

१) गव्हर्नर - प्रांतामध्ये प्रांतांचा सर्वसत्ताप्रमुख गव्हर्नर हाच होता. इंग्लंडचा राजा गव्हर्नरची नेमणूक भारतमंत्र्याच्या सल्ल्याने करीत असे. ब्रिटनच्या समाजजीवनात नावाजलेल्या व्यक्तीची गव्हर्नरपदी नेमणूक केली जाई. त्याची नेमणूक ५ वर्षांसाठी असे त्याच्यासाठी पुढीलप्रमाणे अधिकार होते.

अ) स्वतःच्या मर्जीनुसार वापरावयाचे अधिकार

१) मंत्र्याची नियुक्ती आणि बडतर्फी करणे.

२) मंत्रिमंडळाची बैठक बोलाविणे व रद्द करणे.

३) प्रांतात शांतता व सुव्यवस्था राखणे.

४) राज्यकारभार यशस्वी रित्या चालविण्यासाठी नियम तयार करणे.

५) कायदेमंडळाचे अधिवेशन बोलावणे, तहकूब करणे, कायदेमंडळ बरखास्त करणे.

६) बिलाला मंजुरी देणे, चर्चा थांबविणे.

७) महत्त्वाचे बिल गव्हर्नर जनरलच्या मंजुरीसाठी पाठवणे.

८) अंदाजपत्रकातील कोणती बाब मतदानास टाकावी व कोणती टाकू नये हे ठरविणे.

९) संरक्षणाची जबाबदारी म्हणून गव्हर्नर जनरलची आज्ञा पाळणे

१०) आणीबाणीच्या प्रसंगी प्रांतांची घटना रद्द करणे.

ब) स्वमतानुसार वापरावयाचे अधिकार

प्रांतांचा प्रमुख या नात्याने गव्हर्नराच्याकडे महत्त्वाच्या जबाबदाऱ्या होत्या. या जबाबदाऱ्या पार पाडणेसाठी घटनेने गव्हर्नरला खास अधिकार दिलेले होते. हे खास अधिकार त्याने मंत्रिमंडळाच्या सल्ल्याने वापरावयाचे होते; परंतु मंत्रिमंडळाचा सल्ला त्याच्यावर बंधनकारक नव्हता. स्वमतानुसार त्याला मिळालेले अधिकार पुढीलप्रमाणे-

१) प्रांतामध्ये शांतता व सुव्यवस्था राखणे.

२) अल्पसंख्याकांच्या हक्कांचे संरक्षण करणे.

३) सरकारी नोकरांचे व संस्थानिकांचे हितसंबंध सांभाळणे.

४) गव्हर्नर जनरलच्या आज्ञा अमलात आणणे.

क) मंत्रिमंडळाच्या सल्ल्याने वापरावयाचे अधिकार

प्रांतामध्ये सर्वसत्ताधीश गव्हर्नर होता. त्याशिवाय त्याच्याकडे विशेष अधिकार होते. प्रांतांतील बहुतांशी बाबींवर तो स्वत: निर्णय घेत असे किंवा त्याला तो अधिकार मिळालेला होता. प्रांतात शांतता व सुव्यवस्था ठेवणे, राज्यकारभार यशस्वीरीत्या चालविणे इत्यादी बाबींमध्ये अंतिम अधिकार होते; परंतु गव्हर्नरने आपणाकडे असणारे अधिकार कमीत कमी वापरावेत आणि मंत्रिमंडळाच्या सल्ल्याने राज्यकारभार करावा अशी अपेक्षा करणेत आली होती. वास्तविक, बादशहाचा प्रतिनिधी या नात्याने गव्हर्नर हा प्रांतीय कारभाराच्या केंद्रस्थानी होता. प्रांताच्या कारभाराचे त्याचे अधिकार गव्हर्नर जनरलच्या अधिकारासारखेच होते. थोडक्यात, प्रांतीय स्वायत्ततेमध्ये प्रांतांत गव्हर्नरला महत्त्वाचे प्रमुख स्थान होते.

२) प्रांतीय मंत्रिमंडळ

१९३५ च्या कायद्याने प्रांतीय मंत्रिमंडळाला वेगवेगळ्या खात्यांचे नियमित कामकाज पाहावे लागणार होते. त्याशिवाय या कायद्याने प्रांतीय कारभाराची सर्व खाती सोपीव केलेली होती. त्यामुळे सर्व खात्यांचा कारभार लोकनियुक्त प्रतिनिधींकडे आला. मंत्र्याची नियुक्ती कायदेमंडळात निवडून आलेल्या सभासदांमधून गव्हर्नर करीत असे. नेमणुकीप्रमाणे बडतर्फीचा अधिकार त्यांच्याकडे होता. प्रांताच्या आकारमानाप्रमाणे मंत्र्यांची संख्या कमी-जास्त होती. मंत्र्यांना आपल्या खात्याचे धोरण गव्हर्नरांच्या संमतीने ठरवावे लागे. मंत्रिमंडळ हे कायदे मंडळाला जबाबदार होते. प्रांतांतील मंत्रिमंडळातील सभासदांची संख्या प्रांताच्या लहान-मोठेपणावर अवलंबून होती. संयुक्त जबाबदारीच्या भावनेने गव्हर्नराने मंत्रिमंडळाकडून कारभार पाहावा, अशी अपेक्षा होती. त्यामुळेच सभागृहातील बहुमतवाल्या पक्षाच्या नेत्याला गव्हर्नर पाचारण करून त्याच्या सल्ल्याने मंत्रिमंडळाची निर्मिती करत असे. कायदेमंडळाने मंत्रिमंडळावर अविश्वासाचा ठराव पास केला तर मंत्रिमंडळाला राजीनामा देणे भाग होते. अशा प्रकारे प्रांतात जबाबदार राज्यपद्धती अस्तित्वात आणण्याचा प्रयत्न केला होता; परंतु प्रत्यक्षात गव्हर्नरला एवढे खास अधिकार दिले होते की, मंत्री स्वतंत्रपणे कारभार करू शकत नव्हते.

३) प्रांतीय कायदेमंडळ : या कायद्याने मद्रास, बंगाल, मुंबई, आसाम, बिहार आणि संयुक्त प्रांत या प्रांतात द्विगृही कायदेमंडळ असेल. वरिष्ठ सभागृह (Legislative

Council) आणि कनिष्ठ सभागृह (Legislative Assembly) अशी सभागृहे असतील. पंजाब, मध्यप्रदेश, ओरिसा इत्यादी प्रांतांत कनिष्ठ सभागृहाचे एकगृही कायदेमंडळ असेल त्याची रचना पुढीलप्रमाणे होती.

अ) वरिष्ठ कायदेमंडळ (Legislative Council) - वरिष्ठ सभागृहातील सदस्यांची संख्या प्रत्येक प्रांतांत सारखी नव्हती. हे सभागृह कायमस्वरूपी होते. त्याचे सभासद दर तीन वर्षांनी निवृत्त होतील व तेवढेच नवीन घेतले जातील. मताधिकाराची पात्रताही सर्व प्रांतांत सारखी नव्हती. समाजातील जमीनदार आणि सरंजामदार यांनाच मताधिकार मिळालेला होता.

वरिष्ठ कायदेमंडळाची रचना सभासदांच्या संख्येनुसार करण्यात आली होती. उदा. मद्रास प्रांताच्या वरिष्ठ कायदेमंडळाची रचना पुढीलप्रमाणे होती.

मद्रास	
मतदारसंघ	**जागांची संख्या**
सर्वसाधारण मतदारसंघ	३५
मुस्लिम मतदारसंघ	०७
युरोपियन मतदारसंघ	०१
भारतीय ख्रिश्चन	०३
कनिष्ठ कायदेमंडळाकडून भरावयाच्या जागा	००
गव्हर्नरकडून भरावयाच्या जागा	८ ते १०
एकूण	५४ ते ५६ जागा

१९३५ च्या कायद्याने १९१९ च्या कायद्यापेक्षा प्रांतांतील कायदेमंडळावर अधिक प्रतिनिधित्व व सवलती विविध जाती-जमातींना दिलेल्या होत्या. १७ प्रकारचे मतदारसंघ निर्माण करण्यात आले. मुस्लीमांसाठी स्वतंत्र मतदारसंघ देण्यात आले. त्या मतदारसंघात मुस्लीम उमेदवारानेच उभे राहावयाचे त्यास मुस्लिमांनीच निवडून द्यावयाचे होते.

ब) कनिष्ठ कायदेमंडळ (Legislative Assembly) - या कायद्याने कनिष्ठ कायदेमंडळाची रचनासुद्धा जाती-जमातीनुसार करण्याचा प्रयत्न केला. या सभागृहातील सदस्य संख्या प्रत्येक प्रांतांत वेगवेगळी होती. ती पुढीलप्रमाणे होती.

अ. न.	प्रांतांचे नाव	सभासदांची संख्या
१	मद्रास	२१५
२	मुंबई	१७५
३	संयुक्त प्रांत	२२८
४	बंगाल	२५०
५	बिहार	१५२

१९३५ च्या कायद्याने कनिष्ठ कायदेमंडळाची सर्वच जागा प्रत्यक्ष निवडणुकीने भरल्या जाणार होत्या. अनेक प्रकारच्या मतदारसंघातून लोकप्रतिनिधी निवडून येत असत. जातीय निवाड्यानुसार प्रत्येक जाती-जमातीला ठराविक जागा दिलेल्या होत्या. त्यानुसार त्या भरल्या जाणार होत्या. त्या त्या जातीच्या मतदारांनी आपल्या जातीतील उमेदवाराला मत द्यावयाचे होते. ते सर्वसाधारण मतदारसंघातून उभे राहू शकत नव्हते किंवा त्यांना मत देण्याचा अधिकार नव्हता. मुस्लिमांनी मुस्लीम उमेदवाराला, शिखांनी शीख उमेदवाराला, ख्रिश्चनांनी ख्रिश्चन उमेदवाराला मत द्यावयाचे होते. साक्षर, ठराविक कर अथवा महसूल भरणारे, ठराविक घरभाडे भरणारे इत्यादी मतदानास पात्र होते.

४) कायदेमंडळाचे अधिकार – १९३५ च्या कायद्याने कायदेमंडळाला विविध विषयांबाबतचे अधिकार दिले होते. यामधून संयुक्त जबाबदारीच्या तत्त्वानुसार राज्यकारभार व्हावा, अशी अपेक्षा होती. प्रांतासाठी कायदे करण्याचा पूर्ण अधिकार कायदेमंडळाला होता. कायद्याने केंद्रीय खाती, प्रांतीय खाती व समवर्ती खाती अशी खात्यांची विभागणी केलेली होती. काही वेळा संयुक्त अधिकाराच्या खात्यावर प्रांतीय कायदेमंडळात कायदे करण्याचा अधिकार होता; परंतु याच विषयासंबंधी केंद्राने कायदा केला असल्यास केंद्राचाच कायदा प्रभावी ठरत होता. प्रांतीय कायदेमंडळाला गव्हर्नरची पूर्वसंमती असल्याशिवाय कायदे करता येत नसत. त्याशिवाय सभागृहात पास झालेले बिल गव्हर्नर हा संमतीसाठी गव्हर्नर जनरलकडे पाठवत असे; आणि गव्हर्नर जनरलला वाटल्यास तो बादशाहच्या संमतीसाठी ते बिल पाठवू शकत असे. थोडक्यात, प्रांतीय कायदेमंडळाच्या कायदेविषयक अधिकारावर अनेक बंधने होती. प्रांतीय कायदेमंडळ म्हणजे सार्वभौम संस्था नव्हती.

अ) आर्थिक अधिकार – १९३५ च्या कायद्याने प्रांतीय कायदेमंडळाला काही अधिकार दिलेले होते. आर्थिक बाबीशी संबंधित असलेले बिल कनिष्ठ सभागृहातच मांडले जात असे. त्यावर प्रांतीय कायदेमंडळाला चर्चा करण्याचा अधिकार होता. वार्षिक

अंदाजपत्रकात मतास टाकावयाच्या व न टाकावयाच्या बाबी असत. गव्हर्नरचा पगार, कर्ज, मंत्र्याचे पगार इत्यादी बाबींवर सभागृहात मतदान होत नसे; परंतु गव्हर्नरचा पगार ही बाब सोडून सर्व बाबींवर सभागृह चर्चा करीत असे. अंदाजपत्रकात मतास टाकावयाच्या बाबींवर सभागृह चर्चा करून दुरुस्तीसुद्धा करत असे. एखादी ग्रँटसुद्धा नामंजूर करीत असे; परंतु गव्हर्नरला अंतिम अधिकार दिल्यामुळे नामंजूर झालेली ग्रँट तो मंजूर करीत असे. थोडक्यात, आर्थिक क्षेत्रामध्ये प्रांतीय कायदेमंडळाला फारशी सत्ता नव्हती. त्यामुळे कायद्याने निर्माण केलेली प्रांतीय स्वायत्तता दिखाऊ स्वरूपाची होती.

ब) राज्यकारभारविषयक अधिकार - कायदेमंडळाला राज्यकारभार व इतर बाबींवर सभागृहात चर्चा करण्यात अधिकार होता. त्याशिवाय ठराव पास करून त्याची अंमलबजावणी करावयास मंत्रिमंडळास भाग पाडावयास लावत असे. कायदेमंडळात राज्यकारभारविषयक विविध प्रश्न विचारले जात. त्याची उत्तरे मंत्र्यांना द्यावी लागत. अंदाजपत्रकातील काही अनुदाने कायदेमंडळ नामंजूर करू शकत असे. सर्वच अंदाजपत्रकावर कायदेमंडळाचा ताबा नव्हता.

१९३५ च्या कायद्याने प्रांतीय स्वायत्तता निर्माण केली. प्रांतातील राज्यकारभाराची सर्वच खाती सोपीव केली. लोकप्रतिनिधींच्या हाती सत्ता दिली गेली; परंतु दुसऱ्या बाजूला गव्हर्नरकडे इतके खास अधिकार दिले की लोकप्रतिनिधींना मिळालेल्या अधिकारावर अनेक बंधने घातली गेली. गव्हर्नरला विशेष व अंतिम अधिकार दिलेले होते. त्यामुळे गव्हर्नर पूर्वीप्रमाणे अनियंत्रित राहिला. तो ब्रिटनच्या बादशाहला जबाबदार होता. ब्रिटिशांचे राज्य अधिक काळ कशा प्रकारे राहील याकडे ब्रिटिशांचे अधिक लक्ष होते. लोकांच्यामध्ये निर्माण झालेला असंतोष, अनेकांचा दबाव यामुळे ब्रिटिशांनी जबाबदार राज्यपद्धतीचा प्रयोग प्रांतात सुरू केला होता; परंतु मनापासून त्यांची इच्छा नव्हती. थोडक्यात, ब्रिटिशांनी प्रांतिक स्वायत्ततेचा देखावा निर्माण केला होता.

प्रांतीय स्वायत्ततेची अंमलबजावणी

१९३५ च्या कायद्यावर अनेकांनी कठोर टीका केली. पंडित नेहरू म्हणतात, "हा कायदा म्हणजे अनेक नियंत्रणे असलेले परंतु इंजिन नसलेले यंत्र होय." पंडित मदतमोहन मालवीय म्हणतात, "हा कायदा आमच्यावर लादण्यात आला. त्याला वरून लोकशाहीचा मुलामा देण्यात आला असला तरी आतून तो अगदी पोकळ आहे." थोडक्यात १९३५ च्या कायद्यात अनेक दोष होते. तरीही प्रांतिक शासनव्यवस्था स्थापन करण्याचे सरकारने ठरविले. राष्ट्रसभेने या कायद्यान्वये सन १९३७ मध्ये होणाऱ्या निवडणुका लढविण्याचा निर्णय घेतला. लॉर्ड विलिंग्डनने राष्ट्रसभेला दाबण्याचा प्रयत्न केला; परंतु राष्ट्रसभा न दबता ती अधिकच प्रभावी बनली; १९३७ च्या निवडणुकीत काँग्रेसला

मद्रास, संयुक्त प्रांत, मध्य प्रांत, विदर्भ, बिहार, ओरिसा या राज्यांत स्पष्ट बहुमत मिळाले. आसाम, बंगाल व वायव्य सरहद्द प्रांत येथे बहुमत नसले तरी सर्वांत मोठा पक्ष म्हणून राष्ट्रसभाच आली. निवडणुकात मुस्लीम लीगला मोठा पराभव स्वीकारावा लागला. एकूण १५८५ जागांपैकी ८०८ जागा सर्वसाधारण मतदारसंघाला होत्या. त्यापैकी काँग्रेसने ७११ जागा जिंकल्या. मुस्लीम लीग ४८२ जागी आपले उमेदवार उभे करू शकला नाही. त्याला १०९ जागा मिळाल्या. काँग्रेस मोठा प्रातिनिधिक पक्ष असल्याचे सिद्ध झाले.

प्रांतिक मंत्रिमंडळे

बहुमत मिळालेल्या प्रांतात आपले सरकार स्थापन करावयाचे की नाही, यावरून काँग्रेसमध्ये मतभेद झाले. महात्मा गांधीजींच्या मध्यस्थीने तडजोड होऊन मंत्रिमंडळे बनविण्याचे ठरविले. गव्हर्नर जनरल लॉर्ड लिनलिथगो यांनीही हस्तक्षेप न करण्याचे आश्वासन दिले. जुलै १९३७ मध्ये आठ प्रांतात काँग्रेस मंत्रिमंडळे सत्तेवर आली. ज्या प्रांतात काँग्रेसला बहुमत नव्हते तेथे इतर पक्षाबरोबर सत्तेत न जाण्याचे काँग्रेसने ठरविले. बॅ. जिनांनी प्रयत्न करूनही काँग्रेसने प्रतिसाद दिला नाही. तेव्हा जिनांनी 'काँग्रेसला सत्तेची धुंदी चढली आहे' अशी टीका केली. १९३७ ते १९३९ एकूण २७ महिने काँग्रेसने प्रांतांचा कारभार केला. दुसरे महायुद्ध सुरू झाले. गव्हर्नर जनरलने हिंदी नेत्यांची चर्चा न करता या युद्धात हिंदुस्थान इंग्लंडच्या बाजूने युद्धात उतरल्याचे घोषित केले. हे मान्य नसल्याने काँग्रेसने सरकारशी असहकार पुकारून सर्व प्रांतिक मंत्रिमंडळांनी राजीनामे दिले व स्वातंत्र्याची चळवळ गतिमान केली.

१९३५ च्या कायद्याने प्रांतीय स्वायत्तता निर्माण करण्याचा प्रयत्न केला गेला; परंतु कायद्यात अनेक दोष असल्याने हा प्रयोग अपयशी ठरला.

८.४ सन १९४२ ते सन १९४६ या कालखंडातील विविध घटनात्मक योजना : (क्रिप्स योजना, वेव्हेल योजना, त्रिमंत्री योजना)

क्रिप्स योजना (मार्च १९४२) (Cripps Mission)

क्रिप्स योजना भारताच्या घटनात्मक इतिहासाच्या दृष्टीने महत्त्वाची आहे. दुसरे महायुद्ध सुरूच होते. भारतीयांच्या स्वराज्याचा प्रयत्न तसाच राहिला होता. डिसेंबर १९४१ मध्ये जपानने मित्र राष्ट्रांविरुद्ध युद्धात सहभाग घेतला. त्यामुळे १९४२ च्या प्रारंभी इंग्रजांनी समस्या सोडविण्याचा प्रयत्न केला. त्यामधूनच मार्च १९४२ मध्ये ब्रिटिश पंतप्रधान चर्चिलने घोषणा केली की, भारताबाबत युद्धमंत्र्याचे काही निर्णयावर एकमत झाले आहे आणि कॉमन्स सभागृहाचा नेता स्टॅफर्ड क्रिप्स भारतात जाऊन सर्वांशी विचारविनिमय करून, स्वतःचे समाधान करून, हा निर्णय जनतेला सांगतील आणि तो अंतिम व पूर्णतः

न्यायसंगत राहील. भारतीयांचे प्रश्न सोडविण्यासाठी क्रिप्स यांना भारतात पाठवण्याचे ठरविण्यात आले.

क्रिप्स यांना भारतात पाठविण्याची कारणे

१) ब्रिटिशांच्या विरोधात राष्ट्रसभेची चळवळ : महात्मा गांधींच्या नेतृत्वाखाली राष्ट्रसभेने ब्रिटिशविरोधी चळवळ गतिमान केली. दुसऱ्या महायुद्धात ब्रिटिशांनी भारतीय लोकांना विश्वासात न घेता भारताला युद्धात ओढले; परिणामी राष्ट्रसभेने सरकारविरुद्ध पवित्रा घेतला आणि सत्याग्रहाची चळवळ सुरू केली. महायुद्धात जर्मनी व जपान या शत्रूराष्ट्रांची सर्वत्र विजयी घोडदौड सुरू असताना, भारतासारख्या वसाहतीमध्ये लोकमत असंतुष्ट व प्रतिकूल राहणे ब्रिटिशांना धोक्याचे वाटत होते. भारताला भरीव आश्वासन देणे व राष्ट्रसभेस समाधानी ठेवणे आवश्यक होते. त्यासाठी क्रिप्स यांना पाठवले.

२) प्रे. रूझवेल्टचा प्रभाव : लोकशाहीचे संरक्षण करण्यासाठी अमेरिका महायुद्धात उतरली होती. महायुद्धे सुरू झाल्यानंतर अमेरिका-इंग्लंड यांची मैत्री झाली.

दुसऱ्या महायुद्धाच्या मध्यावधीत ॲटलांटिक सनदेप्रमाणे स्वातंत्र्य व लोकशाही इ. तत्त्वे जाहीर करण्यात आली. तसेच प्रत्येक राष्ट्रास त्याचे भवितव्य ठरविण्याचा अधिकार मान्य करण्यात आला. याच वेळी इंग्लंडचे पंतप्रधान चर्चिल यांनी अटलांटिक सनद भारताला लागू नाही, असे जाहीर केले. ब्रिटनचा हा कट्टर साम्राज्यवाद अमेरिकेला मान्य नव्हता. अमेरिकेचे राष्ट्रध्यक्ष रूझवेल्ट यांचा आग्रह होता की चर्चिलने भारताची समस्या सोडविण्याचा प्रयत्न करावा. रूझवेल्टच्या प्रभावामुळे चर्चिलने क्रिप्स मिशन पाठविण्याचे ठरवले.

३) चँग-काय-शेक व इव्हॅट यांचे आवाहन : चीनचे सरसेनापती चँग-काय-शेक यांनी आपल्या भारत भेटीमध्ये (फेब्रुवारी १९४२) भारतीय लोकांच्या न्याय्य मागण्या सरकारने लवकरात लवकर पूर्ण कराव्यात, अशा प्रकारचे आवाहन ब्रिटिशांना केले. तसेच ऑस्ट्रेलियाचे परराष्ट्रमंत्री डॉ. इव्हॅट यांनीही भारतीयांच्या प्रश्नांची लवकर सोडवणूक करण्याची सूचना ऑस्ट्रियन पार्लमेंटमध्ये केली. तसेच इंग्लंडच्या पार्लमेंटमधील सभासदांनीही इंग्लंडच्या लोकसभेत भारतीयांचा प्रश्न सोडविण्याविषयी चर्चा केली. या सर्वांचा दबाव पंतप्रधान चर्चिलवर आला.

४) जपान आक्रमणाची भीती : ७ डिसेंबर १९४१ मध्ये छोट्याशा जपानने पर्ल हार्बरवर हल्ला करून महायुद्धात प्रवेश केला. इंडोचायना, इंडोनेशिया, मलाया इत्यादी प्रदेश एकामागून एक असे जिंकून घेतले. तसेच ब्रिटिशांच्या ताब्यात असणाऱ्या ब्रह्मदेशावर हल्ला करून ८ मार्च १९४२ रोजी ब्रह्मदेशाची राजधानी रंगून जपानने काबीज केली. ब्रह्मदेशाच्या सीमा भारताला लागून असल्यामुळे जपान भारतावर आक्रमण करतो की काय, अशी इंग्रजांना भीती वाटू लागली. अशा युद्धजन्य परिस्थितीत भारतीयांची सर्वतोपरी

मदत आवश्यक असल्याने इंग्लंडचा पंतप्रधान चर्चिल याने ११ मार्चला सर स्टॅफर्ड क्रिप्स यांना चर्चेसाठी भारतात पाठविण्याचे ठरवले.

क्रिप्स योजनेमधील कलमे

२३ मार्च १९४२ रोजी क्रिप्ससाहेब भारतात आले. २५ मार्चला त्यांनी सर्व राजकीय पक्षांच्या नेत्यांशी बोलणी केली आणि ३० मार्च १९४२ रोजी आपली योजना जाहीर केली. त्या योजनेमध्ये पुढील कलमे होती.

१) वसाहतीच्या स्वराज्याचा दर्जा : ब्रिटिश सरकार भारतात संघराज्याची स्थापना करून भारताला वसाहतीच्या स्वराज्याचा दर्जा देण्यात येईल. अंतर्गत व परराष्ट्र व्यवहारात भारताचा दर्जा इतर संघराज्यांसारखाच राहील. भारतीय संघराज्याला ब्रिटिश कॉमनवेल्थमध्ये (ब्रिटिश राष्ट्रकुटुंबात) राहावयाचे नसेल तर भारताला बाहेर पडता येईल.

घटना समितीची निर्मिती

दुसरे महायुद्ध संपुष्टात आल्यानंतर भारतातील राज्यघटना बनविण्यासाठी घटना समितीची स्थापना करण्यात येईल. समितीत ब्रिटिश भारत व देशी संस्थाने यांचे प्रतिनिधी राहतील. प्रांतिक कायदे मंडळाकडून घटना समितीच्या सभासदांची निवड केली जाईल. संस्थानेही आपले प्रतिनिधी घटना समितीत पाठवू शकतील.

प्रांतांना व संस्थानांना स्वतंत्र घटना निर्माण करणेचा अधिकार

भारताची राज्यघटना प्रांतांना किंवा संस्थानांना मंजूर नसेल अशा प्रांतांना अगर संस्थानांना स्वतंत्र घटना निर्माण करण्याचा अधिकार राहील. अशा प्रांतांना व संस्थानांना भारतीय संघराज्याचा दर्जा राहील.

घटनेची अंमलबजावणी करताना अल्पसंख्याकांच्या हिताचे रक्षण

घटनेची निर्मिती झाल्यानंतर तिच्या अंमलबजावणीसाठी सरकार घटना समितीशी तह करेल; परंतु असा तह करताना भारतातील अल्पसंख्याकांच्या हितसंरक्षणाची व्यवस्था ब्रिटिश सरकार करेल. भारतीय संघराज्याचे परराष्ट्राशी कसे संबंध असावेत, याविषयी ब्रिटिश सरकार काहीही बंधने घालणार नाही.

भारताचे संरक्षण इंग्लंडकडे

दुसरे महायुद्ध सुरू असेपर्यंत भारताचे संरक्षण इंग्लंड करेल. मुसलमानांचे प्रतिनिधित्व स्वतंत्र मतदारसंघाद्वारे करण्यात येणार नाही.

वरीलप्रमाणे तरतुदी क्रिप्स योजनेत होत्या. भारतासाठी घटना व राष्ट्र कुटुंबात राहणे किंवा न राहणे इ. हक्क ब्रिटिश सरकारने मान्य केले होते. राष्ट्रसभा, मुस्लीम लीग व

संस्थानिक या सर्वांनाच खूश ठेवण्याचा प्रयत्न या योजनेने केला होता. लीगची पाकिस्तानची महत्त्वाकांक्षा पूर्ण होणार होती व संस्थानिकांना आपले संस्थान स्वतंत्र ठेवता येणार होते; तरीही काँग्रेस, मुस्लीम लीग, हिंदू महासभा या सर्वांनाच ही योजना मान्य नव्हती.

मुस्लीम लीगने योजना फेटाळण्याची कारणे

१) मुस्लिमांचे स्वतंत्र राष्ट्र निर्माण करण्यात येईल, असे स्पष्ट शब्दात क्रिप्स योजनेत आश्वासन मिळालेले नव्हते.
२) लीगला मुस्लिमांचे प्रतिनिधित्व करणारी घटना परिषद पाहिजे होती.
३) मुस्लीमांच्या हिताचे व हक्कांचे संरक्षण ब्रिटिश सरकार कसे करणार याविषयीचे मत स्पष्टपणे मांडलेले नव्हते.
४) संस्थानांवर घटना परिषदेत सामील होण्याची सक्ती नव्हती.

राष्ट्रसभेने क्रिप्स योजना अमान्य करण्याची कारणे

१) या योजनेत भारतीय संघराज्यातून प्रांत व संस्थाने यांना बाहेर पडण्याचा हक्क दिलेला होता. त्यामधून अनेक राज्ये व राष्ट्रेच निर्माण होणार, राष्ट्राचे तुकडे होतील, राष्ट्रसभेला हे मान्य नव्हते.
२) घटना समितीत संस्थानांचे असलेले प्रतिनिधी हे जनतेचे प्रतिनिधी नसून संस्थानिकांनी नियुक्त केलेले प्रतिनिधी असणार होते.
३) घटनेची अंमलबजावणी होईपर्यंत संरक्षण खाते भारतीय मंत्र्याच्या हाती दिले गेले नाही. यामधून जबाबदार राज्यपद्धती यशस्वी होत नव्हती.
४) वसाहतीच्या दर्जाचे स्वातंत्र्य प्राप्त होण्यासाठी भारतात हंगामी सरकार निर्माण होणार होते. लगेच वसाहतीच्या दर्जाचे स्वातंत्र्य द्यायला ब्रिटिश तयार नव्हते.

हिंदू महासभावाल्यांना अखंड हिंदुस्थान हवा होता. त्यांचा या योजनेला कट्टर विरोध होता. शिखांनाही इंडियन युनियनमध्येच पंजाब हवा असे वाटत होते. मागासलेल्या जाती-जमातींना आपल्या हितसंबंधांच्या संरक्षणाची खास तरतूद हवी होती. त्यामुळे अनेकांनी ही योजना फेटाळली.

क्रिप्स योजनेविषयी म. गांधी म्हणतात, "पुढील तारीख टाकलेला हा एक चेक आहे. तोदेखील अशा बँकेचा की जिचे दिवाळे निघण्यात कोणताच संदेह नाही."

पं. नेहरू म्हणतात, "क्रिप्स हे सैतानांचे वकील बनून आले होते व त्यांच्या योजनेचा परिणाम देशाचे असंख्य तुकडे होण्यात होणार होता."

क्रिप्स योजना अनेकांना मान्य नव्हती. क्रिप्स यांच्या वक्तव्यात सुसंगतीही राहिली नाही. ब्रिटनचे पंतप्रधान यांचेकडूनही त्यांच्यावर दबाव येत राहिला. त्यामुळे त्यांनीही

आपली भूमिका बदलली. भारतीय नेत्यांचाही त्यांच्यावरील विश्वास उडाला. आपली योजना राबविणे अशक्य आहे, असे दिसताच क्रिप्सने ब्रिटनला पलायन केले. ही योजना अपयशी ठरवण्याचे महत्त्वाचे कारण ब्रिटिशांनाच भारतावरील सत्ता सोडावयाची नव्हती. सन १९४१ साली चर्चिल यांनी जाहीर केले होते की, ब्रिटिश साम्राज्याचे दिवाळे वाजविण्यासाठी मी पंतप्रधान झालेलो नाही. थोडक्यात भारताला स्वातंत्र्य देण्याची ब्रिटनची इच्छा नव्हती. अशा प्रकारे क्रिप्स शिष्टाई अपयशी ठरल्याने देशात पुन्हा नैराश्य व विफलतेची भावना पसरली. भारतीय घटनेच्या दृष्टीने क्रिप्स योजनेतील तरतुदी महत्त्वाच्या होत्या.

वेव्हेल योजना (१९४५)

भारताच्या घटनात्मक इतिहासाच्या शेवटच्या टप्प्यात वेव्हेल योजनेचा समावेश होतो. भारतातील राजकीय पेचप्रसंग सोडविण्यासाठी वेव्हेल योजना उदयास आली. १४ ऑक्टोबर १९४३ रोजी लॉर्ड लिनलिथगो जाऊन त्यांच्या जागी लॉर्ड वेव्हेल हा व्हॉईसरॉय झाला. त्याने ब्रिटिश मंत्रिमंडळाशी चर्चा करून १४ जून १९४५ रोजी आपली सुप्रसिद्ध 'वेव्हेल योजना' जाहीर केली.

वेव्हेल योजनेची कारणे किंवा कारणीभूत परिस्थिती

१) जपानचा पराभव करण्यासाठी भारताचे सहकार्य आवश्यक : मे १९४५ मध्ये दुसरे महायुद्ध संपुष्टात आले. इंग्लंड व मित्र राष्ट्रांचा विजय झाला; परंतु आशियात जपानचा पराभव करावयाचा होता, त्यासाठी भारतीयांचे सहकार्य आवश्यक होते. त्यामुळे भारतीयांच्या समाधानासाठी एखादी योजना जाहीर करणे आवश्यक होते.

२) मित्र राष्ट्रांचा चर्चिलवर दबाव : ब्रिटनचे पंतप्रधान चर्चिल साम्राज्यवादी प्रवृत्तीचे होते. ते भारताला स्वातंत्र्य देऊ इच्छित नव्हते. अमेरिका व इतर राष्ट्रांनी भारतीयांचा प्रश्न सोडविण्यासाठी चर्चिलवर दबाव आणला.

३) भारतातील दुष्काळ : इ. स. १९४३-४४ मध्ये भारताच्या अनेक भागांत दुष्काळ पडला. त्यामुळे भारतीयांची स्थिती अत्यंत हलाखीची झाली. दुष्काळावर मात करण्यासाठी इंग्रज सरकारने कोणतेच उपाय योजिले नाहीत. त्यामुळे इंग्रजांच्या विरोधात असंतोष वाढत गेला. तो दूर करण्यासाठी योजना आवश्यक होती.

४) इंग्रजांची दडपशाही : १९४२ च्या आंदोलनात इंग्रजांनी मोठ्या प्रमाणात दडपशाही केली. अनेकांना तुरुंगात टाकले; लाठीहल्ला केला. जनतेला दडपशाहीने त्रस्त केले. इंग्रजांच्या दडपशाहीमुळे जनता त्रस्त झालेली होती. लोकमत खवळलेले होते. जनतेमधील हा क्षोभ दूर करण्यासाठी सुधारणा करणे आवश्यक होते.

५) इंग्लंडमधील निवडणुका : इंग्लंडमधील निवडणुका जवळ आलेल्या होत्या. चर्चिलचे भारतविरोधी धोरण मजूर पक्षाला मान्य नव्हते. इंग्लंडमधील जनमत आपल्या विरोधात जाऊ नये व मजूर पक्ष विजयी होऊ नये यासाठी भारताला स्वातंत्र्याचे हक्क द्यावेत; परंतु तो इंग्लंडच्या वर्चस्वाखाली राहिला पाहिजे यासाठी चर्चिलने नवी योजना जाहीर केली; ती म्हणजे वेव्हेल योजना होय.

विलायत सरकारशी सल्लामसलत करण्यासाठी लॉर्ड वेव्हेल मार्च १९४५ मध्ये ब्रिटनला गेले होते. ते जून १९४५ मध्ये परत आले. १४ जून १९४५ रोजी त्यांनी योजना जाहीर केली. त्या योजनेतील कलमे पुढीलप्रमाणे होती.

वेव्हेल योजनेतील कलमे

१) हिंदू व मुसलमान यांना समान जागा : भारताच्या केंद्रीय सरकारच्या कार्यकारिणी परिषदेमध्ये हिंदू व मुसलमान यांना सारख्या जागा देण्यात येतील. या कार्यकारिणी परिषदेमध्ये गव्हर्नर जनरल व कमांडर-इन-चीफ (सरसेनापती) यांच्याशिवाय सर्व सदस्य भारतीय राहतील.

२) नवी घटना भारतीयांनी करावी : भारतासाठी नवी घटना भारतीयांनी तयार करावी, असे सुचविण्यात आले.

३) जपान युद्धासाठी सर्वांचे सहकार्य : इंग्रज व त्याच्या मित्र राष्ट्रांनी दुसऱ्या महायुद्धात विजय मिळविला होता; परंतु जपानचा पराभव झालेला नव्हता. त्यासाठी सर्वांचे सहकार्य मिळेल अशी आशा व्यक्त केली.

४) परराष्ट्र खात्यावर भारतीयांचे नियंत्रण : भारताचे परराष्ट्र खाते हे गव्हर्नर जनरल यांचेकडून काढून घेऊन ते त्याच्या परिषदेतील एका भारतीय सदस्याकडे सोपविण्यात येईल त्यामुळे परराष्ट्र खात्यावर भारताचे नियंत्रण राहील.

५) राज्यघटना बनविण्याचे स्वातंत्र्य : महायुद्ध संपल्यानंतर भारतीय आपल्या देशाची राज्यघटना तयार करतील. त्यांना राज्यघटना बनविण्याचे पूर्ण स्वातंत्र्य राहील.

६) सिमला संमेलन : भारताच्या राजकीय प्रश्नांवर चर्चा करण्यासाठी सिमला येथे लवकरच भारताच्या वेगवेगळ्या राजकीय पक्षांच्या नेत्यांचे एक संमेलन आयोजित करण्यात येईल.

वेव्हेल योजनेप्रमाणे भारतातील राजकीय प्रश्नाबाबत अडथळा दूर करण्यासाठी १६ जून १९४५ रोजी काँग्रेस कार्यकारिणीच्या सदस्यांना तुरुंगातून मुक्त करण्यात आले. काही काळानंतर सर्व राजकीय कैद्यांनादेखील सोडून देण्यात आले; परंतु हिंसक गुन्हेगारांना सोडले नाही.

सिमला परिषद

सन १९४५ च्या दरम्यान भारतात सत्तांतराचा प्रश्न नव्हता; तर राष्ट्रीय सरकार स्थापणे, घटना तयार करणे व त्यामध्ये कोणाला किती जागा असाव्यात हा महत्त्वाचा प्रश्न होता. त्यावर चर्चा करण्यासाठी वेव्हेलसाहेबांनी सिमला येथे एक परिषद बोलविली. राष्ट्रसभेने आपले प्रतिनिधी म्हणून मौलाना अबुल कलम आझाद यांना पाठविले होते. बॅ. जिना लीगचे प्रतिनिधी म्हणून हजर होते. २५ जून १९४५ रोजी सिमला येथे परिषद सुरू झाली. युद्धप्रयत्नात भारताचे सहकार्य, युद्ध संपेपर्यंत हंगामी सरकारचे अस्तित्व इत्यादी बाबींवर सर्वांचे एकमत झाले; परंतु व्हॉईसरॉयच्या मंडळाच्या रचनेवर मतभेद झाले. या मंडळात हिंदू व मुस्लीम यांचे समान प्रतिनिधी असावेत, त्याशिवाय राष्ट्रसभेने हिंदू प्रतिनिधी पाठवावेत व मुस्लीम लीगने मुस्लीम प्रतिनिधी पाठवावेत. व्हॉईसरॉयच्या मंडळातील सभासद लीगचाच असला पाहिजे असे बॅ. जीना यांचे मत होते. राष्ट्रसभेने त्याला विरोध केला. राष्ट्रसभा ही राष्ट्रीय संघटना आहे. तिला हिंदू, मुस्लीम, पारशी, हरिजन, शीख इत्यादी धर्मांचे व जातीचे प्रतिनिधी पाठविण्याचा नैतिक हक्क आहे; परंतु तो हक्क बॅ. जीना मान्य करीत नव्हते. याशिवाय राज्यकारभाराच्या कोणत्याही प्रश्नावर मुस्लीम सभासदांनी बहुमताने संमती दिल्याशिवाय निर्णय होऊ नये, असा आग्रह त्यांनी धरला. बॅ. जिनांची हट्टी भूमिका असल्यामुळे लॉर्ड वेव्हेल यांनी १४ जुलै १९४५ रोजी परिषद असफल झाल्याचे सांगून बरखास्त केली. लीगने सहकार्य केल्याशिवाय राजकीय प्रश्न सुटू शकत नाही, असे दिसू लागले. त्यामधून लीगचा पाया मजबूत झाला.

यामुळे बॅ. जीना व मुस्लीम लीगचे महत्त्व वाढले. सिमला परिषद बरखास्त होण्यापूर्वी चारच दिवस अगोदर ब्रिटनमध्ये मजूर पक्षाचा विजय झाला. चर्चिल पराभूत होऊन ॲटली हे ब्रिटनचे पंतप्रधान बनले. पॅथीक लॉरेन्स भारत सचिव झाले व जपान शरण आला. थोडक्यात, वेव्हेल योजनेमधून भारतीयांना सुधारणा देण्याचा प्रयत्न झाला.

त्रिमंत्री योजना (कॅबिनेट मिशन) (Cabinate Mission)

ब्रिटनचे नवे पंतप्रधान मिस्टर ॲटली यांनी १५ मार्च १९४६ रोजी इंग्लंडच्या पार्लमेंटमध्ये घोषणा केली की, "भारताला लवकरात लवकर स्वातंत्र्य देण्यात येईल. यासंबंधी भारतीय पुढाऱ्यांशी विचारविनिमय करण्यासाठी त्यांनी आपल्या कॅबिनेटमधील तीन मंत्र्यांना भारतात पाठविले. ॲटलीच्या या योजनेला मंत्रिमंडळ योजना (Cabinet Mission Plan) असे म्हणतात. त्यामध्ये - १) सर पॅथिक लॉरेन्स २) सर स्टॅफर्ड क्रिप्स ३) मि. अलेक्झांडर ए. बी. हे तीन मंत्री होते. २३ मार्चला हे तीन मंत्री भारतात आले व २४ मार्चला दिल्लीस पोहोचले. या मंडळाने प्रथम व्हॉईसरॉय प्रांताचे गव्हर्नर व व्हॉईसरॉयच्या कार्यकारी मंडळाचे सभासद यांच्याशी चर्चा केली. ४७२ पुढाऱ्यांशी विचारविनिमय

केला. बॅ. जीना यांनी आपला हट्ट न सोडता मुस्लीम संस्कृती व भारतीय संस्कृती या वेगवेगळ्या आहेत म्हणून मुस्लिमांचे राष्ट्र अस्तित्वात आले पाहिजे, असे आग्रहाने प्रतिपादन केले. काँग्रेस भारताच्या विभाजनास तयार नव्हती. तेव्हा कॅबिनेट मिशनने १६ मे १९४६ रोजी आपली योजना जाहीर केली. त्यातील प्रमुख मुद्दे पुढीलप्रमाणे -

त्रिमंत्री योजनेमधील तरतुदी

१) संघराज्याची स्थापना : ब्रिटिश प्रांत व हिंदी संस्थाने यांचे मिळून एक संघराज्य स्थापन व्हावे. परराष्ट्र संबंध, संरक्षण व दळणवळण यासंबंधीचे अधिकार संघ सरकारकडे राहावेत.

२) संघराज्याचे कार्यकारी मंडळ व कायदेमंडळ : भारतीय संघराज्याची दोन मंडळे राहतील - १) कार्यकारी मंडळ २) कायदेमंडळ. यात ब्रिटिशांच्या ताब्यातील भारत व संस्थानिक यांचे प्रतिनिधी राहतील. कायदेमंडळातील ठराव हा त्या ठरावाशी संबंधित संप्रदायाच्या प्रतिनिधींच्या बहुमताच्या स्वीकृतीशिवाय पारित होणार नाही.

३) प्रांतांना अधिकार : संघ सरकारच्या अखत्यारीतील वरील विषय सोडून इतर सर्व विषय प्रांतिक सरकारच्या ताब्यात राहतील.

४) संस्थानांना अधिकार : संस्थानांनी ज्या विषयांचे अधिकार केंद्राकडे दिले आहेत ते वगळून बाकीच्या सर्व विषयांवर संस्थानांचा अधिकार राहील.

५) भारतातील प्रांताचे तीन गट : भारतातील प्रांताचे तीन गट करण्यात यावे.

पहिला गट : या गटात मद्रास, मुंबई, संयुक्त प्रांत, बिहार, मध्य प्रांत व ओरिसा इ. प्रांत राहतील.

दुसरा गट : पंजाब, वायव्य सरहद्द, प्रांत व सिंध यांचा समावेश करावा.

तिसरा गट : बंगाल व आसामचा राहील.

या तिन्ही गटांनी मिळून २९२ प्रतिनिधी निवडावेत. संस्थानांकरिता ९३ जागा होत्या. असे एकूण सर्व हिंदुस्थानात ३८५ सभासद घटना परिषदेकरिता निवडावयाचे होते. तीन गटांतील प्रांतांनी आपापल्या प्रांताकरिता प्रांतिक घटना तयार कराव्या. या गटासाठी घटना हवी असेल तर तशी घटना तयार करावी. गटांच्या घटना तयार झाल्यावर तिन्ही गटांतील सर्व प्रतिनिधींनी एकत्र बसून संघराज्याची घटना तयार करावी.

६) हंगामी सरकार : सर्व पक्षांचे प्रतिनिधी असलेले असे एक हंगामी सरकार स्थापन केले जावे. हे सरकार व्हॉईसरॉयच्या अध्यक्षतेखाली कार्य करेल.

७) घटना परिषद तयार केली जावी : देशासाठी नवीन घटना तयार करण्याकरिता एक घटना परिषद तयार केली जावी. भारताने ब्रिटिश राष्ट्रकुलाशी संबंध ठेवावा अथवा

नाही, हे ठरविण्याचा अधिकार घटना परिषदेला राहील.

८) घटनेचा पुनर्विचार : दर १० वर्षांनी संघाच्या व आपापल्या गटांच्या राज्यघटनेचा पुनर्विचार करण्याचा अथवा त्यामधून फुटून निघण्याचा अधिकार प्रांतांना राहील.

त्रिमंत्री योजनेचे परीक्षण

काँग्रेस, मुस्लीम लीग, शीख इत्यादींनी त्रिमंत्री योजनेबद्दल नापसंती व्यक्त केली. या योजनेचे मूल्यमापन किंवा परीक्षण पुढीलप्रमाणे करता येईल.

त्रिमंत्री योजनेचे गुण

१) मुस्लिमांची स्वतंत्र राष्ट्राची मागणी अमान्य व गटांचा स्वतंत्र कारभार : त्रिमंत्री योजनेने स्वतंत्र राष्ट्राची पाकिस्तानची मागणी अमान्य केली होती. पाकिस्तानच्या निर्मितीने भारतात राहणाऱ्या लाखो अल्पसंख्याक मुस्लिमांचा प्रश्न सुटणार नव्हता. त्याशिवाय पाकिस्तानात अल्पसंख्याक हिंदूंचा प्रश्न निर्माण होणार, असे मिशनला वाटत होते. त्यामुळे त्रिमंत्री योजनेने भारत अखंड ठेवून प्रांतांची गटात विभागणी केली. केंद्राकडे थोडे अधिकार ठेवून गटाकडे बाकीचे अधिकार दिले. त्याशिवाय गट नं. २ व ३ मध्ये मुस्लीम बहुसंख्य लोकसंख्या असून त्यांना त्यांच्या संस्कृती संरक्षणासाठी मोठी स्वायत्तता मिळणार होती. प्रत्येक गटांना स्वतंत्रपणे कारभार करता येणार होता. पाकिस्ताननिर्मितीचे सर्व फायदे भारताची फाळणी केली न जाता मुस्लिमांना मिळणार होते.

२) लोकसंख्येच्या प्रमाणात प्रतिनिधित्व व जातीय मतदारसंघ नष्ट : त्रिमंत्री योजनेपूर्वी कायदेमंडळासाठी जाती-जमातींना त्यांच्या लोकसंख्येच्या प्रमाणाबाहेर प्रतिनिधीत्व सरकारकडून मिळत होते. परंतु, त्रिमंत्री योजनेने लोकशाही पद्धतीनुसार लोकसंख्येच्या प्रमाणात घटना समितीत प्रतिनिधित्व दिले. मुस्लीम, शीख, अँग्लो इंडियन, ख्रिश्चन, युरोपियन, हरिजन, मजूर इत्यादी मतदारसंघ नष्ट करण्यात आले.

३) घटना समिती लोकशाही पद्धतीवर आधारित : निर्माण होणारी घटना समिती पूर्ण भारतीय स्वरूपाची व लोकशाही पद्धतीवर आधारित राहणार होती. युरोपियनांचा हस्तक्षेप त्यामध्ये होणार नव्हता. भारताची घटना कशी असावी, हे ठरविण्याचा सार्वभौम अधिकार तिला असणार होता. ब्रिटिश सरकार तिच्याशीच सत्तांतराचा तह करणार होते.

त्रिमंत्री याजेनेचे दोष

१) पाकिस्तान निर्मितीचे फायदे मुस्लिमांना; इतरांचा विचार नाही : त्रिमंत्री योजनेने प्रत्यक्षात पाकिस्तानची निर्मिती केली नव्हती; परंतु गट २ व ३ पाडून पाकिस्तान

निर्मितीचे सर्व फायदे मुस्लिमांना दिले होते. मुस्लिमांबरोबर इतर लोकांचा विचार केला नाही; त्यांना काहीच फायदा झाला नाही.

२) घटनेचा चुकीचा व हास्यास्पद क्रम : त्रिमंत्री योजनेत प्रथम गटांची घटना बनवावी. त्यानंतर केंद्र सरकारची घटना बनवावी हा क्रम घटनात्मकदृष्ट्या व राजकीयदृष्ट्या चुकीचा व हस्यास्पद होता.

३) प्रांतांना प्रमाणाबाहेर स्वायत्तता : या योजनेत केंद्रसत्ता अगदीच दुबळी होणार होती. त्यांच्यावर अनेक बंधने घातली होती; परंतु प्रांतांना प्रमाणाबाहेर स्वायत्तता मिळणार होती. केंद्राचा फारसा दबाव प्रांतावर राहणार नव्हता.

४) संस्थाने सार्वभौम होणार होती : या योजनेमध्ये संस्थानांना अधिकार मिळाले होते. ब्रिटिशांनी भारत सोडतेवेळी सर्व संस्थाने सार्वभौम होणार होती. त्यांनी स्वतंत्र राहावयाचे की संघराज्यात सामील व्हायचे, हे स्वातंत्र्य ब्रिटिश देणार होते. त्यामुळे भारतीयांतील ऐक्य व संघटनांमध्ये संस्थानिकांची मोठी अडचण होणार होती.

स्वतंत्र घटना व चमत्कारिक संघराज्य

संघराज्याची घटना तयार करताना घटना समितीने अल्पसंख्याक व संस्थानिक यांचा विचार करावयाचा होता. घटना समितीवर अनेक बंधने होती. प्रत्येक गटाला व गटामधील प्रत्येक प्रांताला स्वतंत्र घटना निर्माण करण्याचा हक्क होता. हा हक्क दिल्यामुळे संघराज्यातील गटाची, प्रांताची व केंद्राची घटना वेगवेगळी राहणार होती. संस्थाने संघराज्यात येणार असतील तर त्यांनी आपली घटना स्वतंत्ररीत्या ठरवावयाची होती. अशा प्रकारे चमत्कारिक संघराज्य या योजनेने निर्माण होणार होते.

८.५ अखेरचा कालखंड - सत्तांतर : माऊंटबॅटन योजना आणि भारतीय स्वातंत्र्याचा कायदा (The last Phase - Transfer of Power - Mountbatten Plan and India's Independence Act - 1947)

भारताची स्वातंत्र्याच्या दृष्टीने वाटचाल सुरू होती. वेगवेगळ्या कायद्यांमधून भारतीय घटनेचा विकास होत होता. संघराज्य, कायदेमंडळ, मंत्रिमंडळ इत्यादींच्या रचनेत वेळोवेळी बदल होत गेले. त्यामध्ये लॉर्ड माऊंट बॅटन योजनेने शेवट केला. देशातील राजकीय परिस्थिती व जातीय दंगली यामुळे माउंटबॅटन योजनेला फाळणीशिवाय पर्याय नव्हता. ज्या योजनेने देशाची फाळणी केली, त्या लॉर्ड माऊंटबॅटन योजनेची माहिती पुढीलप्रमाणे-

ब्रिटिश भारत व संस्थाने यांचे एक संघराज्य स्थापन व्हावे, असे ॲटली सरकारला वाटत होते. महात्मा गांधीजींचा फाळणीला मोठा विरोध होता. म. गांधी एके ठिकाणी म्हणतात, "फाळणी होण्यापेक्षा भारताची सर्व सत्ता तुम्ही मुस्लीम लीगकडे सोपवून

जा.'' थोडक्यात गांधीजींना देण्याचे विभाजन नको होते; परंतु फाळणीशिवाय पर्याय नव्हता.

माऊंटबॅटन योजनेची पार्श्वभूमी किंवा कारणे

१) घटना समितीच्या निवडणुकीत काँग्रेसला प्रचंड बहुमत मिळाले, तसेच हंगामी सरकारमध्ये मुसलमान सदस्य पाठविण्याचा अधिकार फक्त लीगचा नाही असे लॉरेन्स व क्रिप्स या दोन मंत्र्यांनी घोषित केले त्यामुळे मुस्लीम लीग स्वतंत्र झाली. बॅ. जिनांचा क्रोध अनावर झाला. त्यांनी पाकिस्तानच्या निर्मितीसाठी प्रत्यक्ष कारवाईची धमकी दिली. १६ ऑगस्ट १९४७ पासून हिंदूंच्या कत्तली करण्याचे आदेश दिले. हा दिवस 'प्रत्यक्ष कार्यवाही दिवस' म्हणून पाळण्यात आला.

२) बॅ. जीना यांना प्रत्यक्ष कारवाई आणखी प्रभावी करून पाकिस्तान निर्माण करावयाचे होते.

३) लंडन येथील परिषदेत इंग्लंडने लीगची बाजू उचलून धरली.

४) लीगकडून हत्याकांडाचे सत्र सुरू होते. नौखालीच नव्हे तर मुसलमान बहुसंख्य असलेले प्रदेश हिंदूंच्या रक्ताने लाल झाले, हत्याकांड नियंत्रणात कोणी आणू शकत नव्हते. सत्तांतराची तारीख घोषित करण्याच्या बाबतीत ॲटली व वेव्हेल यांच्यात मतभेद झाले. वेव्हेलने राजीनामा दिला. ॲटलीने माऊंटबॅटन यांस व्हॉईसरॉयचे पद देऊन मार्च १९४७ मध्ये त्यांना भारतात पाठविले.

वरील कारणांमुळे किंवा पार्श्वभूमीमुळे माऊंटबॅटन यांना भारतात पाठविले. त्याने केलेली योजना अनेकांनी अमान्य केली. व्ही. पी. मेनन यांनी बदल सुचवून योजना तयार केली होती. त्यामध्ये फाळणीची योजना होती तसेच भारत व पाकिस्तान या दोन स्वतंत्र्य राज्यांच्या योजनांचा समावेश होता. व्हॉईसरॉयना ही योजना पसंत पडली, काँग्रेस, मुस्लीम लीगलाही ही योजना पसंत पडली. ३ जून १९४७ रोजी ही योजना प्रसिद्ध करण्यात आली.

माऊंटबॅटन योजनेतील तरतुदी

लॉर्ड माऊंटबॅटन यांनी राष्ट्रीय सभा व मुस्लीम लीग यांच्या नेत्यांशी चर्चा करून फाळणीची योजना तयार केली व ती ३ जून १९४७ रोजी जाहीर केली. त्या योजनेमधील तरतुदी पुढीलप्रमाणे होत्या -

१) हिंदुस्थानची फाळणी ही एक अपरिहार्य बाब आहे. ती वस्तुस्थिती आहे.

२) बंगाल, आसाम व पंजाब या प्रांतांचे फाळणीसाठी विभाजन केले जाईल.

३) भारत आणि पाकिस्तान यापैकी कोणत्या देशात सामील व्हावयाचे यासाठी

सरहद्द प्रांतांत सार्वमत घेतले जाईल.

४) आसामच्या सिल्हेट जिल्ह्यात असेच सार्वमत घेण्यात यावे.

५) पंजाब व बंगाल येथील प्रांतीय कायदेमंडळांनी त्या त्या प्रांतांचे विभाजन करावयाचे की नाही हे ठरवावे.

६) ब्रिटिश सरकार १५ ऑगस्ट १९४७ रोजी भारताची सत्ता सोडून मायदेशी निघून जाईल.

७) त्यानंतर ब्रिटिश राष्ट्रकुलात राहायचे की नाही, हे ठरविण्याचे स्वातंत्र्य दोन्ही देशांना राहील.

८) फाळणी होईपर्यंत हंगामी सरकारमध्ये बदल केला जाऊ नये.

९) फाळणीनंतर सर्वाधिकार संपन्न अशा दोन सरकारांची स्थापना करण्यात येईल.

१०) ब्रिटिश राष्ट्रमंडळात राहावे किंवा नाही, हे ठरविण्याचा अधिकार या सरकारांना राहील.

११) हिंदी संस्थानिकांची स्थिती त्रिमंत्री योजनेनुसार ठरविली जाईल. (म्हणजे ते सतांत्तरानंतर स्वतंत्र राहतील.)

१२) काँग्रेसच्या वर्किंग कमिटीने ३ जूनलाच रात्री खास बैठक घेऊन त्यामध्ये माऊंटबॅटन योजनेस मान्यता दिली.

महात्मा गांधीजींना सर्वात अधिक दु:ख झाले. त्यांनीही नाईलाजाने फाळणीस मान्यता दिली. सर्व बंगाल व पंजाब बॅ. जीना व मुस्लिमांना पाहिजे होता. त्यामुळे त्यांनी ही योजना स्वीकारणेस मान्यता दिली नव्हती; परंतु १० जून १९४७ रोजी त्यांनी मान्यता दिली. हिंदू महासभेने फाळणीला कडाडून विरोध केला; कारण 'अखंड भारत' हे त्यांचे स्वप्न होते. प्रमुख पक्षांची मान्यता मिळाल्यानंतर माऊंटबॅटन यांनी योजनेच्या अंमलबजावणीस सुरुवात केली. सिंध, बलुचिस्तान वायव्य सरहद्द प्रांत, सिल्हट जिल्हा, प. पंजाब व पूर्व बंगाल यांनी पाकिस्तानात सामील होण्याचा निर्णय घेतला. पश्चिम बंगाल पूर्व पंजाब आणि उर्वरित प्रांत शेष भारतात राहिले. वायव्य प्रांतात सार्वमत घेतले गेले, अशा प्रकारे फाळणी होत गेली. समाजवादी पक्ष व शिखांनी फाळणी मंजूर नसल्याचे जोरदार मत व्यक्त केले; परंतु राष्ट्रसभा व मुस्लीम लीगने फाळणी मंजूर केल्यामुळे विलायत सरकारने इतर पक्षांच्या मताकडे फारसे लक्ष दिले नाही.

भारताच्या स्वातंत्र्याचा कायदा १९४७ (India's Indepnedence Act 1947)

माउंटबॅटन योजनेच्या आधारावर ब्रिटिश पार्लमेंटने १८ जुलै १९४७ रोजी भारतीय स्वातंत्र्याचा कायदा पास केला. बादशाहाने त्यास मंजुरी दिली. त्यानंतर त्याचे कायद्यात रूपांतर झाले. त्यातील प्रमुख कलमे पुढीलप्रमाणे -

१) ब्रिटिश पार्लमेंटकडे व भारत सरकारकडे भारतात असलेली सर्व सत्ता १५ ऑगस्ट १९४७ रोजी भारत सरकार व पाकिस्तान सरकार यांच्याकडे देण्यात येईल. १५ ऑगस्ट १९४७ रोजी भारत व पाकिस्तान ही दोन राष्ट्रे निर्माण होतील.

२) प्रत्येक राज्याने आपापली घटना निर्माण करावी, घटना निर्माण होऊन त्यांची अंमलबजावणी होईपर्यंत दोन्ही राज्यांच्या घटना परिषदा त्या त्या राज्याच्या कायदेमंडळाचे कार्य करतील.

३) १५ ऑगस्ट १९४७ नंतर इंग्लंडचा हिंदुस्थानच्या कोणत्याही प्रदेशावर हक्क राहणार नाही.

४) राज्याच्या कायदेमंडळांनी रद्द करेपर्यंत सध्याचे सर्व कायदे त्या स्वरूपात राहतील.

५) घटना परिषदांनी आपापल्या देशासाठी घटना निर्माण कराव्यात. घटना निर्माण होऊन त्याची अंमलबजावणी सुरू होईपर्यंत सन १९३५ च्या कायद्याप्रमाणे राज्यकारभार व्हावा. त्यात बदल करण्याचा हक्क कायदेमंडळाला आहे.

६) ब्रिटिश राष्ट्रकुटुंबात राहवयाचे की नाही, याचा निर्णय उभय राष्ट्रांनी स्वतंत्रपणे घ्यावयाचा आहे.

७) इंग्लंडच्या राजाचे ' हिंदुस्थानचा सम्राट' हे पद रद्द करण्यात आले आहे.

८) ब्रिटिश सरकारचे संस्थानिकांशी यापूर्वी जे करारमदार झाले आहेत ते सर्व रद्द करण्यात येत असून संस्थानांनी भारत अगर पाकिस्तान यांच्यात सामील व्हावे अगर स्वतंत्र राहावे.

१९४७ च्या भारत स्वातंत्र्याच्या कायद्याप्रमाणे १४ ऑगस्ट १९४७ च्या रात्री बरोबर १२.०० वाजता भारताचे पारतंत्र्य नष्ट झाले; भारत स्वतंत्र झाला. असंख्य हतात्म्यांनी, क्रांतिकारांनी व स्वातंत्र्यवीरांनी उराशी बाळगलेले स्वप्न साकार झाले. भारताच्या संविधान सभेने २६ नोव्हेंबर १९४८ रोजी संविधान (राज्यघटना) बनविले. २६ नोव्हेंबर १९४९ रोजी त्याचे विधेयक पारित झाले व २६ जानेवारी १९५० रोजी अमलात आले.

१९४७ च्या कायद्याने भारताच्या घटनात्मक इतिहासाचा टप्पा पूर्ण झाला. ब्रिटिशांच्या कालखंडात झालेले हे विविध कायदे व योजना यामुळे भारतीय घटना समृद्ध होण्यास मदत झाली.

प्रश्न :

प्र. १. खालील प्रश्नांची पाच ते सहा वाक्यात उत्तरे लिहा.

१) १९०९ च्या कायद्यातील दोष सांगा.

२) १९१९ च्या कायद्यातील गुण सांगा.

३) द्विदल राज्यपद्धत म्हणजे काय?

४) भारतीय संघराज्य स्पष्ट करा.

प्र. २. खालील प्रश्नांची थोडक्यात उत्तरे लिहा.

१) भारतमंत्री माँटेग्यूची घोषणा स्पष्ट करा.

२) क्रिप्स योजनेचे मूल्यमापन करा.

३) वेव्हेल योजनेच्या तरतुदी सांगा.

४) भारतीय स्वातंत्र्याचा कायदा विषद करा.

प्र. ३. दीर्घोत्तरी प्रश्न

१) द्विदल राज्यपद्धतीचे स्वरुप व अपयशाची चर्चा करा.

२) १९१९ च्या कायद्याचे मूल्यमापन करा.

३) प्रांतीय स्वायत्तता स्पष्ट करा.

४) माऊंटबॅटन योजनेची माहिती लिहा.

प्रकरण ९

वंचितांच्या चळवळी
(Subaltern Movement)

९.१ दलित चळवळ (Dalit Movement)
९.२ स्त्री-मुक्ती चळवळ (Women's Movement)
९.३ शेतकरी चळवळ (Peasant Movement)
९.४ आदिवासी चळवळ (Tribal Movement)
९.५ कामगार चळवळ (Workers Movement)

या प्रकरणामध्ये आपण आधुनिक भारतीय समाजातील काही वंचित किंवा उपेक्षित घटकांच्या विकासासाठी झालेल्या वैयक्तिक, संस्थात्मक आणि शासकीय प्रयत्नातून घडलेल्या इतिहासाचा अभ्यास करणार आहोत.

गावकुसाबाहेर राहून उच्चवर्गीयांची सेवा करत गुलांमाप्रमाणे जगणारे दलित, स्वातंत्र्य आणि शिक्षणाचे हक्क हिरावून घेतली गेलेली आणि आयुष्यभर अनेक जाचक बंधनात व रूढी प्रथांत करकचून बांधली गेलेली स्त्री, निसर्गाच्या कृपेवर जगणे अवलंबून असणारा आणि सावकार व परकीय ब्रिटिश राजवटीत केवळ पिळवणुकीचे जीवन जगणारा शेतकरी, निसर्गाच्या सान्निध्यात, जंगलात राहणारे पण आधुनिक सोई-सवलतींपासून दूर दूर असलेले मूळ निवासी असे आदिवासी आणि भांडवलदारांकडून पिळवणूक चालू असलेले कामगार असे पाच घटक आपल्या अभ्यासाचे विषय आहेत. या घटकांवर होणारे अन्याय दूर करत त्यांना मुक्त करणे, त्यांच्या समस्या सोडविणे, त्यासाठी आवश्यक कायदेशीर तरतूद करणे, समाजाची मानसिकता बदलण्यासाठी आणि या घटकांना विकासाच्या प्रवाहाबरोबर घेऊन सामाजिक समता निर्माण करण्यासाठी झालेल्या चळवळींचा अभ्यास आपण करणार आहोत. या चळवळी अनेक विद्वान, पुरोगामी विचारांच्या, मानवतावादी दृष्टीने प्रयत्न करणाऱ्या समाजसुधारकांच्या पुढाकारामुळे घडल्या आहेत. आधुनिक भारतातील

चळवळींचा अभ्यास हा खूप मोठा विषय आहे.

अभ्यास प्रकरणाचे नाव आहे वंचितांच्या चळवळींचा अभ्यास. वंचित म्हणजे Subaltern असे इंग्लिशमध्ये म्हणतात. त्या इंग्रजी शब्दाचा कनिष्ठ दर्जाचे, दुय्यम असा दिला जातो; पण त्यापेक्षा 'वंचित' असा शब्दप्रयोग मराठीत मान्य झाला आहे. आपल्या नैसर्गिक हक्कापासून दुरावलेले ते वंचित लोक होत.

इतिहासविषयक अनेक दृष्टिकोन आहेत. उदा. राष्ट्रीय दृष्टिकोन, समाजवादी दृष्टिकोन, मार्क्सवादी दृष्टिकोन इ. त्यामध्ये आणखी एका दृष्टिकोनातून इतिहास लिहिला जाऊ लागला असून तो आहे सबल्टन् दृष्टिकोन. समाजातील जे वंचित (Subaltern) आहेत. त्यांचा इतिहास लिहिणे, अभ्यासणे असा हा आधुनिक दृष्टिकोन (approach) आहे.

वंचितांचा इतिहास

इतिहास लेखनातील तज्ज्ञांनी मांडलेला हा अलीकडचा असा एक दृष्टिकोन आहे. इतिहास म्हणजे केवळ राजकीय घडामोडी नसून माणसाच्या सर्वांगीण जीवनाचा अभ्यास करणारा एक विषय म्हणून इतिहासाकडे पाहिले जात आहे. इतिहास एक सामाजिक शास्त्र म्हणून विकसित होत आहे. History Means the collection of facts केवळ ही संकल्पना पुरेशी नाही. घटनांचा तपशील गोळा करून मांडणी करणे म्हणजे इतिहास; एवढा मर्यादित अर्थ किंवा व्याख्या अपुरी ठरून त्या लिखाणात समाजाचे अंतरंग दिसले पाहिजे. समाजातल्या वेगवेगळ्या गटांचे हितसंबंध त्या घटनातून व्यक्त करायला हवेत. भारतीय समाजातील जात, जातीविरोधी चळवळी, वर्ग, स्त्रियांची अवस्था, सामाजिक व धार्मिक चळवळी, ब्राह्मणेतर चळवळ इ. घटकांवर इतिहासातील पुरेसे लिखाण केलेले नाही. म. फुले, राजर्षी शाहू, डॉ. आंबेडकर, माफुआपंथ, नामशूद्र चळवळ, स्वाभिमान चळवळ यांचा अभ्यास लिखाण व्हायला हवे आहे. त्यादृष्टीने भारतीय इतिहास लेखकांना पाश्चात्य लेखकांकडून प्रेरणा मिळाली. यातून २० व्या शतकाच्या उत्तरार्धापासून सबल्टन् इतिहासास सुरुवात झाली.

सबल्टन् दृष्टिकोन

इतिहासलेखनातील ही संकल्पना सर्वप्रथम इटालियन तत्त्वज्ञ ग्रॅमची याने मांडली. १८९१ - १९३७ हा त्याचा कालखंड होय. त्याने 'प्रिझन नोट्स' (Prison Notes) या नावाच्या ग्रंथात 'नोट्स ऑन इटालियन हिस्ट्री' या अंतर्गत वंचितांचा इतिहास ही संकल्पना मांडली. त्याने समाजातील सत्ताधारी वर्ग आणि वंचितांचा वर्ग याबद्दल चर्चा केली असून, सत्ताधारी वंचितांकडे दुर्लक्ष करतात. ग्रॅमचीने नवमार्क्सवाद मांडला. राज्यकर्ता राजकीय आणि सांस्कृतिक अशा दोन मार्गाने आपली सत्ता व प्रभुत्व निर्माण करतो.

वंचितांचा इतिहास काही मुद्द्यांच्या आधारे लिहावा, असे ग्रॅमचीचे मत आहे. भारतात प्रा. रणजीत गुहा यांनी वंचितांच्या इतिहास लेखनास गती दिली. त्यांनी यासाठी 'रायटिंग्ज ऑन साऊथ एशियन हिस्ट्री अँड सोसायटी' या मालिकेत अनेक ग्रंथ लिहिले आहेत. संशोधन आणि ज्ञान क्षेत्रातील पक्षपातीपणा दूर करणे हा या लिखाणामागील उद्देश असल्याचे ते सांगतात. वर्चस्वी गटाने वंचितांना जाणीवपूर्वक दुय्यम स्थान दिले. वर्ग, जात, लिंगभाव, पद अशा अनेक बाबींच्या संदर्भात वंचितांचा अभ्यास झाला पाहिजे. इतिहासाबरोबर राज्यशास्त्र, अर्थशास्त्र, समाजशास्त्र, तत्त्वज्ञान, रीतिरिवाज इ. बाबी वंचितांच्या इतिहासात अपेक्षित आहेत. याशिवाय अनेक पाश्चात्त्य विचारवंतांच्या वंचितांनी इतिहासाविषयी तपशील दिला आहे. अर्थात, प्रा. सुमित सरकार यांनी म्हटले आहे की, सबूल्टन् स्टडीजमध्ये सबूल्टन् ही संकल्पनाच ऱ्हास पावली आहे. आपल्या 'रायटिंग सोशल हिस्ट्री' या ग्रंथात याप्रमाणे त्यांनी खंत व्यक्त केली आहे. याप्रमाणे सबूल्टन् इतिहास लेखनाबद्दल थोडक्यात विश्लेषण केले आहे.

९.१ दलित चळवळ (Dalit Movement)

इ. स. च्या १९ व्या शतकात ब्रिटिशांच्या सान्निध्यामुळे व पाश्चिमात्य संस्कृतीची ओळख झाल्यामुळे हिंदुस्थानात सामाजिक धार्मिक सुधारणांची लाटच आली. वेगवेगळ्या धर्म व जातींमध्ये चळवळी उभ्या राहिल्या. त्यांनी आपल्या जाती धर्मात नव्या व चांगल्या समाजोपयोगी बदलांचा आग्रह धरला. १९ व्या शतकातील धार्मिक सुधारणा चळवळींचे प्रवर्तक उच्च वर्णाचे हिंदू होते त्यांनी जातीव्यवस्था व अस्पृश्यता यांना त्याज्य ठरविण्याचा प्रयत्न केला, परंतु त्यांना अंशत: यश मिळाले. सामाजिक व धार्मिक सुधारणा चळवळींमधील एक महत्त्वाची चळवळ म्हणजे दलित चळवळ होय.

'दलित' संकल्पना

'दलित' हा शब्द जातिवाचक किंवा कालचा शोषित व आजचा संघर्षशील या अर्थाने काही जण वापरतात. अनेकांनी सामाजिक व आर्थिकदृष्ट्या दुर्बल असणाऱ्यांना दलित मानले आहे. हिंदू समाजाने बहिष्कृत व तिरस्कृत, वंचित ठेवलेल्या जाती-जमातींना दलित म्हणणे योग्य होईल.

भारतातील जातीसंस्था उतरंडीप्रमाणे होती ती उच्च-नीच भेदभावांवर अवलंबून होती. यामध्ये सर्वांत वरती ब्राह्मण-क्षत्रिय तर सर्वांत खाली अस्पृश्य मानले गेलेले दलित किंवा शूद्र होते. प्रत्येक जात खालच्या जातीस कनिष्ठ समजत हेती. अस्पृश्यांचे जीवन असाहाय्य, दयनीय व हलाखीचे झाले होते. त्यांचे दर्शन त्यांचा स्पर्श व त्यांची

सावलीही अपवित्र समजली जात असे. पेशव्यांच्या काळात तर याचा अतिरेक झालेला होता. पशूपेक्षाही त्यांना हीन समजले होते. मानवजातीला काळिमा फासणाऱ्या घटना घडत होत्या. १९ व्या २० व्या शतकातील काही घटनांच्यामुळे खालच्या जातींमध्ये स्वजातीबद्दल जागृती निर्माण झाली व जातीय समानता प्रस्थापित करण्याची जबाबदारी त्यांनीच आपल्या शिरावर घेतली. खोल गर्तेत पडलेल्या आपल्या समाजाची उन्नती जातिभेद व अस्पृश्यता यांचे निर्मूलन झाल्याशिवाय होणार नाही म्हणून भारतातील सुधारकांनी या अनिष्ट प्रथांविरुद्ध संघर्ष केला संघर्षामधून दलित चळवळ भारताच्या विविध प्रातांत उभी राहिली त्या चळवळीमध्ये काही सुधारकांनी व त्यांच्या संघटनांनी महत्त्वपूर्ण कार्य केले आहे त्या दलित चळवळीविषयी माहिती पुढीलप्रमाणे.

न्यायपक्ष आणि नायकर

दक्षिण भारतात मद्रास प्रांतांत ब्राह्मणांच्या वर्चस्वाविरोधात खालच्या जातीमध्ये चळवळ उभी राहिली. खालच्या जातीवर सामाजिक, राजकीय, आर्थिक क्षेत्रामध्ये मोठ्या प्रमाणात अन्याय होत होता. अखिल भारतीय काँग्रेस समितीत मद्रास प्रांताने पाठविलेल्या १५ सदस्यांमध्ये फक्त एक व्यक्तीच ब्राह्मण नव्हती थोडक्यात खालच्या जमातींना स्थान नव्हते. १९१७ मध्ये पी. त्यागराय आणि डॉ. टी. एम. नायर यांनी खालच्या जमातींच्या लोकांच्या सुधारणेसाठी प्रथमच -ब्राह्मण संस्था स्थापन केली. तिचे नाव दक्षिण भारतीय उदारवादी संघटना असे होते पुढे त्याला न्यायपक्ष (Justice Party) म्हटले जाऊ लागले. १९३७ मध्ये न्यायपक्षाचे अध्यक्ष म्हणून रामस्वामी नायकर निवडले गेले. त्यांनी अस्पृश्यतेविरुद्ध चळवळ उभी केली व सामाजिक समतेचा आग्रह धरला. हिंदू धर्म म्हणजे ब्राह्मणांचे इतरांवर नियंत्रण ठेवण्याचे साधन आहे. रामस्वामी म्हणतात, "काही तत्त्वामध्ये सुधारणा करता येत नाही. फक्त अंतच करता येतो; त्यामध्ये ब्राह्मणप्रणीत हिंदू धर्म आहे. मनूचे विचार अमानवी व पुराणांच्या परिकथा आहेत. नायकर यांनी उपहारगृहावरील जातीवाचक शब्दांच्या फलकावर डांबर फासणे. अन्य मार्गांनी खालच्या जातीत जागृती निर्माण करण्याचे कार्य त्यांनी केले.

नारायण गुरू व एस. एन. डी. पी.

श्री नारायण गुरू यांचे दलित चळवळीमध्ये महान कार्य आहे. केरळमधील महान समाजसुधारक म्हणून त्यांना ओळखले जाते. केरळमधील अस्पृशांची स्थिती अत्यंत हलाखीची होती. एझवा (Ezhwa) ही अस्पृश्यांपैकीच एक मोठी जात होती. आणि श्री गुरू तिच्या उद्धाराचे कार्य करणारे सुधारक होते. एझवांना हिंदूच्या मंदिरात प्रवेश नव्हता. त्याशिवाय सार्वजनिक रस्त्यावरही मुक्तपणे संचार करता येत नव्हता. अज्ञान, दारिद्र्य, अंधश्रद्धा, व ब्राह्मणी वर्चस्व यांच्या विळख्यात ते सापडले होते. श्री नारायण गुरूंनी या

सामाजिक विषमतेविरोधात लढा पुकारला.

नारायण गुरूंनी (१८५४ - १९२८) एस. एन. डी. पी. (श्री नारायण धर्म परिपालन योगम्) नावाची संस्था काढली. त्यांच्या शाखा केरळबाहेर काढल्या. त्यांनी वर्णश्रेष्ठत्वास आव्हान देऊन एझवांच्या सुसंस्कृती करणाची प्रक्रिया सुरू केली. वेडगळ व भ्रामक समजुती एझवांनी काढून टाकाव्यात; आपल्यापेक्षा खालच्या जमातींप्रती अस्पृश्यता न पाळणे एझवांच्यामध्ये स्वत: बद्दलचा न्यूनगंड नाहीसा करून त्यांच्यातील अस्मिता जागृत करण्याचे कार्य केले. त्यांच्यामध्ये शिक्षणाचा प्रसार करणेसाठी ठिकठिकाणी आधुनिक शिक्षणाच्या शाळा सुरू केला. शिक्षणप्रसारासाठी खास निधी उभा केला. प्रत्येक एझवा कुटुंबाने त्यास अर्थसाह्य करावे अशी योजना केली. एझवांनी संघटित राहावे. सामाजिक व धार्मिक हक्कासाठी संघर्ष करावा आधुनिक जीवनपद्धती व आचार-विचारांचा स्वीकार करावयास हवा. मुलांनी शिक्षण घेवून विविध उद्योगधंदे सुरू करावेत. आपल्या समाजाला आर्थिकदृष्ट्या सबळ बनवावे; यामधूनच केरळच्या समाज जीवनात एझवा समाजाची एक प्रबळ शक्ती म्हणून उदयास यावी व त्यामधून खरी प्रतिष्ठा या समाजाला मिळेल हे जातीबांधवांच्या मतावर बिंबवण्याचे काम नारायण गुरूंनी केले.

याशिवाय नारायण गुरूंनी अनेक मंदिरे उभारली ती सर्व वर्णियांकरिता खुली केली. विवाह संस्कार, धार्मिक पूजा, अंतिम संस्कार इ. कर्मकांडाना सरळ सोपे रूप दिले. अस्पृश्यांच्या मधील व्यसनांचे निर्मूलन व्हावे यासाठी प्रयत्न केले. जातीभेद काल्पनिक आहेत असे सांगून त्यांनी घोषणा केली. ''संपूर्ण मानवजातीसाठी एक धर्म - एक जात आणि एक ईश्वर.''

अरविपूरम चळवळ

नारायण गुरूंनी १८८८ मध्ये शिवरात्रीच्या दिवशी अरविपूरम चळवळ सुरू केली. मंदिर प्रवेश नाकारलेल्या एका शूद्राने अरवीपूरम येथे शिवमंदिरात शिवाच्या मूर्तीवर अभिषेक केला. या घटनेच्या स्मृतीप्रित्यर्थ, अस्पृश्यताविरोध दर्शविण्यासाठी संत नारायण गुरू यांनी ही चळवळ सुरू केली.

महात्मा फुले व दलित चळवळ

महाराष्ट्रातील समाजसुधारकांनी दलित चळवळीमध्ये महत्त्वपूर्ण योगदान दिले आहे. दादोबा पांडुरंग तर्खडकर यांनी मानवधर्म व परमहंस संस्थेच्या माध्यमातून जातीभेदाला विरोध केला. महात्मा फुले, वि. रा. शिंदे, राजर्षी शाहू महाराज, महाराजा सयाजीराव गायकवाड, गोपाळबाबा वलंगकर, शिवराम जानबा कांबळे, किसन बंदसोडे यांनी कृती शीलतेवर भर देऊन सुधारणेचं कार्य हाती घेतले यामधून दलित चळवळीचा उदय होण्यास मदत झाली या चळवळीमध्ये महात्मा फुले यांचे योगदान श्रेष्ठ दर्जाचे आहे.

त्याविषयीचा आढावा पुढीलप्रमाणे घेता येईल.

महाराष्ट्राचे मार्टिन ल्यूथर म्हणून म.फुले यांना ओळखले जाते; सातारा जिल्ह्यातील कटगुण येथे इ.स.१८२७ साली त्यांच्या जन्म झाला. श्री शिवाजी महाराजांचे व अमेरिकेचे राज्याध्यक्ष जॉर्ज वॉशिंग्टन यांचे चरित्र त्यांच्या वाचनात आले व त्यांच्यावर त्यांचा प्रचंड प्रभाव पडला. हिंदू धर्मातील ब्राह्मणी वर्चस्वावर व जातिभेदाच्या विकृत कल्पनांवर घणाघाती प्रहार करणारे व प्रत्यक्ष अस्पृश्य बांधवांच्या उद्धारासाठी सुधारणा करणारे म. जोतिबा फुले हे महाराष्ट्रातील पाहिले महान कर्ते समाजसुधारक होते; अस्पृश्यांचे दु:ख व दैन्य दूर करणेसाठी तसेच त्यांचा उद्धार करणेसाठी त्यांनी पुढीलप्रमाणे कार्य केले.

१) शूद्रातिशूद्रांच्या मुलांसाठी शाळा : अस्पृश्यांना निर्दयीपणे वागवले जात होते. त्यांच्या मुलांना शाळेत प्रवेश दिला जात नसे. सवर्णांच्या कोणत्याही कार्यक्रमात त्यांना प्रवेश दिला जात नव्हता. त्याशिवाय त्यांना सामाजिक दृष्ट्या बहिष्कृत केले होते या वर्गाची स्थिती सुधारावयाची असेल तर त्यांना शिक्षण दिले पाहिजे. शिक्षणाचा प्रसार त्यांच्यामध्ये झाल्यानंतर सार्वजनिक क्रांती होईल असे जोतीरावांना वाटत होते म्हणून त्यांनी १८५१ मध्ये अस्पृश्यांच्या मुलांसाठी प्राथमिक शाळा सुरू केली. त्यांच्या या कार्याला सनातनी मंडळींना खूप विरोध केला; त्यांच्यावर मारेकरी सुद्धा घातले. परंतु, मारेकरी जोतीरावांचे शिष्य बनले. १८५८ पर्यंत त्यांनी अस्पृश्यांसाठी तीन शाळा सुरू केल्या. १८५२ मध्ये अस्पृश्यांच्या मुलांच्यासाठी पुण्याच्या वेताळपेठेत दोन शाळा सुरू केल्या होत्या. पुढे १८५३ मध्ये त्यांनी महार मांग इत्यादी लोकास 'विद्या शिकविण्याकरिता मंडळी' या नावाची संस्था स्थापन केली. या संस्थेच्या वतीने त्यांनी काही शाळा सुरू केल्या; पुण्यासारख्या सनातनी लोकांचे वर्चस्व असलेल्या शहरात त्यांच्या विरोधास न जुमानता अस्पृश्यांसाठी शाळा सुरू करण्यात जोतिबांनी आपल्या दृढ निश्चयाचा व ध्येयवादाचा प्रत्यय आणून दिला होता.

२) अस्पृश्यांच्यामध्ये जागृती : अस्पृश्य समजल्या गेलेल्या जातीतील मागासवर्गीयांच्या स्थितीत सुधारणा घडवून आणावयाची असेल तर त्यांना त्यांच्या हक्कांची जाणीव करून दिली पाहिजे. यासाठी म. फुले यांनी कार्य केले. त्यांनी अशा जातीमधील आपल्या काही मित्रांच्या सहकार्याने अस्पृश्यांच्यात जागृती घडवून आणण्यासाठी व त्यांना संघटित करण्यासाठी प्रयत्न चालविले. अस्पृश्यता हे जातीभेदाचे कुरूप अपत्य आहे त्यामुळे जोतीरावांनी अस्पृश्यांना पोटाशी धरले; त्यांनी आपल्या 'गुलामगिरी', 'अस्पृश्यांची कैफियत', 'सार्वजनिक सत्यधर्म' इत्यादी ग्रंथातून जातीभेद व अस्पृश्यता या हिंदू धर्माच्या वैगुण्यावर कठोर हल्ले चढविले. १८९३ साली त्यांनी अस्पृश्यता निवारणाचा जाहीरनामा प्रसिद्ध केला.

३) पिण्याच्या पाण्याचा हौद खुला केला : महात्मा फुल्यांच्या काळात पुणे शहरातही उन्हाळ्यात पाण्याची टंचाई मोठ्या प्रमाणात होती. अस्पृश्य जातीमधील लोकांना सार्वजनिक ठिकाणी पाणी भरण्यास मज्जाव असल्यामुळे उन्हाळ्याच्या दिवसात त्यांचे अतोनात हाल होत असत; त्यांची ही स्थिती पाहून महात्मा फुले यांनी आपल्या घरातील पाण्याचा हौद अस्पृश्यांना पाणी भरण्यास खुला केला. आज ही घटना सामान्य वाटत असली तरी त्यावेळी ती सामाजिक क्रांती होती. या घटनेमुळे सनातन्यांची माथी भडकली. ''सामाजिक सुधारणेच्या बाबतीत 'कृतीपूर्ण व अपूर्व' असे नेतृत्व करणारे जोतीराव हेच पाहिले नेते होते'' असे धनंजय कीर म्हणतात, ते यर्थाथ आहे.

४) वरिष्ठ जातींकडे अधिकारांचे केंद्रीकरणावर घणाघाती प्रहार : वरिष्ठ जातींच्या लोकांनी विशेषत: ब्राह्मणांनी बहुजन समाजाची धर्माच्या नावाखाली दिशाभूल केली आहे, त्यांनी खोटे धर्मग्रंथ निर्माण करून बहुजन समाजाला आपल्या वर्चस्वाखाली ठेवले. शूद्रांना विद्या संपादन करण्याच्या अधिकारापासून वंचित ठेवले त्यानंतर त्यांनी बहुजन समाजाच्या अज्ञानाचा गैरफायदा घेवून समाजातील सर्व प्रकारचे अधिकार फक्त आपल्यासाठी राखून ठेवले त्यामुळे भारतीय समाजातील धार्मिक-आर्थिक-सांस्कृतिक अशा सर्वच अंगाचे नेतृत्व ब्राह्मणांच्या हाती आले, त्यांनी शूद्रांना दास बनविले जातिभेदाच्या व अस्पृश्यतेच्या गुलामगिरीत जखडून ठेवले, वरिष्ठ जातींच्या अधिकारांचे केंद्रीकरण थांबवणे व गुलामगिरीतून मुक्तता होण्यासाठी आपल्या मुलांना शिकवून शहाणे करणे व आपल्यातील जातीय विषमता, उच्चनीच भाव दूर करणे हा उत्तम मार्ग आहे, हे जोतिबांनी स्पष्ट केले. अधिकारांचे केंद्रीकरणावर त्यांनी घणाघाती प्रहार केला असे असले तरी केवळ ब्राह्मण म्हणून त्यांचा ते द्वेष करीत नाहीत. उलट तो आपला इतरांप्रमाणे बंधूच आहे असे त्यांनी म्हटले आहे. ते म्हणतात,

''ख्रिस्त महंमद मांग ब्राह्मणासी। धरावे पोटाशी। बंधूपरी॥१॥
मानव भावंडे सर्व एकसहा। त्याजमध्ये आहां। तुम्ही सर्व॥२॥''

५) सामाजिक व्यवस्थेत परिवर्तनासाठी संघर्षाची आवश्यकता : मानवात भेदभाव उत्पन्न होण्यास धर्म, जात, पंथ यासाठी अनेक घटक कारणीभूत आहेत. जातीमुळे सामाजिक विषमता व उच्च-नीच भेदभाव निर्माण झाला आहे, जातिभेद तीव्र होण्यास ब्राह्मणांची स्वार्थी धर्मांधता आणि अहंकरी वृत्ती कारणीभूत आहे. शूद्रांची परिस्थिती सुधारायची असेल तर सामाजिक व्यवस्थेत अमूलाग्र बदल केले पाहिजेत. शूद्रांचे हिरावून घेतलेले हक्क त्यांना परत मिळवून देण्याची व्यवस्था झाली पाहिजे. त्याकरिता बहुजन समाजाने संघर्ष करण्याची तयारी ठेवली पाहिजे. संघर्ष करण्याखेरीज अन्य पर्याय नाही. श्रेष्ठ जातीमधील मंडळी स्वत: पुढे येवून कनिष्ठ जातींच्या बांधवांशी बरोबरीच्या नात्याने

कधीच व्यवहार करणार नाहीत त्यासाठी त्यांच्याशी झगडाच करावा लागेल. कनिष्ठ जातीच्या लोकांनी संघटितपणे लढा उभारून ते वर्चस्व मोडून काढले पाहिजे; त्यासाठी समाजपरिवर्तनाची चळवळ उभारली पाहिजे, असे म. फुले यांनी स्पष्ट केले व त्यासाठी त्यांनी सत्यशोधक चळवळ उभी केली.

६) शोषणाविरुद्ध सत्यशोधक चळवळ उभी केली : शूद्रातिशूद्रांना न्याय हक्क मिळवून देण्यासाठी म. फुले यांनी २८ सप्टें. १८७३ रोजी सत्यशोधक समाजाची स्थापना केली, यामधून स्त्रिया, अस्पृश्य यांच्या शिक्षणाची मुहूर्तमेढ महाराष्ट्रात रोवली. 'आहे रे' वर्गाविरुद्ध 'नाही रे' वर्गाने सुरू केलेला हा लढा होता.संख्येने मूठभर असलेल्या वरिष्ठ जातीच्या लोकांनी समाजातील बहुसंख्य लोकांची वर्षानुवर्षे चालविलेल्या शोषणाविरुद्ध सर्वंकष चळवळ म्हणजे सत्यशोधक चळवळ होती. 'न्यायाधिष्ठित समाजरचनेतर्फे निर्मिती' हे या चळवळीचे अंतिम उद्दिष्ट होते. दलित चळवळीला या चळवळीने मोठा हातभार लावला.

गोपाळ बाबा वलंगकर व शिवराम जानबा कांबळे यांचे कार्य

दलित चळवळीमध्ये वलंगकर यांनी जोमाने कार्य केले. 'दीनबंधू' व 'सुधाकर' या साप्ताहिकातून अस्पृश्यताविरोधी त्यांची पत्रके प्रसिद्ध होत असत; १८८९ साली त्यांनी सवर्ण हिंदूंना उद्देशून 'विटाळ विध्वंसन' हे पत्र प्रसिद्ध केले. या पत्रकात दलितांच्या घरी एका ब्राह्मणाने वास्तूशांत विधी केल्याने या ब्राह्मणाला झालेला त्रास यांचे सविस्तर वर्णन केले आहे. त्याशिवाय त्यांनी सन १८९० मध्ये दापोली येथे 'अनार्य दोष परिहार समाज' नावाची एक संघटना स्थापन केली; या संघटनेचे उद्दिष्ट जातीयता व अस्पृश्यता नष्ट करणे हे होते. त्यांनी आपल्या कविता 'अखंड' या शीर्षकाखाली प्रसिद्ध केल्या. १८९५ साली पुणे येथील सामाजिक परिषदेच्या अधिवेशनात त्यांनी आपल्या शाळा, विहिरी, तलाव, धर्मशाळा, विविध व्यापार व सार्वजनिक सेवा यामध्ये दलितांना प्रवेश द्यावा अशी विनंती केली.

वलंगकरांचे अपूरे कार्य शिवराम जानबा कांबळे, श्रीपतराव थोरात यांनी चालू ठेवले. शिवराम कांबळे हे पुण्याचे रहिवासी होते. त्यांनी 'मराठा', 'दिनबंधू' या वृत्तपत्रात पहिला लेख प्रसिद्ध केला. अस्पृश्य लोकांना लष्कर व पोलीस खात्यात नोकऱ्या मिळाव्यात व त्यांच्या मुलांचे शिक्षण सरकारने करावे यासाठी शाळा व वाचनालय सुरू करण्याच्या उद्देशाने पुण्यामध्ये १९०४ साली 'श्री शंकर प्रासादिक सोमवंशीय हितचिंतक मित्र समाज' या संस्थेशी स्थापना केली.

महात्मा गांधी व दलित चळवळ

जातिभेद व अस्पृश्यता या दोन व सामाजिक विकृतींचे निवारण करण्याच्या कार्यात म. गांधीजींचे योगदान महत्त्वपूर्ण आहे. त्यांनी अस्पृश्यतेच्या विरोधात देशभर जागृती केली. अस्पृश्यता निवारण हे आपल्या स्वातंत्र्य चळवळीचे एक अंग त्यांनी बनविले; त्यांनी अस्पृश्यांना 'हरिजन' (ईश्वराची लेकरे) अशी नवी संज्ञा दिली. हरिजनांच्या उन्नतीसाठी त्यांच्या प्रेरणेने 'हरिजन सेवक संघाची' स्थापना झाली; अस्पृश्यतेविरुद्ध जनजागरण घडवून आणण्यासाठी त्यांनी 'हरिजन' नावाचे वृत्तपत्र सुरू केले. (सन १९३३) अस्पृश्यांना हिंदूपासून फोडून स्वतंत्र मतदारसंघ देण्याच्या सक्त विरोधात ते होते. जातीय निवाड्यातील या कलमाच्या विरोधात त्यांनी प्राणांतिक उपोषण सुरू केले. परंतु, पुणे कराराने हे उपोषण समाप्त झाले व दलितांनी विभक्त मतदारसंघाचा आग्रह सोडनू दिला. गांधीजींच्या ऐतिहासिक उपोषणापासून देशाचे लक्ष दलितांच्या प्रश्नाकडे वेधले. कायदेभंग आंदोलनास ओहोटी लागली होती अशा राजकीय परिस्थितीत महात्मा गांधीजींनी स्वातंत्र्य आंदोलनाबरोबर अस्पृश्योद्धाराचे कार्य सुरूच ठेवले. त्यांच्याच प्रेरणेने देशात अनेक ठिकाणी अस्पृश्यांच्या मंदिर प्रवेशासाठी सत्याग्रह झाले.

छत्रपती राजर्षी शाहू महाराजांचे कार्य

छत्रपती शाहू महाराजांच्या विचार आणि कृतीमध्ये अस्पृशांच्या उद्धाराची तळमळ होती. त्यांनी प्रथम अस्पृश्यता विरोधी कायदा अमलात आणला. कोल्हापूर संस्थानामध्ये इ. स. १९०२ मध्ये सरकारी नोकऱ्यांमध्ये मागासवर्गासाठी ५०% जागा राखून ठेवण्याचा महत्त्वपूर्ण निर्णय घेतला. सन १९१६ मध्ये भारतमंत्री माँटेग्यू यांची भेट घेवून मागास जातीसाठी आरक्षणाची मागणी एका निवेदनाद्वारे समक्ष भेटीत केली होती.

जातिभेद आणि जातिद्वेषाचे उच्चाटन करण्यासंबंधी आग्रही प्रतिपादन करताना राजर्षी शाहू महाराज म्हणतात, "जातिद्वेष हा हिंदुस्थानचा फार पुराणा रोग आहे.... या जातिद्वेषाची उचलबांगडी करावयाची असेल तर जातिभेदच मोडला पाहिजे. जातिभेद मोडून आपण सारे एक होऊ या."

महाराजांनी महार वतन रद्द करून, त्या जमिनी अस्पृश्यांच्या नावावर करून दिल्या; अस्पृश्यता निवारणाचे अनेक जाहीरनामे काढून आपल्या राज्यातील पाणवठे, शाळा, सरकारी कार्यालये, दवाखाने इ. सार्वजनिक ठिकाणे अस्पृश्यांसाठी खुली केली आणि तेथे अस्पृश्यता पाळणाऱ्यास शिक्षेची तरतूद केली. महार, मांग आदि अस्पृश्य समाजातील अनेक व्यक्तींना त्यांनी आपल्या खाजगी सेवेत राजवाड्यावर घेतले. अनेकांची नेमणूक तलाठी, पोलीस म्हणून केली. अनेकांना वकिलीच्या सनदा दिल्या. खेड्यातील बलुतेदारांना कोणताही व्यवसाय करण्याचे स्वातंत्र्य दिले; अस्पृश्यांच्या मुलामुलींसाठी

शिक्षण मोफत केले, त्यांना शिष्यवृत्त्या ठेवल्या. शाहू छत्रपतींनी कोल्हापूर नगरपालिकेचा चेअरमन म्हणून चर्मकारी समाजातील व्यक्तीस नेमले होते, ही भारतातील पहिली घटना होती. माणगाव येथे इ. स. १९२० मध्ये पहिली अस्पृश्यांची परिषद भरविण्यात आली. शाहू महाराजांनी डॉ.आंबेडकर यांना अस्पृश्य चळवळीचे नेतृत्व करण्यास सांगितले. त्यांनी 'मूकनायक' या साप्ताहिकासाठी आर्थिक मदत केली. अस्पृश्यांच्या मुलांसाठी शाळा व वसतिगृहाची सोय केली. राजर्षी शाहू महाराज कृतिशील समाजसुधारक होते. अस्पृशांच्याबद्दल त्यांना तळमळ वाटत होती. डॉ.आंबेडकरांनी त्यांचे वर्णन 'अस्पृशांचा सखा' असे केलेले आढळते.

महाराजा सयाजीराव गायकवाड, महर्षी वि. रा. शिंदे व किसन बंदसोडे यांचे योगदान

बडोदा संस्थानचे अधिपती महाराज सयाजीराव गायकवाड यांनीही अस्पृश्यता निवारण्यासाठी अथक प्रयत्न केले. त्यांच्या परिवर्तनवादी विचार व कृतीमुळे अनेक अस्पृश्य लोक बडोदा अहमदाबाद येथे उदरनिर्वाहासाठी गेले. त्यांनी डॉ. आंबेडकरांना शिष्यवृत्ती देऊन परदेशी शिक्षणासाठी पाठवले. 'अस्पृश्यता निवारक परिषद' या नावाने पहिली परिषद मुंबई येथे २३ मार्च १९१८ रोजी झाली त्याचे अध्यक्ष सयाजीराव गायकवाड होते. त्यांनी अस्पृश्योद्धाराच्या चळवळीला गती दिली.

महर्षी विठ्ठल रामजी शिंदे यांनी अस्पृश्यांच्या उद्धारासाठी अत्यंत मोलाचे कार्य केले. अस्पृश्य वर्गाची सुधारणा करणेसाठी १२ ऑक्टोबर १९०६ रोजी 'डिस्प्रेड क्लासेस मिशन सोसायटी ऑफ इंडिया' या संस्थेची स्थापना मुंबई येथे केली. त्याच दिवशी एल्फिन्स्टन रोड येथे पहिली शाळा सुरू केली. तसेच ठाणे, मालवण, अमरावती, अकोला इ. ठिकाणी शाळा व वसतिगृह सुरू केले, अस्पृश्यांच्यासाठी प्रत्यक्ष कार्य करता यावे म्हणून ते आपल्या कुटुंबीयांसह अस्पृश्यांच्या वस्तीत राहावयास गेले. इ. स. १९३३ मध्ये 'भारतीय अस्पृश्यतेचा प्रश्न' हे पुस्तक लिहून त्यांनी लोकांचे लक्ष वेधण्याचा प्रयत्न केला.

किसन फागूजी बंदसोडे (बनसोडे) यांनी अस्पृश्यांची शैक्षणिक, आर्थिक प्रगती व्हावी यासाठी 'सन्मान बोधक निराप्रीत समाज' स्थापन केला. नोकरीची संधी उपलब्ध असतानाही आपल्या कार्यातून त्यांनी दलितांच्या वेदना मांडल्या. सहकाऱ्यांच्या मदतीने 'चोखामेळा सुधारणा मंडळ' व वाचनालय स्थापन केली. अस्पृश्यांना शिकणाच्या संधी उपलब्ध करून दिल्या.

डॉ. बाबासाहेब आंबेडकरांची दलित चळवळ

महात्मा फुले यांच्यानंतर जातिभेद व अस्पृश्यता यांच्यावर घणाघाती आघात करून सर्व जीवन अस्पृश्योद्धारासाठी वाहिलेला नेता म्हणजे डॉ. भीमराव ऊर्फ बाबासाहेब

आंबेडकर होय (१८९१ ते १९५६). दलितांना माणूस म्हणून प्रतिष्ठा मिळवून देणारी एक न्यायपूर्ण चळवळ म्हणून या चळवळीचे वैशिष्ट्यपूर्ण स्थान आहे. पददलितांच्या उत्थानासाठी कार्य करणारे योद्धे म्हणून डॉ. आंबेडकरांच्याकडे पाहिले जाते. त्यांचा जन्म १ एप्रिल १८९१ रोजी महू (मध्यप्रदेश) येथे झाला. मुंबईच्या एलफिस्टन महाविद्यालयातून पदवी घेतल्यानंतर आंबेडकरांनी एम. ए. व पी. एच. डी. अमेरिकेतील कोलंबिया विद्यापीठातून केले. १९२३ मध्ये ते बॅरिस्टर झाले. 'रुपयाचा प्रश्न' या विषयावर लंडन विद्यापीठाने डी.एस्सी. ही अर्थशास्त्रातील पदवी त्यांना प्रदान केली.

१) माणूस म्हणून स्वतंत्र जीवन जगण्याचा हक्क : इ. स. १९२० पासून डॉ. बाबासाहेब आंबेडकरांच्या चळवळीचा प्रारंभ होतो. याच वर्षी त्यांनी सार्वजनिक जीवनात प्रवेश केला. १९२४ च्या दरम्यान ते अस्पृश्यांच्या लढ्यासाठी पूर्णपणे सिद्ध झाले. वर्षानुवर्षे परावलंबी व असहाय्य जीवन जगणाऱ्या अस्पृश्यांना माणूस म्हणून स्वतंत्र जीवन जगण्याचा हक्क डॉ. आंबेडकरांनी मिळवून दिला. या कार्यासाठी त्यांनी आपले संपूर्ण जीवन समर्पित केले. इतरांप्रमाणे समान हक्कांची मागणी केली; त्यांनी अस्पृश्यांच्यात संघटन व जागृती, अस्पृशांच्या हक्कांना मान्यता, अन्याय, अत्याचाराविरुद्ध संघर्ष, शिक्षणाचा प्रसार, अस्पृश्यांनी स्वत:च्या पायावर उभे रहावे यासाठी अथक परिश्रम केले; अस्पृश्यांचा आत्मविश्वास वाढविला व त्यांना आत्मसन्मानाने जगण्यास शिकवले.

डॉ. बाबासाहेब आंबेडकरांची चळवळ

डॉ. बाबासाहेब आंबेडकरांनी अस्पृश्यांच्यासाठी वेगवेगळ्या चळवळी चालविल्या होत्या. ते मानवी स्वातंत्र्याचे शिल्पकार होते. त्यांनी अस्पृश्यांना आत्मसन्मानाने जगण्यास सिद्ध केले. अस्पृश्यांच्यासाठी त्यांनी विविध चळवळी चालविल्या होत्या त्यामध्ये - १) अस्पृश्यांना आत्मसन्मान ऐक्य व जागृतीसाठी चळवळ २) शैक्षणिक चळवळ ३) राजकीय जागृतीची चळवळ इत्यादींचा समावेश होते.

१) अस्पृश्यांना आत्मसन्मान, ऐक्य व जागृतीसाठी चळवळ

हजारो वर्षे अस्पृश्य समाजाच्या वाट्याला दारिद्र्य, दु:ख, नैराश्य आलेले आहे. त्यांना माणूस म्हणून जगण्याचेही अधिकार नाहीत. त्यांची ही दयनीय स्थिती सुधारली पाहिजे यासाठी आंबेडकरांनी संघटन व जागृतीसाठी चळवळ उभारली. त्यांच्यामध्ये विविध मार्गांनी जागृती घडवून आणली व ऐक्य निर्माण केले अस्पृश्यांच्यामधील गुलामगिरी व परावलंबी जीवन संपुष्टात आणण्यासाठी डॉ. आंबेडकरांनी पुढीलप्रमाणे चळवळी किंवा आंदोलने उभी केली.

बहिष्कृत हितकारिणी सभा (२० जुलै १९२४)

डॉ. बाबासाहेब आंबेडकरांनी २० जुलै १९२४ रोजी 'बहिष्कृत हितकारिणी सभा' या संस्थेची स्थापना केली आपल्या कार्याची तीन मुख्य उद्दिष्टे ठेवली. अस्पृश्यांना शिक्षण देणे २) अस्पृश्यांच्या आर्थिक परिस्थितीमध्ये सुधारणा घडवून आणणे. ३) सामाजिक, आर्थिक समता व न्याय हक्कासाठी असिंहक मार्गाने लढा देणे ही उद्दिष्टे निश्चित करण्यापूर्वी त्यांनी 'मुकनायक' साप्ताहिक सुरू केले होते. या सभेचे ब्रीद वाक्य 'शिका, संघटित व्हा, आणि संघर्ष करा' असे होते. या सभेने वाचनालये व प्रौढांसाठी रात्रशाळा चालवून शिक्षणाचा प्रचार व प्रसार केला.

महाडच्या चवदार तळ्याचा सत्याग्रह (२० मार्च १९२७)

अस्पृश्यांना सार्वजनिक ठिकाणी मज्जाव होता. स्पृश्य अस्पृश्य हा भेदभाव डॉ. बाबासाहेब आंबेडकरांना मान्य नव्हता. हिंदूंच्याप्रमाणे अस्पृशांनाही समाजात समतेचे स्थान मिळाले पाहिजे या मागणीसाठी बाबासाहेबांनी सन १९२७ मध्ये महाड येथे चवदार तळे सत्याग्रह केला. त्यांनी १९ व २० मार्च १९२७ रोजी महाड येथे सभेचे अधिवेशन घेतले. यावेळी चवदार तळ्यावर सर्व प्रतिनिधींनी जाऊन पाणी पिण्याचे ठरवले. डॉ. बाबासाहेबांच्या नेतृत्वाखाली महाडच्या चवदार तळ्यावर सर्व प्रतिनिधींनी जाऊन प्राशन प्रयत्न, केले व त्यांनी समतेची मुहूर्तमेढ रोवली.

'मनुस्मृती' ग्रंथाचे दहन (२५ डिसेंबर १९२७)

मनुस्मृती ग्रंथामुळे जातिव्यवस्था, अस्पृश्यता व जातीजातीमधील बंधने बळकट झालेली आहेत; मनुस्मृती म्हणजे 'अस्पृश्यांच्या गुलामगिरीची सनद' आहे; त्यामुळे डॉ. बाबासाहेबांनी महाडच्या परिषदेमध्ये 'मनुस्मृती' ग्रंथाचे दहन करण्याचे ठरवले. प्रस्थापित जातिव्यवस्था उच्चनीचतेचे भेदभाव याविरुद्ध बंड करण्यासाठी २५ डिसेंबर १९२७ रोजी 'मनुस्मृती' ग्रंथाचे दहन करण्यात आले.

पीपल्स एज्युकेशन सोसायटी

अस्पृश्यांच्यामध्ये शिक्षणाचा प्रसार करण्याच्या उद्देश्याने डॉ. बाबासाहेबांनी जून १९२८ च्या सुरुवातीला दोन वसतिगृहे सुरू केली. १९२५ मध्ये मुंबई येथे 'पिपल्स एज्युकेशन सोसायटीची' स्थापना केली या संस्थेमार्फत मुंबईत 'सिद्धार्थ कॉलेज' सुरू केले. याच संस्थेचे इ. स. १९५० मध्ये 'मिलिंद कॉलेज', औरंगाबाद येथे सुरू करण्यात आले; औरंगाबादमधील नागसेन वनाच्या परिसरामध्ये लावलेल्या रोपट्याचा वृटवृक्ष झाला आहे; परिसरामध्ये आज विविध शाखांची महाविद्यालये, उच्च माध्यमिक विद्यालये महाविद्यलयीन मुलामुलींसाठी वसतिगृहे सुरू करण्यात आली आहेत.

काळाराम मंदिर प्रवेश चळवळ (१९३०)

अस्पृश्य हे हिंदू धर्माचे घटक असूनही त्यांना काळाराम मंदिरात प्रवेश नव्हता. अस्पृश्यांवरील गुलामगिरीचे बांधन तोडून टाकण्यासाठी ही चळवळ उभारली. ३ मार्च १९३० रोजी बाबासाहेबांच्या नेतृत्वाखाली ८ ते १० हजार नागरिक नाशिक शहरात जमा झाले. काळाराम मंदिराचे प्रवेशद्वार बंद करण्यात आले; १९३४ पर्यंत हा सत्याग्रह होता. काळाराम मंदिर सत्याग्रहामुळे अस्पृश्य समाज संघटित होऊन संघर्षासाठी तयार झाला.

२) शैक्षणिक चळवळ

अस्पृश्य समाजाचा उद्धार करण्यासाठी त्यांच्यामध्ये शिक्षणाचा प्रसार झाला पाहिजे. यासाठी डॉ. बाबासाहेबांनी शैक्षणिक चळवळ उभी केली. गव्हर्नरच्या कार्यकारी मंडळाचे व घटना समितीचे सदस्य असताना त्यांनी अस्पृश्य समाजाच्या शिक्षणासाठी सवलती मिळवून देण्यासाठी संघर्ष केला.

३) राजकीय चळवळ

अस्पृश्यांसाठी केलेल्या मागण्या : डॉ. बाबासाहेबांनी (१९२७) स्वतंत्र मागण्यांचे निवेदन केले. १९३० - ३२ प्रांतिक कायदेमंडळातही अस्पृश्यांच्या हितासाठी मागणी केली. १९२६ ते ३६ या काळात मुंबईच्या विधिमंडळात सदस्य म्हणून काम करताना अस्पृश्यांसंबंधी विचार मांडले. मतदारसंघाची मागणी केली. १९ मार्च १९२८ रोजी मुंबई कायदेमंडळात 'महार वतन बिल' मांडले. हे वतन खालसा करून त्यांच्या इच्छेप्रमाणे काम व वेतन ठरविण्याच्या अधिकार द्यावा अशी मागणी केली.

स्वतंत्र मजूर पक्ष व मजूर मंत्री

१९३६ साली होणाऱ्या निवडणुकीत भाग घेण्यासाठी १९३६ साली स्वतंत्र मजूर पक्ष्याची स्थापना केली निवडणुकीत १३ जागा मिळविल्या. अस्पृश्य समाजाची राजकीय चळवळ चालवण्यासाठी 'अखिल भारतीय शेड्युल्ड कास्ट फेडरेशन'ची स्थापना केली (१८ जुलै १९४२) मजूरमंत्री असताना अस्पृश्यांच्या प्रश्नांची सोडवणूक करण्यासाठी प्रयत्न केले.

गोलमेज परिषदा व पुणे करार

सायमन कमिशनच्या शिफारशी भारत व इंग्लडमधील राजकीय पुढाऱ्यांनी नाकारल्या; त्यावर विचार करण्यासाठी गोलमेज परिषद लंडन येथे घेण्यात आली. १० नोव्हें. १९३० ला पहिली तर ७ सप्टें. १९३१ रोजी दुसरी, १७ नोव्हें. १९३२ रोजी तिसरी परिषद लंडन येथे भरविण्यात आली. यामध्ये डॉ. बाबासाहेबांनी अस्पृश्यांसाठी स्वतंत्र मतदारसंघाची मागणी केली तर महात्मा गांधीजींनी विरोध केला. या परिषदेच्या

आधारे ब्रिटनचे पंतप्रधान रॅम्से मॅक्डोनल्ड यांनी १९३२ मध्ये जातीय निवाडा जाहीर करून अल्पसंख्याकांना स्वतंत्र मतदारसंघ देण्याची घोषणा केली. गांधीजींनी विरोध करून २० सप्टें. १९३२ पासून येरवडा कारागृहात आमरण उपोषण सुरू केले. डॉ. आंबेडकर व महात्मा गांधी यांच्यात ३ सप्टेंबर १९३२ रोजी पुणे येथे इतिहास प्रसिद्ध करार झाला, तो पुणे करार या नावाने ओळखला जातो; महात्मा गांधीजींचे 'प्राण' वाचविण्यासाठी डॉ. बाबासाहेबांनी स्वतंत्र मतदारसंघाऐवजी राखीव मतदारसंघासाठी मान्यता दिली.

भारतीय घटनेचे शिल्पकार

भारतीय घटनेच्या मसुदा समितीचे अध्यक्ष डॉ. बाबासाहेब होते. ती जबाबदारी उत्तमरीत्या पार पाडल्यामुळे त्यांना भारतीय घटनेचे शिल्पकार म्हणून ओळखले जाते. भारताला लोकशाही प्रधान स्वातंत्र्य, समता व बंधुता या तत्त्वांवर आधारित राज्यघटना बहाल केली. भारतीय राज्यघटनेत अस्पृश्यांसाठी पूरोगामी कायदे, योजना, आरक्षण, सवलती यासारख्या तरतुदी केल्या.

डॉ. बाबासाहेबांनी अस्पृश्यांसाठी सामाजिक, आर्थिक व राजकीय हक्क मिळविण्यासाठी आजन्म संघर्ष केला त्यासंबंधी त्यांचे चरित्रकार धनंजय कीर म्हणतात, ''जे आजवर जगात पददलितांचे रक्षणकर्ते व कैवारी होऊन गेले, मानवी स्वातंत्र्याचे शिल्पकार होऊन गेले त्यात डॉ. बाबासाहेबांचे स्थान उच्च आहे.''

बौद्ध धर्माचा स्वीकार (१४ ऑक्टो. १९५६)

स्वतंत्र भारताच्या राज्यघटनेमध्ये अस्पृश्यता निवारण्याचे कलम घालून बाबासाहेबांनी अस्पृश्यतेचा प्रश्न कायमचा निकालात काढला असे झाले तरी हिंदू धर्मात अस्पृश्यांना न्याय मिळणार नाही ही बाबासाहेबांची पक्की खात्री होती म्हणून त्यांनी आपल्या लाखो अनुयायांसह १९५६ मध्ये नागपूर येथे बौद्ध धर्माचा स्वीकार केला.

९.२ स्त्री-मुक्ती चळवळ

स्त्री आणि पुरुष अशा दोन गटांत नैसर्गिकरीत्या मानव समाजाची विभागणी झाली आहे. पुरुषाप्रमाणे स्त्रीलाही बरोबरीने स्थान असणे, निसर्गत: आवश्यक असलेले हक्क व स्वातंत्र्य मिळणे तेवढेच आवश्यक आहे; परंतु आज २१ व्या शतकातही स्त्री-मुक्ती चळवळीची आवश्यकता आहे. मग यापूर्वी तर स्त्रीची काय अवस्था असेल? त्यामुळेच सबूल्टन् म्हणजे वंचित म्हणून भारतीय समाजाच्या या अर्ध्या संख्येचा म्हणजे स्त्रीचा अभ्यास केला जातो आहे. या चळवळी अनेक सुधारकांनी, संस्थांनी केल्या असून इंग्रज सरकार व भारत सरकारने अनेक कायदे करून स्त्रियांना न्याय देण्याचा व त्यांचे कल्याण साधण्याचा प्रयत्न केला आहे.

भारताच्या प्राचीन काळात स्त्रीला समाजात मानाचे स्थान होते. तिला पुरुषाइतकेच महत्त्व, स्वातंत्र्य व हक्क होते. किंबहुना, प्राचीन काळी मातृसत्ताक समाजव्यवस्थेत स्त्रियांचे स्थान पुरुषांपेक्षा श्रेष्ठ दर्जाचे होते. ती शिक्षण घेऊ शके, राजकारण, समाजकारणात ती मुक्तपणे संचार करीत असे. अनेक कर्तृत्ववान महिलांची उदाहरणे इतिहास प्रसिद्ध आहेत. पुरुष-स्त्री समान आणि एकमेकांना पूरक होते; पण यात बदल होत गेला. विशेषत: मनुस्मृतीमुळे स्त्रीला समाजात गौण किंवा दुय्यम स्थान दिले जाऊ लागले आणि स्त्रीवर हळूहळू अनेक बंधने लादली जाऊ लागली.

स्त्रियांच्या गुलामगिरीची पूर्वपिठीका

भारतीय स्त्रीच्या स्वातंत्र्य आणि आदर्श अशा प्राचीनकालीन परिस्थितीत बदल होत गेला. ती पुरुषप्रधान समाजव्यवस्थेत बंधनात अडकत गेली. ही बंधने वाढत जाऊन अनेक जाचक वाईट अशा रूढी, प्रथा तिच्यावर लादल्या गेल्या. त्याला मतलबी लोकांनी धर्माची जोड दिली आणि भारतीय स्त्री गुलामगिरीत सापडली. शस्त्रे, अवजारांचा वापर निसर्गाशी संघर्ष, टोळी युद्धे व परकीय आक्रमणापासून संरक्षण इ. कारणांमुळे किंवा गरजांमुळे पुरुष आक्रमक होत गेले. परिणामी, समाजातील त्यांचे महत्त्व व वर्चस्व वाढत जाऊन स्त्री गौण ठरत गेली. तसेच स्त्रीला नैसर्गिक आपत्ती, असुरक्षितता, लैंगिक हिंसाचार यामुळे पुरुषाच्या मदतीची गरज भासू लागली. सुरक्षिततेच्या भावनेतून ती पुरुषाची गुलाम बनत गेली. वंशवृद्धीसाठी, वारस प्राप्तीसाठी पुरुषांनी स्त्रियांवर जाचक निर्बंध लादले. कुटुंबातील पुरुषांचे वर्चस्व वाढत गेले आणि स्त्री प्रथम कुटुंबातच गुलाम झाली. आपोआप समाजातील तिचे स्थान गौण ठरू लागले. कुटुंबात तिला कसलेच अधिकार राहिले नाहीत, त्यामुळे ती आर्थिकदृष्ट्या दुबळी व परावलंबी बनली. अनेक कनिष्ठ रूढी स्त्रीवर लादण्यात आल्या आणि स्त्री ही समाजातील एक वंचित घटक ठरला.

शिक्षणापासून वंचित – स्त्रियांना शिक्षणाचा अधिकार नाकारला गेला. केवळ चूल आणि मूल अशी तिची अवस्था केली. शिक्षण नाही म्हणजे तिच्या जीवनात केवळ अंधकार उरला. प्रगतीचे सर्व मार्ग बंद झाले.

सती पद्धत – सती म्हणजे पवित्र साध्वी स्त्री असा अर्थ आहे. तिने पतीच्या निधनानंतर मागे जिवंत न राहता त्याच्या चितेवर जिवंत जाळून घेणे अशा स्त्रीला 'सती' म्हणत. मध्ययुगात ही अमानुष प्रथा मोठ्या प्रमाणावर रूढ होती. इच्छा नसलेल्या स्त्रीला सक्ती केली जाई. एका रिपोर्टनुसार १८०४ मध्ये कोलकात्याच्या तीस मैल परिसरात सहा महिन्यांत ३०० स्त्रिया सती गेल्या होत्या.

बालहत्या – मुलगी जन्माला येणे हा कुटुंबाला शाप आहे. पित्यापुढे अनेक समस्या निर्माण होतात. तेव्हा जन्मत:च मुलगी मारून टाकणेची प्रथा देशाच्या अनेक

भागांत रूढ होती. मारण्याचे अनेक क्रूर मार्ग होते.

बालविवाह - मुलीचा तिच्या बालपणीच विवाह केला जाई. पाळण्याला बाशिंग बांधणे असे म्हटले जाई. त्यामुळे अनेक वाईट परिणाम होत असत.

विधवांची वाईट अवस्था - ज्या स्त्रिया सती जात नसत त्या विधवा म्हणून जगत. त्यांची अवस्था अत्यंत वाईट असे. पुन्हा लग्न करत येत नसे. केशवपन केले जाई, समाजात कार्यक्रमात जाता येत नसे. अन्नपाण्याचे हाल होत. मरण येत नाही म्हणून जगण्यातला प्रकार होता. या काही ठळक व त्रोटक माहितीवरून लक्षात येते, स्त्रीच्या गुलामगिरीची ही अवस्था फार भयंकर होती. तिच्या अशा केविलवाण्या अवस्थेची दया येऊन मानवतेच्या दृष्टीने स्त्रीच्या मुक्ततेसाठी कार्य करणारे, त्यासाठी चळवळी उभारणारे अनेक थोर समाज व धर्मसुधारक पुढे आले. त्यांनी या अनिष्ट रूढीविरुद्ध जनजागृती केली. त्यासाठी अनेक सामाजिक व धार्मिक सुधारणा, संस्था स्थापन केल्या. सरकारला या गोष्टी पटवून दिल्या. त्यासाठी हालअपेष्टा सोसल्या, धोका पत्करला. अशा व्यक्तींचे, संस्थाचे कार्य समजून घेणे म्हणजेच स्त्री-मुक्ती चळवळीचा अभ्यास करणे होय. इंग्रज सत्तेच्या स्थापनेनंतर भारतीयांना पाश्चात्त्य ज्ञान, संस्कृती कळू लागली. गरजेपोटी इंग्रजांनी भारतीयांना पाश्चात्त्य शिक्षण देण्यास सुरुवात केली. स्वातंत्र्य, समता, बुद्धिवाद ही तत्त्वे लोकांना कळू लागली. यावर आधारित सामाजिक बदलाला सुरुवात झाली. स्त्रियांवरील अन्याय दूर करण्याचे प्रयत्न सुरू झाले.

ख्रिस्ती मिशनरींचे प्रयत्न - भारतीयांच्या शैक्षणिक कार्यासाठी १८१३ च्या कायद्यानुसार आर्थिक तरतूद केली. ख्रिस्ती मिशनरी लोकांनी प्रथम भारतातील स्त्रियांच्या शिक्षणाकडे लक्ष दिले. १८२४ साली अमेरिकन मराठी मिशनने व चार वर्षांनी चर्च मिशन सोसायटीने स्त्री शिक्षणासाठी चळवळ सुरू केली. श्रीमती मार्गारेट यांनी मुंबईत १८३९ च्या दरम्यान मुलींसाठी तीन शाळा सुरू केल्या. तिच्या पश्चात तिचे पती जॉन विल्सन यांनी हे कार्य पुढे चालू ठेवले. मेरी कार्पेंटर हिने स्त्रिया व गरिबांच्या शिक्षणासाठी प्रयत्न केले. शिक्षिका तयार होण्यासाठी मुंबई, अहमदाबाद येथे नॉर्मल स्कूलसाठी प्रयत्न केले. तेथे दाखल होणाऱ्या स्त्रियांना शिष्यवृत्तींची सोय केली.

समाजसुधारकांचे कार्य

१) राजा राममोहन रॉय १७७२ ते १८३३ - भारतीय प्रबोधनाचे अग्रदूत, स्त्री सुधारणेचे आद्य प्रवर्तक म्हणून भारताच्या इतिहासात राजा राममोहन रॉय यांचे स्थान आहे. स्त्रियांवरील अन्याय दूर करण्यासाठी त्यांनी खूप कष्ट केले. स्त्रियांना शिक्षण मिळाले पाहिजे, त्यांच्यावरील अनिष्ट रूढी, प्रथांची बंधने नष्ट झाली पाहिजेत यासाठी त्यांनी प्रयत्न केले, चळवळी केल्या. सर्वप्रथम अत्यंत अमानवी अशा सती पद्धती विरुद्ध चळवळ

केली. त्यासाठी जनजागृती केली, इंग्रज सरकारकडे त्यासाठी कायदा करण्याचा आग्रह धरला. त्यांना यश आले. लॉर्ड बेंटिकने प्रथम बंगाल प्रांतात सतीबंदी केली. त्यानंतर तो गव्हर्नर जनरल झाला. मग त्याने १८३० साली हा कायदा सर्व भारतासाठी लागू केला. त्यानुसार सती जाण्यास भाग पाडणे, त्या प्रसंगी हजर असणे अशा सर्वांना गुन्हेगार ठरविले. शिक्षेच्या भीतीमुळे या अनिष्ट प्रथेस पायबंद बसला. स्त्रीची एका क्रूर प्रथेपासून मुक्तता करण्याचे श्रेय राजा राममोहन रॉय यांना जाते. त्यांनी सामाजिक, धार्मिक सुधारणांसाठी ब्राह्मो समाजाची स्थापना केली. या संघटनेने फार मोठे सामजिक कार्य केले आहे.

२) गोपाळ हरी देशमुख (लोकहितवादी) १८२३ ते १८९२ - यांनी 'प्रभाकर' या साप्ताहिकातून सामाजिक विषयावर अनेक लेख व स्फुटे लिहिली. 'लोकहितवादींची शतपत्रे' या नावाने त्यांचे हे लेख प्रसिद्ध आहेत. त्यांनी वेगवेगळ्या विषयांवर ३६ ग्रंथ लिहिले. स्त्रियांच्या उद्धाराच्या अनेक विषयांवर त्यांनी लिखाण केले. उदा. स्त्री शिक्षण, विधवा पुनर्विवाह, बहुपत्नी, हुंडा पद्धत, बालविवाह इ. तसेच जातिसंस्था नष्ट करावी, समाजातील ब्राह्मणांचे वर्चस्व हानिकारक आहे. सर्वांनी उद्योगी बनावे, असे विषय त्यांनी हाताळले.

३) महात्मा जोतीबा फुले १८२७ ते १८९० - म. फुले हे थोर समाजसुधारक होते. शूद्रांना व स्त्रियांना सामाजिक गुलामगिरीतून मुक्त करण्याचे कार्य त्यांनी केले. हे लोक शिक्षणापासून दूर होते. गुलामगिरीचे मूळ अज्ञानात आहे, हे ओळखून १८५१ मध्ये त्यांनी पुण्यात मुलींची शाळा सुरू केली. दोन वर्षांत अशा आणखी तीन शाळा काढल्या; पण त्यांना शिकविण्याचा प्रश्न आला तेव्हा त्यांनी आपली पत्नी सावित्रीबाई फुले यांना शिकवून तयार केले. त्या शिक्षिका म्हणून काम करून लागल्या. त्यांना सनातनी लोकांनी खूप त्रास दिला; पण स्त्री उद्धारासाठी त्यांनी तो सहन केला. शासनाने मात्र त्यांचा गौरव केला. विधवा स्त्रियांची अवस्था फार वाईट होती. चुकून गर्भवती राहिल्यास आत्महत्या, गर्भहत्या किंवा बालहत्या घडत असे. अशा पीडित महिलांसाठी म. फुले यांनी १८६३ साली आपल्या घरात 'बालहत्या प्रतिबंधक गृह' सुरू केले. या सुधारणेमुळे कित्येक मुलांचे व स्त्रियांचे प्राण वाचले. याच गृहात जन्मलेल्या मुलाचा फुले दांपत्याने सांभाळ केला. तोच डॉ. यशवंत त्यांचा दत्तक मुलगा होय. म. फुले यांनी विधवा पुनर्विवाहाचा आग्रह धरला. १८६४ साली पुनर्विवाह घडवून आणला.

म. फुलें सोबत सावित्रीबाईंनी स्त्री-मुक्ती आंदोलने केली. १८३१-१८९७ हा त्यांचा कालखंड होय. स्त्री-मुक्ती आंदोलनाची पहिली अग्रणी, पहिली स्त्री शिक्षिका, पहिली मुख्याध्यापिका असून त्यांचा जन्मदिन 'स्त्री मुक्ती दिन' म्हणून साजरा केला जातो. त्यांनी विधवा पुनर्विवाह घडवून आणणारी सभा स्थापन केली होती.

४) विष्णुशास्त्री पंडित - १८२७ ते १८७६ - प्राचीन धर्मग्रंथांचे गाढे अभ्यासक होते. स्त्रियांवर लादलेल्या अनेक अनिष्ट रूढींना धर्माची दिलेली जोड कशी चुकीची आहे, हे त्यांनी आपल्या अभ्यासाच्या आधारे दाखवून दिले. उलट स्त्री-सुधारणांना भारतीय परंपरांचा कसा आधार आहे, ते स्पष्ट केले. त्यांनी 'इंदूप्रकाश' वृत्तपत्रातून स्त्री मुक्ती विषयावर लिखाण केले. स्त्री शिक्षण, बालविवाह, पुनर्विवाह, केशवपन, जातिभेद अशा अनेक विषयांवर लिखाण केले. त्यांनी स्वत: एका विधवा मुलीशी विवाह केला. त्यांनी पुनर्विवाहोत्तेजक मंडळ स्थापन केले.

५) न्या. महादेव गोविंद रानडे - १८४२ ते १९०१ - न्या. रानडे बुद्धिवादी आणि समाजसुधारणेचे पुरस्कर्ते होते. स्त्री शिक्षण, प्रौढविवाह, विधवा विवाह, जातिभेद निर्मूलन इ. विषयांसाठी त्यांनी समाजप्रबोधन केले. १८६५ साली त्यांनी विधवा विवाहोत्तेजक मंडळ स्थापन केले. स्त्रियांच्या शिक्षणासाठी त्यांनी विशेष प्रयत्न केले. आपली पत्नी रमाबाई यांना त्यांनी शिकविले आणि त्यांनी नंतर स्त्रियांच्या उन्नतीसाठी काम केले.

६) गोपाळ गणेश आगरकर - १८५६ ते १८९५ - ते सामाजिक सुधारणांचे आग्रही समर्थक होते. पाश्चात्त्य तत्त्वे आणि बुद्धिवादाचा त्यांच्यावर प्रभाव होता. स्त्रियांवरील अन्याय दूर झाले पाहिजेत यासाठी त्यांनी कार्य केले. बालविवाह प्रतिबंधक कायदा व्हावा, स्वयंवर पद्धतीने मुलींची लग्ने व्हावीत, स्त्री-पुरुष समानता, शिक्षण, आर्थिक बाबी, घटस्फोट इ. बाबत स्त्रियांना हक्क व स्वातंत्र्य असावे अशा विचारांचे ते प्रबोधन करीत.

७) महर्षी धोंडो केशव कर्वे - १८५८ ते १९६२ - ते थोर समाजसुधारक आणि शिक्षण महर्षी होते. गणिताचे प्राध्यापक म्हणून काम करत असतानाच स्त्रियांच्या समस्या निवारणाकडे ते वळले. विधवा विवाहाचे ते समर्थक होते. १८९३ साली त्यांची पत्नी मृत्यू पावली. त्यानंतर त्यांनी गोदाबाई नावाच्या एका विधवेशी लग्न करून समाजापुढे आदर्श घालून दिला. त्याच वर्षी त्यांनी 'विधवा विवाहोत्तेजक मंडळी' नावाची संस्था स्थापन करून या सामाजिक कार्याला गती दिली. पुण्यात त्यांनी 'अनाथ बालिकाश्रम' सुरू केले. ही संस्था नंतर पुण्याहून हिंगणे येथे हलविली. स्त्रियांच्या उद्धारासाठी महर्षी कर्वे यांनी शिक्षणप्रसाराचे फार मोठे काम केले आहे. १९०७ मध्ये हिंगणे येथे त्यांनी 'महिला विद्यालय' सुरू केले. या कार्याचा विस्तार होत गेला आणि १९१६ मध्ये त्यांनी 'महिला विद्यापीठ' स्थापन केले. तेच आज कार्यरत असलेले SNDT विद्यापीठ होय. येथे महिलांना शिक्षणाबरोबर शिवणकला, चित्रकला, प्रपंचशास्त्र, गायनकला असे उपयुक्त विषय शिकविले जातात. विठ्ठलदास ठाकरसी यांनी आपल्या मातोश्री श्रीमती नाथीबाई

दामोदर ठाकरसी यांच्या स्मरणार्थ विद्यापीठाला १५ लाख रु. देणगी दिली म्हणून विद्यापीठाला त्यांचे नाव दिले.

८) पंडिता रमाबाई - १८५८ ते १९२२ - वडील अनंतशास्त्रींकडून त्यांना ज्ञान मिळाले. पुढे त्या कोलकात्याला आल्या. विद्वत्तेमुळे तेथे त्यांना 'पंडिता' ही पदवी मिळाली. नंतर त्यांनी बिपीन मेधावी या शूद्र समाजातील वकिलाशी लग्न केले. सनातन्यांनी त्यामुळे खूप त्रास दिला; पण त्या अविचल राहिल्या. १८८२ मध्ये पती वारल्यानंतर त्या मुंबईस आल्या. न्या. रानडे व रमाबाई रानडे यांच्या सहवासात आल्या. त्यातून प्रेरणा घेऊन स्त्रियांच्या सुधारणांकडे वळल्या. त्यांनी १८८२ मध्ये आर्य महिला समाजाची स्थापना केली. नंतर त्या इंग्लंड, अमेरिकेला गेल्या, तेथे त्यांनी ख्रिश्चन धर्म स्वीकारला. १८८३ मध्ये त्यांनी इंटर कमिशनपुढे साक्ष देताना स्त्री-शिक्षणाची गरज ठामपणे मांडली. त्यांच्या मते, स्त्री जशी शिक्षिका झाली पाहिजे तशी ती पोलीस इन्स्पेक्टरही व्हायला हवी. अमेरिकेहून परतल्यावर त्यांनी १८८९ मध्ये मुंबई येथे 'शारदा सदन' शाळा सुरू केली. तेव्हा त्यांच्यासोबत केवळ दोन मुली होत्या. पुढील वर्षी ही संस्था पुण्यास आणली. तेथे विधवा, अनाथ स्त्रियांना आसरा, आधार, मोफत जेवण दिले जाई. या संस्थेत स्त्रियांच्या शिक्षणाची सोय होती. सनातनी लोकांचा त्रास झाल्याने ही संस्था १८९६ मध्ये केडगावला हलविली. तेथे ती 'मुक्ती सदन' या नावाने प्रसिद्ध आहे. त्यांनी पतित महिलांसाठी 'कृपा सदन' अंधांसाठी पहिली शाळा, अनाथ मुलांसाठी 'सदानंद सदन' सुरू केले. १९१९ मध्ये सरकारने त्यांना 'कैसर-इ-हिंद' ही पदवी व सुवर्णपदक देऊन गौरव केला.

याशिवाय महाराष्ट्रात रमाबाई रानडे, डॉ. आनंदीबाई जोशी, तर्खडकर भगिनी, ताराबाई शिंदे, डॉ. रखमाबाई, महर्षी वि. रा. शिंदे यांच्या बहीण जनाक्का शिंदे अशा अनेक महिला समाजसुधारकांनी स्त्रियांच्या मुक्ततेसाठी कार्य केले आहे.

९) शशिपाद बॅनर्जी - कलकत्ता येथील एका ब्राह्मण शिक्षकाचा हा मुलगा. १८३५ साली त्यांनी मुलींसाठी माध्यमिक विद्यालय सुरू केले. या कामी त्यांना पत्नीने साथ दिली. ते ब्राह्मो समाजाचे सदस्य होते. काही वर्षांनी त्यांनी मुलींसाठी दुसरी शाळा सुरू केली. मुलींच्या उच्च शिक्षणासाठी एक संस्था काढली. स्त्रियांसाठी बंगाली भाषेत एक वृत्तपत्र काढले. हिंदू विधवांसाठी विधवागृह स्थापन केले. त्यांनी स्वत:चे घरी ४० विधवांचे पुनर्विवाह केले.

१०) वीरेशलिंगम पंतलु - स्त्रियांच्या कल्याणाचे काम केलेले मद्रास येथील हे महत्त्वाचे समाजसुधारक होत. त्यांनी विधवा स्त्रियांचे दु:ख दूर करण्याच्या प्रयत्न केला. १८९८ साली विधवा गृह स्थापन केले. त्यासाठी कर्ज काढून आर्थिक व्यवस्था केली. हे

काम करताना त्यांचा शंकराचार्यांशी संघर्ष झाला; पण ते घाबरले नाहीत. दक्षिणेत बालविवाह प्रथा रुढ होती. त्यामुळे अनेक स्त्रियांवर वैधव्य येत असे. त्यांचे फार हाल होत असत. अशा स्त्रियांच्या कल्याणासाठी पंतलु यानी काम केले.

याबरोबरच ब्राह्मो समाज, आर्यसमाज, प्रार्थना समाज इ. धर्म सुधारणा संघटनांनी सामाजिक व धार्मिक सुधारणांबरोबर शिक्षणप्रसार, अनिष्ठ रुढी नष्ट करून स्त्रियांची उन्नती केली. अशा संस्थांनी स्त्री शिक्षणासाठी देशभर कार्य केले. जनजागृती केली.

विविध कायदे

स्त्रियांवरील अन्याय दूर करणे, अनिष्ट रुढी, प्रथा व बंधनांतून त्यांची मुक्तता करणे, त्यांच्या कल्याणाच्या सोईसुविधा पुरवणे, त्यांना स्वातंत्र्य व हक्क मिळणे यासाठी इंग्रज आणि स्वतंत्र भारत सरकारने वेळोवेळी अनेक कायदे केले आहेत. उदा.

अ. नं.	कायदा वर्ष	कायद्याचे स्वरूप
१	१८५६	विधवा विवाह संमती
२	१८७२	नोंदणी विवाह
३	१९३७	हिंदू स्त्रियांना प्रॉपर्टी हक्क
४	१९४६	हिंदू विवाहितेस वेगळे होऊन पोटगी मागण्याचा हक्क
५	१८८१	कामावर जाणाऱ्या महिलांना संरक्षण देणारा फॅक्टरी ॲक्ट
६	१८९१	फॅक्टरी ॲक्ट
७	१९३९ व १९४८	घातक व ताण पडणाऱ्या कामावर नेमणुकीस बंदी

९.३ शेतकरी चळवळ

स्वातंत्र्यपूर्व काळात ब्रिटिश राजवटीत समाजातील आर्थिकदृष्ट्या, अत्यंत गरीब आणि वरच्या वर्गाकडून नाडला गेलेला वर्ग म्हणजे शेतकरी व शेतमजूर शेतीवर राबणारी कुळे हाच होता. या वर्गाची आर्थिक स्थिती चांगली नव्हती परंतु आपल्या किमान गरजा, आपल्या शेतीतून मिळणाऱ्या उत्पन्नातून सहजपणे भागवत होता. ब्रिटिशांच्या काळात कृषीक्षेत्रात अमूलाग्र बदल झाले तसेच अनेक समस्याही निर्माण झाल्या. त्यामुळे शेतकऱ्यांची आर्थिक स्थिती सुधारण्याऐवजी ती अधिकच बिघडत गेली त्यामुळे शेतकऱ्यांच्यात मोठ्या प्रमाणात असंतोष निर्माण होऊन ब्रिटिश राज्यकर्त्याविरुद्ध शेतकऱ्यांचे अनेक ठिकाणी उठाव घडून आले त्यामधून शेतकऱ्यांच्या चळवळी चालविल्या गेल्या.

शेतकऱ्यांच्या उठावाची कारणे :

१) ब्रिटिश कालखंडात जमिनीचे मालकी हक्क शेतकऱ्याकडून जमीनदाराकडे सोपविण्यात आले होते. कुळाकडून जमीनदार मन मानेल त्याप्रमाणे फंड आकारत होते. प्रसंगी त्यांच्या जमिनी काढून घेतल्या जात होत्या.

२) शासनाने शेती सुधारणा, कालवे, पाटबंधारे, पाणीपुरवठा याकडे दुर्लक्ष केले त्यामुळे शेती उत्पादन वाढणे अवघड झाले.

३) नैसर्गिक आपत्ती, दुष्काळ या प्रसंगीही महसूलामध्ये सरकार सूट देण्यास तयार नव्हते. नैसर्गिक आपत्तीवर कोणतीही उपाययोजना केलेली नव्हती.

४) शेतकऱ्यांचा माल दलाल व व्यापाऱ्यांच्यामार्फत विकला जात असल्याने त्यांच्या उत्पादनाला वाजवी किंमत मिळाली नाही.

५) वाढत्या लोकसंख्येचा बोजा शेतीवर पडला. शेतीला असलेले जोड उद्योग परकीयांच्या आर्थिक धोरणामुळे पूर्णपणे बुडाले.

६) शेतकरी कर्जबाजारी होऊ लागले. कर्ज फेडण्यासाठी शेतकऱ्यांना आपली जमीन विकावी लागत होता.

वरील कारणांमुळे शेतकऱ्यांच्यात मोठा असंतोष निर्माण झाला व १८५७ नंतरच्या काळात देशात ठिकठिकाणी असंतोषाचा उद्रेक होऊन शेतकऱ्यांनी उठाव घडवून आणले. त्या उठावांची किंवा शेतकऱ्यांच्या चळवळी विषयीची माहिती घेणे आवश्यक आहे.

बंगालमधील नीळ उत्पादकांचा उठाव (१८६०)

ब्रिटिश काळातील शेतकऱ्यांचा पहिला उठाव म्हणजे सन १८६० मधील बंगालमधील नीळ उत्पादकांचे बंड होय. इंग्लंडमधील कापड कारखान्यात नीळ आवश्यक असल्याने यूरोपियन अधिकारी व गोऱ्या इंग्रजांनी मोठ्या प्रमाणात बंगाल व बिहारमध्ये जमिनी विकत घेऊन नीळ उत्पादनास सुरुवात केली. हे लोक शेतकऱ्यांच्यावर अत्याचार करीत त्यांना जबरदस्तीने नीळ उत्पादन करण्यास भाग पाडत. मजूरांना कमी मजुरी दिली जात असे त्याशिवाय स्त्रियांच्यावर अत्याचार केले जात. अन्याय अत्याचाराचे हे प्रकार वर्षानुवर्षे लोक सहन करीत होते. एप्रिल १८६० मध्ये पावना आणि नडिया जिल्ह्यातील सर्व शेतकऱ्यांनी भारताच्या इतिहासातील पहिला शेतकरी हरताळ केला. त्यांनी निळीचे उत्पादन काढणेस विरोध केला. ‘हिंदू पेट्रियटचे संपादक शिशिरकुमार घोष यांनी आपल्या वृत्तपत्रातून नीळ उत्पादकांची व शेतकऱ्यांची दु:खे मांडली. जेस्सोर, खुलना, राजशाही, ढाका, माल्दा, दिनाजपूर व बंगालच्या इतर भागात उठावाचा प्रसार झाला. शेतकऱ्यांची एकी व निर्धार पाहून तसेच सार्वत्रिक उठाव होऊ नये म्हणून सरकारने नमते घेऊन पोलिसांना आदेश दिले त्यानुसार जनतेच्या भूमीचे रक्षण करणे त्याला जे वाटेल त्याचे उत्पादन

घेण्यास परवानगी देणे, त्यात कोणीही हस्तक्षेप न करणे अशा प्रकारच्या सूचना होत्या. १८६० मध्ये शासनाने नीळ आयोग स्थापन केला. नीळ उत्पादकांच्या तक्रारी ऐकून घेतल्या. अहवालातील शिफारसीनुसार शेतकऱ्यांना काही सवलती देण्यात आल्या तसेच त्यांच्यावर नीळ उत्पादनाची सक्ती केली जाणार नाही असे आश्वासन देण्यात आले. बंगालमधील नीळ उत्पादकांनी पराभाव मान्य केला आणि ते बिहार आणि उत्तर प्रदेशात निघून गेले.

दक्षिणेतील बंड (इ. स. १८७५)

हे बंड प्रामुख्याने मारवाडी व गुजराथी सावकाराविरुद्ध करण्यात आले. सरकारकडून जास्तीतजास्त भूमी कराची मागणी, अमेरिकेतील यादवी युद्ध समाप्त झाल्यानंतर जागतिक बाजारपेठेत कापसाचे भाव पडणे इ. कारणांच्यामुळे शेतकरी अधिकाधिक कर्जात बुडत गेला. गुजराथी व मारवाडी सावकारांनी अशिक्षित शेतकऱ्यांची फसवणूक केली. कागदपत्रांच्यावर शेतकऱ्यांच्या स्वाक्षरी घेऊन नंतर हे सावकार त्यात फेरबदल करीत होते. त्यामुळे न्यायालयात सावकारांची सरशी होई व शेतकऱ्यांना कर्जापायी आपल्या जमिनीला मुकावे लागत होते. यामुळे शेतकरी वर्गात मोठा असंतोष पसरला त्यामधून उठावाची सुरुवात झाली.

डिसेंबर १८७४ मध्ये शिरूर तालुक्यातील करदे गावापासून संघर्षाला सुरुवात झाली. कल्लूराम नावाच्या मारवाडी सावकाराने फक्त १५० रुपये कर्जासाठी बाबासाहेब देशमुखाविरोधात न्यायालयातून आदेश मिळविला. त्याप्रमाणे सावकाराच्या माणसांनी देशमुखांचे घर पाडले. त्यामुळे त्या गावातील लोक संतप्त झाले. हे वातावरण जून १८७५ पर्यंत संपूर्ण पुणे जिल्ह्यात पसरले. शेतकऱ्यांनी सावकारांच्या घरावर व पेढ्यांवर हल्ले करून जाळपोळ केली. शेतकऱ्यांचा रोख गहाणपत्राकडे होता. त्याचे लोण अहमदनगर जिल्ह्यातही पसरले. सरकारने बंड मोडून काढणेसाठी पोलीस व लष्कराला पाचारण केले. दडपशाहीच्या मार्गाने बंड मोडून काढले, १००० शेतकऱ्यांना पकडले. बंड इतके जबरदस्त होते की, सरकारला बंडाखोराविरुद्ध साक्षीदार मिळाला नाही. सरकारने यावेळी दक्षिण बंड आयोग (Deccan Riots Commission) स्थापन केला, शेतकऱ्यांच्या संघर्षाचे कारण शोधून काढणे हे आयोगाचे काम होते. त्याचबरोबर शेतकऱ्यांची स्थिती सुधारण्यासाठी १८७९ मध्ये शेतकरी साहाय्य कायदा संमत करण्यात आला त्याप्रमाणे कर्ज न फेडल्यास शेतकऱ्याला अटक केली जाऊ शकत नव्हती. तसेच तुरुंगात टाकता येत नव्हते.

पंजाबमधील शेतकऱ्यांचा असंतोष आणि पंजाब भूमी हस्तांतरण कायदा (Punjab Peasant's Discontent and the Punjab Land Alienation Act, 1900)

बंगाल व महाराष्ट्रातील शेतकऱ्यांनी सरकारच्या व सावकारांच्या विरोधात उठाव केले होते त्याची पुनरावृत्ती महाराष्ट्रात होऊ नये पंजाबमधील लढाऊ वृत्तीच्या शिखांना खूश ठेवले पाहिजे त्यांच्यासाठी नवे प्रभावी धोरण राबविले पाहिजे. त्यादृष्टीने सरकारने सर्व प्रांतांना आदेश दिले की, त्यांनी भूमीच्या हस्तांतरणावर बांधने घालावीत. परंतु १८९६-९७ आणि १८९९-१९०० मधील दुष्काळामुळे हा प्रश्न अधिकच तीव्र बनला, त्यामुळे प्रायोगिक स्वरूपात १९०० मध्ये पंजाब भूमी हस्तांतरण कायदा लागू करण्यात आला. हा कायदा पंजाबमध्ये यशस्वी ठरला तर उर्वरित भारतात लागू केला जाणार होता. या कायद्यानुसार पंजाबच्या जनतेला तीन भागात विभाजीत करण्यात आले होते; त्यानुसार -

अ) प्रत्यक्ष शेती करणाऱ्या शेतकऱ्यांचा पहिला वर्ग.

ब) कायद्याने मान्यता प्राप्त शेतकरी, हा वर्ग प्रत्यक्षात शेतकरी नसला तरी शेतीत त्याचे हितसंबंध गुंतलेले होते.

क) इतर लोक ज्यात सावकारासारख्या लोकांचा समावेश होत होता हा तिसरा वर्ग होय

ह्यातील (अ) शेतकरी वर्गाला आपली जमीन (ब) आणि (क) वर्गातील लोकांना विकण्यास वा गहाण ठेवण्यास मनाई करण्यात आली. मात्र (ब) आणि (क) वर्गातील लोक असा व्यवहार परस्परात करू शकत होते.

याशिवाय पंजाबच्या जनतेला अत्याधिक भूमीकरापासून काही सवलती देण्यात आल्या. सहारनपूर नियमांना पंजाबमध्ये लागू करण्यात आले. या नियमानुसार भूमिकर वार्षिक भाड्याच्या निम्म्यापेक्षा जास्त राहू शकत नव्हता.

महात्मा गांधीजी व शेतकरी चळवळ

महात्मा गांधीजींचा भारतीय राजकारणात प्रवेश झाल्यानंतर गांधीजींच्या नेतृत्वाखाली शेतकऱ्यांचे प्रश्न सोडविण्यासाठी शेतकरी चळवळ देशव्यापी होऊ लागली. महात्मा गांधीजींनी या चळवळीत जनतेला व शेतकऱ्यांना सहभागी करून घेतले.

चंपारण्य सत्याग्रह

बिहारच्या चंपारण्य क्षेत्रात युरोपियन नीळ मळेमालक भारतीय शेतकरी व शेत मजूरावर अत्याचार करीत असत. हा अन्याय दूर करण्यासाठी महात्मा गांधीजींनी त्या

ठिकाणी अहिंसात्मक चळवळ सुरू केली; चळवळ मोडून काढण्यासाठी सरकारने गांधीजींना अटक केली तरीदेखील चळवळ बंद झाली नाही. उलट, या चळवळीस देशव्यापी पाठिंबा मिळाला. उलट, सरकारने नमते घेऊन गांधीजींची सुटका केली आणि १९१७ साली 'ॲग्रेरियन ॲक्ट' पास करून शेतकऱ्यावरील अन्याय दूर केला.

खेडा सत्याग्रह

दुष्काळ, नैसर्गिक आपत्तीच्या वेळीही सरकार कठोरपणाने शेतसारा वसूल करीत होते. गुजरातमधील खेडा जिल्ह्यात मोठा दुष्काळ पडलेला होता. १९१८ च्या वसंत ऋतूत पिके नष्ट झाली व दुष्काळामुळे शेतकऱ्यांचे अतोनात हाल झाले, असे असतानाही सरकार शेतसारा वसूल करीत होते त्यामुळे महात्मा गांधीजींनी शेतकऱ्यांना संघटित केले; सर्व वर्गाचे समर्थन मिळवले प्रचंड संख्येने शेतकऱ्यांनी सत्याग्रह केला व ते तुरुंगात गेले, ही चळवळ जून १९१८ पर्यंत चालली आणि अखेर सरकारला शेतकऱ्यांच्या न्याय मागण्या संमत कराव्या लागल्या. शेतकरी चळवळीच्या इतिहासात खेडा सत्याग्रह महत्त्वाचा मानावा लागेल. साराबंदीच्या चळवळीमुळे शेतकऱ्यात आत्मविश्वास निर्माण झाला. उत्तम संघटन व उत्तम नेतृत्व असेल तर यश हमखास मिळते हा धडा ही या चळवळीमुळे मिळाला; चंपारण्य व खेडा सत्याग्रह गांधीजींच्या नेतृत्वाखाली झाले.

मुळशी सत्याग्रह

महाराष्ट्रातील पुणे जिल्ह्यातील मुळशी तालुक्यात टाटा कंपनीने जलविद्युत निर्मितीसाठी दोन प्रकल्प हाती घेतले. नद्यांच्या संगमावर धरण बांधून जलविद्युत निर्मिती करण्याची महत्त्वाकांक्षी योजना टाटा कंपनीने हाती घेतली. लोकांना त्याचे परिमाण भोगावे लागणार होते; प्रकल्पासाठी शेतकऱ्यांनी आपल्या जमिनी देण्याचे नाकारले; शेतकऱ्यांचे आंदोलन सुरू झाले. पांडुरंग महादेव बापट यांनी मुळशीत सत्याग्रह करण्याचा निर्णय घेतला (१९२१). त्यांना काँग्रेसच्या नेत्यांनी मदत केली. प्रथम सत्याग्रह शांततेने सुरू होता. आंदोलनामुळे बापट यांना लोकांनी 'सेनापती' ही पदवी बहाल केली. या सत्याग्रहात अनेकांनी भाग घेतला शेवटी तडजोड होऊन धरणाचे काम पूर्ण केले. सरकारने शेतकऱ्यांला त्यांच्या जमिनीचा मोबदला वाढवून दिला.

फैजाबाद व रायबरेली येथील शेतकऱ्यांची चळवळ

उत्तर प्रदेशातील फैजाबाद व रायबरेली जिल्ह्यातील शेतकऱ्यांनी शेतसारा बंदीची चळवळी सुरू केली (१९२०-२१). या जिल्ह्यात दुष्काळामुळे पीक बुडाले होते तरीसुद्धा सरकारने शेतसारा वसुली थांबविली नाही. त्यामुळे १९२० मध्ये प्रथम फैजाबाद जिल्ह्यातील शेतकऱ्यांनी कायदेभंगाची चळवळ सुरू केली. शेतकऱ्यांनी विनातिकीट

रेल्वे प्रवास करून जनतेत जागृती निर्माण केली; बैठका सभा घेतल्या. शेतकऱ्यांच्या पुढाऱ्यांना सरकारने कैदेमध्ये टाकले परंतु चळवळ वाढतच होती. सरकारने नमते घेऊन शेतकऱ्यांच्या मागण्या मान्य केल्या. रायबरेली येथील शेतकऱ्यांनी ब्रिटिश सरकारविरुद्ध उठाव केला परंतु सरकारने उठाव दडपून टाकला.

मोपला बंड (इ. स. १९२१)

केरळ प्रांतातील मोपल शेतकऱ्यांनी चळवळ उभी केली. केरळच्या मलबार प्रांतात गरीब मुसलमान हिंदू जमिनदारांची शेती करत होते; त्यांना 'मोपला' असे म्हटले जाई. हिंदूच्या खालच्या जातीतील ते मुसलमान बनले होते. त्यांची स्थिती हालाखीची होती; ब्रिटिश सरकार हिंदू जमीनदारांना पाठिंबा देत असल्यामुळे मोपला ब्रिटिश विरोधक बनले. १८३६ पासून मोपलांनी आपली आर्थिक गाऱ्हाणी दूर करण्याकरिता हिंदू जमीनदारांविरुद्ध चळवळ सुरू केली. इ. स. १८३६ ते १८९४ या कालखंडात दक्षिण मलबारमध्ये २२ उठाव झाले. त्यामध्ये अनेक पोलीस, सरकारी अधिकारी व हिंदू जमीनदारांना ठार करण्यात आले. सरकारने या उठावांना धार्मिक दंगलीचा रंग दिला; कारण जमीनदार प्रामुख्याने नेबुद्री व नायर ह्या हिंदू उच्च जमातीतील होते. आणि शेतकरी हिंदूमधील खालच्या जातीतील धर्मपरिवर्तीत मुसलमान होते. त्यामुळे या उठावाला धार्मिक रंग चढला.

१९२१ मधील मोपला बंडाची दोन कारणे होती एक मोपल्यावरील जमीनदारांचे अत्याचार आणि इंग्रज सरकारचे खिलाफत विरोधी धोरण. एप्रिल १९२० मध्ये मलबार जिल्हा काँग्रेस कमिटीने एक सभा घेऊन शेतकऱ्यांचे समर्थन केले आणि सुधारणा कायद्यात सुधारणा करण्याची मागणी केली; पुढील काळात कोझीकोडे व इतर प्रांतात शेतकरी संघटना स्थापना झाल्या. १९२१ मध्ये मोपला बंड व खिलाफत चळवळ एकमेकांत मिसळून गेले. गांधीजींच्या नेतृत्वात काँग्रेसने व अली बंधूच्या नेतृत्वात खिलाफत चळवळीने परस्पर सहकार्याने काम केले. मोपल्यांनी मलबारमध्ये खिलाफत चळवळीचे नेतृत्व करणाऱ्या अली मुसालियर या प्रतिष्ठित धार्मिक गुरुला 'राजा' ही पदवी देऊन बंडास सुरुवात केली.

बंडाचे तात्कालिक कारण म्हणजे २० ऑगस्ट १९२१ रोजी अरनाड तालुक्याचा जिल्हा मॅजिस्ट्रेट इ. एफ. थॉमसने तिरुरांगडी येथील मशिदीत घुसून मुसालियरला पकडण्याचा प्रयत्न केला. त्यामुळे बंड सुरू झाले इतर तालुक्यात पसरले. युरोपियन अधिकाऱ्यांना ठार मारण्यात आले. दळणवळणात अडथळे आले तार व रेल्वे व्यवस्था उखडून टाकली. सरकारी इमारती जाळण्यात आल्या; बंड दडपून टाकण्यासाठी सरकारने लष्कराची तुकडी पाठवली. सरकारने हे बंड क्रूरपणे मोडून काढले. २३३७ मोपले मारले

गेले, १६५२ जखमी झाले, ३००० मोपल्यांना आजीवन तुरुंगवासाची शिक्षा देण्यात आली. हे बंड क्रूरपणे मोडून काढल्यामुळे त्यानंतर कोणत्याही राजकीय किंवा शेतकरी चळवळीत मोपले सहभागी झाले नाहीत.

किसान सभांची स्थापना

काँग्रेसच्या कृषी विषयक धोरणात विसंगती आढळून आली; काँग्रेसचे धोरण अप्रत्यक्षरीत्या जमीनदारासाठी व जमीनीत हितसंबंध गुंतलेल्यांसाठी पूरक होते; त्यामुळे साम्यवादी व इतर डाव्यापक्षांनी शेतकऱ्यांमध्ये जागृती निर्माण केली व किसान सभा स्थापण्यात पुढाकार घेतला; बंगाल, पंजाब व उत्तर प्रदेशात किसान सभा (शेतकरी संघटना) स्थापन झाल्या. १९२८ मध्ये 'आंध्र प्रांत रयत सभा' स्थापन झाली; ११ एप्रिल १९१६ रोजी लखनौ येथे अखिल भारतीय किसान सभा स्थापन करण्यात आली. आर्थिक शोषणापासून शेतकऱ्यांचे रक्षण करणे हा किसान सभेचा मुख्य हेतून होता. त्याशिवाय त्यांच्या मागण्या पुढीलप्रमाणे होत्या.

१) कर्ज स्थगित करणे.
२) अनुत्पादक जमिनीवरील कर रद्द करणे.
३) भूमीकर व भूमी किराया कमी करणे.
४) ऊस व इतर नगदी पिकांचा दर कमी करणे.
५) पाणी पुरवठ्याची व्यवस्था करणे.
६) जमिनीचे मालकी हक्क जमीन कसणाऱ्याला मिळावेत.

संघटनेच्या माध्यमातून शेतकरी चळवळीमधून या मागण्या मान्य करून घेण्याचा प्रयत्न केला गेला. अखिल भारतीय किसान सभेचे पहिले अधिवेशन १९३६ मध्ये लखनौ येथे भरले. गुजरात - किसान चळवळीत भाग घेणारे इंदुलाल याज्ञिक यांनी 'किसान बुलेटिन' वृत्तपत्र सुरू केले. ऑगस्ट १९३६ मध्ये 'किसान जाहीरनामा' प्रसिद्ध करण्यात आला. अखिल भारतीय किसान सभेने १ सप्टेंबर १९३९ रोजी 'किसान दिन' शेतकऱ्यांचे मोर्चे काढून साजरा केला. थोडक्यात, किसान सभेने शेतकऱ्यांच्या प्रश्नांची सोडवणूक करण्याचा प्रयत्न केला.

प्रांतीय लोकप्रिय सरकार आणि कृषिचळवळ

१९३७ च्या निवडणुकीने प्रांतात लोकप्रिय सरकारे अस्तित्वात आली. शेतकऱ्यांच्या आशा पल्लवीत झाल्या परंतु त्यांच्या पदरी निराशा आली. आपल्या मागण्यांकडे लक्ष वेधून घेण्यासाठी बिहार विधानसभेचे अधिवेशन सुरू असताना २०,००० शेतकरी विधान भवनासमोर एकत्र आले त्यांच्या घोषणा होत्या, 'आम्ही तहानलेले आहोत, आम्हाला पाणी द्या, आम्ही भुकेले आहोत, आम्हाला भाकरी द्या, आमचे सर्व कर्ज माफ करा,

आम्हाला जमीनदारांच्या पिळवणुकीपासून वाचवा.'

शेतकऱ्यांच्या या चळवळीमुळे सरकारने 'बाकारत भूमी कायदा' आणि 'बिहार किराया कायदा' १९३८ पुन्हा लागू केला. यामुळे शेतकऱ्यांना दिलासा मिळाला. भूमीकर २५% कमी केला. सर्व जमीन भूमिहीन शेतकऱ्यांना वाटून द्यावी अशी शेतकऱ्यांची मागणी होती परंतु बिहार व इतर प्रांतातील सरकारे जमीनदारी समाप्त करावयास तयार नव्हते.

भारतीय स्वातंत्र्यावेळची कृषिचळवळ

स्वातंत्र्यावेळी भारतात पाच मुद्यातील चळवळी झाल्या त्यामध्ये बंगालमधील चळवळ (१९४६-४७) हैदराबाद संस्थानातील तेलंगणा चळवळ व पश्चिम भारतातील वरळी चळवळ होय. बंगालमधील चळवळ बंगाली शेतकऱ्यांच्या इतिहासात महत्त्वाची समजली जाते; ही चळवळ प्रामुख्याने जमीनदार, सधन शेतकरी, सावकार, व्यापारी, ब्रिटिश प्रशासकीय वर्ग याविरुद्ध होती. सुऱ्हावर्दी सरकारने नवे शेती विधेयक आणून शेतकऱ्यांना दिलासा दिला.

१९४६ ते १९५१ या काळात हैद्राबाद संस्थानातील तेलंगणा चळवळ उभी राहिली दरा ही चळवळ जमीनदारांच्या शोषणाविरुद्ध तसेच व्यापारी सावकार व निजामांच्या अधिकाऱ्या विरोधात होती; २० लाख गरीब शेतकरी उपजीविकेसाठी काम करीत होते. त्यांचा प्रश्न सोडविण्यासाठी तेलंगणा चळवळीने कार्य केले. पश्चिम भारतात मुंबईपासून जवळ असलेल्या वरळी या आदिवासी जमातील जंगल ठेकेदार, सावकार, श्रीमंत शेतकरी आणि सरकारचे समर्थन असलेल्या जमीनदाराविरुद्ध उठाव केला. त्यांची ही चळवळ मे १९४५ मध्ये किसान सभेच्या मदतीने सुरू झाली. ही चळवळ साम्यवाद्यांच्या प्रभावाखाठी होती; अशा प्रकारे स्वातंत्र्याच्या वेळी शेतकऱ्यांच्या चळवळी शेतकऱ्यांना न्याय मिळवून देण्यासाठी प्रयत्नशील होत्या.

काँग्रेसनेही शेतकऱ्यांचे प्रश्न सोडविण्यासाठी शेतकरी चळवळीस हातभार लावला. ३ ऑक्टोंबर १९३९ रोजी मुंबई प्रांतांच्या विधान सभेने 'कुळ कायदा' मंजूर केला. व कुळांना जमीनदारापासून सरंक्षण दिले. १९४७ साली काँग्रेस सरकारने 'तुकडे बंदी' कायदा पास करून जमिनीचे तुकडे पाडण्यास विरोध केला. भारतात कम्युनिस्टांच्या नेतृत्वाखाली ही शेतकऱ्यांच्या चळवळी कार्यरत होत्या. शेतकऱ्यांच्या या चळवळींनी शेतकऱ्यांच्यात आत्मविश्वास निर्माण केला त्याबरोबर शेतीउत्पन्न वाढविण्यासाठीही प्रयत्न केले.

९.४ आदिवासी चळवळ (Tribal Movement)

भारतीय स्मृतिग्रंथामध्ये उल्लेख मिळतो की, आदिवासी म्हणजे अनुलोम-प्रतिलोम यांच्या शरीरसंबंधातून निर्माण झालेली जमात म्हणजे आदिवासी होय. आदिवास याचा

अर्थ त्या त्या ठिकाणचे मूळ रहिवासी होय. डोंगर किंवा जंगलाच्या आश्रयाने स्थायिक झालेल्या जमातींना वनवासी किंवा आदिवासी म्हणतात. ते या भूमीवरील मूळचे रहिवासी असून, नागरी सुधारणांपासून त्यांनी स्वत:ला दूर ठेवले. आदिवासी लोक देशाच्या वेगवेगळ्या भागांत राहतात. त्यांचे राहणीमान, भाषा, संस्कृती, परस्परभिन्न आहे. १९७१ च्या जनगणनेनुसार देशात ३ कोटी ८० लक्ष आदिवासी होते. त्यांच्या ४०० पेक्षा अधिक जमाती होत्या. त्यांचे लोकसंख्या प्रमाण ६.९% होते. महाराष्ट्रात आदिवसांची लोकसंख्या ९.५% असून १५ हजार चौ. मीटर भूमीवर त्यांचे वास्तव्य आहे. महाराष्ट्रातील आदिवासींचे सह्याद्री, सातपुडा व गोंडवन असे तीन विभाग आहेत. याशिवाय मध्य प्रदेश, ओरिसा, बिहार, पश्चिम बंगाल, ईशान्य प्रदेश, गुजरात, राजस्थान या भागांत आदिवासींचे वास्तव्य आहे. ईशान्य प्रदेश सोडल्यास इतर ठिकाणांचे आदिवासी त्या त्या राज्यातील अल्पसंख्य लोक आहेत. त्यांच्या चालीरिती, परंपरा, संस्कृती व राहणी शेजाऱ्यापासून भिन्न होत्या. तरीसुद्धा ईशान्य भाग सोडून देशाच्या इतर भागांत आदिवासी व ग्रामवासी यांच्यात शतकानुशतके सांस्कृतिक, सामाजिक, आर्थिक व राजकीय दळणवळण सुरू होते. महाराष्ट्रातील सह्याद्री विभागात ठाणे, रायगड, पुणे, नाशिक, नगर हे जिल्हे असून त्यात ठाकर, कातकरी, वारली, महादेव, कोळी, मल्हार कोळी, काथोडी, ढोरकोळी इ. जमाती आढळतात. सातपुडा विभागात औरंगाबाद, जळगांव, धुळे, अमरावती हे जिल्हे असून त्यात घातका, पावरा, हुबळा, भीड, गावीत, कोरकू, मावची, कोलम, तोडवी या जमाती आहेत. गोंडवन विभागात नांदेड, यवतमाळ, भंडारा, चांदा (चंद्रपूर), गडचिरोली हे जिल्हे असून त्यात हलबा, कोला, कोया, माडिया, गोंड, आंध, कवर, परधान, भिल्ल इ. जमातींचे लोक आढळतात. आदिवासी संस्कृती हीच जगाच्या उत्थानाची गंगोत्री मानली जाते. भारतीय संस्कृतीची ओळख जगाला केवळ आदिवासींच्या संस्कृतीमुळे झाली आहे. तो भारतीय संस्कृतीचा मूळ प्रवाह आहे. यात काही बदल होऊन भारतीय संस्कृतीचा उदय झाला; पण या बदलापासून आदिवासी दूर राहिले. अज्ञानी, अशिक्षित, दारिद्र्य इ. मुळे त्यांची जीवनपद्धती मागासलेली राहिली. त्यांच्यात सुधारणा घडवून आणण्यासाठी सुधारणावादी व मानवतावादी चळवळी झाल्या. या चळवळीच्या नेत्यांनी व शासनाने त्याच्या सर्वांगीण सुधारणासाठी अनेक योजना हाती घेतल्या. त्या चळवळीकडे वळण्यापूर्वी आदिवासींची परिस्थिती समजावून घेणे आवश्यक आहे.

आदिवसींची परिस्थिती

पारतंत्र्याच्या काळात देशाच्या बहुतेक भागांतील आदिवसींच्या परिस्थितीत अंतर पडत गेले. त्यांच्या जीवनात बाजारू प्रवृत्ती शिरल्या. सावकार, व्यापारी, दलाल, सरकारी

कर्मचारी इ. बाहेरच्या लोकांनी त्यांच्या जीवनाचे क्षेत्र व्यापले. त्यांच्यामुळे आदिवासी कर्जबाजारी होत गेले. त्यांच्या जमिनी या लोकांनी बळकावल्या आणि शेतमजूर, कुळे, म्हणून राबण्याची आदिवासींवर वेळ आली. या बदलामुळे, त्यांची पारंपरिक जीवनपद्धती उद्ध्वस्त झाली. अनेकांना पुन्हा पहाडांचा आश्रय घ्यावा लागला. त्यांच्या जमिनीचे रक्षण करणारा कायदा फार उशिरा केला. व्हेरिअर एलूविन आयुष्यभर मध्य व ईशान्य भारतीय आदिवासींमध्ये राहिले. स्वातंत्र्यानंतर नवीन भारत सरकारला आदिवासींबाबतचे धोरण ठरविण्यात त्यांचा उपयोग झाला. ब्रिटिश राजवटीत आदिवासींची अवस्था काय होती, याबद्दल ते म्हणतात, ‘‘त्यांना जुलूम, शोषण सहन करावे लागत आहेत. व्यापारी, दुकानदार व दारूगुत्तेवाले त्यांच्यात शिरले आणि त्यांच्या अज्ञान व भोळेपणाचा गैरफायदा घेऊन त्यांची फसवणूक करीत त्यांना ते लुबाडत राहिले. आज ते दारिद्र्यात पिचत आहेत. ‘‘याबरोबरच ख्रिस्ती धर्मप्रचारक त्यांच्या कला, नृत्ये, विणकाम आणि एकूणच त्यांची संस्कृती नष्ट करीत आहेत.’’ जंगले हे त्यांच्या उपजीविकेचे साधन होते. शेतीसाठी जंगलतोड झाली व त्यांचे हे साधनच नष्ट झाले. इंग्रज सरकारच्या अनेक कायद्यांमुळे जंगलांचा उपयोग करणे, फळे, पाने वगैरे उत्पादन व वापरावर निर्बंध आले. पोलीस व वनरक्षक जुलूम करीत होते. या कारणांमुळे १९ व्या व २० व्या शतकात आदिवासींनी उठाव केले. उदा. मुंडांचा उठाव, संताळांचे बंड, भिल्ल, कोळी यांचे उठाव इ. अनेक ठिकाणी शेतकऱ्याच्या आंदोलनात त्यांनी भाग घेतला होता. आदिवासींमध्येही हळूहळू वर्गीय भेदभाव निर्माण झाले. त्यांच्यापैकी जे वरच्या वर्गात गणले जातात ते बाहेरच्या उच्चवर्गीयांशी हातमिळवणी करतात. शासकीय योजनांचे लाभ या वर्गाला मिळू लागले. बहुसंख्य आदिवासी जसेच्या तसे राहतात. याप्रमाणे आदिवासींच्या मार्गात अनेक अडचणी, खाचखळगे असले तरी स्वातंत्र्योत्तर काळात त्यांच्या विकासासाठी विधायक पावले उललेली गेली आहेत.

ईशान्येकडील आदिवासी

भारताच्या ईशान्य भागात सुमारे १०० आदिवासी जमाती आहेत. त्यांच्या भाषा वेगवेगळ्या आहेत. आसामच्या डोंगराळ भागात राहतात. ते तेथे बहुसंख्य आहेत. त्या प्रदेशात बाहेरच्यांना वस्ती करण्याविरुद्ध इंग्रज सरकारचे धोरण होते. त्यामुळे जमिनी आदिवासींच्याच ताब्यात राहिल्या. या प्रदेशात शाळा, दवाखाने, चर्च स्थापन करण्यास व धर्मप्रसारास इंग्रज सरकारने ख्रिस्ती धर्मप्रसारकांना प्रोत्साहन दिले. त्यांनी भारतातील राष्ट्रीय चळवळ इकडे पोहोचू नये असे प्रयत्न केले. त्यामुळे या आदिवासींच्या मनोवृत्तीत फरक पडत गेला. देशाच्या स्वातंत्र्यलढ्याचा ईशान्येकडील आदिवासींवर परिणाम होत नव्हता; म्हणून नेहरू म्हणाले, आपण सर्वांनी ईशान्य प्रदेशाकडे अधिक लक्ष दिले पाहिजे.

१९४८ साली आसामच्या सरहद्दीवरील टापू एकत्र करून नॉर्थ ईस्ट फ्रंटियर एजन्सी (नेफा) नावाचा वेगळा प्रांत बनविला आणि एलूविन यांच्या सल्ल्यानुसार ठरविलेले धोरण राबविण्याचा प्रयोग सुरू केला; तो केंद्रशासित प्रदेश ठेवला. पुढे १९८७ साली या प्रांताला अरुणाचल प्रदेश या नावे वेगळ्या राज्याचा दर्जा दिला. मेघालय असेच एक वेगळे राज्य केले. त्रिपुरा हे आणखी एक राज्य ईशान्येकडे निर्माण केले.

नागालँड - 'नागा' ही आदिवासी जमात आसाम व ब्रह्मदेश (म्यानमार) यांच्या सरहद्दीवरील नागा टेकड्यांवर राहत असे. त्यांची लोकसंख्या ५ लाख म्हणजे देशाच्या प्रमाणात ०.१% होती. त्यांच्यात अनेक बोली बोलणाऱ्या अनेक टोळ्या होत्या. इंग्रज सरकारने ख्रिस्ती धर्मप्रसारकांना तेथे प्रोत्साहन दिले होते. त्यांचा सहवास, संस्कार व इंग्रजी शिक्षणामुळे तेथे सुशिक्षित नागांचा एक छोटा वर्ग तयार झाला. स्वातंत्र्यानंतर भारत सरकारने आदिवासींना आसाममध्ये विलीन केले; पण ए. झेड. फिजो यांच्या नेतृत्वाखाली नागा लोकांच्या एका गटाने या निर्णयाला विरोध करून बंड केले. भारतापासून वेगळ्या राज्याची मागणी केली. ब्रिटिश अधिकारी व ख्रिस्ती धर्मप्रसारकांनी त्यांना पाठिंबा दिला; पण भारताने त्यांना ठाम विरोध केला व शांततेसाठी तेथे सैन्य पाठवले; पण लोकशाही मूल्ये जपणाऱ्या नेहरूंनी त्याचवेळी अहिंसक पुढाऱ्यांशी वाटाघाटी चालू ठेवल्या. मवाळ नेता डॉ. इम्कोंग्लिबा आओ याच्या नेतृत्वाखालील नागा गटाने सरकारशी तडजोड करून 'नागालँड' हे त्यांचे वेगळे राज्य मान्य केले. तरीही अतिरेकी नागांना चीनसारख्या देशांची मदत असते. त्यांच्या कारवाया चालू असतात.

मिझोराम - ईशान्येतील मिझोराम या प्रदेशात मिझो आदिवासी होते. नागालँडसारखी तेथेही बंडाळी झाली. आसाम सरकारच्या धोरणाविरुद्ध नाराज मिझोंनी 'मिझो राष्ट्रीय आघाडी' ही संघटना स्थापली. लालडेंगा तिचा अध्यक्ष होता. त्यांनी एक लष्करी दल उभारले आणि बंड केले. त्यांना चीन, पाकिस्तानची मदत होती. भारताने लष्करी कारवाई करून बंड मोडले. पुढे मिझोंची मागणी सौम्य झाली. तडजोड होऊन त्यांचे मिझोराम राज्य अस्तित्वात आले.

झारखंड - बिहार राज्यातील छोटा नागपूर व संताळ परगणे या टापूत आदिवासी राहतात. त्याला 'झारखंड' असे म्हणतात. त्यांच्यात संताळ, हो, ओरावन, मुंडा अशा काही प्रमुख आदिवासी जमाती होत्या. ते लोक शेतीवर उपजीविका करतात. तसेच शेतकामगार व खाणीतील कामगारांचा मोठा वर्ग आहे; बरेच जण कर्जबाजारी आहेत. झारखंड परिसरात केवळ आदिवासी नाहीत तर बिगर आदिवासींचे प्रमाण अधिक आहे.

वरीलप्रमाणे ईशान्य भारतात आदिवासींच्या वेगवेगळ्या जमातींचे प्रदेश होते. नंतर निर्माण झालेली त्यांची स्वतंत्र्य राज्ये आज अस्तित्वात आहेत. स्वातंत्र्यपूर्व काळात इंग्रजांनी त्यांच्याबाबत राबविलेले धोरण स्वत:चे हित साधणारे होते. ख्रिस्ती धर्मप्रसारकांनी

त्या आदिवासींना शिक्षण देत व आधुनिक सुधारणांचे संस्कार करत आपला धर्मप्रसारही केला आहे. देश स्वतंत्र झाल्यावर पं. जवाहरलाल नेहरू यांनी या सर्व आदिवासींबाबत अगदी विचारपूर्वक धोरण राबविले. क्वचित लष्करी कारवाई, मानवतावाद व लोकशाही मार्गाने आदिवासींमध्ये सुधारणा व विकासाचे धोरण राबविले. आदिवासी नसलेल्या आपल्या शेजाऱ्यापासून दूर, पुन्हा एकांतवासात जाणे आदिवासींना आता शक्य नाही. परस्परांत होणारे आदान-प्रदान ते आता थोपवू शकत नाहीत. एकमेकांच्या मुलखात राहणेही आता बंद करता येणार नाही. परस्परांच्या सहकार्यातून आपापले हितसंबंध सुधारू शकतील, हे भान आता हळूहळू आदिवासींना येऊ लागले आहे.

महाराष्ट्रातील आदिवासी चळवळ

सुरुवातीला उल्लेख केल्याप्रमाणे महाराष्ट्राच्या सातपुडा, सह्याद्री व गोंडवन अशा तीन विभागांच्या १४ जिल्ह्यांतील सुमारे २५ प्रमुख अशा आदिवासी जमातींचे वास्तव्य आहे. सर्वप्रथम ख्रिस्ती मिशनरी लोकांनी आदिवासींना जवळ केले. त्यांच्यासाठी शिक्षणाबरोबर सामाजिक कार्याला त्यांनी सुरुवात केली. महाराष्ट्रातील या आदिवासींच्या सुधारणा व विकासासाठी अनेक थोर समाजसेवकांनी कार्य केले आहे. त्यापैकी अनेकांनी विविध संस्था स्थापन करून आदिवासींना शिक्षण, राहणीमान, आरोग्य, आर्थिक स्वावलंबन, अनिष्ट रूढी प्रथांमधून सुटका, स्त्रियांचा उद्धार अशा सर्व बाबींसाठी फार मोठे काम केलेले आहे. त्या सर्व कामांची थोडक्यात दखल घेणे म्हणजे आदिवासी चळवळींचा अभ्यास होय. स्वातंत्र्यपूर्व व स्वातंत्र्योत्तर काळातही हे कार्य चालू आहे. अशा थोर समाजसेवकांचे कार्य खालीलप्रमाणे पाहू या.

ठक्कर बाप्पा - म. गांधीजींचे समकालीन असे हे थोर समाजसेवक होते. म. गांधीजींच्या सूचनेप्रमाणे ठक्कर बाप्पांनी आदिवासी समाजाच्या परिस्थिती सुधारण्यासाठी मोठे काम केले. महाराष्ट्रात भिल्ल ही एक आदिवासी जमात असून, मुख्यत्वे त्यांच्या शैक्षणिक व सामाजिक सुधारणांसाठी ठक्कर बाप्पांनी काम केले आहे. त्यांनी देशात एकूण २१ संस्था स्थापन करून त्याद्वारे आदिवासींसाठी काम केले. त्यांच्या या देशसेवेची दखल घेऊन म. गांधी त्यांना भिल्लांचे धर्मगुरू म्हणत असत. ठाणे जिल्ह्यात वारली जमाती या आदिवासी लोकांवर सावकारांकडून अन्याय होत असे. त्यात लक्ष घालून बाळासाहेब खेर यांनी त्यांना न्याय मिळवून दिला. देशाच्या स्वातंत्र्यादरम्यानचे त्यांचे हे कार्य आहे.

श्यामराव व गोदावरी परुळेकर - आदिवासी वारली समाजासाठी या समाजसेवकांनी कार्य केले. त्यांनी किसान सभेद्वारा या लोकांत संघटन आणि जागृती केली. त्यांना हक्क मिळवून देण्यासाठी मोठा संघर्ष केला. जमीनदार, सावकार या लोकांना

विनामोबदला म्हणजे वेठबिगार म्हणून राबवून घेत असत. ही त्यांची फार मोठी पिळवणूक चालू होती. ही जुलमी पद्धत बंद व्हावी यासाठी गोदावरी परुळेकरांनी आवाज उठविला.

ताराबाई मोडक - या समाजसेविकेने ठाणे जिल्ह्यातील कोसबाड येथे आदिवासींच्या शिक्षणासाठी मोलाची सेवा केली. आदिवासी शिक्षणापासून वंचित होते. सोयी नव्हत्या आणि त्याचे महत्त्वही माहीत नाही. ताराबाईंनी ही उणीव दूर करण्याचा प्रयत्न केला. त्यांनी आदिवासींच्या लहान मुलांसाठी अंगणवाड्या सुरू केल्या. ती मुले रमतील, त्यांना शाळेची आवड व ओढ निर्माण होईल अशा पद्धतीने शिक्षण देण्यास सुरुवात केली. प्रत्यक्ष कामातून शिक्षण, आवडणाऱ्या गप्पागोष्टी, चर्चा यातून शिक्षण, जनावरे व त्यांच्यासाठीचे कुरण हा आदिवासींच्या जीवनातील महत्त्वाचा घटक ओळखून कुरण शाळा सुरू केल्या. आदिवासींमध्ये रममाण होवून शिक्षणपद्धती राबविली.

अनुताई वाघ - ताराबाईंचा सहवास व कामातून प्रेरणा घेतलेली ही एक थोर समाजसेविका होय. अनुताई ओळखल्या जातात त्या प्रामुख्याने कोसबाड प्रकल्पासाठी. त्यांनी ठाणे जिल्ह्यातील कोसबाड येथे आदिवासींच्या कल्याणासाठी एक संस्था उभारली. त्या संस्थेला 'कोसबाड प्रकल्प' म्हणतात. त्यांनी या संस्थेमार्फत आदिवासींसाठी प्रामुख्याने शिक्षणकार्याकडे लक्ष दिले. त्यांच्या मुलांसाठी पाळणाघरापासून सुरुवात केली. अगदी लहान मुलांचा सांभाळ, पोषणापासून लक्ष दिले. नंतर त्यांच्यासाठी पुढे बालवाड्या सुरू केल्या. मुले मोठी होतील तसतसे त्यांच्या शिक्षणासाठी पुढील व्यवस्थाही केली. बालवाड्यातून प्राथमिक शाळेची सोय केली. या मुलांना शिकविणाऱ्या शिक्षकांसाठी बालसेविका ट्रेनिंग स्कूल, प्रौढांच्या शिक्षणासाठी शिक्षण वर्ग सुरू केले. एवढ्यावर न थांबता आदिवासीच्या उच्च शिक्षणासाठी महाविद्यालय उभारले. बालवाडी ते कॉलेज असे शिक्षणाचे नंदनवन त्यांनी कोसबाडला फुलविले. त्यांच्या या कार्याची दखल समाज, शासनाने घेतली. त्यांना 'पद्मश्री' किताब देऊन सन्मान केला. महाराष्ट्र शासनाच्या 'दलित मित्र', 'आदर्श शिक्षिका', 'जमनालाल बजाज पुरस्कार' अशा विविध पुरस्कारांनी त्यांचा गौरव केला आहे. त्यांनी 'कोसबाडच्या टेकडीवरून' हा ग्रंथ लिहिला असून त्यामध्ये आदिवासींचे जीवनदर्शन होते.

कॉ. देवजी पांडुरंग चौधरी, पांडुरंग साबळे - कॉ. चौधरी ऊर्फ देवजीभाई यांचे कार्यक्षेत्र मुख्यत्वे आदिवासींचे जव्हार संस्थान होते. तेथील ठाकूर, वारली, कातकरी, कोकणी इ. जमातीचे आदिवासी होते. सर्व बाबतीत मागासलेले, अशिक्षित, दारिद्र्यात पिचलेले हे लोक होते. शिवाय तेथील वेठबिगार पद्धतीने त्यांची पिळवणूक चालू होती. जव्हार संस्थानात त्यांच्या या दु:खाला कोणी वाली नव्हता. कॉ. देवजीभाईंचे त्यांच्या केविलवाण्या अवस्थेकडे लक्ष गेले. त्यांनी प्रथम वेठबिगार पद्धतीविरुद्ध आंदोलन केले. ती अन्यायी पद्धत बंद करण्यात त्यांना यश मिळाले. नंतर त्यांनी आदिवासींच्या शिक्षणाकडे

लक्ष वळविले. त्यासाठी त्यांनी 'आदिवासी सेवा मंडळ' स्थापन केले. या संस्थेमार्फत प्रथम त्यांनी आश्रमशाळा सुरू केल्या आणि आदिवासींच्या मुला-मुलींसाठी सर्व सोयी पुरवल्या आणि त्यांच्या शिक्षणाची सोय केली. जव्हार संस्थानातील त्यांचे आणखी एक कार्य म्हणजे त्यांनी आदिवासींची आर्थिक स्थिती सुधारण्याकडे लक्ष वळविले. त्यासाठी त्यांनी 'खरेदी-विक्री संघ' स्थापन केला आणि लोकांच्या आर्थिक फायद्याची कामे सुरू केली. तळासरी येथील आदिवासींसाठी त्यांनी वनवासी विद्यार्थी प्रकल्प सुरू केले. आणि त्यामार्फत त्यांचा विकास साधण्याचा प्रयत्न केला. याप्रमाणे, पांडुरंग साबळे या आदिवासींच्या सेवकाने 'आदिवासी सेवक मंडळ', 'आदिवासी कल्याण केंद्र, महाराष्ट्र' या संस्था उभारून त्यांच्या शिक्षणाची सोय केली. तसेच सामाजिक, आर्थिक जागृती घडविली. १९५१ साली त्यांनी 'ओम आदिशक्ती आदिवासी सेवासंघ' स्थापन करून मुलुंड येथील आदिवासी व मुंबईच्या सिमेंट कंपनीतील कामगारांना एकत्र केले.

बापूराव कृष्णाजी देशमुख - आदिवासींच्या सामाजिक, आर्थिक उन्नतीचे कार्य करणाऱ्या देशमुख यांनी आदिवासींची अनिष्ट प्रथा, रूढीतून मुक्तता करण्याचा प्रयत्न केला. समाजातील चतुर लोक भोंदूगिरी करून अशिक्षित, अज्ञानी लोकांना फसवत असतात. त्यांना लुबाडून स्वार्थ साधतात. देशमुखांनी अशा रूढी बंद करण्याचे ठरविले. समाजातील भोंदू भगताविरुद्ध आवाज उठविला. त्यांचे प्रकार खोटे, चुकीचे व लोकांना लुटण्याबरोबर अंधकारात लोटणारे आहेत हे दाखवून दिले. अंधश्रद्धा निर्मूलनाची व त्यासाठी चळवळीची आजही गरज आहे, तर त्या काळात आदिवासींसारख्या मागासलेल्या समाजात अंधश्रद्धा किती असतील याची आपण कल्पना करू शकतो. यातून आदिवासींना मुक्त करण्याचे देशमुखांनी केलेले कार्यही तेवढेच श्रेष्ठ आहे. याशिवाय त्यांनी लोकांमधील तंबाखूसारखे व्यसनाचे वाईट परिणाम, हुंडा पद्धत याविरुद्धही समाजप्रबोधनाची चळवळ उभारली. आदिवसांच्या वाड्या-पाड्यापर्यंत रस्ते, पाणीपुरवठा यांसारख्या नागरी सोई-सुविधा उपलब्ध केल्या. त्यांच्यामुळे आदिवासीत संघटितपणाची जाणीव झाली. त्यातून अनेक संस्था, संघटना उदयास आल्या. देशमुख यांच्या प्रयत्नामुळे व प्रत्यक्ष कामामुळे अखिल भारतीय आदिवासी परिषद स्थापन होऊ शकली. त्यांचे कार्य देशपातळीपर्यंत पोहोचले.

इतर सुधारक - श्री. मारुती बांडे यांनी आदिवासी समाजातील अनेक गरजू लोकांना अनेक प्रकारे मदत केली. त्याचे घर अशा लोकांचे प्रेमाचे हक्काचे आश्रयस्थान झाले होते. वंचितांना प्रत्यक्ष आपल्या घरात ठेवून घेणाऱ्या या समजासेवकाचे मन खूप विशाल होते. डॉ. वाडिवे यांनी आदिवासींच्या शिक्षणासाठी संस्था सुरू केली. विश्वेश्वरराव धर्मराव महाराज यांनी 'धर्मराव शिक्षण मंडळ' स्थापन करून आदिवासींना शिक्षणाची सोय केली. तसेच कुटुंब नियोजन, व्यसनमुक्ती, पर्यावरण, समता, बंधुत्व अशा आदर्श

नीतिमूल्यांची शिकवण दिली. श्री. बाबूराव मडावी यांनी 'आदिवासी विकास मंडळ' स्थापून आदिवासींच्या शैक्षणिक, आर्थिक विकासासाठी कार्य केले. आदिवासींना आरक्षण, रास्त सवलती, विधानसभेत प्रतिनिधित्व मिळावे यासाठी त्यांनी प्रयत्न केले. असेच काम करण्यासाठी श्री. महादेव कडू यांनी 'ठाणे जिल्हा प्रशिक्षण प्रसारक मंडळ' व आदिवासी समाजोन्नती मंडळाची स्थापना केली. श्री. सुखदेव उईके यांचेही आदिवासींच्या कल्याणासाठी महत्त्वाचे काम आहे. त्यांनी 'जंगल बचाव मानव बचाव' हे अभिनव आंदोलन केले. आदिवासांचे विस्थापन वाचविण्यासाठी हे आंदोलन होते. त्यांनी 'आम्ही आमच्या आरोग्यासाठी' या नावाची वेगळी संस्था स्थापन करून त्यामार्फत आदिवासींच्या आरोग्यासाठी अनेक सोईसुविधा पुरविल्या. शासनाच्या रोजगार हमी योजनेतून आदिवासींना काम उपलब्ध करून दिले आणि लोकांना आर्थिक फायदा करविला. काळूराम दोधडे यांनी आदिवासींच्या जमिनी परत मिळाव्यात यासाठी आंदोलन केले. आदिवासींचा जंगलांवर सर्वाधिक हक्क आहे. तो पारंपरिक हक्क मिळण्यासाठी गडचिरोली जिल्ह्यात देवाजी तोफा या आदिवासी नेत्याने मेंढालेखा गावाच्या माध्यमातून चळवळ उभारली. त्याच्या या आंदोलनाची घोषणा होती 'आमच्या गावात आम्हीच सरकार' या घोषणेतच त्यांच्या चळवळीचे उद्देश आणि स्वरूप सापडते. कॉ. नजूबाई गावित यांनी आदिवासी महिलांच्या उन्नतीसाठी त्यांचे शिक्षण, आरोग्य व अन्य समस्यांचे निवारण करण्यासाठी 'श्रमिक महिला संघ' स्थापन केला. तर आदिवासी युवकांना संघटित करून श्री. रामचंद्र जंगले यांनी 'आदिवासी युवक क्रांती दल' ही संघटना उभारली आणि तिच्यामार्फत आदिवासींचा सामाजिक विकास साधण्याचा प्रयत्न केला.

आदिवासी समाजात अनेक लेखक व साहित्यिकांनी त्यांच्या सामाजिक, धार्मिक प्रबोधनासाठी लिखाण केले. उदा. डॉ. गोविंद गारे यांनी 'स्वातंत्र्यलढ्यातील आदिवासी क्रांतिकारक' हे पुस्तक लिहून राष्ट्रीय विकासात योगदान दिले. कॉ. वाहरू सोनवणे, रामचंद्र जंगले, डॉ. विनायक तुनराम कविवर्य तुकाराम बांडे, चामुलाल छिपा, गोंडी संस्कृतीचे संशोधक व्यंकटेश आत्राम अशा अनेक लेखक व कवींनी आदिवासी साहित्याचा विकास केला आहे. त्यांनी आदिवासींचे जीवन, हलाखीची परिस्थिती, त्यांच्या समस्या याचे चित्र देशासमोर मांडले. आंतरराष्ट्रीय प्रसिद्धी पावलेले वारली चित्रकलेचे जनक जीवा सोमा म्हसे होत. त्यांनी वारली चित्रकला भारताबरोबर परदेशात पोहोचविली. आज आपणाला अनेक पुस्तकांत, सार्वजनिक ठिकाणी महाराष्ट्रातील अनेक घरात आवडीने वारली चित्रकलेचे नमुने बघायला मिळतात.

तारपा नृत्यातील रिंगण, लय, ताल, सुराच्या
सामूहिक नृत्य आविष्काराचे चित्रण

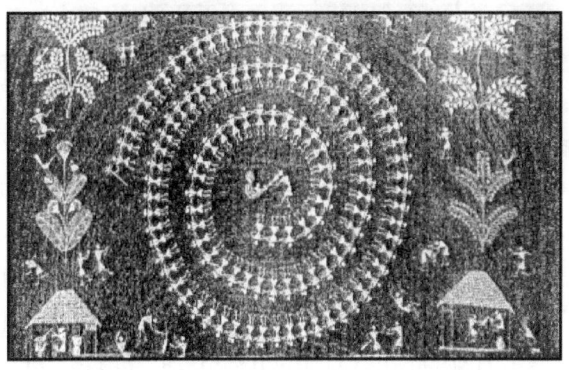

९.५ कामगार चळवळ

द्रव्यरूपाने किंवा वस्तूरूपाने मिळणाऱ्या मोबदल्यात शारीरिक वा मानसिक श्रम करणाऱ्या प्रत्येक व्यक्तीस 'कामगार' अशी संज्ञा आहे. औद्योगिक विकासाबरोबर भारतात कामगार वर्ग निर्माण होऊ लागला. कामगार चळवळ याचा अर्थ विविध प्रकारच्या उद्योगधंद्यातील कामगारांनी संघटित होऊन आपल्या हितसंबंधाच्या रक्षणासाठी आणि मालक वर्गाकडून आर्थिक तसेच अन्य प्रकारचे लाभ न्याय तत्त्वावर पदरात पाडून घेण्यासाठी चालवलेली चळवळ होय. औद्योगिक क्रांतीने कामगार वर्गाचा उदय झाला. त्याचबरोबर कामगारांना विपणावस्थेत ठेवणारी एक विषम समाजव्यवस्था प्रस्थापित केली, त्याला विरोध करण्यासाठी व समता आणि आपले हक्क प्राप्त करून घेण्यासाठी कामगार चळवळ उदयास आली.

भारतात कारखानदारीचा विस्तार होऊ लागला. १८५३ मध्ये आगगाडी निर्मितीचा पहिला कारखाना उभा राहिला त्यातून कामगार वर्गाचे बीजारोपण झाले. १८५४ मध्ये नानाभाई कावसजी दावर यांनी भारतात पहिली भारतीय मालकीची कापड गिरणी मुंबई (कुर्ला) येथे सुरू केली. टाटा यांनी नागपूर येथे एम्प्रेस मिलची स्थापना केली. पहिल्या महायुद्धापर्यंत भारतभर ही व्यवस्था सुरू झाली व २७४ कापड गिरण्या चालू राहिल्या. लोखंड-पोलादाचे कारखाने सुरू झाले 'कमी खर्चात जास्त नफा' ह्या तत्त्वामुळे मालकांचा फायदा व कामगारांवर अन्याय होऊ लागला; कारखानदारांच्याकडून कामगार वर्गाचे मोठ्या प्रमाणात शोषण होऊ लागले अशा स्थितीत कामगारांना आपले जीवन सुसह्य होण्यासाठी आणि श्रमाचा योग्य मोबदला प्राप्त करून घेण्यासाठी संघटित होऊन भांडवलदार वर्गाविरुद्ध संघर्ष करणे भाग पडले त्यातूनच कामगार चळवळीचा उदय झाला.

कामगारांचे संघटन व स्थिती सुधारणेच्या कार्याचा प्रारंभ :

अनिश्चित आणि अपुरे वेतन, कामाची अनिश्चितता भांडवलदारांनी मजुरांचे चालवलेले शोषण, प्रचंड कामाचा बोजा कर्जबाजारीपणा, रोगराई व निरक्षरता व कामगारांना कायद्याने संरक्षण मिळावे यासाठी समाज सुधारकांचे प्रयत्न सुरू झाले. कामगारांच्यामधील असंतोष सन १८७५ पासून संपाच्या रूपाने बाहेर पडू लागला. सन १८८० ते १८९० च्या दरम्यान मुंबई व मद्रासच्या औद्योगिक क्षेत्रात २५ मोठे संप झाले. तसेच रेल्वे कामगार संघ, मुद्रण कामगार संघ व पोस्ट कामगार संघ अशा काही कामगार संघटना आस्तित्वात आल्या त्या सर्व संघटना स्थानिक व क्षेत्रिय स्वरूपाच्या होत्या. १८७८ मध्ये सोराबजी शापूरजी बंगाली यांनी मुंबई कायदेमंडळाला कामगारांचे कामाचे तास मर्यादित करणारा ठराव मांडण्याच्या अयशस्वी प्रयत्न केला. बंगालमध्ये शशिपाद बॅनर्जी यांनी इ. स. १८७० मध्ये कामगार मंडळ स्थापन करून 'भारत श्रमजीवी' या मासिकाचे प्रकाशन सुरू केले; कामगारांना शिक्षण देण्याचा त्यांचा हेतू होता. सोराबजी शापूरजी बंगाली यांनी कामगारांच्या प्रश्नाबाबत इंग्लंडमध्येही प्रचार केला. त्यामुळे कॉमन्स सभागृहाने १८७९ मध्ये भारतातील कारखान्यासंबंधी कायदे करण्याचा ठराव पास केला यामुळेच भारत सरकारने १८८१ मध्ये कारखान्यासंबंधी कायदा केला. हा पहिला कारखाना कायदा अपूर्ण व कामगारांची निराशा करणारा होता.

नारायण मेघाजी लोखंडे-कामगार चळवळीचे जनक (१८४२ ते १८९७)

कामगारांचे विविध प्रश्न ओळखून त्या प्रश्नांची सोडवणूक करण्यासाठी सातत्याने धडपणारे नारायण मेघाजी लोखंडे यांना कामगार चळवळीचे जनक म्हणून ओळखले जाते. ब्रिटिश काळात मुंबईच्या औद्योगिक विकासामुळे महाराष्ट्रातील मुंबई प्रातांत कामगार

चळवळीने मूळ धरले. या चळवळीला आकार देण्याचे काम केले; महाराष्ट्राप्रमाणेच देशभरातील चळवळीत त्यांचे नाव या चळवळीच्या उभारणीसाठी अग्रदूत म्हणून घेतले जाते. त्यांचे मूळगाव पुणे जिल्ह्यातील खेड तालुक्यातील कण्हेरसर हे होते. त्यांचा जन्म १८४८ मध्ये ठाणे येथे झाला तेथे मॅट्रिकची परीक्षा उत्तीर्ण झाले. १८७० पर्यंत रेल्वे लोकोमोटिव्ह खात्यात कारकून व नंतर पोस्ट विभागात नोकरी धरली पुढील काळात कामगारांच्यासाठीच त्यांनी कार्य केले त्याची माहिती खालीलप्रमाणे आहे.

कामगारांचे हलाखीचे जीवन व कामगार चळवळीचा प्रारंभ

मुंबई येथे कामगार चळवळीचा जन्म होऊन तिचा सर्वत्र प्रसार झाला. नारायण मेघाजी लोखंडे यांनी सुरुवातीला अज्ञान, चालीरिती, शिक्षणाची आवश्यकता याविषयी स्फूट लेखन केले. पूर्वीची नोकरी सोडून ते मांडवीच्या मिलमध्ये स्टोअरकीपर बनले. ब्राह्मणेतरांचे पहिले वृत्तपत्र (१८७७). 'दीनबंधू' चे ते संपादक होते; मिलमध्ये नोकरीस असताना कामगारांचे जीवन जवळून पाहिले व कामगार चळवळीकडे आकर्षित झाले मुंबईच्या कापड गिरण्यांचा कारभार पाहण्यात मॅनेजिंग एजन्टना महत्त्व होते; ते दैनंदिन कामकाज व व्यवस्थापन सांभाळत होते. विविध खात्यांचे मास्टर्स व असिस्टंट कार्डिंग, विव्हिंग आणि स्पिनिंगची कामे पाहत. त्यांच्या हाताखाली जॉबर्स व सुपरवाइजर्स असत यामध्ये जॉबर्स महत्त्वाचा होता; त्याच्या कामगाराशी संपर्क असे तो गिरणीत कामे मिळवून देई. यासाठी तो 'बक्षीस' किंवा 'दस्तुरी' घेत असे तसेच काही रक्कम घेत असे. जॉबर्स कामगारांचे शोषण करीत होते. कमी पगार अकुशाल कामगार यांना स्थान दिले जाई. कामगार संख्या वाढवली, प्रचंड नफा वाढला परंतु वेतनवाढ झाली नाही. कामगारांना १२-१४ तास काम करावे लागे. लोखंडे यांनी १८८४ मध्ये ५५०० कामगार उघड्यावर गिरणीबाहेर झोपत अशी नोंद केली आहे. कामगारांचे कामाचे तास, सुट्ट्या याविषयी कोणतेच नियम नव्हते. लोखंडे यांनी ही हलाखीची स्थिती पाहिली व कामगार चळवळ सुरू करण्याच्या निर्णय घेतला.

लोखंडे यांचे संघटनात्मक व जागृतीचे कार्य

नारायण मेघाजी लोखंडे यांनी कामगारांच्या संघटनेच्या कार्याला प्रारंभ केला, त्यांनी 'इंडियन स्पेक्टेटर' व 'रास्त गोफ्तर' या दोन वृत्तपत्रांतून कामगार संघटनांची आवश्यकता स्पष्ट केली. 'दीनबंधू' मधूनही कामगारांची दु:खे स्पष्टपणे मांडली. कामगारांचे दु:ख कमी करणे व त्यांचे प्रश्न सोडविण्यासाठी लोखंडे यांनी भारतातील पहिली कामगार संघटना 'बॉम्बे मिल हँड असोसिएशन' या नावाने स्थान केली. त्यांच्या या कार्याला रघू भिकाजी, गेनू बाबाजी, नारायण युकौजी यासारख्या जॉबर्सनी मदत केली. याशिवाय त्यांनी १८८१ च्या फॅक्टरी ॲक्टचा अभ्यास करून त्यातील अपूर्णता

सर्वांच्या समोर मांडली, त्यात सुधारणा सुचवल्या.

फॅक्टरी कमिशनला सादर केलेल्या मागण्या

सन १८८१ च्या फॅक्टरी ॲक्टमधील त्रुटींच्या अभ्यास करून त्यात सुधारणा सुचवणेसाठी मुंबई सरकारने १८८४ मध्ये मुंबईच्या कलेक्टर डब्ल्यू. बी. मुलक यांच्या अध्यक्षतेखाली फॅक्टरी कमिशन नियुक्त केले. श्री.लोखंडे यांनी या कमिशनकडे कामगारांच्या वस्तुस्थितीकडे लक्ष पुरविण्यास सांगितले. कामगारामध्ये जागृती निर्माण करण्यासाठी लोखंडे यांनी २३ सप्टें. १८८४ रोजी पटल येथे व २२ सप्टेंबर १८८४ रोजी भायखळा येथे दोन सभा घेतल्या. कामगारांच्या मागण्यांचे ठराव पास केले व फॅक्टरी कमिशनच्या अध्यक्षाकडे पाठवले; त्यामध्ये पुढील मागण्या होत्या.

१) गिरणी कामगारांना रविवारी पूर्ण दिवस विश्रांती द्यावी.
२) दुपारी अर्धा तास कामगारांना सुट्टी असावी.
३) गिरणीतले काम सकाळी ६.३० पासून सूर्यास्तापर्यंत व्हावे.
४) कामगारांना महिन्याच्या १५ तारखेपर्यंत वेतन द्यावे.
५) कामावर दुखापत झाली तर तो पूर्ण बरा होईपर्यंत त्याला पूर्ण पगार द्यावा. कामावर कामगाराचा मृत्यू झाला तर त्याच्या कुटुंबाला पेन्शन दिली जावी.

कामगारांचा संप व रविवारची सुट्टी मिळाली

मुंबईतील मागण्यांवर विचार चालू असतानाच मुंबईमध्ये कामगारांनी एकजूट दाखवण्यास सुरुवात केली. कामगारांच्या पगारात केलेली कपात व पगार देण्यास केलेला विलंब यामुळे १८८५ मध्ये मुंबईच्या दोन गिरण्यांमध्ये संप केला. कुर्ल्याच्या स्वदेशी मिलमध्ये १८८७ मध्ये संप झाला. टाटांनी उत्तरेतून मजूर आणून संप मोडून काढण्याचा प्रयत्न केला परंतु त्यांना अपयश आले. कामगारांना आठवड्याची सुट्टी असावी यासाठी कामगार चळवळीचे प्रयत्न चालू होते. २४ एप्रिल १८९० रोजी श्री. नारायण लोखंडे यांनी महालक्ष्मी रेसकोर्सवर सभा घेतली, यामध्ये कामगारांना आठवड्यातून एक दिवस तीही रविवारी सुट्टी असावी अशी पुन्हा मागणी करण्यात आली. शेवटी १० जून १८९० रोजी रविवार हा सुट्टीचा दिवस असावा असे जाहीर करण्यात आले. हा कामगार चळवळीचा मोठा विजय मानला जातो.

पुढील काळात सन १८९२ फॅक्टरी ॲक्ट पास झाला. हा कायदा तयार करण्यामध्ये लोखंडे यांनी मोठे सहकार्य केले. सहकार्याबद्दल कमिशनने व गिरणी मालक संघाने त्यांचा गौरव केला. १८९१ साली कामगारांचे प्रश्न सोडविण्यासाठी नियुक्त केलेल्या रॉयल कमिशनपुढे लोखंडे यांनी कामगारांचे अत्यंत महत्त्वाचे मुद्दे मांडले. ते आपल्या मताशी नेहमी चिटकून असत. कामगारांच्या त्यांचे कार्य महान आहे. लोखंडेंनी केलेल्या

कार्याचा गौरव म्हणून सरकारने १८९५ साली त्यांनी 'रावबहादूर' पदवी दिली. असा हा भारतीय कामगार चळवळीचा जनक ९ फेब्रुवारी १८९७ रोजी प्लेगच्या साथीत वयाच्या ४९ व्या वर्षी मृत्यू पावला.

ऑल इंडिया ट्रेड युनियनची स्थापना

प्रचंड फायदा व पगार कमी हे कारकानदारांचे धोरण पहिले महायुद्ध व युद्धजन्य परिस्थिती जीवनावश्यक वस्तूंच्या किमतीमध्ये वाढ, रशियातील कामगार क्रांती इत्यादी घटनांच्यामुळे देशातील राजकीय वातावरण संतप्त झाले. देशभर संपाचे पीक आले. कानपूर, मुंबई, कोलकाता, मद्रास व अहमदाबाद इ. अनेक औद्योगिक शहरात हजारो कामगार संपावर गेले. राष्ट्रीय स्तरावर मंजूर संघटना स्थापन करण्याचा विचार पुढे आला. इ. स. १९१८ मध्ये मद्रास याठिकाणी बी. पी. वाडिया यांनी एक कामगार संघ स्थापन केला; हा पहिला कामगार संघ होता तो मजुरांच्या सहकार्याने स्थापन झाला परंतु मद्रास उच्च न्यायालयाने कामगार संघ स्थापन करणे बेकायदेशीर ठरवले त्यामुळे कामगार संघटनेच्या कार्याला खीळ बसली. परंतु मुंबई कामगारांचे नेते ना. म. जोशी यांनी या निर्णयाचा निषेध करून कामगार संघटना स्थापन करण्याचे स्वातंत्र्य असावे अशी मागणी केली. शेवटी ऑक्टोबर १९२० मध्ये लाला लजपतराय यांच्या अध्यक्षतेखाली ऑल इंडिया ट्रेडे युनियन काँग्रेसचे अधिवेशन भरविण्यात आले. थोडक्यात, आयटकची स्थापना झाली. लाला लजपतराय हे आयटकचे पहिले अध्यक्ष व दिवाण चमनलाल पहिले सरचिटणीस होते. या अधिवेशनाला १८०० पेक्षा अधिक प्रतिनिधी उपस्थित होते. पं. नेहरू, बॅ. जीना, विठ्ठलभाई पटेल यासारखे राष्ट्रीय नेते उपस्थित होते अशा प्रकारे राष्ट्रीय स्तरावरील पहिली कामगार संघटना १९२० मध्ये जन्माला आली. यामुळे कामगार चळवळीला प्रतिष्ठा मिळाली.

देशातील कामगारांच्या संघटनांच्या कार्यात व ध्येयधोरणात एकसूत्रता आणून कामगारांच्या आर्थिक, सामाजिक व राजकीय हितसंबंधाचे रक्षण व पोषण करणे हा ऑल इंडिया ट्रेड युनियन काँग्रेसचा उद्देश होता.

कामगार संघटनांवर साम्यवाद्यांचे वर्चस्व व कामगार संघटनात फूट

१९२४ ते १९३५ या कालखंडात कामगार संघटनेचे नेतृत्व साम्यवाद्यांच्याकडे गेले; गिरणी कामगारांची मोठी संघटना स्थापन झाली या संघटनेने ६ महिने कालावधीचा संप केला. जमशेटपूर-सोलापूर-कानपूर येथेही मोठे संप झाले. १९२९ मध्ये सरकारने 'रॉयल कमिशन ऑन लेबर' या कामगार विषयक आयोगाची स्थापना सरकारने केली. १९३० च्या सुमारास कामगार नेत्यांमधील संघर्षातून अखेरीस तीन अखिल भारतीय स्वरूपाच्या संघटना निर्माण झाल्या. अखिल भारतीय कामगार संघटनेतून श्री. एन. एम.

जोशी, व्ही. व्ही. गिरी., आर. आर. बखले इ. च्या नेतृत्वाखाली बाहेर पडले त्यांनी अखिल भारतीय कामगार संघ (All India Trade Union Federation AITUF) ही संघटना स्थापन केली. साम्यवाद्यांची ही संघटना सन १९२९ मध्ये स्थापन झाली. तर १९३१ च्या अखेरीस श्री. एस. व्ही. देशापांडे, श्री. बी. टी. रणदिवे यांनी अखिल भारतीय लाल ट्रेड युनियन काँग्रेस स्थापन केली. ही डाव्यांची संघटना होती. अशा प्रकारे तीन संघटना अस्तित्वात आल्या. कामगार वर्गात झालेल्या फाटाफुटीमुळे कामगारांच्या संघटनांचे बळ कमी झाले. आर्थिक मंदी व संपामुळे कारखानदार कामगारांना कमी करू लागले. त्यामुळे कामगारांच्या संघटित शक्तीची गरज कामगार नेत्यांना वाटू लागली त्यामुळे १९३५ साली रणदिवे यांचा जहाल गट अखिल भारतीय कामगार परिषदेत सामील झाला व जोशींचा गट मूळ संघटनेत परत आला. १९३६ पासून समाजवादी नेते कामगारांच्या कल्याणात लक्ष घालू लागले त्यामुळे कामगार चळवळींना पुन्हा जोम येऊ लागला.

कामगार विषयक कायदे

कामगारांच्यामध्ये निर्माण झालेली जागृती कामगार संघटनांचे कार्य यामुळे सरकारला कामगारांची स्थिती सुधारण्यासाठी कायदे करावे लागले. भांडवलदार व गिरणी मालकांना युद्ध कामगारासाठी काही सवलती द्याव्या लागल्या. कामगार कल्याणाच्या नावाखाली राहण्याची सोय, वैद्यकीय व शैक्षणिक सवलती, विश्रांती, मनोरंजनाच्या सोयी भविष्य निर्वाह निधी व रजा अशा प्रकारच्या सवलती देण्यात आल्या. सन १९११ ते १९२२ यावर्षी पास करण्यात आलेल्या फॅक्टरी ॲक्टनुसार १२ वर्षांखालील मुलांना कारखान्यात कामावर घेवू नये, १२ ते १५ वयोगटातील मुलांना दररोज ६ तासच काम द्यावे, इतर कामगारांचे कामाचे आठवडी तास ६० असावेत, मधल्या वेळेत कामगारांना अर्ध्या तासाची सुट्टी आणि आठवड्याला एक दिवस सुट्टी दिली जावी, स्त्रियांना रात्रीचे काम देवू नये, जादा कामाचा वेगळा मोबदला दिला जावा अशा या कायद्यांच्यामधील प्रमुख तरतुदी होत्या. १९२३ च्या कायद्याने कामावर असताना कामगाराचा मृत्यु झाल्यास अगर मोठी दुखापत झाल्यास त्याला मोबदला मिळण्याची तरतूद करण्यात आली; १९३३ ते १९३४ च्या मजूर कायद्यानुसार मजुरांचे आठवड्याचे कामाचे तास कमी करून ते ४८ तास करण्यात आले. एक वर्षाच्या नोकरीनंतर पगारी सुट्टी इ. बाबी निश्चित केल्या.

राष्ट्रीय पातळीवरील कामगारांच्या चार संघटना

दुसऱ्या जागतिक महायुद्धामुळे कामगार संघटनांच्या विकासाला साह्य झाले. कामगार संघटनांची सभासद संख्या व निधी यामध्ये वाढ झाली. 'इंडियन फेडरेशन ऑफ लेबर' ही नवीन राष्ट्रीय पातळीवरील संघटना श्री. एम. एन. रॉय यांच्या नेतृत्वाखाली स्थापन करण्यात आली. मे १९४७ मध्ये काँग्रेस पदाचे वर्चस्व असलेली 'इंडियन नॅशनल ट्रेड

युनियन काँग्रेस' (INTUC) 'इंटक' ही कामगार संघटना स्थापन करण्यात; आली आयटक व इंटक या दोन मोठ्या संघटनांचे अस्तित्व निर्माण झाले. १९४८ मध्ये समाजवादी विचारांच्या नेत्यांनी 'हिंद मजदूर सभा' या आणखी एका राष्ट्रीय पातळीवरील कामगार संघटनेची स्थापन केली. हिंदू मजदूर सभेची तत्त्वे, ध्येय, धोरणा न पटलेल्या श्री. के. टी. शहा, श्री. मृणालकांती बोस यासारख्या नेत्यांनी 'युनायटेड ट्रेड युनियन काँग्रेस (UTUC) ही कामगार संघटना सुरू केली. चार राष्ट्रीय पातळीवरील संघटना कार्य करीत होत्या त्यापैकी 'इंटक' वर काँग्रेस पक्षाचे, 'आयटक' वर साम्यवादी पक्षाचे, हिंदू मजदूर सभेवर समाजवादी नेत्याचे व युनायटेड ट्रेड युनियन काँग्रेसवर डाव्या विचारसणीचे प्रभुत्व होते.

थोडक्यात, याच कामगारसंघटनांची कामगारांची चळवळ गतिमान केली. कामगारांचे न्याय हक्क त्यांना मिळवून दिले, कामगारांचे कल्याण साधण्यासाठी सातत्याने संघर्ष केला.

प्रश्न :

प्र. १. खालील प्रश्नांची पाच ते सहा वाक्यात उत्तरे लिहा.

१) इतिहास लिखाणातील ठळक दृष्टिकोण

२) आदिवासी म्हणजे काय?

३) सती पद्धत

प्र. २. थोडक्यात उत्तरे लिहा.

१) राजा राममोहन रॉय यांचे कार्य

२) सत्यशोधक चळवळ स्पष्ट करा.

३) अनुताई वाघ यांचे कार्य

प्र. ३. दीर्घोत्तरी प्रश्न.

१) महाराष्ट्रातील आदिवासी चळवळीची माहिती द्या.

२) स्त्रियांच्या उन्नतिसाठी कार्य केलेल्या महत्त्वाच्या सुधारकांचे योगदान स्पष्ट करा.

३) दलितांच्या उद्धारासाठी डॉ. आंबेडकर यांचे कार्य सांगा.

४) शेतकऱ्यांच्या चळवळींची माहिती सांगा.

प्रकरण १०

स्वातंत्र्योत्तर भारत
(India after Independence)

१०.१ फाळणीचे परिणाम (Consequences of Partition)

१०.२ संस्थानांचे विलीनीकरण - हैदराबाद, जुनागढ व काश्मीर (Integration of Princely States-Hyderabad, Junagad & Kashmir)

या प्रकरणात आपण स्वतंत्र भारतापुढील प्रामुख्याने देशाच्या फाळणीमुळे निर्माण झालेल्या ज्या तातडीच्या, गंभीर समस्या होत्या, याचा अभ्यास करणार आहोत. त्या समस्यांपैकी एक म्हणजे भारतीय संस्थानांचे विलीनीकरण हा मोठा प्रश्न होता. तो कसा सोडवला, हे तीन संस्थानांच्या उदाहरणाने अभ्यासणार आहोत.

भारताची फाळणी व स्वातंत्र्य

महात्मा गांधीजींच्या नेतृत्वाखाली चाललेल्या आंदोलनामुळे देशाचे स्वातंत्र्य निश्चित झाले; पण मुस्लीम लीगच्या जातीय धोरणातून केलेल्या पाकिस्तान मागणीमुळे निर्णय घेणे अवघड झाले होते. या पेचप्रसंगातून मार्ग काढण्यासाठी विलायत सरकारने व्हॉईसरॉय म्हणून वेव्हेलच्या जागी लॉर्ड माऊंटबॅटन यांची नेमणूक केली. भारतात आल्यावर त्यांनी प्रमुख नेत्यांच्या भेटी घेऊन चर्चा केली. त्या दरम्यान देशात जातीय दंगली चालू होत्या. पंजाबात तीव्रता फार होती. तेव्हा देशाच्या फाळणीशिवाय पर्याय नाही, हे सरकारने ओळखले. म. गांधींचा या गोष्टीला कट्टर विरोध होता. अशा अवघड परिस्थितीत लॉर्ड माऊंटबॅटनने आपली योजना घोषित केली. त्याला काँग्रेस व मुस्लीम लिगने मान्यता दिली; पण सरहद्द गांधींनी विरोध केला; पण त्याचा उपयोग झाला नाही. अखेर योजनेच्या अंमलबजावणीला सुरुवात झाली. सिंध, बलुचिस्तान, वायव्य सरहद्द, पश्चिम पंजाब, पूर्व बंगाल आणि आसामातील मुस्लीम बहुसंख्य असलेला सितुहट

जिल्हा या प्रदेशांनी पाकिस्तानात सामील होण्याचा निर्णय घेतला. माऊंट बॅटन योजनेच्या आधारावर ब्रिटिश पार्लमेंटने १८ जुलै १९४७ रोजी भारतीय स्वातंत्र्याचा कायदा संमत केला. इंग्लंडचा राजा सहावा जॉर्ज याने त्यावर स्वाक्षरी केली. या कायद्यानुसार १४ ऑगस्ट १९४७ रोजी रात्री १२ वाजता १९० वर्षांची ब्रिटिश राजवट समाप्त झाली. पाकिस्तान वेगळे होऊन १५ ऑगस्ट १९४७ रोजी भारत स्वतंत्र व सार्वभौम राष्ट्र बनले. पाकिस्तानचे व्हॉईसरॉय म्हणून बॅ. जीना तर भारताचे व्हॉईसरॉय म्हणून लॉर्ड माऊंटबॅटन यांची नेमणूक झाली. जून १९४८ मध्ये चक्रवर्ती राजगोपालाचारी यांची माऊंटबॅटन यांच्या जागी नेमणूक झाली. २६ जानेवारी १९५० रोजी भारताची घटना अमलात येऊन भारत प्रजासत्ताक बनला. व्हॉईसरॉय पद संपुष्टात येऊन भारताचे राष्ट्रपती म्हणून डॉ. राजेंद्रप्रसाद यांची नेमणूक झाली.

१५ ऑगस्ट १९४७ रोजी भारत स्वतंत्र झाला. फाळणीचे दु:ख होतेच, तरी भारतीयांनी आनंदोत्सव साजरा केला. दीर्घकाळ देशाने स्वातंत्र्यासाठी लढा दिला. अनेक पिढ्यांनी त्यासाठी त्याग केला. तुरुंगवास, लाठीमार, छळवाद सोसला. शेकडो क्रांतिकारकांनी देशासाठी हौतात्म्य पत्करले. वंदेमातरम् म्हणत म्हणत फाशी गेले. सर्वांच्या त्यागातून देश स्वतंत्र झाला. पंडित जवाहरलाल नेहरू स्वतंत्र भारताचे पहिले पंतप्रधान झाले. आनंदाने भारावून गेलेले नेहरू जनतेला संबोधित करताना म्हणाले, ''कित्येक वर्षांपूर्वी आम्ही नियतीशी एक करार केला होता. त्या कराराची अंमलबजावणी करण्याची वेळ आता आली आहे. आज मध्यरात्रीला सारे जग जेव्हा झोपी जाईल त्या वेळी भारत जागा होईल. इतिहासात असा क्षण क्वचितच येतो की, जेव्हा आम्ही जुन्यातून नव्यात प्रवेश करतो, जुने युग संपते आणि नवीन युगाची सुरुवात होते आणि राष्ट्राचा आत्मा जागृत होऊन त्याला वाणी फुटते. असा क्षण हिंदुस्थानच्या इतिहासात आला आहे. त्या क्षणी आपण सारे भारतवासी भारतभूमीची सेवा करण्याची, तिच्या लोकांची सेवा करण्याची आणि पर्यायाने सर्व मानवजातीची सेवा करण्याची प्रतिज्ञा करूया... यापुढील काळात आपल्याला आराम करता येणार नाही. आजवर आपण वारंवार केलेल्या वचनांची पुर्तता करावयास आपल्याला सतत परिश्रम करावे लागणार आहेत.''

देश स्वतंत्र झाला; पण हिंदुस्थानचे तुकडे पडले. भारत, पाकिस्तान आणि पूर्व पाकिस्तान असा तीन ठिकाणी देश विभागला गेला. फाळणी होऊ नये यासाठी आटोकाट प्रयत्न झाले; पण ब्रिटिशांनी स्वत:च्या मतलबासाठी मुस्लिमांना बाजूला केले. त्यांच्या जातीयवादी मागण्या पक्षपातीपणे मान्य करत तो घातक वृक्ष वाढविला. त्यांना त्यात यश आले. मुस्लीम लीगने शेवटी टोकाची, हिंसक, अतिरेकी भूमिका घेऊन देशभर दंगली आणि रक्तपात घडविण्यास सुरुवात केली. परिणामी, फाळणीचा कटू निर्णय स्वीकारणे काँग्रेससाठी भाग पडले. देशाची फाळणी झाली व भारत स्वतंत्र झाला; पण या फाळणीमुळे

अनेक जटिल समस्या भारतापुढे उभ्या ठाकल्या. ते फाळणीचे पडसाद किंवा परिणाम होते. मुळात दोनशे वर्षांच्या पारतंत्र्यात देश दरिद्री झाला होता. सर्व क्षेत्रांत तो मागासलेला राहिला होता. यातून देश सावरणे हेच मोठे आव्हान होते. शिवाय देशासाठी घटना तयार करणे, नागरी स्वातंत्र्य देणारी लोकशाहीनिष्ठ राजकीय व्यवस्था स्थापन करणे, केंद्रात, राज्यात जबाबदार सरकारे आणणेसाठी निवडणुका घेणे, आर्थिक घडी बसविणे असे अनेक विषय होते. याप्रमाणे भारत सरकारपुढे काही मध्यम महत्त्वाची, काही दीर्घ मुदतीची तर अनेक तातडीची किंवा अल्प मुदतीची कामे होती.

भारत सरकारपुढे अनेक उग्र समस्या होत्या, हे सत्य आहे; पण त्या समस्यांवर उपाय शोधणे व अंमलात आणण्यासाठी सक्षम अशी यंत्रणा व माणसे होती आणि ती एक मोठी जमेची बाजू होती. जनतेचा भक्कम पाठिंबा असलेला, लोकमान्य पुढारी लाभलेला, लोकशाही मार्गाने चालणारा, देशव्यापी अशा काँग्रेस या राजकीय पक्षाचे अस्तित्व ही विधायक बाब होती. देशाला पं. नेहरूंचे सक्षम नेतृत्व लाभले होते. ''स्वत:च्या यशाविषयी खात्री वाटणे ही देशाची सर्वांत मोठी गरज आहे.'' असे नेहरू म्हणायचे. भावी यशाविषयी कोट्यवधी जनतेत उत्साह आणि आत्मविश्वास निर्माण करणारे ते नेतृत्व होते. अनेक धुरीण नेत्यांचा संच त्यांच्या पाठीशी होता. पोलादी इच्छाशक्ती व निश्चयी कृती करणारे प्रशासक सरदार वल्लभभाई पटेल त्यांचे उपपंतप्रधान होते. विद्वान मौलाना आझाद, डॉ. राजेंद्र प्रसाद, कुशाग्र बुद्धीचे सी. राजगोपालाचारी त्यांचे सहकारी केंद्र सरकारमध्ये होते. राज्यात गोविंदवल्लभ पंत, बिधानचंद्र रॉय, बाळासाहेब खेर, मोरारजी देसाई होते. काँग्रेसबाहेर नरेंद्र देव, जयप्रकाश नारायण, डॉ. आंबेडकर, डॉ. राधाकृष्ण यांच्यासारखा तत्त्वज्ञ, डॉ. झाकीर हुसेन यांच्यासारखा शिक्षणपंडित असे अनेक श्रेष्ठ नेते कार्यरत होते. त्यामुळे देशापुढील समस्या सोडविण्यात आणि फाळणीमुळे निर्माण झालेली परिस्थिती हाताळणे भारत सरकारला शक्य झाले.

फाळणीमुळे भारतासमोरील समस्या - फाळणीमुळे स्वतंत्र भारतापुढे अनेक समस्या उभ्या राहिल्या, ज्या तातडीने सोडविणे आवश्यक होते. उदा.

१) फाळणीमुळे उद्‌भवलेल्या जातीय दंगली.

२) पाकिस्तानातून भारतात आलेले निर्वासित व त्यांचे पुनर्वसन.

३) जातीय दंगलींमुळे पीडित झालेल्या लोकांचे संरक्षण.

४) संस्थानांचे विलीनीकरण.

याशिवाय भारत-पाकिस्तान यांच्या सीमा निश्चित करणे, लष्करी सेवा व साधनसामग्री यांची विभागणी करणे अशा अनेक समस्या फाळणीमुळे निर्माण झाल्या होत्या. या प्रमुख समस्यांचे स्वरूप व त्या सोडविण्याचे केलेले कार्य आपण क्रमश:

पाहणार आहोत. त्यापैकी 'संस्थानांचे विलीनीकरण' हा या प्रकरणाचा स्वतंत्र असा उपमुद्दा असून त्याची तशी आपण दखल घेणार आहोत.

१) जातीय दंगली

देशाची फाळणी होऊन १९४७ साली पाकिस्तान निर्माण झाले. आपली मागणी मान्य होणार, हे मुस्लिमांच्या लक्षात आल्यापासून जातीय दंग्यांना हिंदुस्थानात सुरुवात झाली होती. मिळेल त्या शस्त्राने हजारो लोक दंगल करीत सुटले होते. घरात, बाहेर, समाजात कुठेच सुरक्षितता राहिली नव्हती. माणसांच्या क्रूरपणे कत्तली चालल्या होत्या. जीवच सुरक्षित नव्हते तेथे मालमत्तेचे काय होणार? राजरोस लुटालूट चालू होती. स्त्रियांवर अत्याचार, अपहरण, बलात्कार केले जात होते. यापासून कसलेही, कुणालाही संरक्षण मिळत नव्हते. जीव कसा वाचवायचा, हा प्रत्येकाला प्रश्न पडावा अशी परिस्थिती देशातील विशिष्ट भागात होती. त्यामध्ये पंजाब आणि बंगाल येथील परिस्थिती भयानक झाली होती. १९४७ च्या प्रारंभीच पंजाबमधील अमृतसर शहर एक दशांश एवढे जळाले होते. यावरून दंगलीचे उग्र रूप कळू शकते. १९४७ च्या जुलै, ऑगस्टमध्ये या दंगलीचा अनेक ठिकाणी आगडोंब उसळला; प्रदेश विभागणी चालू होती. त्यामध्ये पंजाब आणि बंगालची विभागणी करण्याचा निर्णय सर रॅडक्लिफ यांच्यावर सोपवला होता. त्यांनी आपला निर्णय १७ ऑगस्ट १९४७ रोजी जाहीर केला. त्यानुसार फाळणीची रूपरेषा कळली. मग तर दंगल अधिकच तीव्र झाली. या निर्णयावर मुस्लीम व शीख दोघेही नाखूश होते. शिखांना लाहोर, संपन्न लायलपूर गमवाव लागला, तर मुस्लिमांना मंडीचा हेड्रो-इलेक्ट्रीक प्रोजेक्ट पूर्व पंजाबकडे गेल्याने दु:ख झाले आणि या दोन्ही जमातींनी परस्परांवर हल्ले केले. सुमारे ४०% शीख लोक बेघर झाले. पश्चिम पंजाब पाकिस्तानात गेला. तेथे क्रूरपणाची परिसीमा झाली. या दंगलीला पाकिस्तान सरकारचा गुप्त पाठिंबा होता. पुरुषांना एकत्र करून कत्तल करणे, स्त्रियांवर अत्याचार व विक्री करणे चालू होते. अशा क्रूर घटना अनेक ठिकाणी घडत होत्या. लोक मिळेल त्या वाहनाने भारताकडे धावत होते. पायी निघालेल्यांची मैल मैल रांग होती. उपासमार, आजार, वृद्धत्व, भीती इ.मुळे त्यांच्यापैकी अनेकजण रस्त्यात पडत.

पंजाबप्रमाणे बंगालचेही विभाजन होऊन तेथेही जातीय दंगली उसळल्या. बंगालमधील नौखाली प्रदेशात हिंसाचार झाला. बिहार व कोलकाता येथे त्याचे पडसाद उमटले. हिंसाचार रोखणे व शांतता निर्माण करण्यासाठी म. गांधीजी नौखालीत गेले. लोकांना शांत करण्याचा प्रयत्न केला. ७३ तासांचे त्यांनी उपोषण केले. त्यांच्या कार्याचे महत्त्व सांगताना दुर्गादास लिहीतात." सैन्याला ज्यात अपयश आले ती गोष्ट गांधीजींसारख्या एका कृश माणसाने सांगितली." तर माऊंटबॅटन म्हणाले, "गांधीजींची

बंगालमधील उपस्थिती म्हणजे एका माणसाचे सीमादल ठरले. त्यांनी बंगालला यादवी युद्ध व गोंधळापासून वाचविले.''

मुस्लिमांनी मांडलेल्या हिंसाचाराचे दिल्लीत परिणाम झाले. तेथे मुस्लिमांवर हल्ले झाले. जाळपोळ, लुटालूट झाली. त्यामुळे भयग्रस्त मुस्लीम पाकिस्तानकडे गेले. भारत व पाकिस्तान दोन्ही ठिकाणी अल्पसंख्याकांवर भयंकर अत्याचार झाले. यादवी युद्धाचे स्वरूप आले. काही महिन्यांत सुमारे पाच लाख लोक मारले गेले. लाखो रुपयांची मालमत्ता लुटली व नष्ट केली गेली. जातीय दंगलीने अक्षरश: हिंसाचाराचे थैमान घातले गेले.

या जातीय दंगलींचा बंदोबस्त करणे हे अवघड काम भारत सरकारपुढे होते. जातीय वृत्ती रोखणे, राष्ट्रीयत्वाची भावना निर्माण करणे आवश्यक होते. शांतता व सुव्यवस्था राखण्यासाठी सरकारने कणखर भूमिका घेतली. काही ठिकाणी सैन्य पाचारण केले. दिल्लीत लूटमार व प्राणहानी करणाऱ्या दंगलखोरांना गोळ्या घालण्याचे पोलिसांना आदेश दिले. अशा कणखर भूमिकेमुळे दंगल रोखण्यात यश आले. या काळात पंडित नेहरू यांचे धोरण, वागणे, निर्णय अगदी आदर्शवत होते. अल्पसंख्य मुस्लीम लोकांचे रक्षण करण्यात यश आले. त्यामुळे साडेचार कोटी मुस्लीम लोकांनी भारतात राहणे पसंत केले. सरकारी धोरणाचे आणखी एक वैशिष्ट्य असे की, या दंगलींना मुस्लीम लीग कारणीभूत आहे. तेव्हा भारत हे हिंदू राष्ट्र असल्याचे घोषित करावे. अशी मागणी काही गटांनी केली. पण नेहरूंनी ती मागणी फेटाळून लावली; आणि भारत हे लोकशाही व धर्मनिरपेक्ष राष्ट्र राहील, अशी स्पष्ट घोषणा केली. अशा प्रकारे फाळणीमुळे उसळलेली जातीय दंगल शमविण्यात भारताला यश आले.

२) निर्वासितांचे पुनर्वसन

फाळणीमुळे निर्वासितांचे स्थलांतर व पुनर्वसन करणे अत्यंत गंभीर आणि तातडीची समस्या भारतापुढे उभी राहिली. सुमारे एक कोट लोकांचा प्रश्न सोडविणे किती अवघड असेल, याची कल्पना करवत नाही. लोकांचे स्थलांतर अगदी जलद करावे लागत होते. अन्यथा, ते लोक जीवास मुकत होते. फाळणीनंतर लाखो निर्वासित आपापला देश, घरदार सोडून हिंदुस्थानकडे किंवा पाकिस्तानकडे जात होते. प्रारंभी हे स्थलांतर होऊ नये, असा भारत सरकारने प्रयत्न केला. पण ते अशक्य आहे, हे लक्षात आल्यावर सरकारने त्यासाठी मदत केली. त्यासाठीच्या कामाची जबाबदारी लॉर्ड माऊंटबॅटन यांच्यावर होती. त्यांनी त्याकरता एक 'इमर्जन्सी कमिटी' स्थापन करून ती मंत्रिमंडळाला जबाबदार ठेवली. सरकारने 'इंडियन मिलिटरी इवॅक्यूएशन ऑर्गनायझेशन' समिती स्थापन केली. या समितीने चार लाख निर्वासित पाकिस्तानात सोडले, तर सहा लाख निर्वासित

पाकिस्तानातून भारतात आणले. हे काम दीर्घकाळ चालू होते. पश्चिम पाकिस्तानातून ५५ लाख तर पूर्व पाकिस्तानातून ४२ लाख, निर्वासितांचे स्थलांतर भारतात झाले. भारत सरकारने स्थलांतरासाठी विमाने, ट्रक, आगगाड्या, बसेस आशा सर्व प्रकारच्या वाहनांची सोय केली होती; पण लोकांची संख्या, गरज आणि घाई एवढी होती की ही साधने अपुरी पडत होती. सुव्यवस्था राखून वाहतूक करणे कठीण होत होते. तरीही सरकारने जीवितहानी होऊ नये या दृष्टीने निर्वासितांचे स्थलांतर लवकरात लवकर करण्याचा आटोकाट प्रयत्न केला.

पुनर्वसन

सरकारने स्थलांतरित लोकांसाठी तात्पुरत्या छावण्या उभारल्या होत्या. पूर्व पंजाबात ८५ छावण्या होत्या. पाकिस्तानातून विशेषत: पश्चिम पंजाबातून येणाऱ्या हिंदूंना जवळ अंतर असल्याने तेथे तातडीने दाखल करणे सुलभ, सोईचे होते. दिल्लीत सर्वांत मोठी छावणी होती. पूर्व पंजाब, दिल्ली, उत्तर प्रदेश, राजपुताना, मुंबई इ. ठिकाणी १६० छावण्या होत्या. या सर्व ठिकाणी लोकांच्या जेवणाची, कपडालत्त्याची सोय सरकारतर्फे केली होती. कुरुक्षेत्र येथे मोठी छावणी होती. तरीही या छावण्या कमी पडत होत्या. मंदिरे, मशिदी, सार्वजनिक ठिकाणे लोकांनी भरून गेली होती. पूर्व बंगालमधून आलेल्या निर्वासितांचे पुनर्वसन अधिक कठीण होते; कारण तेथून निर्वासितांचे लोंढे येणे अनेक वर्षे चालू होते. पश्चिमेकडून जे हिंदू व शीख आले ते १९४७ साली एकावेळी आले; पण पूर्वेकडून सतत येत राहिले. पूर्वेकडून १९७१ पर्यंत निर्वासितांचा प्रवाह या देशात येत राहिला. पूर्व पाकिस्तानातून येणाऱ्या निर्वासितांचे पुनर्वसन पश्चिम बंगालमध्येच व काही प्रमाणात आसाम व त्रिपुरा येथे करावे लागले. पश्चिमेचे पुनर्वसन तुलनेने सोपे गेले; भाषेच्या सारखेपणामुळे पंजाबी व सिंधी निर्वासितांना हिमाचल प्रदेश, राजस्थान, दिल्ली, हरियाणा, उत्तर प्रदेश या टापूत वस्ती करणे सोपे गेले.

सरकारने पुनर्वसनाचा जटिल प्रश्न चांगल्या प्रकारे सोडवला. बहुसंख्य निर्वासित शेतकरी होते. त्यांना जमिनी देणे, गुरे-ढोरे, शेतीची उपकरणे, बी-बियाणे पुरविणे यासाठी सरकारने मदत केली. पाकिस्तानात गेलेल्या मुस्लिमांच्या जमिनी कसण्यास परवानगी दिली. अल्प व्याजदराने कर्ज दिले. या शेतकऱ्यांनीदेखील धैर्याने व चिकाटीने कष्ट केले, भरघोस उत्पन्न काढले. जेथून फाळणीपूर्वी ३० लाख टन अन्नधान्याची तूट होती, तेथे या निर्वासित शेतकऱ्यांनी तीन वर्षांत ३० लाख टन जादा उत्पन्न काढले.

पुनर्वसनाचे कार्य अधिक चांगले व्हावे, पीडित लोकांची व्यवस्था व रक्षण व्हावे यासाठी सरकारने एक संयुक्त पुनर्वसन समिती गठीत केली. कोणते राज्य किती निर्वासित सामावू शकेल याचा अभ्यास केला व तेवढ्या निर्वासितांची जबाबदारी त्या राज्यावर

सोपविली. त्यामुळे जून १९४८ पर्यंत लाखो निर्वासितांचे पुनर्वसन अनेक राज्यांत झाले. तेथील जनतेनेही त्यांना आपले मानले, सहकार्य केले, सामावून घेतले. समाजाचे हे औदार्यही पुनर्वसनाचा प्रश्न सुलभतेने सुटण्यास मदत झाली. हे स्थलांतरित लोक मिळेल ती नोकरी, व्यवसाय, उद्योगधंदा करून स्थिर जीवन जगू लागले. त्यांना उद्योग, व्यवसायासाठी कर्जेही उपलब्ध केली. या आर्थिक व्यवस्थेसाठी शासनाने पुनर्वसन वित्त समिती गठीत केली. समितीला अनेक अधिकार दिले. सहा टक्के व्याजदराने समितीने गरजूंना अर्थसाह्य केले. सूतकताई, विणकाम, हातमाग, शिलाई अशा व्यवसायासाठी मदत व प्रोत्साहन दिले. त्यामुळे निर्वासितांचे मूलभूत प्रश्न सुटले; त्यांना स्थिरता मिळाली. त्यांनी उत्पादित केलेल्या मालाच्या विक्रीची व्यवस्थाही केली. त्यांच्या उद्योगधंद्यांना मदतीसाठी वेगळी 'रीहॅबिलीटेशन इंडस्ट्रीअल कॉर्पोरेशन'ही संस्था स्थापन केली. तिने विविध उद्योगधंद्यांसाठी मदत केली. विविध शहरांना निर्वासितांच्या छावण्या जोडल्या. त्यांना 'मॉडेल टाऊन्स' असे नाव दिले. मध्य प्रदेशातील वस्तार, ओरिसातील कोरापूट व कालाहंडी या जिल्ह्यांत दंडकारण्याची योजना राबवून नवीन वसाहती स्थापन केल्या. पश्चिम भारतात फरिदाबाद, इस्तिनापूर, राजुपूरा, मिलोखेरी ही शहरे वसविली.

अन्न, पाणी, निवारा या गरजा भागविल्या. जमिनी, उद्योगधंद्यांसाठी मदत करून अर्थार्जनाची निर्वासितांची साय केली. त्याचबरोबर त्यांच्या मुलाबाळांचीही सर्व काळजी घेतली. त्यांच्या शिक्षणाची सोय केली. शाळा सुरू केल्या, तेथे सर्व सोयी केल्या. निराधार-अनाथ मुलांची व्यवस्था केली. एकाकी स्त्रियांना सर्व संरक्षण दिले. त्यांना नवे आयुष्य सुरू करण्यास मदत केली. त्यासाठी अनेक योजना सुरू केल्या. अनेक नवीन संस्था उभारल्या उदा. प्रत्यक्ष दिल्लीत १९४८ पर्यंत चार महिलाश्रम सुरू केले. तेथे अशा पीडित महिलांना आधार दिला. सर्व व्यवस्था केली. तसेच त्यांना लघु, कुटीरोद्योग सुरू करण्यासाठी प्रशिक्षण व मदत केली. निर्वासितांचे पुनर्वसन करण्यात, त्यांचे प्रश्न सोडवून नव्याने जीवन जगण्यासाठी भारत सरकारने सर्वतोपरी प्रामाणिकपणे, मानवतावादी प्रयत्न केले आणि फाळणीच्या या परिणामातून धर्म, जात, पंथ न बघता सर्व गरजूंना, निर्वासितांना मदत केली. त्यासाठी नवीन जन्मास आलेल्या भारत देशाने ३७९.२१ कोटी रु. खर्च केले. अपार कष्ट घेतले. अर्थात त्यानंतर काही वर्षे निर्वासितांचा प्रश्न भारताला भेडसावत होता. पूर्व पाकिस्तानात होणाऱ्या जातीय दंगलींमुळे अनेक निर्वासित भारतात येत राहिले. सरकार त्यांचे प्रश्न सोडवत राहिले. सारांश, भारताने निर्वासितांच्या पुनर्वसनाचा प्रश्न यशस्वीपणे सोडविला. अल्पतमसंख्याकांना संरक्षण दिले आणि भारत हे धर्मनिरपेक्ष राष्ट्र आहे हे दाखवून दिले.

जातीय आधारावर पाकिस्तानची निर्मिती झाली. त्यानंतर दोन देशांतील

निर्वासितांच्या मालमत्तेबाबत व अन्य गोष्टींसाठी वेळोवेळी करार होत राहिले. उदा. १९४८ चा करार, १९५० चा नेहरू-लियाकत करार इ.

१०.२ संस्थानांचे विलीनीकरण - हैदराबाद, जुनागढ व काश्मीर

आधुनिक भारताच्या इतिहासातील शेकडो संस्थानांचे विलीनीकरण आणि भारताचे टिकविलेले अखंडत्व हा अभ्यासाचा खूप महत्त्वाचा भाग. हे अखंडत्व टिकविताना सरदार पटेल यांचे योगदान तितकेचे मोलाचे आहे. अन्यथा ब्रिटिशांच्या कुटिल नीतीमुळे या देशाचे छोटे असंख्य तुकडे होऊन भारताचे अस्तित्व नष्ट झाले असते आणि तसेच घडावे असाच राजकीय डावपेच इंग्रज खेळले होते आणि यापेक्षा वेगळे घडणार नाही असे मत इंग्लंडचे साम्राज्यवादी पंतप्रधान चर्चिलसारख्या विद्वानांनी व्यक्त केले होते; पण ते सर्व खोटे ठरवत संस्थानांचे विलीनीकरण यशस्वी घडविले आणि भारत एक अशियातील महत्त्वाचे राष्ट्र आहे, हे भारतीय धुरिणांनी दाखवून दिले; म्हणून या विषयांच्या अभ्यासाला व संशोधनाला महत्त्व आहे.

स्वतंत्र झाल्याबरोबर भारत सरकारपुढे अनेक कठीण समस्या उभ्या ठाकल्या. त्यामध्ये भारतातील संस्थानांचे विलीनीकरण ही एक फार गंभीर समस्या होती. शेकडो संस्थानांचे विलीनीकरण हे एक आव्हान होते. कारण काही संस्थानिक सहजासहजी विलीनीकरणास तयार होणार नव्हते. त्यातच पाकिस्तान सरकार आणि बॅ. जीना यांचे डावपेच, कारस्थाने चालू होती. या सर्वांवर मात करीत ही कठीण समस्या सोडवायची होती. भारतात एकूण ५६२ संस्थाने होती. ही विशाल संख्या, त्यांनी व्यापलेला प्रदेश व त्यातील लोकसंख्या ही आकडेवारी खालील तक्त्यावरून लक्षात येईल.

विभाग	संस्थाने संख्या	क्षेत्रफळ	लोकसंख्या	उत्पन्न
ब्रिटिश इंडिया खालसा मुलूख	-	१०,९४,३०० चौ.मी.	२४ कोटी २० लाख	-
संस्थानी मुलूख	५६२	७,११,०३२ चौ.मी.	७ कोटी १० लाख	-
मुंबई प्रांत दक्षिण संस्थाने	१८	१०,९०२ चौ.मी.	२७,८५,४२८	१,६०,५१,०६८

संदर्भ - आधुनिक महाराष्ट्र, शिवाजी विद्यापीठ, कोल्हापूर, पान १६४.

संस्थानांच्या विलीनीकरणाचा प्रश्नाचे खरे कारण ब्रिटिशांच्या राजनीतीतच सापडते. ब्रिटिश राज्यकर्त्यांनी 'क्रिप्स मिशन' तसेच 'कॅबिनेट मिशन'च्या शिफारशी स्वीकारल्या

होत्या. त्यानुसार भारतातील संस्थानिकांनी भारत किंवा पाकिस्तानात विलीन व्हायचे की, स्वतंत्र राहायचे हे ठरविण्याचे अधिकार संस्थानांना असतील. याचा स्पष्ट अर्थ होता की हवे तर सर्व संस्थाने स्वतंत्रही राहू शकतील. इंग्रजांना जणू खात्री होती की, भारताचे जास्तीत जास्त विघटन होईल किंवा व्हावे. संस्थानिकांना हे दिलेले स्वातंत्र्य भारताच्या दृष्टीने घातक होते आणि त्यातून हा प्रश्न गंभीर बनला होता. सरदार पटेल यांचे सचिव व्ही. पी. मेनन यांची पुस्तके याविषयाच्या अभ्यासासाठी मौल्यवान असे संदर्भ आहेत. त्यात ते लिहितात की, भारताची व संस्थानांचीही सर्वाधिक हानी करणारी कोणती गोष्ट ब्रिटिशांनी केली असेल तर त्यांनी संस्थानिकांना स्वयंनिर्णयाचे दिलेले स्वातंत्र्य होय. त्यातून हा प्रश्न कठीण झाला हे खरे पण दक्षिण महाराष्ट्रातील संस्थानांच्या विलीनीकरणाची कथा या पुस्तकात वि. आ. पटवर्धन लिहितात त्याप्रमाणे ब्रिटिश विद्वानांचे हे भावी स्वप्न भारतीय राज्यकर्त्यांनी धुळीस मिळविल्याचे पुढील इतिहासावरून दिसून येते. ते आपणाला संस्थाने विलीनीकरणाच्या अभ्यासातून कळते. या प्रकरणात आपण त्यापैकी तीन संस्थानांच्या विलीनीकरणाचा इतिहास अभ्यासणार आहोत.

गांधीजी, नेहरू व पटेल यांचे योगदान

म. गांधीजींचे तत्त्वज्ञान आणि त्यानुसारचे काँग्रेसचे धोरण संस्थानी भारतात रुजवण्याचे महत्त्वाचे काम गांधीजी, पं. नेहरू आणि सरदार वल्लभभाई पटेल यांनी १९२० नंतर केले.

म. गांधींनी संस्थानिकांना आपले धोरण, वागणूक बदलण्यास सांगितले. जनकल्याणासाठी त्यांनी काम करावे, लोकशाहीप्रधान संस्था उभाराव्यात व उत्तम प्रशासन असावे. खादी, अस्पृश्योद्धार, ग्रामीण उद्योगधंदे असे विकासाचे कार्यक्रम राबवावेत. ब्रिटिश साम्राज्याचे आधारस्तंभ होण्यापेक्षा लोकप्रिय लोकशाहीचे समर्थक बना असे संस्थानिकांना सुचवले. ब्रिटिश सार्वभौमत्वाच्या कल्पनेवर मात करा. संस्थानिक नव्हे तर जनतेने स्वयंनिर्णयाचे अधिकार मिळवावेत. जनतेने संस्थानात जबाबदार शासनपद्धतीसाठी सत्याग्रहाचा अवलंब करावा. गांधीजींच्या सत्य व अहिंसा तत्त्वानुसार जनतेने संस्थानात चळवळी सुरू केल्या.

पं. नेहरूंनी अखिल भारतीय संस्थानी प्रज्ञा परिषदेस (All India state's people's conference) मार्गदर्शन केले. त्यांनी सांगितले की, नरेशांनी ब्रिटिश सरकारबरोबर केलेल्या करारांना बदललेल्या परिस्थितीत काही महत्त्व नाही. जनतेची इच्छा व त्यांचे कारण महत्त्वाचे आहे. ब्रिटिश सरकारशी केलेल्या कराराच्या आधारे जे संस्थानिक स्वतंत्र राहण्याची स्वप्ने बघताहेत त्यांना बजावले की असले करार आम्ही मानत नाही. लोकमत हे आमच्या दृष्टीने सार्वभौम आहे.

सरदार वल्लभभाई पटेल यांचे योगदान

Sardar Patel, a man of stern qualities, played a historical role in the integration of princely states with the Indian Union. Out of 562 Princely States, 559 Princely States joined the Indian Union while 3 Princely states joined pakistan. Sardar patel is described as a modern Bismarck in the context of merger of Princely states with the Indian Union.

सरदार पटेल यांनी मुत्सद्दीपणे व कौशल्याने, कोणाचे मन वळवून तर कोणावर दबाव टाकून दोन टप्प्यांमध्ये शेकडो संस्थाने भारतीय संघराज्यात सामील करून घेतली. काही संस्थानिकांनी सुज्ञपणे, वास्तवतेच्या जाणिवेने व थोड्याफार देशप्रेमानेही, १९४७ च्या एप्रिलमध्येच घटना सभेत प्रवेश केला होता. २७ जून १९४७ रोजी सरदार पटेल यांच्याकडे नव्याने निर्माण केलेल्या 'संस्थानी खात्याचा' (States Ministry) या खात्याचा कारभार सोपविला. व्ही. पी. मेनन हे राजकीय मुत्सद्दी त्यांचे सचिव होते. संस्थानिकांच्या हटवादीपणामुळे देशाच्या ऐक्याला जबर धोका पोहोचू शकतो, याची पटेलांना पूर्ण जाणीव होती. त्यांनी मेनन यांना सांगितले की, "परिस्थिती फार धोक्याची आहे. आपण ताबडतोब व परिणामकारक रीतीने ती हाताळली नाही तर मोठ्या कष्टाने आपण मिळविलेले आपले स्वातंत्र्य या संस्थानांच्या दरवाजातून नाहीसे होईल." त्यानुसार दोघेही आडमुठी भूमिका घेणाऱ्या संस्थानिकांच्या मागे लागले. संस्थानांच्या विलीनीकरणाचे धोरण पटेलांनी ठरविले आणि त्याची मोठ्या कौशल्याने व त्वरेने मेनन यानी अंमलबजावणी केली. सर्व संस्थानिकांना मान्य होईल असा करार (Instrument of Accession) तयार केला. विलीनीकरणाच्या व कराराच्या प्रती सही करण्यासाठी संस्थानिकांना देण्यात आल्या. परराष्ट्र, संरक्षण व दळणवळण या तीन विषयांबाबत संस्थानिकांनी संघराज्यात सामील व्हावे, अशी त्यांना विनंती केली. या विनंतीत एक गर्भित धमकीही होती की, संस्थानातील उत्कंठीत प्रजेने संस्थानिकांविरुद्ध काही गडबड केल्यास भारत सरकार ती थोपवू शकणार नाही आणि संघराज्यात सामील होण्याबद्दल सरकारच्या अटी १५ ऑगस्टनंतर कडक होतील. कठोर व करारी प्रशासक म्हणून ख्याती असलेल्या पटेलांची ही विनंतीवजा सूचना मान्य करून बहुतांश संस्थानिकांनी १५ ऑगस्टपूर्वीच संघराज्यात सामील होणे पसंत केले. एवढ्या अल्पकाळात नाममात्र शस्त्रबळाचा वापर करून एका राष्ट्रात एवढी संस्थाने विलीन करून घेतल्याचे उदाहरण जगाच्या इतिहासात क्वचितच आढळेल. पं. नेहरूंनी सरदार पटेल यांच्या धोरणाला पूर्ण पाठिंबा दिला होता. या काळात सरदार पटेल व मेनन यांनी घेतलेल्या अविरत कष्टाला व त्यांच्या योगदानाला भारतीय जनता कधीही विसरणार नाही. या महान कार्याचे शिल्पकार सरदार पटेल होते. भारत सरकारच्या या प्रयत्नाला हैदराबाद, जुनागढ व काश्मीर या संस्थानिकांनी अपेक्षित प्रतिसाद दिला नाही.

तेव्हा ही तीन संस्थाने कधी व कशी विलीन झाली याचा तपशील आपण खालीलप्रमाणे पाहणार आहोत.

१) हैदराबाद - भारतात एकूण ५६२ संस्थाने होती. काही ठिकाणी ही संख्या ५६५ सांगितली आहे. या एकूण संस्थानांमध्ये तीन ते चार मोठ्या संस्थानांमध्ये हैदराबाद हे एक होते. या संस्थानाचे क्षेत्रफळ ८२६९८ चौ. मैल एवढे होते. एकूण संस्थानांमध्ये बंका पहारी हे केवळ पाच चौ. मैल क्षेत्र व्यापलेले सर्वांत लहान संस्थान होते. दक्षिण आशियाचा २/५ भाग या एकूण संस्थानांच्या वर्चस्वाखाली होता.

हैदराबादच्या निजामाची सत्ता १७२४ साली मुघल सुभेदार निजाम-उल-मुलक असफजहा फिरोजंग चिन्कीलीजखान याने स्थापन केली. या राज्यावर एकूण सात निजामांनी राज्य केले. उस्मान-अली-सिपाह सालार हा शेवटचा निजाम होता. या संस्थानाचा विस्तार ८२६९८ चौ. मीटर एवढा होता. काळाच्या ओघात यातील खानदेश स्थानिक सुलतानांनी काबीज केला, तर वऱ्हाड ब्रिटिशांना देणे भाग पडले. हैदराबाद राज्याचे मराठवाडा, तेलंगण व कर्नाटक असे तीन विभाग होते. १९३६ च्या अंदाजपत्रकाप्रमाणे राज्याचे उत्पन्न ८५६५००००/- रु. होते. १९४१ च्या शिरगणतीनुसार लोकसंख्या १६३३८५३४ होती. त्यापैकी ८५% हिंदू, १०% मुस्लीम व ५% इतर अल्पसंख्य लोक होते.

इतिहासकार सेतू माधवराव पगडी यांनी १९५६ साली 'हैदराबादेतील स्वातंत्र्याच्या चळवळीचा इतिहास' हा ग्रंथ लिहीला असून त्यात १८०० ते १९१० या काळातील हैदराबाद राज्यातील स्वातंत्र्य संपादनाचा इतिहास दिला आहे. या काळात अनेक बंडे झाली. ही सर्व बंडे इंग्रज फौजांनी मोडून काढली. अन्यथा १५० वर्षांपूर्वीच निजामाचे राज्य नष्ट झाले असते.

निजामाचे धर्मांध व जुलमी धोरण

निजाम स्वतःला तुर्की घराण्याचा मुघलवंशीय हिंदुस्थानातील एक जेता आणि हिंदू प्रजा आपली गुलाम समजत असून तसे त्याचे धोरण होते. ती प्रजा सुमारे ९०% होती हे उल्लेखनीय होय. राज्यव्यवस्थेवरील एका पुस्तिकेवरून शेवटच्या निजामाचे पोलिसासह लष्कर १८२२६ होते; पण प्रत्यक्षात ४२ हजार होते. शिवाय रझाकारांची संख्या दोन लाख असून निजामाचे धोरण अमलात आणणे हे त्यांचे कार्य होते. राज्यकारभार व शिक्षणाचे माध्यम उर्दू भाषा होती. कालगणना इराणी महिन्याप्रमाणे चालू होती. संस्थानावर अंतिम वर्चस्व इंग्रजांचे असले तरी निजाम एका स्वतंत्र राष्ट्राच्या अधिपतीसारखा वावरत होता. 'दिनदार सिद्दीक संघटना' इस्लाम धर्मप्रसाराचे कार्य करीत असे. शेवटी या संघटनेने हिंदूंवर भयंकर अत्याचार केले. 'खाकसार पार्टी'चे उद्दिष्ट काफीर न ठेवणे हे

होते. निजामसेना कार्यरत होती. सर्वांत जुलमी 'रझाकार' संघटना निजामाला मदत करीत होती. कासीम रझवी हा या संघटनेचा नेता, मूळचा लातूरचा, कायद्याचा पदवीधर, सामान्य बुद्धीचा, अविवेकी, धर्मवेडा पण उत्तम वक्ता होता. लोक त्याला बॅरिस्टरसाब म्हणत असत. रझाकार म्हणजे 'स्वेच्छेने कार्य करणारे स्वयंसेवक' असा अर्थ होता. त्याने अनेक हिंदूंना रझाकार बनविले. रझाकारांच्या बळावर त्याने संस्थानात प्रचंड दहशत निर्माण केली होती. त्याच्या महत्त्वाकांक्षेमुळे अनेक निष्पाप लोकांना प्राण गमवावे लागले. संस्थान मुक्ती संग्रामाच्या अखेरच्या टप्प्यात त्याने 'कत्तलेआम'चा क्रूर आदेश दिला होता. थोडक्यात, असे हे हैदराबाद संस्थान, त्याचा जुलमी शासक आणि पीडित प्रजा होती. भारतातील चार मोठ्या संस्थानांपैकी एका संस्थानचा असा इतिहास होता. जनतेमध्ये या जुलमाविरुद्ध तीव्र असंतोष असणे साहजिक होते आणि असंतोष हे राष्ट्रवादाचे व स्वातंत्र्य चळवळीचे उगमस्थान असते. त्या सिद्धान्तानुसार हैदराबाद संस्थानातही जनजागृती सुरू झाली.

सामाजिक व सांस्कृतिक जागृती

हैदराबाद संस्थानातील राजकीय जागृतीची सुरुवात लोकांत चाललेल्या हरिकथामध्ये दिसते. भजनी मंडळींनी जनजागृती सुरू केली. १८९१ साली आर्य समाज संस्थानात पोहोचला. या संघटनेचा वाटा मोठा आहे. १८९५ साली हैदराबादमध्ये प्रथम गणेशोत्सव झाला. हळूहळू अनेक गणेश मंडळे सांस्कृतिक कार्य करू लागली. त्यांचे मेळे परिणामकारक चालत. अनेक व्याख्याने आयोजित केली जात. गांधीजींचा सूतकताई, चरखा, खादी इ. कार्यक्रम राबवले जाऊ लागले. १९०१ साली वाचनालय सुरू झाले. १९०४ साली रंगराव काळोजी या महाराष्ट्रीय व्यक्तीने पहिले तेलगू स्कूल सुरू केले. १९१५ साली स्वामी रामानंद तीर्थ यांनी हिप्परगा येथे पहिली राष्ट्रीय शाळा सुरू केली. मुक्ती संग्रामात या शाळेचे योगदान फार मोठे आहे. तत्पूर्वी लोकमान्य टिळकांनी १८९१ साली लातूरला भेट दिली होती. त्यांच्या नांवे नंतर एक वाचनालय सुरू केले होते. १९३५ पर्यंत सुमारे २० खासगी शाळा राष्ट्रीय कार्य करत होत्या. संस्थानात उर्दू सोडून अन्य भाषांवर अन्याय चालला होता; यातून साहित्य संस्था उदयास आल्या. १९१४-१५ मध्ये हैदराबादेत दक्षिण साहित्य संघ स्थापन झाला. १९३१ साली हैदराबाद येथे महाराष्ट्र साहित्य संमेलन झाले. डॉ. केतकर अध्यक्ष होते. दुसरे संमेलन नांदेडला दत्तो वामन पोतदार यांचे अध्यक्षतेखाली, तर तिसरे औरंगाबाद येथे जी. टी. माडखोलकर यांच्या अध्यक्षतेखाली झाले होते. अनेक वृत्तपत्रे, साप्ताहिके सुरू केली गेली. या सर्व प्रयत्नातून लोकजागृती होत गेली आणि पुढील स्वातंत्र्य चळवळीला अनुकूलता तयार झाली.

हैदराबाद स्टेट काँग्रेस सत्याग्रह आंदोलन

संस्थानातील तिन्ही भाषिक प्रदेशात वरीलप्रमाणे विविध सामाजिक संस्था जगजागृती करीत होत्या. खालसा मुलखात म. गांधीजींच्या नेतृत्वाखाली कायदेभंग, सत्याग्रह या रूपाने स्वतंत्र चळवळ चालू होती. त्याचे प्रत्यक्ष-अप्रत्यक्ष परिणाम हैदराबाद संस्थानातील प्रजेवर होणे, प्रेरणा मिळणे साहजिक होते. १९३० नंतर संस्थानातील परिस्थिती झपाट्याने बदलत गेली तसतसे सरकारने दडपशाहीचे धोरण तीव्र केले. बाहेरून येणाऱ्या २१ वृत्तपत्रांवर बंदी घातली. महाराष्ट्र परिषदेस जातीय ठरवले. जनतेच्या मूलभूत हक्कांसाठी एखादी सर्वसमावेशक राजकीय संघटना आवश्यक असल्याची लोकांना जाणीव झाली. त्यातून १९३८ साली हैदराबाद स्टेट काँग्रेसची स्थापना झाली. स्वामी रामानंद, गोविंदभाई श्रॉफ अशा मान्यवर नेत्यांना सरकार दहशतवादी मानत असे. काँग्रेस हा शब्दच निजामाला रुचत नव्हता. ही संघटना जातियवादी, घातपाती कारवाया करणारी आहे, असे निजामाचे मत होते; म्हणून सरकारने ७ सप्टेंबर १९३८ रोजी काँग्रेसवर बंदी घातली. त्यामुळे काँग्रेसच्या लोकांनी कायदेभंग चळवळीचा मार्ग निवडला. सनदशीर व लोकशाही मार्गाने लढा सुरू केला. स्वामी रामानंद तीर्थ यांना सत्याग्रहाबद्दल दीड वर्ष सक्तमजुरीची १९३८ साली शिक्षा झाली. स्वामीजी जहाल विचारसरणीचे होते. माणिकचंद पहाडे हे एक कुशल संघटक म्हणून कार्य करीत होते. मराठवाडा मुक्तीसाठी झालेल्या आंदोलनात साताारच्या अनेक देशभक्तांनी भाग घेऊन सत्याग्रह केला व शिक्षा भोगल्या होत्या. उदा. उद्धवराव महादेव भस्मे, मनोहर तारे, बंडू गुरव, जोशी यांनी मराठवाड्यात जाऊन कायदेभंग केल्याबद्दल त्यांना तुरुंगवास झाला होता. त्यापैकी भस्मे यांची लेखकाने मुलाखत घेतली असून त्यांच्याकडील आंदोलनाशी संबंधित मूळ कागदपत्रे पाहिली आहेत. भस्मे यांचे गतवर्षी वृद्धत्वाने निधन झाले. हिंदू महासभेच्या सहा तुकड्यांनी आंदोलनात भाग घेतल्याने त्याना शिक्षा झाली. हैदराबाद स्वातंत्र्य चळवळीत आर्य समाजाचा वाटा मोठा आहे. १९३८ पासून दहा महिने त्यांनी सत्याग्रह चालविला होता. आर्य समाजाने अनेकांना पुन्हा हिंदू धर्मात घेतले. समाजाच्या संस्थानात २४१ शाखा होत्या. त्यांचे १२००० पेक्षा अधिक सत्याग्रही तुरुंगात गेले होते. समाजाचा सत्याग्रही वेदप्रकाश हा पहिला हुतात्मा झाला.

वंदेमातरम् विद्यार्थी चळवळ -

हैदराबाद संस्थानच्या स्वातंत्र्यलढ्यात या चळवळीचे योगदान मोठे आहे. संस्थानात 'वंदेमातरम्' गीत म्हणण्यावर बंदी होती. विद्यार्थ्यांच्या मनात असंतोष होता. त्यांना चिथावणी देतात म्हणून गोविंदभाई श्रॉफना नोकरीतून काढून टाकले. विद्यार्थ्यांनी वसतिगृहात वंदेमातरम् म्हणण्यास सुरुवात केली. त्यावर बंदी घातली गेली. विद्यार्थ्यांनी

अन्न सत्याग्रह केला, संप पुकारला. गणवेशाला सक्त विरोध केला. वंदेमातरम् हे आता आंदोलन झाले. सरकारने अशा विद्यार्थ्यांना शाळा, कॉलेजातून काढून टाकले. नागपूर विद्यापीठाचे कुलगुरू डॉ. केदार यांनी अशा विद्यार्थ्यांना प्रवेश देऊन त्यांचे नुकसान टाळले व राष्ट्रीय कार्याला मदतही केली. संस्थानातील आंदोलनास पुढे अनेक कार्यकर्ते या चळवळीतून मिळाले.

१९३८ ते ४८ या दशकात स्वातंत्र्यलढ्यातील अनेक आघाड्यांवर या चळवळीतील तरुण कार्यकर्ते सक्रिय होते. संस्थानाबाहेर गांधीजींच्या नेतृत्वाखाली स्वातंत्र्य चळवळ चालू होती. वैयक्तिक सत्याग्रह करण्यास त्यांनी हैदराबाद संस्थानात परवानगी दिली. त्यात स्वामीजी व अन्य कार्यकर्ते सामील झाले. १९४२ च्या चलेजाव चळवळीत संस्थानातील नेत्यांनी भाग घेतला. स्वामींना अटक झाली. अनेक सत्याग्रहींनाही तुरुंगवास झाला. निजाम चळवळ दडपण्याचा प्रयत्न करत होता, तर लोक भूमिगत राहून चळवळ चालवत होते. काँग्रेसवरील बंदी कायम होती. त्याविरुद्ध जहाल गट आक्रमक होता. १९४६ मध्ये बंदी उठवली. अखिल भारतीय काँग्रेसच्या अनेक व्यासपीठावर हैदराबाद संस्थानाबाबत चर्चा झाली. दरम्यान, महाराष्ट्र परिषद हैदराबाद स्टेट काँग्रेसमध्ये विलीन केली. काँग्रेसमधील जहाल-मवाळ वाद टोकाला गेला. तेव्हा स्वामींच्या नेतृत्वाखाली नवीन स्थायी समिती गठीत केली गेली. जून १९४७ मध्ये स्टेट काँग्रेसचे पहिले अधिवेशन हैदराबादला झाले. तेव्हा निजाम सरकारने स्वामींना; धमकावण्याचा प्रयत्न केला. पण त्यांच्या सूचना स्पष्टपणे फेटाळून अधिवेशनात जबाबदार शासनपद्धतीची मागणी केली. भारतीय संघराज्यात संस्थान विलीन झालेच पाहिजे, असे घोषित केले. या दरम्यान डॉ. बाबासाहेब आंबेडकर यांनीही आपली भूमिका स्पष्टपणे जाहीर केली की, संस्थाने स्वतंत्र राहू शकत नाहीत. निजाम हा शत्रू आहे. त्याची बाजू घेऊ नका, असे अनुसूचित जातीमधील माणसांना सुचवले. स्टेट काँग्रेसच्या अधिवेशनात गुप्तपणे ठरल्याप्रमाणे स्वामीजी व इतरांनी सत्याग्रह करावा, कारावास पत्करावा; तर दुसऱ्या गटाने भूमिगत व्हावे, संस्थानाबाहेर जाऊन चळवळ करावी असे ठरले. स्टेट काँग्रेस आता अखेरच्या संग्रामाला तयार झाली.

इस्लामी अतिरेक्यांच्या दहशतवादी कारवाया

कासीम रझवी याने रझाकार या कडव्या लोकांचे सशस्त्र दल उभारले होते. आपणच या भूमीचे राज्यकर्ते आहोत, असे त्यांचे बोलणे होते. त्यामुळे समाजात दोन गट पडले. रझाकारांनी संस्थानात कहर माजविला. रझाकारांचा विशिष्ट पोषाख असे. प्रत्येकाला दरमहा ६० रु., शस्त्रे व सुविधा मिळत. त्यांनी निजामाच्या पठिंब्याने 'आझाद हैदराबादसाठी' प्रयत्न सुरू केले. निजामाने इंग्रज, पोर्तुगीजांशी संपर्क वाढविला.

'ओस्मानिस्तान' च्या दिशेने त्याच्या हालचाली वाढल्या. रझाकारांनी अनेक क्रांतिकारकांना क्रूरपणे ठार मारले. डॉ. य. दि. फडके लिहितात - मुक्ती संग्राम हा हिंदू मुस्लिमातील तंटा नसून उन्मत्त राज्यकर्ते आणि अन्यायाविरुद्ध लढणारे हिंदू व मुस्लीम यांच्यातील संघर्ष होता.

रझाकारांना तोंड देण्यासाठी संस्थानाबाहेर सरहद्दीलगत काँग्रेसच्या सशस्त्र लढ्याच्या छावण्या (कॅम्प) सुरू करायच्या, असे स्टेट काँग्रेसने ठरविले. प्रतिकारासाठी निवडक लोकांना शस्त्रास्त्रांचे प्रशिक्षण दिले. मराठवाडा, तेलंगण व कर्नाटकच्या सरहद्दीवर अनेक छावण्या उघडल्या, दिगंबर बिंदू यांच्या नेतृत्वाखाली एक कृती समिती स्थापन केली. सर्व अधिकार समितीला दिले.

कृती समितीचा क्रांतिकारी कार्यक्रम

कृती समितीने स्वातंत्र्यसंग्रामाचा आता प्रत्यक्ष कार्यक्रम सुरू केला. ७ ऑगस्ट १९४७ हा दिवस संघराज्यात सामील होण्याचा दिवस पाळावा. १५ ऑगस्टला भारताच्या स्वातंत्र्याचा दिवस संस्थानभर साजरा केला; मिरवणुका काढल्या. घराघरावर तिरंगा दिसू लागला. खेडोपाडी प्रभातफेऱ्या, गट सभा, मोर्चे निघू लागले. दिवसेंदिवस आंदोलन तीव्र होऊ लागले. सरकारचे फर्मान, दडपशाहीची कोणी पर्वा केली नाही. २१००० लोक कैद झाले. तरी सर्वत्र झेंडावंदन होत राहिले. त्याचवेळी सशस्त्र मार्गही अवलंबवले. सरकारी यंत्रणा बंद पाडणे, जंगल सत्याग्रह, पोलीस ठाणी उद्ध्वस्त करणे, साराबंदी, गावे स्वतंत्र करून निजामाची सत्ता झुगारून ग्रामसत्ता सुरू करणे असे अनेक क्रांतिकारी उपाय राबविले आणि निजामाची सत्ता खिळखिळी केली. भारत सरकारच्या पुढील हालचालींना अनुकूलता निर्माण केली.

या काळात निजामाचा बॅ. जिनांशी संपर्क चालू होता. भारत सरकारशीही वाटाघाटी चालल्या होत्या. एक मसूदा घेऊन शिष्टमंडळ ऑक्टोबर १९४७ मध्ये निजामाकडे गेले; पण रझाकार प्रमुख कासीम रझवी याने विलीनीकरणास विरोध करून मसुद्यावर सही न करण्याबद्दल निजामावर दडपण आणले. पुढील महिन्यात सरदार पटेलांनी निजामाशी 'जैसे थे' करार केला. वेळ काढण्यासाठी निजामाने तो मान्य केला. अंत:स्थ विरोधी हालचाली चालू ठेवल्या. सैन्य संख्या वाढविली. हिंदूंच्या कत्तली, स्त्रियांवर अत्याचार, लुटालूट चालूच होती. निजामाची त्याला संमती होती. पाकिस्तानला २० कोटी रु. कर्ज दिले. भारताचे चलन संस्थानात अवैध ठरविले. मद्रास-मुंबई रेल्वे संस्थानाच्या हद्दीत सशस्त्र गुंडांनी हल्ला करून लुटली. रझाकारांनी ७१ खेडी उद्ध्वस्त केली. १४० वेळा भारतावर आक्रमणे केली, दीड कोटींची मालमत्ता नष्ट केली. सरदार पटेल अस्वस्थ झाले. आजारी असताना जून १९४८ मध्ये डेहराडूनहून त्यांनी पं. नेहरूंना कळवले की,

"बिनशर्त विलीनीकरण व निर्भेळ जबाबदार सरकारची स्थापना याहून रेसभरही कमी आम्हाला मान्य होणार नाही, असे निजामाला निक्षून सांगण्याची वेळ आली आहे, असे मला तीव्रतेने वाटते."

हैदराबाद संस्थानावर पोलीस ॲक्शन (ऑपरेशन पोलो)

७ सप्टेंबर १९४८ रोजी भारत सरकारने हैदराबादवर चढाई करण्याचे सैन्य दलाला आदेश दिले. १३ सप्टेंबरला भारतीय फौजा पाच वेगवेगळ्या ठिकाणांहून हैदराबाद संस्थानात घुसल्या. ही योजना 'ऑपरेशन पोलो' या सांकेतिक नावाने ओळखली जाते. भारतीय सेनेच्या सदर्न कमांडचे प्रमुख जनरल गोडार्ड यांनी ही योजना तयार केली. तथापि, नंतर ते निवृत्त झाले. त्यांच्या जागी जनरल राजेंद्रसिंग यांची नेमणूक झाली. त्यांच्या मार्गदर्शनाखाली आणि जनरल चौधरी यांच्या नेतृत्वाखाली ही योजना राबविली. सोलापूर-हैदराबाद हा चढाईचा पहिला मार्ग, दुसरा विजयवाडा मार्गे याप्रमाणे वेगवेगळ्या मार्गे आक्रमण केले. सैन्य हैदराबादेत घुसले. जनरल अल् इद्रिस यांच्या नेतृत्वाखाली निजामी सैन्याची अक्षरशः वाताहात झाली. ही ऑपरेशन पोलो योजना १७ सप्टेंबर १९४८ रोजी यशस्वी झाली. त्या दिवशी निजामाने शरणागती पत्करली. दुसऱ्या दिवशी भारतीय सैन्याने हैदराबाद राजधानी शहरात प्रवेश केला; आणि ताबा मिळविला. १९ तारखेला कासीम रझवी याला पकडून तुरुंगात टाकले. रझाकार संघटनेचा पूर्ण बंदोबस्त केला. जनरल चौधरी यांचे प्रशासन डिसेंबर १९४९ पर्यंत टिकले. त्यानंतर एस. के. बेलोदी (ICS) यांनी मुख्यमंत्री म्हणून हैदराबादची सूत्रे हाती घेतली. १९५२ साली निवडणुका होऊन काँग्रेस बहुमताने सत्तेवर आली.

२) **जुनागढ :** जुनागढ हे काठियावाडमधील एक छोटे संस्थान होते. त्याच्या सर्व सीमा भारताशी संलग्न होत्या. त्याच्या पूर्व, पश्चिम, उत्तर बाजूला असलेली संस्थाने भारतात विलीन झाली होती, तर दक्षिणेला अरबी समुद्र होता. जुनागढचा राज्यकर्ता मुस्लीम असून त्याचे नाव महाबतखान असे होते. तेथील ८०% प्रजा हिंदू व २०% मुस्लीम होती. या संस्थानाचे क्षेत्रफळ ३०,३३७ चौ. मी. होते आणि एकूण लोकसंख्या ६,७०,७१९ एवढी होती. नबाब मुस्लीम तर प्रजा हिंदू अशी परिस्थिती असून नबाबाला पाकिस्तानचे तर प्रजेला भारताचे आकर्षण होते. त्यामुळे या संस्थानचा प्रश्न गंभीर स्वरूपात उभा राहिला. मे १९४७ मध्ये नबाबाने मुस्लीम लीगचा नेता शहाजहान भुत्तो (झुल्फीकार आणि भुत्तोंचे वडील यांना सरकारचे दिवाण म्हणून नेमले होते.) भारतात संस्थानांच्या विलीनीकरणाची प्रक्रिया वेगाने चालली होती. भारत सरकारने विलीनीकरणाचा मसुदा जुनागढच्या नबाबाकडे सहीसाठी पाठवला. तेव्हा नबाब त्यावर विचार करीत आहेत असे उत्तर दिवाणांनी १३ ऑगस्ट १९४७ रोजी भारत सरकारला

पाठवले; पण त्याचवेळी नबाबाचा बॅ. जिनांशी गुप्त पत्रव्यवहार चालविला होता. जिनांनी नबाबाला पाकिस्तानच्या बाजूला वळविले होते. भारताशी कालहरणाच्या हालचाली चालल्या होत्या. दिवाण तसा पत्रव्यवहार भारताशी करत होते. त्यांच्यावरील पत्रानंतर दोन दिवसांत १५ ऑगस्ट १९४७ रोजी संस्थान पाकिस्तानात विलीन होईल, असा निर्णय नबाबाने घेतला; पण तो निर्णय भारताला कळविला नाही. नबाबाच्या या घोषणेनंतर महिन्याभरात पाकिस्तानने भारताला कळविले की, जुनागढ पाकिस्तानात विलीन होत असून आम्ही नबाबाशी 'स्टँड-स्टील' (Stand Still) करार केला आहे. नबाबाचा निर्णय काठियावाडमधील अन्य संस्थानिकांना आवडला नाही. उदा. नवानगर, भावनगर, धांगगाधारा, पोरवी व पोरबंदर इ. संस्थानिकांनी नबाबाच्या निर्णयाचा निषेध केला. शिवाय भारत सरकारला त्यांनी विनंती केली की, त्याने काठियावाड प्रदेशाचे संरक्षण करावे. दरम्यान जातियवादी धोरणाने जुनागढचा नबाब हिंदू प्रजेवर अन्याय, अत्याचार करीत होता. त्या छळवादामुळे लोक जुनागढ सोडून शेजारच्या संस्थानांच्या आश्रयाला जाऊ लागले. त्या संस्थानांपुढे तो प्रश्न उभा राहिला, तर जुनागढमधील अंतर्गत परिस्थिती बिघडत गेली. लोकांच्या जीविताचा, शांतता, सुव्यवस्थेचा प्रश्न बिकट होत गेला. संस्थानातील लोक स्वातंत्र्य व भारतात विलीनीकरणाची मागणी करत होते. कॉंग्रेस पक्ष त्यासाठी मदत, मार्गदर्शन करीत होता.

नबाबाचे पाकिस्तानधार्जिणे धोरण लक्षात येताच कॉंग्रेसच्या मार्गदर्शनानुसार संस्थानातील कॉंग्रेसवाल्यांनी आपल्या हालचाली गतिमान केल्या. काठियावाडमधील कॉंग्रेस नेते एकत्र आले आणि २५ सप्टेंबर १९४७ रोजी मुंबई येथे हंगामी सरकार स्थापन केले. श्री. शामलदास गांधी या सरकारचे अध्यक्ष होते. राजकोट येथेही या सरकारचे कार्यालय ठेवले होते. त्यामुळे जनतेशी संपर्क ठेवणे सुलभ होते. दरम्यान जुनागढच्या नबाबाला आक्रमकतेची हौस होऊन त्याने लगतच्या 'मंगरोल' आणि 'मानवदार' या संस्थानावर आक्रमण करण्यास आपल्या सैन्याला आदेश दिले. याची तक्रार भारत सरकारकडे केली आणि तातडीने मंत्रिमंडळाची बैठक झाली आणि १७ सप्टेंबर १९४७ रोजी जुनागढच्या या आक्रमणाचा बंदोबस्त करण्यासाठी सैन्य पाठवण्याचा निर्णय घेतला. त्याप्रमाणे सैन्य पाठवले आणि भारताने ही दोन्ही संस्थाने ताब्यात घेतली. जुनागढच्या नबाबाने यातून तरी बोध घ्यायला हवा होता. उलट त्यांच्या दिवाण भुट्टोने पाकिस्तानकडे सैन्याची मदतीची मागणी केली. यातून त्यांचे धोरण स्पष्ट दिसत होते; पण पाकिस्तानकडून अपेक्षित मदत मिळाली नाही. इकडे जनतेनेही जुनागढ सरकारविरुद्ध उठाव केला. जनतेचा उद्रेक आणि भारतीय लष्कर अशा दोन्ही संकटांना तोंड देणे अशक्य आहे, हे नबाबाने ओळखले. भारत सरकारशी तडजोड करण्याऐवजी शक्य तेवढी संपत्ती बरोबर घेऊन नबाब पाकिस्तानला पळून गेला. परिस्थितीचे गांभीर्य ओळखून शहानवाझखान भुत्तोने

हंगामी सरकारचे अध्यक्ष शामलदास गांधी यांचेशी संपर्क साधला आणि जुनागढची सत्ता हाती घ्यावी अशा वाटाघाटी सुरू केल्या; पण संस्थानातील मुस्लिमांनी या प्रस्तावाला विरोध केला. गांधींऐवजी प्रादेशिक कमिशनर श्री. बूच (Buch) यांचेकडे सूत्रे सोपविण्याची दिवाणांना विनंती केली. त्याप्रमाणे बूच यांच्याकडे सत्ता सोपवून ८ नोव्हेंबर १९४७ रोजी कराचीला पलायन केले, तर दुसरे दिवशी बूच यांनी संस्थानचा कारभार हाती घेतला, संस्थानात शांतता निर्माण झाल्यावर भारत सरकारने तेथे सार्वमत घ्यायचे ठरविले. त्याप्रमाणे २० फेब्रुवारी १९४८ रोजी श्री. नगरकर या ICS अधिकाऱ्याला जुनागढला पाठवले. त्यांनी त्या दिवशी सार्वमत घेतले. २,०१४५७ लोकांपैकी १,९०,८७० लोकांनी भारताच्या बाजूने मतदान केले तर केवळ, १०५८७ मते पाकिस्तानच्या बाजूने पडली. या अनुकूल सार्वमतानंतर भारत सरकारने जुनागढ संस्थान भारतात विलीन केले. जुनागढच्या नबाब भुत्तो आणि बॅ. जीना यांचे कारस्थान असफल झाले. त्यासाठी संस्थानातील प्रजा परिषद तसेच काठियावाडातील नरेशांची मदत उपयुक्त ठरली. एक वादग्रस्त संस्थानाचा प्रश्न सोडविला गेला.

३)काश्मीर – काश्मीर संस्थानचे विलीनीकरण स्वतंत्र भारतातसमोरचा सर्वांत मोठा प्रश्न ठरला. किंबहुना, आजही ती समस्या पूर्णपणे सुटलेली नाही. भारत-पाकिस्तानमधील तो गुंतागुंतीचा तेवढाच महत्त्वाचा प्रश्न आजही आहे. त्या प्रश्नावरून दोन्ही देशांत सतत संघर्षाचे वातावरण असते. आत्तापर्यंत त्यावरून अनेक युद्धेही झाली आहेत. फार मोठ्या प्रमाणावर जीव व वित्तहानी झाली आहे. तत्कालीन संस्थानिकांची निर्णय घेण्यातील दिरंगाई, पाकिस्तानची आक्रमकता आणि भारताचे सबुरीचे धोरण तसेच यूनोमध्ये त्या समस्येवरून भारताची झालेली फसवणूक इ. कारणांमुळे अन्य संस्थानांप्रमाणे काश्मीर संस्थानचा प्रश्न भारताच्या अपेक्षेप्रमाणे सुटू शकला नाही. येथे आपण त्या काश्मीर संस्थानचा अगदी थोडक्यात इतिहास, विस्तार, भौगोलिक स्थान आणि विलीनीकरणासाठी झालेल्या हालचाली इ. घटनांचा आढावा घेणार आहोत.

काश्मीर संस्थानची निर्मिती

काश्मीरला फार मोठा इतिहास आहे. उत्खननातील अवशेष, नाणी, महाभारतासारखे धर्मग्रंथ, कल्हणची राजतरंगिणी, ह्यूएनत्संगचे प्रवासवर्णन इ. संदर्भ आहेत. इ.स.पूर्व ६ व्या शतकापासूनचा इतिहास मिळतो. त्याच्या तपशिलात जाण्याची आवश्यकता नाही. येथे आपण १९ व्या शतकापासून थोडक्यात राजकीय घडामोडी पाहूया. १७९० मध्ये रणजितसिंग याची काश्मीरवर सत्ता होती. त्याने राजा गुलाबसिंग डोग्रा याला काश्मिरच्या गादीवर बसविले; तो महत्त्वाकांक्षी होता. त्याने अन्य प्रदेश जिंकले. १८४५ साली त्याने इंग्रज-शीख युद्धात इंग्रजांना मदत केली. १८४६ साली अमृतसर करार झाला. विजयी

इंग्रजांनी त्याच्याकडून ७५ लाख रु. घेऊन गिलगीटपासून जम्मूपर्यंत व प्रेमेलपासून अक्साई चीनपर्यंतच्या जम्मू काश्मीर राज्याचे आधिपत्य गुलाबसिंगला दिले. तो डोग्रा घराण्याचा सत्ता संस्थापक ठरला आणि येथे काश्मीर संस्थान अस्तित्वात आले. त्याने १८७७ पर्यंत राज्य केले; नंतर त्याचे वंशज सत्ताधीश होते. प्रतापसिंगचा नातू हरिसिंग १९२५ साली गादीवर आला. भारत स्वतंत्र झाला तेव्हा तोच काश्मिरचा राजा होता.

काश्मीरचे क्षेत्रफळ २ लक्ष २२ हजार २३६ चौ. कि. मी. असून १९७१च्या जनगणेनुसार भारताच्या ताब्यातील काश्मिरची लोकसंख्या ४६,१६,६१२ असून, ३० लाख मुस्लीम, १४ लाख हिंदू आणि इतरांमध्ये बौद्ध, शीख, जैन, ख्रिस्ती इ. काश्मिरच्या पूर्वेला तिबेट, पश्चिमेला पाकिस्तान, उत्तरेला सिक्यांग व अफगाणिस्तान तर दक्षिणेला भारताची पंजाब व हिमाचल प्रदेश राज्ये, ईशान्येस सिक्यांग अशा सीमा आहेत. काश्मीर म्हणजे हिमालयाच्या पर्वतरांगांचा निसर्गसंपन्न प्रदेश असून, अनेक उंच उंच शिखरे व नद्यांचे उगमस्थान आहे. राज्याचा सुमारे १४% भाग वनाच्छादित आहे. सफरचंद, अक्रोड, जर्दाळू अशा विविध फळांच्या बागा आहेत. श्रीनगर ही राजधानी झेलम नदीच्या दोन्ही तीरांवर सुमारे १८९३ मीटर उंचीवर वसलेली आहे. जवळच दलसरोवर, अनंतनाग अशी गोड्या पाण्याची अनेक सरोवरे आहेत. संस्थान लडाख, गिलगीट, काश्मीर व जम्मू अशा चार विभागांत विभागलेले आहे. अशा काश्मीर संस्थानची समस्या आणि विलीनीकरण आपण येथे अभ्यासत आहोत.

काश्मीरमध्ये ८०% प्रजा मुस्लीम, तर राजा हिंदू होता. मुस्लीम कॉन्फरन्स व नॅशनल कॉन्फरन्स असे दोन राजकीय पक्ष होते. पहिला पाकिस्तानधार्जिणा तर दुसरा धर्मातीत आणि पाकिस्तानविरोधी असून शेख अबुल त्याचा नेता होता. राजा हरिसिंगला काश्मीर स्वतंत्र हवे होते. काँग्रेसच्या मते स्वतंत्र नको, भारत किंवा पाकिस्तनात ते सामील व्हावे. बॅ. जिनांच्या मते काश्मीर पाकिस्तनातच हवे आहे. ३ जून १९४७ नंतर लॉर्ड माऊंटबॅटनने काश्मिरला भेट दिली आणि दोनपैकी एका राष्ट्रात सामील व्हावे असे सुचविले. १४ ऑगस्ट १९४७ अखेर राजाने निर्णय घेतला असता तर समस्या निर्माण झाली नसती. पण राजाने तो निर्णय न घेता 'जैसे थे' कराराची इच्छा व्यक्त केली. पाकिस्तानची संमती, पण भारताने तो करार स्वीकारला नाही. भारत व पाकिस्तानला वाटत होते की, काश्मीर आपल्या देशात विलीन व्हावे; तसे प्रयत्नही चालले होते. पाकिस्तानने मात्र आक्रमक भूमिका घेतली आणि काश्मीरवर दडपण आणले. तेथील मुस्लिमांना राजाविरुद्ध उठाव करण्यास चिथावणी सुरू केली. हा जैसे थे कराराचा भंग आहे, अशी काश्मीरचे पंतप्रधान सेहेरचंद महाजन यांनी पाकिस्तान व इंग्लंडकडे तक्रार केली; पण त्याचा उपयोग झाला नाही.

पाकिस्तानचे आक्रमण

पाकिस्तानने अधिक आक्रमक धोरण स्वीकारून २२ ऑक्टोबर १९४७ रोजी आपल्या सैन्याच्या नेतृत्वाखाली मुस्लीम टोळ्यांना काश्मीरवर आक्रमण करायला लावले. काश्मिरातील मुस्लीम सैन्य त्यांना मिळाले. आक्रमण रोखण्यास १५० सैन्यासह गेलेल्या काश्मिरचे लष्करप्रमुख राजेंद्रसिंग यांना सैन्यासह ठार मारले. राजा हरिसिंगाने भारताकडे मदतीची मागणी केली. भारत सैन्य पाठवण्यास इच्छुक होता; पण लॉर्ड माऊंटबॅटनचा सल्ला आड आला. काश्मीर नरेशाने सही केल्याशिवाय मदत बेकायदेशीर ठरेल असे सांगितले. या दरम्यान सरदार पटेल यांचे सचिव व्ही. पी. मेनन यांनी खूप श्रम घेतले, वाटाघाटी केल्या. दि. २५ ऑक्टोबर १९४७ रोजी ते काश्मिरात गेले. निरीक्षण करून परतले; दुसरे दिवशी पुन्हा गेले. राजाशी चर्चा करून परतले. परिस्थिती गंभीर आहे मदत करावी असा रिपोर्ट दिला; पण राजाने भारतात सामील व्हावे ही भारताने अट घातली. तसा प्रस्ताव घेऊन मेनन त्याच दिवशी पुन्हा काश्मिरला गेले. हरिसिंग राजाशी चर्चा आणि २६ ऑक्टोबर १९४७ रोजी राजाने सामीलनाम्यावर सही केली. लगेच २७ ऑक्टोबरला भारतीय लष्कर काश्मिरात दाखल झाले. स. १०.३० वाजता श्रीनगर विमानतळावर सैन्य उतरल्याचा बिनतारी संदेश दिल्लीत आला; संघर्ष सुरू झाला. ११ नोव्हेंबरपर्यंत भारताने बारामुल्ला, उरी काबीज केले. बॅ. जीना संतप्त झाले होते. युद्ध व राजनैतिक वाटाघाटी चालू होत्या. भारतीय सैन्याने पाकिस्तान सैन्याला पराभूत करीत काश्मिरचा बराच प्रदेश मुक्त केला. तसेच प्रयत्न चालले असते तर संपूर्ण काश्मीरही मुक्त होऊ शकला असता; पण माऊंटबॅटन यांनी हा प्रश्न युनोकडे नेण्याचे सुचवले. त्याप्रमाणे ३१ डिसेंबर १९४७ रोजी भारताने सुरक्षा समितीकडे तक्रार नोंदविली. १५ जानेवारी १९४८ रोजी पाकिस्ताननेही तक्रार केली. त्याच दिवशी गोपालस्वामी अय्यंगार यांनी सुरक्षा समितीपुढे भारताची बाजू मांडली. यानंतर बैठका, चर्चा, समित्या येत राहिल्या. १३ ऑगस्ट १९४८ रोजी युनोने युद्धबंदी रेषा आखली. त्यानंतर भारत-पाकिस्तानात काश्मीरवरून संघर्ष चालूच राहिला आहे.

महत्त्वाचे प्रश्न

प्र. १. खालील प्रश्नांची ५ ते ६ वाक्यांत उत्तरे लिहा.

१) भारताच्या स्वातंत्र्यावेळी पं. नेहरूंनी व्यक्त केलेले विचार.

२) निर्वासित पुनर्वसनासाठी स्थापित समित्या कोणत्या?

३) विलीनीकरणापूर्वी म. गांधींनी संस्थानात केलेली जनजागृती.

४) हैदराबादमधील सामाजिक, सांस्कृतिक जनजागृती स्पष्ट करा.

५) हैदराबाद संस्थानातील वंदेमातरम् चळवळ.

प्र. २. थोडक्यात उत्तरे लिहा.

१) लॉर्ड माऊंटबॅटन याची भारताच्या फाळणीची योजना.

२) पूर्व पाकिस्तानातून येणाऱ्या निर्वासितांची समस्या जटिल का होती?

३) संस्थानात पं. नेहरूंनी केलेले मार्गदर्शन सांगा.

४) हैदराबाद संस्थानचा भूगोल, लोकसंख्या, राजवट यांची माहिती लिहा.

प्र. ३. विस्तृत प्रश्न.

१) फाळणीनंतर उद्भवलेल्या जातीय दंगलीची माहिती द्या.

२) फाळणीनंतरच्या निर्वासितांचे पुनर्वसन भारताने कसे कसे केले?

३) संस्थानांच्या विलीनीकरणातील सरदार पटेल यांचे योगदान स्पष्ट करा.

४) जुनागढ संस्थानचे विलीनीकरण कसे झाले?

५) काश्मीर संस्थानचे विलीनीकरण कसे झाले ते सांगा.

संदर्भसूची

१) कदम मनोहर, नारायण मेघाजी लोखंडे प्रकाशक म. जोतीराव फुले समता प्रतिष्ठान, पुणे १९९५

२) कानिटकर रा. प्र. क्रांतीच्या ज्वाला - चित्रशाळा प्रेस, पुणे १९६७

३) कीर धनंजय - राजर्षी शाहू छत्रपती - पॉप्युलर प्रकाशन, मुंबई २००१

४) कीर धनंजय - महात्मा फुले - प्रकाशक पॉप्युलर, मुंबई, दु. आ. १९७३

५) कुलकर्णी, सुहास, चंपानेरकर मिलिंद (संपा.) यांनी घडवलं सहस्त्रक, रोहन प्रकाशन, पुणे २००३

६) केतकर कुमार, कथा स्वातंत्र्याची, प्रकाशक म. रा. पा. वि व अ. सं. भं. पुणे २००३

७) खोबरेकर वि. गो., महाराष्ट्रातील स्वातंत्र्य लढे (१८१८-८४) म. रा. सा. आ. सं. मंडळ, मुंबई १९९४

८) गर्गे स. मा. (संपा.) भारतीय समाजविज्ञान कोश - खंड १ ते ६

९) गायकवाड नरेंन्द्र मराठवाड्यातील दलित चळवळ आणि हैद्राबादचा स्वातंत्र्यसंग्राम, सुगावा प्रकाशन, पुणे १९९०

१०) जावडेकर आचार्य - आधुनिक भारत - कॉन्टिनेन्टल प्रकाशन, पुणे

११) जोशी महादेवशास्त्री (संपा.), भारतीय संस्कृती कोश - खंड १ ते १०

१२) जोशी लक्ष्मणशास्त्री (संपा.), मराठी विश्वकोश - खंड १ ते १६

१३) थापर रमेश, आजकालचा भारत अनु. टिकेकर श्री. रा. प्रकाशक श्रीधर, मुंबई १९५७

१४) दीक्षित म. श्री., सार्वजनिक काका, प्रकाशक पुणे सार्वजनिक सभा, १९९३

१५) नरके हरि (संपा.) म. फुले शोधाच्या नव्या वाटा

१६) परुळेकर रा. वि. - शैक्षणिक लेखसंग्रह प्रकाशक इंडियन इन्स्टिट्यूट ऑफ

एज्युकेशन, पुणे १९८२
१७) पंडित नलिनी - महाराष्ट्रातील राष्ट्रवादाचा विकास, प्रकाशक - मॉडर्न बुक डेपो, पुणे दु. आ. १९७२
१८) फडके य. दि. - बिवलकर राम (संपा.) भारत : काल आणि आज प्रकाशक - मुंबई विश्वविद्यालय, १९७९
१९) बागूल बाबूराव - दलित साहित्य आजचे क्रांती विज्ञान, प्रकाशक बुद्धिस्ट पब्लिशिंग हाऊस, नागपूर १९८१
२०) लेले रा. के., मराठी वृत्तपत्रांचा इतिहास, प्रकाशक कॉन्टिनेंन्टल, पुणे १९८४
२१) राऊत गणेश, राऊत ज्योती - महाराष्ट्रातील परिवर्तनाचा इतिहास, डायमंड पुणे २००५
२२) वाडेकर दे. द. (संपादक) - मराठी तत्त्वज्ञान महाकोश - खंड १ ते ३

English

1) Bipan Chandra - Struggle For Freedom
2) Desai A. R. - Social Back ground of Indian Nationalism
3) Dutt R. P. - India Today
4) Mujamdar R. C. - An Advanced Histrory of India
5) Sarkar sumit - Modern India
6) Tarachand - History of freedom movement

www.ingramcontent.com/pod-product-compliance
Lightning Source LLC
Chambersburg PA
CBHW070443030726
47503CB00004B/871
* 9 7 8 8 1 8 4 8 3 5 8 9 2 *